ஏழு தலைமுறைகள்

(ROOTS)

அலெக்ஸ் ஹேலி

தமிழில் : **ஏ.ஜி. எத்திராஜுலு**

வெளியீடு

சிந்தன் புக்ஸ் CHINTHAN BOOKS

Ezhu thalaimuraigal (ROOTS)
Written By Alex Hely
Translated from abridged Telugu Version
By A.G. Ethirajulu

South Vison First Published 1993
Chinthan Books - Eighth Edition 2022

CHINTHAN BOOKS
327/1 Dewan Sahib Garden,
T.T.K. Road, Royapettah, chennai - 600014

Phone 044 - 28114164
Mobile - 9445123164

Email- kmcomrade@gmail.com
Cover : Mahivarman

ஏழு தலைமுறைகள்
அலெக்ஸ் ஹேலி
தமிழாக்கம் :ஏ.ஜி. எத்திராஜுலு
சவுத் விசன் முதல் பதிப்பு 1993
சிந்தன் புக்ஸ் - எட்டாம் பதிப்பு: 2022

அட்டை படம் : மகிவர்மன்

அச்சிட்டோர் : லக்ஷன் பிரிண்டர்ஸ்
மந்தவெளி, சென்னை - 4.
கைபேசி - 9080681503

சிந்தன் புக்ஸ்
327/1 திவான் சாகிப் தோட்டம்,
டி,டி,கே, சாலை, இராயப்பேட்டை, சென்னை 600 014
தொலைபேசி 044 - 28114164
கைபேசி- 9445123164

பக்கம் : 304
விலை: ரூ 300/-

நான்காம் பதிப்பிற்கான பதிப்புரை

இன்றைய அரசியல் - பொருளாதார ஏற்பாட்டை உடைத்தெறிய, ஒரு புதிய சமூகத்தை உருவாக்கிட, மக்களை அணிதிரட்ட, கருத்துகளை மக்களிடம் பரவச் செய்வதும், உணர்வுகளைத் தூண்டச் செய்வதும்தானே நமது பிரதான வேலை.

உணர்வுகள் பௌதீக சக்தியைப் பெறும்பொழுது மாற்றங்கள் நடந்தே தீரும் என்று நம்முடைய ஆசான்கள் கூறியதை யாரும் மறந்திருக்க மாட்டோம்.

வாசிப்பு நமக்கு இன்பத்தைத் தருகிறது. துன்பத்தைப் பகிர்ந்து கொள்கிறது. கோபம் கொள்ளச் செய்கிறது. எழுச்சி பெற உதவுகிறது. எல்லாவற்றிற்கும் மேலாக அறிவைப் புகட்டுகிறது. ஆற்றலை வளர்க்கிறது.

கடந்த நூற்றாண்டு நமக்களித்த பரிசு வெகுமக்கள் வாசிப்பு. அரசர்களுக்கும், ஆள்பவர்களுக்கும் அவர்களின் அடிவருடிகளுக்கும் மட்டுமே இருந்த இலக்கிய உரிமை வெகுமக்களுக்கும் தான் விரும்புகின்றதை வாசிக்க கிடைக்கப்பெற்று ஒரு நூறு ஆண்டுகள் ஆகிவிட்டன. நவீன இந்தியாவில் இன்னும் எழுத்தறிவு பெறாதவர்கள் எத்தனை கோடி? நகர்ப்புற, கிராமப்புற ஏழை மக்களுக்குக் கல்வி கிடைக்கச் செய்யவும் மக்கள் வரலாறுகளை அவர்களிடம் கொண்டு செல்லவும் நாம் நமது முயற்சிகளை, வேலைகளைப் பன்மடங்கு அதிகரிக்கச் செய்வோம். மக்கள் விடுதலை நோக்கிய பயணத்தில் சோர்வின்றி உற்சாகமாகப் பங்கேற்போம்.

இந்நூலின் முதற் பதிப்பு 1993 இல் வெளியானது. தற்பொழுது உங்கள் கையில் தவழுகின்ற நான்காம் பதிப்பு மக்கள் பதிப்பாக குறைந்த விலையில், அழகிய வடிவில் வெளிவருகிறது. நூல்கள், அறிமுகப் படுத்தப்படும் பொழுதுமட்டுமே வாசகர்களை சென்றடைகின்றன. மக்கள் ஊழியர்களின் கடமைகளில் பிரதானக் கடமையானது நூல் அறிமுகங்கள். வாசிப்பை ஊக்கப்படுத்துவோம். பலப்படுத்துவோம்.

7 - 11 - 2008   எம்.பாலாஜி

இரண்டாம் பதிப்பிற்கான பதிப்புரை

ஆங்கிலத்தில் முதன் முதலில் இந்நூல் வெளியான பொழுது தொடராக ஒளிபரப்பானபொழுது வெள்ளை மக்களை கலக்கமுற செய்தது. அமெரிக்காவின் வரலாறானது நயவஞ்சகம், சூழ்ச்சி, கொடுஞ்செயல்கள், அடக்குமுறை, சித்திரவதை என்று கறைபடிந்த வரலாறாகவே காணக்கிடக்கிறது.

வரலாற்றைச் சுவையான ஒரு நாவலாக இயற்றி வெற்றி பெற்றிருக்கிறார் இதன் ஆசிரியர். இதன் தமிழ்ப் பதிப்புக்கு வந்த கருத்தாக்கக் கடிதங்கள் எம்மை வியப்பில் ஆழ்த்தின. எவ்வளவு நுணுக்கமாக நமது வாசகர்கள் வாசிக்கிறார்கள் என்பதற்கு ஆதாரமாக அக்கருத்துரைகள் அமைந்திருந்தன. முதல் பதிப்பு விற்று தீர்ந்த உடனேயே இரண்டாம் பதிப்புக்குத் திட்டமிட்டேன். ஆனால் சூழ்நிலைகள் இடம் தராததால் தாமதமாக இவ்விரண்டாம் பதிப்பு இப்பொழுது வெளியாகிறது.

வாசகர்கள் தாங்கள் வாசித்ததோடு நிறுத்திக்கொள்ளாமல் சுற்றத்தாரிடம் தாருங்கள். வாசிக்கச் செய்யுங்கள். வாசிக்க முடியாதவர்களுக்கு வாசித்துக் காட்டுங்கள். புதுமையான, அதே சமயத்தில் புத்தெழுச்சி யூட்டும் ஓர் உணர்வு நிலைக்கு இந்நாவல் உங்களை இட்டுச்செல்வதை அறிவீர்கள். உங்கள் கருத்துக்களை எங்களுக்கு எழுதுங்கள்.

15 - 10 - 2001   எம்.பாலாஜி

அறிமுகம்

ஆப்பிரிக்கா என்றால் இருண்ட கண்டம்! அங்குள்ள மக்கள் மிருகங்களிடையே நடமாடும் காட்டு மிராண்டிகள்! அவர்கள் நாகரிகமோ, கலாச்சாரமோ, வரலாறோ இல்லாதவர்கள்! அமெரிக்கா சுதந்திரத்தின் சொர்க்கம்! வீரசாகசமிக்கோரின் பிறப்பிடம்!

இவைதான் வெற்றி கொண்டவர்கள் எழுதி வைத்த சரித்திரப் புரட்டுகள்! உலகை அறியாமை இருளிலே மூழ்கடித்த பொய்யான எழுத்துகள்!

மனித இன வரலாற்றில் கல்லாலான கருவிகளை உருவாக்கிப் பயன்படுத்திய திறமை இருபது லட்சம் ஆண்டுகளுக்கு முன்பே ஆப்பிரிக்கர்களுக்குத் தெரியும் என்பதும்; ஆசியாவில் கண்டு பிடிக்கப்பட்ட நெருப்பை, ஐரோப்பியர் அறிவதற்கு ஒன்றரை லட்சம் வருடங்கள் பிடித்தன என்பதையும் நாம் அறியும்போது வியப்பு மேலிடுகிறதல்லவா!

பல நூற்றாண்டுகளுக்கு முன்பே ஆப்பிரிக்காவின் சிற்றூர் களிலும் சிறந்த ஊராட்சி அமைப்பு நிலவியது என்ற உண்மையும், ஒவ்வொரு சிறுவனும் கட்டாயக் கல்வியும், உடற்பயிற்சியும் பெற்று வந்தான் என்ற தகவலும், வெள்ளையர்களின் வருகைக்குப் பிறகே ஆப்பிரிக்காவின் கலாச்சார வரலாற்றில் இருண்ட யுகம் ஆரம்ப மாயிற்று என்பதையும் நாம் தெரிந்து கொள்ளும்போது அதிர்ச்சியடையாமல் இருக்க முடியாது.

சாதாரணமாக வெற்றியாளர்களே வரலாற்றை எழுது கின்றனர்; எழுதினார்கள். இந்தக் கசப்பான உண்மையின் தொடர்ச்சியை உடைத்தெறி வதற்காகவே ஏழு தலைமுறைகள் என்ற நூலை அலெக்ஸ் ஹேலி என்பவர் எழுதினார். இந்நூல் அப்பணியைச் செவ்வனே செய்யுமென்பது அவரது நம்பிக்கை; ஆசையுங்கூட!

ஆப்பிரிக்காவிலிருந்து கருப்பு அடிமைகளை விலைக்கு வாங்கி அமெரிக்காவுக்குக் கொண்டு வருவது கி.பி. 1619 இல் துவங்கியது. முதலில் இருபது பேரோடு மட்டுமே ஆரம்பமான இந்தக் கொடுமை கி.பி.1810 ஆம் ஆண்டில் பத்து லட்சம் எண்ணிக்கையைத் தாண்டிவிட்டது. அவர்களில் பெரும்பாலானோர் பலாத்காரமாக இழுத்து வரப்பட்டவர்களே! கருப்பு அடிமைகள் இல்லாமல்

வெள்ளையர்களுக்குக் காலம் போகாத நிலை ஏற்பட்டுவிட்டது. கருப்புத் தாய்மார்களின் தாய்ப்பால் பருகி வெள்ளைக் குழந்தைகள் வளர்ந்தனர். கருப்பர்களின் இரத்தத்தாலும், வேர்வையாலும், உழைப்பாலும் வெள்ளையர்களின் வயல்கள் செழித்துக் குலுங்கின. வெள்ளையர் கருப்பரைக் கொண்டு லாப வேட்டையாடினர். கருப்புப் பெண்களையும், ஆண்களையும் பயன்படுத்திக்கொண்டு தமது காம இச்சையை நிறைவேற்றிக் கொண்டனர். ஆனால் தமது உல்லாச வாழ்க்கைக்காக ஓடாய் உழைத்துத் தேய்ந்துபோன கருப்பு இன மக்களை வெள்ளையர் மனிதப் பிறவிகளாகக்கூடக் கருதியதில்லை. அதற்கு மாறாக தம்மையே நாகரிகமானவர்கள், பண்பாடுடையோர் என்று பச்சைப் பொய் சொல்லிக் கொண்டனர்.

இந்த பயங்கரமான அடிமை அமைப்பை ஒழித்துக்கட்டப் பல போராட்டங்கள் வெடித்தன. ஆயிரக்கணக்கான கருப்பு அடிமைகளை விடுதலையை நோக்கி அழைத்துச் சென்ற புரட்சி உணர்வு கொண்ட காப்ரியல், டென்மார்க் வெஸி, நாட் டர்னர் ஆகியவர்களை வெள்ளையர் கைது செய்து தூக்கிலிட்டார்கள். 1852இல் பீச்சர் ஸ்டோவேயின் நாவல் "அங்கிள் டாம்ஸ் கேபின்" அமெரிக்காவை ஒரு கலக்கு கலக்கியது. அதே ஆண்டு ஃபிரடெரிக் டக்ளஸ் என்ற நீக்ரோ இனத் தலைவரின் சொற்பொழிவுகள் கருப்பின மக்களை எழுச்சி பெறச் செய்தன. அவர்களை முன்னோக்கி நடத்தின.

அவர் அமெரிக்க வெள்ளையரை நோக்கிக் கூறினார்: "உங்கள் ஜூலை நான்காம் தேதி அமெரிக்க அடிமைக்குச் சுதந்திர தினமல்ல. வருடத்தில் மற்ற நாட்களைவிட அன்று அவனை எப்போதுமே நிர்தாட்சண்யமாக அநீதிக்குப் பலியாக்குவதைக் குறிப்பாக உணர்த்தும் நாள்."

"உங்கள் சுதந்திர தினவிழா அவன் பார்வையில் ஏமாற்றுக் காரர்களின் வேடிக்கை விழா. நீங்கள் பெருமையடித்துக் கொள்ளும் சுதந்திரம், ஒரு களங்கமுள்ள அடங்காப்பிடாரித்தனம். உங்கள் இனப் பெருமை என்பது ஒரு மாயை. களிப்புடன் நீங்கள் எழுப்பும் குரல்கள் காட்டுக் கத்தல்கள். உங்கள் சர்வாதிகாரத்தை மறந்துவிட்டு மற்றவர்களின் சர்வாதிகாரம் பற்றிப் பேசுவது உங்கள் அகங்காரத்திற்கு எடுத்துக்காட்டு. சுதந்திரம், சமத்துவம் என்றெல்லாம் நீங்கள் கூறுவது சிரிப்புக்குரியது. உங்கள் பிரார்த்தனைகள், வேதாகமச் சொற்பொழிவுகள், நன்றி அறிவிப்புகள், மத அனுஷ்டானங்கள் எல்லாமே ஏமாற்று வித்தைகள், நடிப்பு, மாய்மாலங்கள்! மோசமான உங்கள் குற்றங்களை மூடி மறைக்கும் போர்வைகள்!"

- என்றெல்லாம் டக்ளஸ், கர்ஜனை புரிந்தார். அமெரிக்கக் கருப்பினத்தவரின் உள்ளத்தைப் படம் பிடித்துக் காட்டினார்.

1865 ஏப்ரல் ஒன்பதாம் நாள் அமெரிக்க உள்நாட்டுப் போர் முடிவடைந்தது. ஆப்ரகாம்லிங்கன் அடிமை முறை ஒழிப்பை அறிவித்தார். கருப்பர்களின் நெஞ்சங்கள் களிப்படைந்தன. உள்நாட்டுப் போர் முடிந்த ஆறு நாட்களுக்குள் லிங்கன் ஒரு வெள்ளை இன வெறியனால் சுட்டுக் கொல்லப் பட்டார். அவரது அடிமை முறை ஒழிப்பு அறிவிப்பைச் சட்டமாக்கி அமெரிக்க அரசியல் சட்டத்தில் பதின்மூன்றாம் திருத்தம் செய்யப்பட்டது.

வெள்ளையரின் அடிமைத்தனத்திலிருந்து விடுதலை பெற்ற கருப்பின மக்கள், அமெரிக்கத் தென் மாநிலங்களில் பயங்கரமான இன வேற்றுமையை எதிர்கொள்ள நேர்ந்தது. பஸ்களிலும், ரயில்களிலும், ஓட்டல்களிலும், நாடக அரங்குகளிலும், பொதுப் பூங்காக்களிலும் தொழிற்சாலைகளிலும், கல்வி நிறுவனங்களிலும் கருப்பர்களுக்குத் தனி இடங்கள் ஒதுக்கப்பட்டன. வெள்ளைச் சிறுவர்கள் படிக்கும் பள்ளி களில் கருப்புப் பிள்ளைகளுக்கு அனுமதி இல்லை. மனநோய் மருத்துவ நிலையங்களிலும் கூட கடுமையான நிறப்பாகுபாடு காட்டப்பட்டது. அந்தச் சமயத்திலேயே - அதாவது இருபதாம் நூற்றாண்டின் துவக்கத்தில் வெள்ளை இனவெறிக்குத் தூபம் போடும் கீழ்க்காணும் நாவல்கள் வெளிவந்தன. "An Historical Romance of the Ku-Klux-Klan", "The Negro A Beast" or "In the Image of God." இந்த நாவல்கள் தென் மாநிலங்களில் உள்ள வெள்ளை இனவெறி கொண்டோரின் ஆதரவைப் பெற்றன.

முதல் உலகப்போர் முடிவு பெற்றதுமே அமெரிக்காவில் இனக் கலவரங்கள் மூண்டன. உசுப்பிவிடப்பட்ட நாய்களைப்போல் வெள்ளை இனவெறியர்கள் கூட்டம் கூட்டமாகக் கிளம்பி, கருப்பின மக்கள்மேல் பலவிதமான அட்டூழியங்கள் புரிந்தனர். அவர்களுடன் அரசு அதிகாரிகளும் ஒத்துழைத்தார்கள். பல்வேறு தொழில்களி லிருந்தும், அரசு வேலைகளிலிருந்தும் கருப்பர்கள் வெளியேற்றப் பட்டார்கள்.

கருப்பின மக்களின் அமைதியான ஒத்துழையாமை இயக்கங்கள் ஆரம்பமாயின. அமெரிக்காவின் இவ்விரு இனத்தவர் இடையே மனக் கசப்புகளும், முரண்பாடுகளும் அதிகரித்தன. இரண்டாம் உலகப்போருக்குப் பின் கொலம்பியாவிலும், ஃபிலடெல்பியாவிலும் சிகாகோவிலும் பயங்கரமான இனக் கலவரங்கள் நடைபெற்றன. நூற்றுக்கணக்கான நீக்ரோக்கள் சித்திரவதைகளுக்கு ஆளானார்கள். வெள்ளை நிற வெறியர்களின் தாக்குதல்களும், வெள்ளையர் அரசுகளின் சிறைகளும் தூக்கு மரங்களும் கருப்பின மக்களின் சமத்துவ உணர்வை அழிக்க முடியவில்லை.

1955 டிசம்பர் முதல் தேதி அலபாமா மாநிலத்தில் மாண்ட்கோமரி நகரில் ஒரு நிகழ்ச்சி நடந்தது. திருமதி ரோஸா பார்க்ஸ் என்னும் கருப்பினப் பெண்மணி பஸ்ஸில் பயணம் செய்யும்போது, ஒரு வெள்ளையனுக்குத் தான் உட்கார்ந்திருந்த இடத்தை அளிக்காத தற்காகக் கைது செய்யப்பட்டாள். அச்செய்தி நகரம் முழுவதும் காட்டுத் தீ போல் பரவியது. மறுநாள் கருப்பின மக்கள் அனைவரும் கூடி பஸ்களைப் பகிஷ்கரிப்பதென முடிவு செய்தார்கள். பதினேழாயிரம் கருப்பர்கள் கார்களிலும், கால் நடையாகவும் வேலைக்குச் சென்று வந்தார்கள், அன்று மாலை ஆயிரக்கணக் கானவர்கள் மாதா கோயில்களில் கூடினார்கள். டாக்டர் மார்டின் லூதர் கிங் என்ற மத போதகர் மேடையேறி சொற்பொழிவாற்றத் துவங்கினார்.

"துன்பங்கள் பட்டு பட்டு, அவமானங்களைப் பொறுத்துப் பொறுத்துப் பொறுமையிழக்கும் வேளை ஒன்று வரும்."

"ஆமாம் கர்த்தரே" - கேட்டுக் கொண்டிருந்தோர் கூவினார்கள்.

"நம்மை நீண்ட காலமாக அவமதித்துக்கொண்டிருப்பவர்களிடம் நாம் பொறுமையிழந்து விட்டோம் என்பதை அறிவிக்க நாம் இங்கே கூடியிருக்கிறோம்."

"கர்த்தரே அவருக்கு உதவிடுங்கள்" - மக்கள் கூவினார்கள்.

"இந்தக் கொடுமையான பாகுபாட்டினாலும், சகிக்க முடியாத அவமதிப்புகளாலும் நாங்கள் பொறுமையிழந்து விட்டோம்."

"ஆமென்"

"பொறுமையிழந்துவிட்டோம். பொறுமையிழந்து விட்டோம் - என்று நான் சொன்னது உங்கள் காதுகளுக்குக் கேட்டதா?"

"கேட்டது கர்த்தரே"

மாண்ட்கோமரி இயக்கம் அமெரிக்கா பூராவிலும் எழுச்சியை உண்டாக்கியது. நீக்ரோ மக்களின் பிரஜா உரிமைகள் இயக்கம் சிறகு விரித்தது. ஆறு மாதங்களுக்குப் பின்னர் ஃபெடரல் நீதிமன்ற உத்தரவின்படி பஸ்களில் தனித்தனி இடங்கள் ஒழிக்கப் பட்டுவிட்டன.

நீக்ரோ மக்கள் பெற்ற இந்த வெற்றி மிகச் சொற்பமானது. அவர்கள் பெறவேண்டியது இன்னும் எவ்வளவோ உள்ளது. அவர்கள் தம்மைத்தாம் புனரமைத்துக்கொள்ள வேண்டியதன் அவசியத்தை உணர்ந்தார்கள். 'நீக்ரோ' என்ற சொல்லை அவர்கள் வெறுத்தார்கள். சுரண்டல் பேர்வழிகள் வைத்த கெட்ட பெயரது! சுரண்டுபவர்கள்

கருப்பின மக்களை மனத்தில் வெறுப்புடன் நினைப்பது கருப்பர் களுக்குச் சாபமும் அல்ல; வரமும் அல்ல!

இந்த விழிப்புணர்வும், எழுச்சியும் அமெரிக்க நீக்ரோ மக்களை போராட்டப் பாதையில் அடித்துச் சென்றன. அமைதியான ஒத்துழையாமை இயக்கத்திற்குப் பதில் போர்க்குணமிக்க அரசியல் கருத்தோட்டம் பிறந்தது. 'கருப்பு முஸ்லிம் இயக்கம்', 'கருப்பு சக்தி முன்னணி' போன்ற இயக்கங்கள் தோன்றின. இனவெறியை எதிர்த்து நிற்காமல், சம உரிமைகளுக்காகப் போராடாமல், அமெரிக்காவில் கருப்பின மக்களுக்கு விமோசனம் இல்லை என்பதை வரலாறு தெளிவாக்கிவிட்டது.

கருப்பினத் தலைவர் ஃபிரெட்ரிக் டக்ளஸ் 1857 ஆம் ஆண்டு ஆகஸ்டில் கூறிய இச்சொற்களை அமெரிக்கக் கருப்பர்கள் இன்றும் நினைவு கூர்கிறார்கள்.

"சுதந்திரம் விரும்புகிறோமென்று ஒரு பக்கம் கூறிக் கொண்டே மறுபக்கம் போராட்டத்தை வெறுப்பவர்கள் வயலை உழாமலேயே அறுவடை செய்ய விரும்புபவர்கள். இடியும் மின்னலும் இல்லா மலேயே மழை பொழிய வேண்டுமென்பவர்கள். கடல் ஆர்ப்பரிக்காமல் இருக்க வேண்டுமென்பவர்கள்."

"கேட்காமல், போராடாமல் ஆட்சியாளர்கள் எதையும் தரமாட்டார்கள். இதுவரையில் அப்படி நடைபெற்றதில்லை. இனி நடக்கப் போவதுமில்லை. சுரண்டலுக்குட்படுபவர்களின் பொறு மையைக் கொண்டு சுரண்டுபவர்கள் பாதுகாப்பு அரணை அமைத்துக் கொள்கிறார்கள்."

"வெள்ளையர்கள் கொடுப்பவர்களாகவும் கருப்பர்கள் பெற்றுக் கொள்பவர்களாகவும் இருக்கும் நிலைமை ஒழிந்து, இருவரும் சமப் பங்காளிகளாக இருக்கும் அமைப்புக்காக அமெரிக்கக் கருப்பினம் போராடிக் கொண்டிருக்கிறது."

இப்போராட்ட எதிரொலிகள் அலெக்ஸ் ஹேலியின் 'ஏழு தலைமுறைகள்' எனும் இந்நாவலின் அடிமைச் சேரிகளில் பலமுறை கேட்கின்றன.

1852 ஆம் ஆண்டில் வெளிவந்த 'அங்கிள் டாம்ஸ் கேபின்' நாவலுக்குப் பிறகு கடந்த நூற்றிருபது வருட நீண்ட காலத்தில் உலகத்தையே குலுக்கிய இது போன்ற புத்தகம் வேறெதுவுமே வந்ததில்லை. இது இரண்டு கண்டங்களின், இரு இனத்தவரின், இரண்டு நூற்றாண்டுகளின் எதார்த்தமான, வேதனை நிறைந்த வரலாற்றுக் கதை!

அமெரிக்காவில் படிக்கத் தெரிந்த ஒவ்வொரு கருப்பு மனிதனும் இந்த நூலை பணம் கொடுத்து வாங்கிக் கொண்டான். படிப்பறிவில்லாத ஒவ்வொரு கருப்பனும் இதை வாங்கி, பைபிளைப்போல் தன் வீட்டில் பத்திரப் படுத்திக் கொண்டான்; அவனது முன்னோர்கள் புரிந்த கொடுமைகளுக்குத் தலைகுனிந்த ஒவ்வொரு வெள்ளையனின் கண்களும் இந்நூலின் பக்கங்களில் சிக்கிக் கொண்டன.

ஆங்கில மூலத்தில் சுமார் எழுநூறு பக்கங்கள் கொண்ட இந்நூலைத் தமிழ் வாசகர்களின் வசதிக்காகச் சுருக்கித் தந்துள்ளோம் என்றாலும் மூலத்தின் சாரம் குன்றாமல் கொண்டுவர முயன்றுள்ளோம்.

- பதிப்பகத்தார்.

1

கி. பி. 1750 ஆம் ஆண்டு!

மேற்கு ஆப்பிரிக்காவில் ‘காம்பியா’ நாட்டின் மிகத் தொலை விலுள்ள ஒரு சிற்றூரின் பெயர் ஜப்பூர்.

அப்போது வசந்தகாலம். வானம் தெளிவாக இருக்கிறது. இரவு மூன்றாம் சாமம் கடந்து கொண்டிருக்கிறது. சாமக் கோழி கூவ இன்னும் ஒரு மணி நேரமிருக்கிறது. ஒரு மண் குடிசையில், மங்கலான வெளிச்சத்தில் அப்போதே பிறந்த ஆண் சிசு ‘குவா -- குவா’ என்று கத்தியது.

‘உமரோ’ வின் பெண்டாட்டி ‘பிண்ட்டா’ வுக்குப் பிறந்த அந்த ஆண் குழந்தையும் தன் தாயைப் போலவே நன்கு பழுத்த நாகப்பழம் போல் மினுமினுத்துக் கொண்டிருந்தான். மருத்துவம் பார்த்த கிழட்டு மருத்துவச்சிகள் இருவரும் பெரிதும் மகிழ்ந்தார்கள். அவ்விருவரில் ஒருத்தி ‘நீயோ போட்டோ’ கிழவி. அந்தப் பாட்டி சொல்லும் கதை களென்றால் கிராமத்திலுள்ள சிறுவர்களுக்கெல்லாம் கொண்டாட்டம்! மற்றொரு மருத்துவச்சி அந்தக் குழந்தையின் பாட்டியே!அவள் பெயர் ஆயேஷா! தலைப்பிரசவம் ஆண் குழந்தையானால் நல்ல சகுனம்! அல்லாவின் கருணை அந்தச் சிசுவின்மீது மட்டுமல்லாமல் குடும்பம் முழுவதன்மீதும் இருக்கும் என்பது அந்த இன மக்களின் ஆழ்ந்த நம்பிக்கை! அதனால் குடும்பத்தார் அனைவருமே மகிழ்ச்சிக் கடலில் மூழ்கித் திளைத்தார்கள்.

அந்த விடியற்காலையிலேயே அக்கம் பக்கத்துப் பெண்கள் உரலில் சோளத்தையிட்டு உலக்கைகளால் இடித்துக் கொண்டிருப்பது தாளகதியிலே கேட்டுக்கொண்டிருக்கிறது.

கிழக்கு வெளுத்துக் கொண்டிருந்தபோதே இமாம் நமாசுக்கு நேரமாகிவிட்டது என்பதை மூக்கால் ஒலியெழுப்பி அறிவிக்கத் தொடங்கி விட்டார். ஆண்களெல்லாம் கட்டில்களை விட்டிறங்கி, மோட்டா நூலாடை களை அணிந்துகொண்டு பள்ளிவாசலை நோக்கி ஓட்டமெடுத்தார்கள்.

தொழுகை முடிந்ததும் அனைவரும் வீடுகளுக்குத் திரும்பி னார்கள். சோளக்கூழ் குடிக்காமல் வேலைகளைத் தொடங்க மாட்டார்கள். உமரோ புன்சிரிப்புடன் தனக்கு மகன் பிறந்துள்ள

செய்தியைத் தெரிவித்தான். அனைவரும் அவனைச் சூழ்ந்துகொண்டு அவனை வாழ்த்தி, அவனுடைய அதிர்ஷ்டத்தைப் புகழ்ந்தார்கள்.

ஆண்கள் வீடுகளுக்குத் திரும்பி வந்ததும் பெண்கள் அவர்களுக்குச் சோளக்கூழ் பரிமாறினார்கள். அதைக் குடித்து ஆண்கள் மண்வெட்டிகளைத் தோளில் போட்டுக்கொண்டு வயல் வேலைகளுக்குக் கிளம்பினார்கள். பிறகு சிறுவர்களுக்குக் கூழ் ஊட்டினார்கள். எஞ்சியதைப் பெண்கள் குடித்தார்கள்.

நிலக்கடலை, சோளம், பருத்தி வகையறாக்களை ஆண்கள் சாகுபடி செய்தார்கள். நெற்பயிர் மட்டும் பெண்களின் பொறுப்பு. காலம் காலமாக அங்கே நிலவி வரும் வழக்கம் இது!

மகன் பிறந்த ஏழு நாட்கள் வரை உமரோவுக்கு மூச்சு விடமுடியாத அளவுக்கு வேலை. பெயர் சூட்டு விழா தடபுடலாக நடத்தவேண்டும். அது அவர்களின் சம்பிரதாயம். ஏதோ ஒரு பெயர் வைத்துவிட்டால் போதாது. அப் பெயருக்குப் பின்னால் ஒரு நீண்ட சரித்திரம் இருக்க வேண்டும்; அந்தச் சரித்திரமும் பெருமைப் படத்தக்கதாக இருக்கவேண்டும். அந்தக் குழந்தைக்கு எவரின் பெயர் வைக்கப்படுமோ அந்த முன்னோரின் ஏழு சிறப்புகளை குழந்தை அடைவான் என்பது தொன்றுதொட்டு வரும் அவர்களின் நம்பிக்கை!

உமரோ அவ்வேழு நாட்களும் கிராமத்திலுள்ள எல்லார் வீடுகளுக்கும் போய் ஒவ்வொருவரையும் தன் மகனின் பெயர் சூட்டு விழாவுக்கு வரும்படி அழைத்துவிட்டு வந்தான். எட்டாம் நாள் பெயர் சூட்டுச் சடங்கு நடந்து முடிந்ததும், அக்குழந்தையும் அந்த இனத்தின் ஓர் உறுப்பினராகி விடுவான்.

எட்டாம் நாள் வந்துவிட்டது. ஊரில் உள்ளவர்கள் எல்லோரும் பிண்ட்டா கிண்ட்டேயின் வீட்டில் குழுமிவிட்டனர். இரண்டு குடும்பங்களைச் சேர்ந்த பெண்கள் புளிக்க வைத்த பாலும் வடையும் தேனும் நிரம்பிய குடங்களைத் தலைமேல் வைத்துக் கொண்டு வந்தார்கள். கிராமத்து மேளக்காரனும் வந்துவிட்டான். இமாமும், மவுல்வியும்கூட வருகை தந்தனர். உமரோவின் அண்ணன்மார்கள் ஜானியும், சலீமும் தொடர் முரசு ஒலிகளாலேயே இச்செய்தியை அறிந்து, மிகத் தொலைப் பிரதேசத்திலிருந்து, சிரமத்தை ஏற்று அந்தச் சுப காரியத்திற்கு வந்திருக்கின்றனர்.

'பிண்ட்டா' பெருமையுடன் குழந்தையை மடியில் எடுத்து வைத்திருக்கிறாள். குழந்தையின் தலையில் ஆங்காங்கே முடிவெட்டி மொட்டை போட்டனர். அதன் அழகைக் கண்டு பெண்கள் மகிழ்ந்தனர். வாத்தியக்காரன் மேளம் கொட்டினான். மவுல்வி (மதக் குரு) தொழுகை செய்தார்.

'உமரோ' அந்தச் சுப காரியத்திற்கு வந்திருந்த சுற்றத்தார் அனைவரின் எதிரில் நடந்து சென்று மனைவியின் கைகளிலிருந்து குழந்தையைப் பெற்றுக்கொண்டு, அதற்கு நிச்சயித்த பெயரைக் குழந்தையின் காதில் மும்முறை ஓதினான். பிண்ட்டா பெருமையாகப் புன்சிரிப்பைத் தவழவிட்டாள். மகனின் பெயரை 'உமரோ' மவுல்வியாரின் செவியிலும் மெள்ளக் கூறினான்.

மவுல்வியார் எழுந்து நின்று உமரோ, பிண்ட்டா கிண்ட்டே ஆகியோரின் மூத்த பிள்ளையின் பெயர் குண்ட்டா என்று அறிவித்தார்.

அக்குழந்தையின் பாட்டனார் பெயர் கைரபா குண்ட்டா கிண்ட்டே அப்பெயரிலிருந்த தொடக்கத்தையும், இறுதியையும் விட்டுவிட்டு இடையிலுள்ள எழுத்துக்களால் குழந்தைக்கு பெயர் சூட்டியிருக்கிறார்கள் என்பது அங்கே குழுமியிருந்த விருந்தினர்களுக்கெல்லாம் தெரியும். கைரபா குண்ட்டா கிண்ட்டேவை, ஒரு காலத்தில் ஜப்பூர் மக்களை பயங்கரமான பஞ்சத்திலிருந்து காப்பாற்றிய நல்லவராக அப்பகுதி மக்கள் புகழ்ந்துரைக்கிறார்கள்.

மவுல்வியார் இருநூறு வருட சரித்திரத்தைத் தோண்டி யெடுத்து கைரபா குண்ட்டா கிண்ட்டேயின் பாட்டனார் முப்பாட்டனார் ஆகியோரின் அருமை பெருமைகளைத் தாராளமாக வர்ணித்தார். அவ்வளவு பெருமைவாய்ந்த கிண்ட்டே வம்சத்தினைப் பாராட்டிக் கொண்டே சுற்றத்தார் ஒவ்வொருவராக விடைபெற்றுச் சென்றார்கள்.

அனைவரும் சென்றுவிட்டபின் அன்றிரவு உமரோ மகனைக் கிராமத்திற்கு வெளியே மைதானத்திற்குக் கொண்டுபோய் நிலாவையும் நட்சத்திரங்களையும் சாட்சிகளாக்கி, வானத்தைப் பார்த்து, "அதோ உன்னைவிட உயர்ந்தது அங்கே பார்!" என்று குழந்தையிடம் முணு முணுத்தான்.

2

மூன்று மழைகள் கடந்துவிட்டன. (ஒவ்வொரு மழைக் காலத்தையும் ஒவ்வோர் ஆண்டாக அந்த நாட்டில் கணக்கிடுகிறார்கள்.)

ஜப்பூர் கிராமத்தில் வறட்சி தாண்டவமாடியது. சென்ற வருடத்திய விளைச்சலெல்லாம் தின்று தீர்த்தாகிவிட்டது. ஆண்கள் காட்டிற்குச் சென்று பகல் முழுவதும் வேட்டையாடி ஒன்றிரண்டு மான்களையோ, காட்டுக் கோழிகளையோ அடித்துக்கொண்டு வருகிறார்கள். பெண்கள் வீடுகளில் இருந்துகொண்டு சோளக் களிக்கு உதவியாய் மூங்கில் அரிசிச் சோற்றையும், கீரைகளையும் சமைத்துப் போடுகிறார்கள். உணவுப் பற்றாக்குறையுடன்கூட வெயிலின் கொடுமை சொல்லி முடியாது. ஊரிலுள்ள ஏரிகளும், கண்மாய்களும் முழுசாக வற்றிப்போய்விட்டன. பஞ்சத்தின் கடுமை ஆரம்பமாகிவிட்டது. அப்போதைக்கே அல்லாவின் அருள் வேண்டி ஐந்து ஆடுகளும், இரண்டு மாடுகளும் வெட்டப்பட்டுவிட்டன.

இறுதியாக அனல் கக்கும் ஆகாயம் மேகங்களால் நிறைந்து விட்டது. மெல்லிசாகத் தூறல் தொடங்கிவிட்டது. உழவர்கள் சுறுசுறுப்பாக நிலத்தை உழுது விட்டார்கள். விதைப்பதற்காக நிலத்தில் நேர் வகிடுகளைத் தீட்டினார்கள். பெருமழை ஆரம்பமாகும் முன்பே விதைத்துவிட வேண்டும்.

விவசாயப் பெண்கள் பசுமையின் அடையாளமாகப் பெரிய பெரிய பச்சை இலைகளை உடலில் சுற்றிக் கொண்டு சோளம், நிலக்கடலை விதைகளை நிரப்பிய பானைகளைத் தலைமீது வைத்து, பாட்டுகளைப் பாடிக்கொண்டே வயல்களை நோக்கிப் புறப் பட்டார்கள்.

அப்பெண்கள் எல்லாரும் வெறுங்கால்களுடன் வரிசையாக அடி யெடுத்து வைத்தவாறு முதலில் மூன்று தடவை வயலை வலம் வந்தார்கள். பின்னர் கலைந்துபோய் தத்தமது கணவன்மார்களின் பின்னால் நடைபோட்ட வாறு ஆண்கள் உழுத நிலத்தில் துவாரங்கள்

செய்துகொண்டே போக, பெண்கள் அந்தக் குழிகளில் விதைகளை யிட்டு மூடிக்கொண்டே பின் தொடர்ந்தார்கள்.

பிண்ட்டா தன் மடியிலிருந்து வெங்காய விதைகளையும் மரவள்ளிக் கிழங்குகளையும் நட்டுக்கொண்டிருக்கையிலே சின்னஞ் சிறு குண்ட்டாவும், அவனையொத்த சிறார்களும் கிராமத்திலே தத்தமது பாட்டிமார்களின் கவனிப்பில் துள்ளியோடிக் கொண்டும், விளையாடிக் கொண்டும் இருந்தார்கள்.

"கதை சொல்றேன் வாங்கடா பயல்களா" என்று பாட்டி கத்தினவுடனே சிறுவர்கள் அனைவரும் பொல பொலவென ஓடி வந்து அவள் எதிரில் வரிசையாக உட்கார்ந்து விடுவார்கள். பாட்டி சொல்லும் கதையில் வரும் பல சொற்களுக்கு அர்த்தம் புரியா விட்டாலும், குண்ட்டா, பாட்டியின் அங்க அசைவுகளை விழி-பிதுங்கப் பார்த்துக் கொண்டிருப்பான்.

'நியோபோட்டோ' பாட்டி கதை சொல்கிறேன் என்றதுமே வாண்டுக் கூட்டம் பூராவும் அவளைச் சுற்றிலும் உட்கார்ந்து கொண்டது.

"ஒரே ஓர் ஊராம்! அந்த ஊரிலே ஒரு சுட்டிப்பயல். அவனுக்கும் உங்கள் வயதே"

"ஒரு நாள் அவன் ஆற்றங்கரைக்கு நடந்துபோனான். அங்கே ஒரு வலை கட்டப்பட்டிருந்தது. அதிலே ஒரு முதலை சிக்கிக் கொண்டிருந்தது. சிறுவனைக் கண்டதும் அது 'என்னைக் காப்பாற்று! என்று' பரிதாபமாக வேண்டிக் கொண்டது."

"ஊகூம் நான் மாட்டேன், நீ என்னைக் கொன்று விழுங்கிடுவே" என்று பயத்துடன் சொன்னான் அவன்.

"என் கண்ணில்லையா நீ, உனக்கோர் அபாயமும் இல்லை. என் கிட்டே வா" என்றது முதலை.

"அதன் பேச்சை நம்பி பையன் முதலையின் அருகே சென்றான். அது உடனே தன் பெரிய வாயைப் பிளந்து ரம்பம் போன்ற பற்களால் அவனைப் பற்றிக்கொண்டது."

"பார்த்தாயா, நீ உன் பாழும் புத்தியை விடவில்லை" என்று சிறுவன் கத்தினான்.

"தம்பி! இந்த உலகத்தின் நியதியே இப்படித்தான்" என்று கூறியது முதலை.

"நான் உன் பேச்சை நம்ப மாட்டேன் போ!" என்றான் பையன். அம்முதலை என்ன சொல்லிற்று தெரியுமா? அந்த வழியே போய்க் கொண்டிருக்கும் மூன்று சாட்சிகள் சொல்வதைக் கேட்கும்வரை

சிறுவனுக்கு எவ்விதத் தீங்கும் இழைப்பதில்லை என்று அது உறுதி சொல்லியது.

"அப்போது அந்த நதிக்கரை வழியே ஒரு கிழட்டுக் கழுதை மெள்ள நடந்து வந்தது. சிறுவன் அதைத் தடுத்து நிறுத்தி, முதலை சொன்ன வார்த்தை உண்மைதானா எனக் கேட்டான்."

"தம்பி! நான் இப்போது கிழமாகிவிட்டேன். அதனால் எனது எசமான் நீ எங்கேயாவது போய் புலிக்கிரையாகி செத்துத் தொலை! என்று அடித்து விரட்டிவிட்டான்" என தன் கதையைக் கூறியது.

"பார்த்தாயா" என்று முதலை ஒத்து ஊதியது.

பிறகு ஒரு கிழட்டுக் குதிரை அந்த வழியே வந்தது. அதனிடமும் சிறுவன் முதலையின் வார்த்தையைக் கூறினான். அதுவும் கழுதை சொன்னதையே சொன்னது. இப்போதும் முதலை பையனைப் பார்த்துக் கண் சிமிட்டியது.

குதிரை போய்விட்ட பின்னர் அவ்வழியே நன்கு வளர்ந்து சதை பிடித்த முயலொன்று தாவிக் குதித்துக்கொண்டே வந்து சேர்ந்தது. அதற்கும் சிறுவன் முதலையின் கூற்றைத் தெரிவித்தான்.

"முதலை மாமா! முதலை மாமா! முதலிலிருந்து நடந்ததை என் கண்ணால் பார்க்காமல் என்னால் ஒன்றும் சொல்ல முடியாது" என்றது முயல். நடந்ததைச் சொல்ல முதலை வேண்டா வெறுப்பாகவே வாய் திறந்தது. அவ்வளவுதான்! பையன் அதன் வாயிலிருந்து தன் காலை விடுவித்துக்கொண்டு கரைக்கு ஓட்டம் பிடித்தான்.

"தம்பி முதலைக் கறி என்றால் உனக்கு விருப்பம்தானா?" எனக் கேட்டது முயல்.

"ஓ" என்றான் பையன்.

"உன் அப்பாவுக்கும், அம்மாவுக்கும்கூட விருப்பம்தானா?" என்று மேலும் கேட்டது.

"பின் தாமதம் எதற்கு? சமைக்க முதலை தயாராயிருக்கிறது?" எனக் கூறியது முயல்.

சிறுவன் உடனே கிராமத்திற்குள் ஓடிச்சென்று தன்னுடன் பெரியவர்களை அழைத்து வந்தான். அவர்களுடன் கூடவே அவர்களின் வேட்டை நாயும் வந்தது. அது முயலைக் கண்டவுடனே அதன்மேல் பாய்ந்து அதைப் பிடித்துக் கொன்றுவிட்டது.

"ஆகவே இந்த உலகத்தின் நியதியே இவ்வளவுதான்! முதலை சொன்னது உண்மைதான்!" என்று பாட்டி கதையை முடித்தாள்.

கதை முடிந்ததும் சிறுவர்கள் அனைவரும் பாட்டிக்கு 'ஜே!' போட்டார்கள். மற்றப் பாட்டிமார்கள் சிறுவர்களுக்கு நெருப்பில்

சுட்ட வெட்டுக் கிளிகளைச் சாப்பிடத் தந்தார்கள். ஒரு சமயத்தில் அவைகளை அவர்கள் சிற்றுண்டியாகத் தின்றார்கள். ஆனால் இப்போது வறட்சி தலை விரித்தாடும் நேரத்திலே அந்தச் சுட்ட வெட்டுக்கிளிகளே அவர்களின் முக்கியச் சாப்பாடு!

ஒவ்வொரு காலை வேளையிலும் மழை நின்று நின்று தூறிக் கொண்டிருந்தது. மழை நின்ற போதெல்லாம் சிறுவர் கூட்டம் வெளியே வந்து, வானத்துக்கும் பூமிக்குமாக தோன்றியிருக்கும் வானவில்லின் வண்ண ஜாலங்களைப் பார்த்துப் பரவசமாகி, அது எனது.. அது எனது என்று கூப்பாடு போட்டு அதைக் கையால் பிடிக்கத் தாவி குதித்தார்கள். ஆனால் அந்த வானவில்லோ எட்டாக்கனியாகி தூர தூர விலகிப் போகும். ஆனால் மழையுடன் வெளிவந்த, பறக்கும் புழுக்கள் அவர்களை 'சுருக்'கென்று கடிக்க தொடங்கியவுடன் சிறுவர்கள் எல்லாரும் 'கப்சிப்' என்று வீடுகளுக்குள் முடங்கிக் கொண்டார்கள்.

மழை வலுத்துவிட்டது. ஒரு நாள் இரவு 'சோ' வென மழை கொட்டியது. பயங்கரமாக இடி இடித்தது. கண்ணைப் பறிக்கும் மின்னல் மின்னியது. பெரியவர்கள் குழந்தைகளை மடியில் அணைத்துக் கொண்டு தேற்ற வேண்டியதாகிவிட்டது. விட்டு விட்டுத் தூறும் தூறலிடையே நரிகளின் ஊளைகளும், சிங்கங்களின் கர்ஜனைகளும், தவளைகளின் சத்தங்களும் கேட்டுக்கொண்டிருந்தன.

விடாமல் மழைபெய்துகொண்டே இருந்தது. தெருக்களிலும் இடுப்பளவுக்கு நீர் பாய்ந்தோடிக் கொண்டிருந்தது. கிராமத்தவர் படகுகளில் சென்று கொண்டிருந்தார்கள். ஜப்பூரை உரசிக்கொண்டு ஓடுகிற 'காம்போ போலாஸ்' நதியில் வெள்ளம் வந்து சுற்றுப்புற வயல்களை எல்லாம் அழித்துவிட்டது. ஊரிலுள்ள ஆடுகளையும், மாடுகளையும் அல்லாவுக்குப் பலி தராத நாளில்லை. மீண்டும் வெயிலைக் காணத் தவித்துப் போன சிறுவர்களும் பெரியவர்களைப் போலவே 'வெயில் சாமி'க்குக் கும்பிடு போட்டுக் கொண்டிருக் கிறார்கள்.

மழை, இயற்கையை'உயிர்ப்பிக்கும் சஞ்சீவி. இயற்கை பூராவுமே களை கட்டத் துவங்கிவிட்டது. பறவைகள் இன்ப நாதமெழுப்பின. செடிகளும் கொடிகளும் மத்தாப்பு பூவைப்போல் பூத்துவிட்டன. காற்று நறுமணத்தை நிறைத்துக் கொண்டது. கால்களுக்கடியில் சேறாகிவிட்ட செம்மண் மழைக்கு உதிர்ந்த இலைகளாலும், பூவிதழ்களாலும் வண்ண ரத்தினக் கம்பளமாகக் காட்சியளித்துக் கொண்டிருந்தது. அழகான அந்த இயற்கையின் மடியில் ஜப்பூர் கிராமம் தொத்து நோய்களால் திண்டாடிவிட்டது.

விளைச்சல் வீட்டுக்கு வந்து சேர இன்னும் காலம் செல்ல வேண்டும். நன்றாக விளைந்த மாங்காய்களும், சிறுவர்களையும் பெரியவர்களையும் வாயில் நீர் ஊற வைத்துக் கொண்டிருந்தன. மனத்தைக் கட்டுப்படுத்த முடியாமல் யாராவது மாங்காய்களைத் தின்றால் மறு நாளிலிருந்தே காய்ச்சலும், வாந்தியும் ஆரம்பமாகி விடுகின்றன.

காடு நிறையப் பலரகக் குரங்குகளும், பச்சைத் தவளைகளும், காட்டுப் பன்றிகளும் இருக்கின்றன. அவ்வின மக்களிடையே உள்ள விதி முறைகளின்படி அவைகளைத் தின்னக்கூடாது. தின்றால் பாவம் சுற்றிக் கொள்ளும். பாவம், அந்த அப்பாவி மக்கள் இலை தழைகளை மட்டுமே தின்று ஓடாய் மெலிந்துவிட்டார்கள். போஷாக்கான உணவில்லாததால் நோய்கள் அவர்களைப் பிடுங்கித் தின்றன. கிராமத்தில் பிணம் விழாத நாளில்லை. பெண்களின் சோகக்குரல் கேட்காத தினமில்லை.

பிண்ட்டா கிண்ட்டே மீண்டும் கர்ப்பமாக இருக்கிறாள். பேறுகாலம் நெருங்கிவிட்டது. இன்றோ - நாளையோ சொல்வதற்கில்லை. சிறுவன் குண்ட்டா தாயின் குடிசையிலிருந்து வெளியேற்றப் பட்டு விட்டான். இப்போது அவன் தந்தையின் குடிசைக்கு இடம் பெயர்ந்துவிட்டான்.

பிண்ட்டா இரண்டாவது முறையும் ஆண் குழந்தையே ஈன்றெடுத்தாள். எட்டாவது நாள் பெயர் சூட்டு விழா நடந்தேறியது. குழந்தைக்கு 'லாமின்' என்று பெயர் வைத்தார்கள்.

குண்ட்டா மீண்டும் தாயின் குடிசைக்கு வந்துவிட்டான். அம்மாவும் தம்பியும் படுக்கும் கட்டிலுக்குப் பக்கத்திலேயே வேறொரு கட்டிலில் அவன் நிம்மதியாக உறங்கினான்.

நாட்கள் சிரமத்துடன் ஊர்ந்து கொண்டிருந்தன. ஆயேஷா பாட்டி படுத்த படுக்கையானாள். ஒரு நாள் குண்ட்டா ஊருக்கு வெளியே எலந்தைப் பழச் செடியின் கீழே பழங்களைப் பொறுக்கிக் கொண்டி ருந்தபோது கிராமத்திலிருந்து சோகக் குரல்கள் காதில் வந்து விழுந்தன. அவன் கிராமத்திற்குள் ஓடி வந்தான். தன் வீட்டு வாசலில் ஆண்களும் பெண்களும் கண்களை ஒற்றிக் கொண்டிருப்பதைப் பார்த்தான். பிண்ட்டா நெஞ்சு வெடித்து விடுவதைப்போல் புலம்பிக்கொண்டிருந் தாள். குண்ட்டாவின் உடல் நடுங்க ஆரம்பித்தது. சமீபகாலமாக அழுகைகளைக் கேட்டு கேட்டுப் பழகியிருந்த அவனுடைய சிற்றறிவுக்கு உடனே விஷயம் புரிந்து விட்டது. அவன் தாயுடன் கூட அக்கம் பக்கத்துப் பெண்கள் எல்லாரும் பெருங்குரலெடுத்து அழுதுக்கொண்டு இருந்தார்கள்.

அந்த அலங்கோலமான சூழ்நிலையில் குண்ட்டாவுக்குச் சோகமே உருவாக இருந்த அப்பாவும், பரிதாபகரமாக அழுதுக்கொண்டிருந்த நியோ போட்டாவும் தென்பட்டனர். சில நிமிடங்களிலேயே டொபோலோவின் மத்தளம் அதிர்ந்தது. மவுல்வி பெருத்த குரலில் அழுதுக்கொண்டே ஆயேஷா தனது நீண்ட வாழ்க்கையில் ஜப்பூர் கிராமத்திற்குச் செய்த சேவைகளைக் கூறினார். குண்ட்டா குழப்பத்துடன் அக்காட்சியைக் கண்டு மரத்துப் போனான். கிராமத்திலுள்ள மணமாகாத கன்னிப் பெண்கள் புல்லினால் தயார் செய்த பெரிய பெரிய விசிறிகளால் தூள் பறக்கடித்தனர்.

பிண்ட்டா, நியோ போட்டாவுடன் மற்றுமிரு பெண்கள் வீட்டிற்குள் சென்றதுமே வெளியில் நின்றிருந்த எல்லாரும் முழங்காலிட்டுத் தலை வணங்கினர். ஆண்கள் சிலர் இரண்டாகப் பிளந்த மரப்பலகையொன்றைக் கொண்டு வந்து குடிசைமுன் வைத்தனர். வீட்டுக்குள் சென்ற பெண்கள் பிணத்தை வெளியே கொண்டு வந்து மரப்பலகையில் கிடத்தி, பாதம் முதல் தலை வரை வெள்ளை நூலாடையைப் போர்த்தினார்கள்.

குண்ட்டாவின் விழிகளிலிருந்து கண்ணீர் கொட்டியது. ஆண்களும் பெண்களும் அழுதுகொண்டும், தொழுதுகொண்டும் ஏழு முறை பாடையை வலம் வந்தனர். மத குரு அவளின் ஆத்மா சாந்தி அடைய பிரார்த்தனை வாசித்தார். நியோ போட்டோவும், இதர கிழவிகள் சிலரும் பிணத்தைச் சூழ்ந்து முடியைப் பிய்த்துக்கொண்டே புலம்பினர். கன்னிப் பெண்கள் பெரிய பெரிய 'சிபோவா' இலைகளைக் கிழவிகளின் தலைகளின்மேல் பிடித்துக் கொண்டனர். ஊரிலிருந்த மத்தளங்களும், மேளங்களும் அந்த நிசப்தமான இரவிலே ஆயேஷாவின் மரணச் செய்தியை ஆரவாரமாக அறிவித்தன.

காலை விடிந்தது. நடக்க சக்தி படைத்த ஆண்கள் அனைவரும் ஆயேஷாவின் இறுதிப் பயணத்திலே பங்கு கொண்டு மயானம் வரை நடந்தனர். உமரோ தன் இளைய மகனைத் தூக்கிக்கொண்டும், மூத்த மகனை கைப்பிடித்து அழைத்துக் கொண்டும் வேதனையோடு நடந்து வந்தான். மயானத்தில் முன்னதாகவே வெட்டப்பட்டிருந்த குழியிலே சவத்தை இறக்கி அதன்மேல் ஒரு பாய் விரித்தனர். பாயின்மீது முட்களைக் குவித்து, அவற்றைக் கற்களாலும், மண்ணாலும் மூடினர்.

பாட்டியின் சவ அடக்கத்திற்குப் பிறகு பல நாட்கள்வரை குண்ட்டாவுக்கு உணவும் கொள்ளவில்லை; உறக்கமும் வரவில்லை. தன் நண்பர்களுடனும் சேர்ந்து விளையாடவில்லை. மகனின் நிலைமையைப் பார்த்து உமரோ கலக்கமடைந்தான். ஒரு மாலை வேளையில் உமரோ மகனைத் தன் குடிசைக்கு அழைத்துச் சென்று பிறப்பு இறப்புகள் குறித்து மெள்ள எடுத்துக் கூறினான்.

"ஒவ்வோர் ஊரிலும் மூன்று விதமான மக்கள் இருக்கிறார்கள். நம் கண்களுக்கு எதிரே உண்டும், உறங்கியும், வேலை செய்து கொண்டும் இருக்கிறவர்கள் முதல் ரகம்; ஆயேஷா பாட்டி சந்திக்கச் சென்ற முன்னோர்கள் இரண்டாம் ரகம்."

"பின் மூன்றாம் ரகத்தைச் சேர்ந்தவர்கள் யார்?" என்று குண்ட்டா கேட்டான்.

"அவர்கள் பிறக்கவிருக்கும் சிசுக்கள்!" என்றான் உமரோ.

3

மழைக் காலம் கடந்துவிட்டது. தெளிவடைந்துவிட்ட வானத்திற்கும், ஈரமான பூமிக்கும் இடையே காற்று காட்டுப் பழங்களையும், மலர்களின் வாசனையையும் உண்டு மயக்கத்திலேயே மிதந்து கொண்டிருக்கிறது. பெண்களின் உலக்கை இடிகளால் விடியற்காலை கள் ஆரவாரமாக உள்ளன. ஆண்கள் காட்டுக்குப் போய் வேட்டை யாடிக் கொழுகொழு வென்றிருக்கும் மான்களைக் கொண்டுவருகிறார் கள். வயிறு புடைக்க இறைச்சியைச் சாப்பிடு கிறார்கள். மிருதுவான தோல்களை உரித்துப் பதனிடுகிறார்கள். பெண்கள் செக்கச் செவேலென்று பழுத்த 'பெர்ரி' பழங்களைப் பொறுக்கிக் கொண்டு வருகிறார்கள்.

செமத்தியாக உணவு கிடைத்து வந்ததால் கிராமம் புதிய ஜீவனைப் பெற்று மினுமினுப்பாக இருந்தது. ஆண்கள் உற்சாகமாக வயலுக்குப் போய்க் கொண்டிருக்கிறார்கள். பயிர்கள் பச்சைப் பசேலென்று வளர்ந்து சாய்ந்திருந்தன. வளர்ந்த நெற்பயிரிடையே பெண்கள் களை பறித்துக் கொண்டிருக்கிறார்கள்.

கிராமத்தில் மீண்டும் சிறுவர்களின் சிரிப்பும், கும்மாளமும் கேட்கத் துவங்கின. குண்ட்டாவுக்கு பக்கத்துக் குடிசையிலிருக்கும் சிட்டாபா சில்லாவுடன் நல்ல சினேகமாகிவிட்டது. அவர்களிருவரும் ஒரே வயதுடையவர்கள். அவர்களிருவரும் ஒன்றாகச் சேர்ந்து அடிக்கும் கொட்டம் கொஞ்சநஞ்சமல்ல.

அவர்கள் சாணிப்புழுக்களை வரிசையாக நிற்க வைத்து ஓட்டப் பந்தயம் விடுகிறார்கள். எல்லாவற்றையும்விட முன்னால் ஓடும் புழுவைக் கத்திக் கலாட்டா செய்து உற்சாகப்படுத்துகிறார்கள். அணில்களை அதட்டிப் புதர்களுக்குள் துரத்துகிறார்கள். கும்பலாக நடைபோடும் நீள வால் குரங்குகளின் மீது கற்களை வீசுகிறார்கள்.

குண்ட்டா, சிட்டாப்பா சில்லா இன்னும் மற்ற சிறுவர் கூட்டம் சிங்கங்கள் போல் கர்ஜித்தும், யானைகள் போல் பிளிறியும், காட்டுப் பன்றி போல் சத்தமிட்டும் எவ்வளவுதான் கலாட்டா செய்தாலும் பெரியவர்கள் ஒன்றும் கவனிக்காதது போல் தலையை மறுபுறம் திருப்பிக்கொண்டு போய்விடுகிறார்கள். அவ்வளவு லூட்டி அடித்

தாலும் பையன்களுக்குப் பெரியவர்களைக் கண்டால் மிகவும் மரியாதை! அவர்கள் யாராவது பெரியவரைக் கண்டுவிட்டால், "நல்லா இருக்கீங்களா?" என்று நலம் விசாரிக்கிறார்கள். "நல்லா இருக்கோம்" என்று அவர்கள் சொன்னதுமே, சிறுவர்கள் தம் இரண்டு கைகளாலும் அவரது கைகளைப் பற்றிக் கொள்கிறார்கள். அடக்கத்துடன் அவரைப் பார்க்கிறார்கள்.

குண்ட்டாவை அம்மா எப்போதும் திட்டிக்கொண்டும் அடித்துக்கொண்டும் இருந்தாள். அவள் இருபத்துநாலு மணி நேரமும் மகனைக் கண்காணித்து வந்தாள். அவன் சாப்பிடும்போது சற்று நேரம் சாப்பாட்டுத் தட்டைக் கவனிக்காமல் எங்கேயோ பார்த்துக் கொண்டிருந்தால் 'டக்' என்று அவன் தலையில் குட்டு விழும். சிறிய தவறு நேர்ந்தாலும் அவனது விரல்களைப் பிடித்து நெட்டி முறித்துவிடுவாள். வெளியில் விளையாடிவிட்டு வந்ததும் குண்ட்டா நன்றாக முகம், கால்களைக் கழுவிக் கொண்டுதான் உள்ளே வரவேண்டும். தவறினால் அடி விழும். ஏதோ ஒரு செடியின் தழைகளைக் கொண்டு அம்மா வீட்டிலேயே தயார் செய்த மாவினால் குண்ட்டாவின் உடலை, தோல் உரிந்து வருமளவுக்கு அழுத்தித் தேய்ப்பாள். பெற்றோர்களைக் கூர்ந்து பார்த்தாலும், பெரியவர்கள் பேசிக் கொண்டிருக்கும்போது உன்னிப்பாகக் கவனித்தாலும் குண்ட்டாவுக்கு அம்மாவிடமிருந்து அடிகள் விழும். பொய் சொல்லவேண்டிய அவசிய மில்லையாதலால் அவன் எப்போதுமே பொய் பேசியது கிடையாது.

அவன் நல்ல பையனாக இருக்கவே முயற்சி செய்து கொண்டிருந்தான் ஆனால் அம்மா அப்படிக் கருதவில்லை. அவன் மற்ற சிறுவர்களுடன் விளையாடும்போது, அவர்களுடன் ஏதாவது தகராறு வந்தாலும் குண்ட்டா மவுனமாகவே திரும்பி வந்துவிடுவானே தவிர சண்டைமட்டும் போடமாட்டான். தனக்குத் தாய் கற்றுத்தந்த பொறுமையைக் கச்சிதமாகக் கடைபிடிப்பான்.

ஆனாலும் குண்ட்டாவுக்கு ஒவ்வோர் இரவும் குட்டுகள் மட்டும் தவறுவதில்லை. வேடிக்கையாக அவன் தம்பி பாப்பாவை பயமுறுத்தும் போதெல்லாம் அம்மா, "வெள்ளைப் பூச்சாண்டியைக் கூப்பிடட்டுமா?" என்று அச்சுறுத்துவாள். 'வெள்ளைப் பூச்சாண்டி' என்றால் குண்ட்டாவுக்கு எவ்வளவோ பயம்! உடம்பெல்லாம் ரோமத்துடனும், சிவப்பு முகத்துடனும் விசித்திரமாகக் காணப்படும் வெள்ளைப் பூச்சாண்டிகள், மனிதர்களை 'கபாலெ'ன்று பிடித்துக்கொண்டு கப்பல்களில் போட்டுச் சென்று விடுவார்கள் என்று பாட்டிமார்கள் சொல்லக் கேட்டிருக்கிறான் குண்ட்டா. அதனால்தான் 'வெள்ளைப் பூச்சாண்டி' என்றதுமே அவன் மவுனமாகி விடுவான்.

அவனுக்கு மற்றொரு வயதாகிவிட்டது. அவனது வயதொத்த வர்கள் எல்லாரும் இன்னும் அம்மணமாகத்தான் திரிந்து கொண்டிருக் கிறார்கள். உடை உடுத்திக் காலையில் பள்ளிக்குச் சென்றுவிட்டு, பிற்பகல் ஆடுகளை மேய்க்கப் போகும் தம்மைவிடச் சற்று மூத்த பையன்களைப் பார்த்து அவர்கள் பொறாமைப் படுகிறார்கள். தம்முடைய வயதைக் காட்டிலும் பெரிய காரியங்களைச் செய்ய வேண்டுமென்ற அலாதியான ஓர் ஆவல் அவர்களுக்கு!

அறுவடைக்கு முன் ஓர் இரவு குண்ட்டாவை அவனது அப்பா மறுநாள் காலை வயலில் காவலிருக்க வரச்சொன்னார். சந்தோஷத்தில் திளைத்தான் குண்ட்டா. அன்றிரவு அவனுக்கு உறக்கம்கூடப் பிடிக்கவில்லை. விடிந்ததுமே அவசரம் அவசரமாகக் கூழ் குடித்தான். அப்பா தந்த மண்வெட்டியைக் கையில் எடுத்துக்கொண்டு தன் நண்பர்களுடன் வயலை நோக்கி ஓட்டம் பிடித்தான்.

புதர்களுக்குள்ளிருந்து உறுமிக்கொண்டே ஓடிவரும் காட்டுப் பன்றிகளையும், குரங்குகளையும் அவர்கள் தடிகளைக் காட்டி விரட்டினார்கள். சோளக்கதிர்களைக் குதற வரும் குருவிக் கூட்டத்தை மண் கட்டிகளை வீசியும், பெரும் குரலெடுத்துக் கத்தியும் சிதறடித் தார்கள். வயல்களிலும், கொல்லைகளிலும் வியர்வை சிந்தி உழைக்கும் பெரியவர்களுக்குக் குளிர்ந்த நீரை மொண்டு தந்தார்கள். அவர்களோடு சமதையாகப் பகல் முழுதும் சிறுவர்களும் உற்சாகமாக வேலை செய்தார்கள்.

ஆறு நாட்கள் கழிந்த பிறகு அறுவடை தொடங்க அல்லாவின் உத்திரவாயிற்று. ஏழாவது நாள் காலை தொழுகை முடிந்ததும், விவசாயிகள் தங்கள் குழந்தைகளை அழைத்துக் கொண்டு வயல்களை அடைந்தனர். அங்கிருந்துகொண்டு ஊர்ப் பக்கத்திலிருந்து கேட்கும் மத்தளச் சத்தத்தை எதிர் நோக்கியிருந்தனர். சற்று நேரத்திற்குப்பின் கிராமத்துத் திசையிலிருந்து மத்தளம் உறுமியது. உழவர்கள் எல்லாரும் ஒரே தாவலில் இறங்கினர். அருகிலிருந்த மற்ற மேளக்காரர்களும் விவசாயிகளிடையே நடந்துகொண்டே லயம் தவறாமல் ஓசை யெழுப்பினர். எல்லாரும் ஒரே குரலில் பாடினர்.

பிற்பகலில் கிராமத்திலிருந்து பெண்களும், கன்னிப் பெண்களும் சோற்றுப் பாத்திரங்களைத் தலைமேல் வைத்துக் கொண்டு வருவதைக் கண்டதுமே ஆண்கள் தம் களைப்பை மறந்து மகிழ்ச்சி ஆரவாரம் செய்தனர். சாப்பிட்டானதும் சற்று நேரம் ஒரு சின்ன தூக்கம் போட்டனர். மீண்டும் ஊர்ப்பக்கத்திலிருந்து மத்தளம் ஓசை கேட்டதுமே எழுந்தோடித் தத்தமது வேலைகளில் மூழ்கிவிட்டனர்.

அந்தி சாயும் நேரத்தில் அனைவருமே நன்றாகக் களைத்து விட்டனர். அவர்கள் உடல்களில் மண்ணோடு கலந்து வியர்வை ஆறாக ஓடியது. கிராமத்தின் பக்கத்தில் ஓடும் ஆற்றில் எல்லாரும் ஆடை களைக் களைந்துவிட்டுப் பாய்ந்தனர். ஒருவரை யொருவர் பிடித்து ஆனந்தமாகக் குளித்தனர். உடல்களை அழுத்தித் தேய்த்து சுத்தப்படுத்திக் கொண்டனர். குளிர்ந்த நீர் உடம்பைத் தொட்டதுமே களைப்பெல்லாம் பறந்தோடிவிட்டது. வீட்டுக்குத் திரும்பும் வழியெல்லாம் அவர்களின் பளபளப்பான மேனியைக் கடிக்க வரும் ஈக்கள் கூட்டத்தைச் சாதுர்யமாக துரத்திக்கொண்டே வந்தனர். அவர்கள் வீடுகளை நெருங்கும் போது குடிசைகளுக்குள் வெந்து கொண்டிருந்த இறைச்சியின் நறுமணம் மூக்கைத் துளைத்துக் கொண்டிருந்தது. அறுவடை முடிவடையும் வரையிலும் மூன்று வேளையும் அவர்கள் இறைச்சி இல்லாமல் சாப்பிட மாட்டார்கள்.

குண்ட்டா சாப்பிட்டு முடித்துக் கட்டிலில் சாய்ந்து தாயை நோக்கினான். அம்மா ஏதோ தையல் வேலையில் ஈடுபட்டிருந்தாள். சில நாட்களாக அவள் இரவில் தையலில் மூழ்கிவிட்டிருப்பதைக் குண்ட்டா கவனித்தான். ஆனால் அது என்னவென்று அவள் சொன்னதில்லை. மறுநாள் காலை குண்ட்டா வயல் பக்கம் புறப்பட்டுக் கொண்டிருந்தபோது, அம்மா அவனைக் கூப்பிட்டு உடை உடுத்திக்கலையா? என்று கேட்டாள்.

வெளியில் ஓடிப்போக இருந்தவன் திடீரெனத் திரும்பி வந்தான். புதிய ஆடைகள் கயிற்றில் தொங்கிக்கொண்டிருந்தன. மனசுக்குள் பொங்கிய மகிழ்ச்சியை வெளியே காட்டிக்கொள்ளாமல் அவன் அந்த ஆடைகளை எடுத்து அணிந்து கொண்டான். வீட்டை விட்டு வெளியே ஓடினான். அங்கே அவனுடைய நண்பர்கள் எல்லாரும் அவனுக்காகக் காத்திருந்தனர். அனைவருமே புத்தாடைகளில் களையுடன் நின்று இருந்தனர். வாழ்க்கை யிலே முதல் முறையாக ஆடை அணிந்த சந்தோஷத்தில் அவர்கள் எகிறிக் குதித்தனர். இறுதியில் அம்மணமாகத் திரியும் நிலை கடந்துவிட்டது. அவர்கள் இப்போது பெரியவர்களின் கண்ணோட்டத்தில் பால்ய பருவத்தைக் கடந்து இளமைப் பருவத்தில் அடியெடுத்து வைத்த சிறுவர்கள். இனி அவர்கள் பாலகர்கள் அல்ல. பெரியவர்களாகிக் கொண்டிருக்கின்றனர்.

4

ஒருநாள் காலை உமரோ மகனின் கையில் வில்லுண்டைத் தந்து, "மகனே! இண்ணிலிருந்து நீ ஆடுகளை மேய்க்கப் போகணும். காலையிலே பள்ளிக்கூடத்துக்குப் போய், பள்ளி விட்டதுமே ஆடுகளை ஓட்டிக்கிட்டுப் போகணும். ஆடுகளை மேய்க்கிற வழிமுறையெல்லாம் நம் பக்கத்து வீட்டு 'டோரே' உனக்குக் கத்துக் கொடுப்பான்" என்றார்.

குண்ட்டா ஆட்டுத் தொட்டியை நோக்கி ஓடினான். அங்கே அவனை யொத்த நண்பர்களெல்லாம் புத்தாடைகளில் தயாராய் நின்றிருந்தார்கள். சற்றுப் பெரிய சிறுவர்கள் ஆடுகளை வேகமாக ஓட்டிக் கொண்டிருந்தார்கள். குண்ட்டா எப்படியாவது டோரேயை நெருங்க முயற்சி செய்து கொண்டிருக்கிறான். ஆனால் டோரேயும் அவனது சகாக்களும் புதிதாக வந்துள்ள சிறார்களைக் கலாட்டா செய்வதற்கென்றே ஆடுகளை அவர்களின் மேல் விரட்டிவிட்டார்கள். ஆட்டு மந்தைக்கிடையே புதிய பயிற்சியாளர்கள் மீள்வதற்கு வழி தெரியாமல் திக்குமுக்காடிக் கொண்டிருந்தார்கள். 'கலகல' என சிரித்துக் கொண்டே பெரிய பையன்கள் ஆடுகளை விரட்டிப்போக, வேட்டை நாய்கள் அவர்களுக்குப் பின்னால் ஓட, சிறியவர்கள் புத்தாடைகளில் ஒட்டிய தூசியைத் தட்டிக்கொண்டே குழப்பத்துடன் பின்னால் ஓடினார்கள்.

குண்ட்டாவுக்கு அந்த ஆடுகள்பற்றி நன்றாகத் தெரிந்தாலும், அவை அவ்வளவு வேகமாக ஓடக்கூடுமென்று அவனுக்குத் தெரியாது. மேலும் அவன் கிராமம் தாண்டி அவ்வளவு தூரம் சென்றவனுமல்ல. அந்தப் புல்வெளிக்கு ஒரு பக்கம் காடும், இன்னொரு பக்கம் விவசாயிகளின் வயல்களுமிருந்தன. மூத்த சிறுவர்கள் அவரவர் ஆடுகளைத் தனித் தனியாகப் புல்வெளியிலே ஓட்டினார்கள். அவர்களின் வேட்டை நாய்கள் மந்தையைத் தொடர்ந்து திரிந்து கொண்டிருந்தன. சில புல்லின்மேல் படுத்து ஆடுகளை உன்னிப்பாகக் கண்காணித்துக் கொண்டிருந்தன.

கடைசியில் டோரே தன்னைத் தொடர்ந்து வந்துகொண்டிருந்த குண்ட்டாவை கவனித்தான். அவனை ஒரு புழுவைப் பார்ப்பதைப் போல் பார்த்தான்.

“அடேய், ஓர் ஆட்டின் விலை எவ்வளவு தெரியுமா உனக்கு?” எனக் கேட்டு, குண்ட்டா பதிலளிப்பதற்கு முன்பே, ஓர் ஆடு தவறிப் போனாலும் உன் அப்பன் உன் தோலை உரித்துவிடுவார் தெரியுமா? என்றான் டோரே.

அத்துடன் நிறுத்திக் கொள்ளவில்லை அவன். ஆடுகளை மேய்க்கும் போது எத்தனை எச்சரிக்கையாக இருக்க வேண்டும் என்று வலியுறுத்திக் கூறினான். மந்தையிலிருந்து ஒரே ஓர் ஆடு காணாமல் போய்விட்டாலும் ஏற்படும் விபரீதங்களைச் சொல்லிப் பயமுறுத்தினான். காட்டின் பக்கம் விரலை சுட்டிக் காட்டி, அங்கிருக்கும் புலிகளும், சிங்கங்களும் புதர்களின் மறைவிலிருந்து திடீரென ஆடுகளின்மீது பாய்ந்து அவற்றை இரண்டு துண்டாக்குவதை பயங்கரமாக வர்ணித்தான். அதோடு “புலிக்கும் சிங்கத்திற்கும் ஆட்டைவிட, அதன் பக்கத்திலே இருக்கும் பையன் என்றால் படு குஷி” என்றும் பயமுறுத்தினான்.

குண்ட்டா இமைக்காமல் அவனையே பார்த்துக் கொண்டிருந்ததைக் கண்டு டோரே மேலும் அதிகமாகப் பயமுறுத்தினான்.

“அடேய் பையா! புலிகள், சிங்கங்களைவிடக் கொடூரமான பூச்சாண்டி ஒருத்தன் இருக்கான். அவன் வெள்ளையன். அவனோடு கருப்புக் கருங்காலிகளும் இருப்பாங்க. அவங்க திடீர்னு புதர் மறைவிலிருந்து நம் மேலே பாய்ந்து பிடிச்சிட்டுப் போயிடுவாங்க. தொலை தூர தேசத்துக்குக் கொண்டு போய்த் தின்னுடுவாங்க. நான் ஆடுகளை மேய்ச்சிட்டிருக்கிற இந்த அஞ்சு வருஷத்திலே ஒன்பது பேரை அவங்க எடுத்திட்டுப் போயிட்டாங்க. வெளியூரிலிருந்து இன்னும் எத்தனையோ பேரைக் கடத்திட்டுப் போயிட்டாங்க. அதனாலே ரொம்ப எச்சரிக்கையா இருக்கணும். எப்பவும் நீ உனக்குத் தெரிஞ்சவங்க கண்பார்வையிலேயே இருக்கணும்” என்றெல்லாம் டோரே உபதேசித்தான்.

குண்ட்டா நடுநடுங்கிவிட்டான்.

பிற்பகல் நேரம் குண்ட்டாவின் தாயார் அவனுக்கும் டோரேவுக்கும் சேர்த்து சாப்பாட்டு மூட்டை கட்டி அனுப்பினாள். இருவரும் களியைத் தின்றார்கள். பெரிய பையன்கள் சாப்பிட்ட பிறகு சற்று நேரம் ஓய்வெடுத்தார்கள். இளம் சிறுவர்கள் வில்லுண்டால் குருவிகளை விரட்டியடித்தும், ஆடுகளை மேய்த்துக்கொண்டும் இருந்தார்கள். டோரே கூறியதைக் கேட்டதிலிருந்து குண்ட்டாவின் நெஞ்சு திக்..திக்.. என்று அடித்துக்கொண்டிருந்தது. அவன் பயந்த விழிகளுடன் காட்டைப் பார்த்தான்.

மாலை நெருங்கிக் கொண்டிருந்தது. ஆடுகள் வயிறு நிறைய மேய்ந்தன. டோரே குண்ட்டாவை, “உன் விறகுச் சுள்ளிகளையும் நானே பொறுக்கித் தரணுமா?” என்று அதட்டினான். குண்ட்டா அந்த விஷயத்தையே மறந்துவிட்டான். ஆடுகளை மேய்த்துக்கொண்டு வீடு திரும்பும் சிறுவர்கள் தலைமீது விறகுச்சுமை கொண்டு வருவதை அவன் பலதடவை பார்த்திருக்கிறான். குண்ட்டா கட்டிய விறகுச் சுமையை ஏளனமாகப் பார்த்த டோரே, அதிலே மேலும் சில விறகுகளைக் கொண்டு வந்து செருகினான்.

மூத்த சிறுவர்கள் உன்னிப்பாகப் பார்த்துக் கொண்டிருக்கையில், பயிற்சியாளர்கள் தலைச் சுமைகளை மிக எச்சரிக்கையாகச் சுமந்து வந்து கொண்டிருந்தார்கள்.மூத்த சிறுவர்கள் அவர்களை எள்ளி நகையாடிக் கொண்டிருக்கையில், பாவம், இவர்கள் சுமைகள் எங்கே கீழே விழுந்து விடுமோ என்று அஞ்சிக்கொண்டிந்தார்கள். கிராமம் நெருங்கியதும் குண்ட்டா வுக்குத் தெம்பு வந்தது. அவனுடைய தலைச்சுமை மறு நாளிலிருந்து அவனைப் படிப்பிக்கவிருக்கும் மவுல்வியாரின் வீட்டில் விழுந்து கொண்டிருந்தது.

மறுநாள் காலை இளம் சிறுவர்கள் மரப் பலகையும், மரப் பேனாவும், மூங்கில் மைப்புட்டியும் எடுத்துக் கொண்டு வரிசையாகப் பள்ளிக்குள் நுழைந்தார்கள். வாத்தியார் அவர்களை, அவர்கள் மேய்க்கும் ஆடுகளை விட முட்டாள் பிராணிகளாகக் கருதி நடத்த ஆரம்பித்தார். பிரம்பைச் சொடுக்கி அவர்களை அச்சுறுத்தினார். அந்த அப்பாவிச் சிறுவர்கள் ஒருவரையொருவர் தள்ளிக்கொண்டே அலங்கோலமாகத் தரையிலே அமர்ந்தார்கள். இனி யாராவது சத்தம் செய்தாலும், வாய் திறந்தாலும் தடியால் பூசை தப்பாதென்று மவுல்வியார் விழிகளை உருட்டினார்.

“நீங்க இனி சின்னஞ்சிறுசுகள் இல்லை. உங்களுக்கு இப்போ பொறுப்புகள் வந்திருக்கு. பொறுப்புகளை சரியா நிறைவேற்ற முயற்சிக்கணும். இன்னிக்கு சாயந்திரம் ‘குரானி’ லிருந்து சில செய்யுளை உங்களுக்கு சொல்லித் தரேன். அதை நீங்க மனப்பாடம் செய்து எனக்கு ஒப்பிக்கணும்” என்றார் மவுல்வி.

அதற்குள் மூத்த பையன்கள் வருவதைப் பார்த்து அங்கிருந்து எழுந்து போய்விட்டார் மவுல்வி. அவர்கள் இளம் சிறுவர்களைவிட பயந்தவர்களாகக் காணப்பட்டார்கள். அன்றைக்கு அவர்களுக்கு கடைசிப் பரீட்சை. ‘குரானி’ன் செய்யுட்களை அவர்கள் ஒப்புவிக்க வேண்டும். அரபி மொழி எழுத வேண்டும். அந்தத் தேர்வில் அவர்கள் தேரினால்தான், அவர்கள் மூன்றாம் நிலையில் அடி எடுத்து வைக்க இயலும்.

பள்ளி விட்டபிறகு குண்ட்டாவும், அவனது நண்பர்களும் ஆடுகளை மேய்க்க ஓட்டிச் சென்றார்கள். அவர்கள் அவற்றைப் புல்வெளியில் நிம்மதியாக மேயவிடவில்லை. பெருங்கூப்பாடு போட்டு அவைகளை விரட்டிக்கொண்டே இருந்தார்கள். சற்று நேரம் ஓய்வு கிடைத்து குண்ட்டா எங்கேயாவது ஒரு மர நிழலில் அமர்ந்து தன் வாழ்விலே ஏற்பட்டுவரும் மாறுதல்கள் பற்றிச் சிந்திக்க நினைத்தால், திடீரென்று வேறு ஏதோ ஓர் அவசர வேலை வந்து தொலைக்கிறது. காலையில் பள்ளி - பத்து மணியிலிருந்து புல்வெளிகளில் ஆடுகளை மேய்ப்பது - இரவில் மீண்டும் பள்ளி இடையிடையே வாய்ப்புக் கிடைக்கும் போதெல்லாம் வில்லுண்டுக் கலையைக் கற்பது, இவற்றினா லெல்லாம் குண்ட்டாவுக்குச் சிந்திக்கவே நேரம் கிடைக்க வில்லை.

5

வேர்க்கடலையும், சோளமும் அறுவடையாகி வீடு வந்து சேர்ந்தன. இனி எஞ்சியிருப்பது நெற்பயிர் ஒன்றுதான்! அது பூரணமாகப் பெண்கள் சம்பந்தப்பட்ட பயிர். நாற்று நடுவது, களையெடுப்பது, அறுவடை செய்வது அனைத்துமே பெண்கள் செய்யும் வேலைகள்! ஆண்கள் உதவிக்குக்கூட வரமாட்டார்கள். குண்ட்டா, சிட்டாஃபா போன்ற சிறுவர்கள்கூட அவர்களின் தாயார்களுக்கு உதவி செய்ய மாட்டார்கள்.

நெல் அறுவடை செய்யும் நாள் வந்துவிட்டது. விடிந்ததும் பிண்ட்டா கிண்ட்டே, ஜாங்கேடோரே உள்ளிட்ட எவ்வளவோ பெண்கள் வயல்களுக்குச் சென்று அறுவடை செய்தனர். நெற்கட்டு களை வரப்புகளின்மேல் காயப் போட்டனர். பிறகு அவற்றை ஓடங்களில் வீட்டுக்குக் கொண்டு வந்தனர். நெல் அடித்து பத்திரப் படுத்தினர். மகசூல் முடிந்தாலும் பெண்களுக்கு ஓய்வு கிடைக்காது. உடனே பருத்தி மகசூலில் அவர்கள் ஆண்களுக்கு உதவி புரியவேண்டும்.

இதற்குள் பண்டிகை வந்துவிட்டது. ஜப்புரில் ஏழு நாட்கள் பண்டிகை விமர்சையாக நடைபெறும். பெண்கள் வீட்டிலுள்ள அனைவருக்குமாக உடைகள் தயாரித்துக் கொண்டிருக்கின்றனர். குண்ட்டா தம்பியைப் பார்த்துக்கொள்ள வேண்டியதாயிற்று. அவன் ஒரு வாயாடி. எப்போதும் ஏதாவதொன்றைக் கேட்டுக்கொண்டே இருப்பான். என்றாலும் பொறுமையாகப் பதில் சொல்லித்தானாக வேண்டும். ஒரு நாள் குண்ட்டாவை அவனது அம்மா ‘டெம்போ டிப்பா’ வின் குடிசைக்கு அழைத்துப் போனாள். டிப்பா தறியில் துணி நெய்யும்போது குண்ட்டா வியப்புடன் அதைப் பார்த்தான். வீட்டுக்குத் திரும்பிய பிறகு பிண்ட்டா பச்சை இலைகளை அரைத்து வண்ணங் களைத் தயாரித்தாள். அந்த வண்ணங்களை ஆடைகளுக்குப் பயன் படுத்துவார்கள். கிராமத்துப் பெண்கள் அனைவரும் இந்த வேலை யிலேயே ஈடுபட்டிருக்கின்றனர். புதர்களின் மேலும், சிறு செடிகளின் மேலும் உலர்த்தப்பட்ட ஆடைகள் சிவப்பு நிறத்திலும், நீல நிறத்திலும் பிரகாசித்துக்கொண்டிருந்தன.

துணிகளுக்கு வண்ணங்களை ஏற்றுவதில் பெண்கள் மூழ்கியிருந்த போது, ஆண்கள் ஓய்வு ஒழிச்சலின்றி வேறு வேலைகளில் ஈடுபட்டி

ருந்தனர். அவர்கள் கிராமத்தைச் சுற்றிலும் போடப் பட்டிருந்த வேலியைப் பழுது பார்த்தனர். மழையால் பாழடைந்துபோன மண் குடிசைகளுக்குப் புதிய கூரையைப் போட்டனர். புதிதாகக் கல்யாணம் செய்து கொள்ளவிருந்த இளம் ஜோடிகள் தமக்காகப் புதிய குடிசைகளைக் கட்டிக்கொண்டனர்.

ஊரெல்லாம் அமர்க்களமாக இருக்கிறது. அடுத்த மாதம் முதல் நாளன்று பண்டிகை தொடங்கும். உள்ளூர் மேளக்காரர்கள் தங்கள் வாத்தியங்களை வெளியே எடுத்து வாசிக்க பழகத் தொடங்கினர். ஆண்களில் சிலர் பொறுமையாக உட்கார்ந்து மணிக்கணக்காக மரப் பலகைகளால் பல்வேறு உருவங்களிலும், அளவுகளிலும் முகமூடி களைத் தயாரித்தனர். அவற்றை அணிந்தவர்களை அடையாளம் காண முடியாது. அந்த முகமூடிகள் பயங்கரமாக இருக்கின்றன.

வீட்டு வேலைகளால் களைத்துப்போன பெண்கள் சற்று நேரம் புதிய கிணற்றண்டை சேர்ந்து ஊர்க்கதைகளைப் பேசிக் கொள் கிறார்கள். ஆனால் திடீரென்று வீட்டு நினைவு வந்ததுமே வீட்டுக்கு ஓட்டம் பிடிக்கின்றனர். பண்டிகை வருகிறதென்றால் எத்தனை வேலைகள்! ஆடைகள் தைக்கவேண்டும். வீட்டைச் சுத்தப்படுத்த வேண்டும். மெழுகிக் கோலம் போடவேண்டும். ஊறுகாய் போட வேண்டும். ஆடுகளை வெட்டி, இறைச்சியை உலர்த்தவேண்டும். எல்லாவற்றையும்விட இருப்பதில் நன்றாக உடுத்தி அழகாகக் காணப்பட வேண்டும்.

பெண் பிள்ளைகளின் விவகாரமே குண்ட்டாவுக்கு ஒன்றும் விளங்க வில்லை. நேற்றுவரை செடி, மரங்களில் ஏறியும் குதித்தும் விளையாடிக் கொண்டிருந்தவர்கள், இன்று வெட்கப்பட்டுக் கொண்டிருக்கின்றனர். ஒய்யாரமாக நடக்கின்றனர். சீ...சீ...! சரியாக நடக்கவும் தெரியாத இந்தப் பெண்களிடம் என்னதான் கண்டுவிட்டார் களோ இந்த வாலிபர்கள். கண்களை அகல விரித்துப் பார்த்துக் கொண்டிருக்கின்றனர்! அந்தப் பெண்களின் வாய்கள் பருத்துவிட்டன. உதடுகளில் முள்களைக் குத்தி கருப்பு மை பூசினர். “அவர்கள் ஏன் அப்படிச் செய்து கொள்கிறார்கள்” என்று குண்ட்டா அவனுடைய அம்மாவைக் கேட்டபோது, “சீ ...! போடா... கழுதை” என்று அம்மா எரிந்து விழுந்தாள். அவன் அப்பாவைக் கேட்டான். “பெண்கள் எவ்வளவு கருப்பாயிருக்கிறார்களோ, அவ்வளவு அழகா-யிருப்பார்கள்.” என்றார் உமரோ.

“ஏன் அப்படி?” என்று குண்ட்டா மீண்டும் கேட்டான்.

“பெரியவனானதும் உனக்கே தெரிய வரும்.” என்றான் உமரோ.

6

விடியற்காலையிலேயே 'டொபாலோ'வின் மத்தள ஒலி கேட்டதுமே குண்ட்டா துள்ளியெழுந்தான். 'சிடாஃபா' முதலிய நண்பர்களையும் அழைத்துக்கொண்டு பெரியவர்களுடன் சேர்ந்து இலவம் பஞ்சுச் செடியை நோக்கி ஓடினான். மேளக்காரர்கள் அப்போதைக்கே பெரும் ஓசையை எழுப்பிக்கொண்டிருந்தார்கள். வாயுள்ள ஜீவன்களைப்போல் அவை குரலெடுத்தும் கத்திக் கொண்டி ருந்தன. இறுக்கிக் கட்டிய ஆட்டுத் தோல்கள்மீது மேளக்காரர்களின் கை விரல்கள் விசித்திரமாக விளையாடிக் கொண்டிருக்கையிலே, காதுகளில் இனிமை பாய்ந்தோடிக் கொண்டிருந்தது. வண்ண வண்ண ஆடைகளை உடுத்தி வண்ணப் பூச்சிகளாயிருந்த மக்களின் கைகளும், கால்களும் மெள்ள அசைந்தாடிக் கொண்டிருந்தது, சற்று நேரத்துக்குப் பிறகு வேகமாக அசைய ஆரம்பித்தன.

குண்ட்டா ஏற்கனவே எத்தனையோ விழாக்களைப் பார்த்திருக் கிறான். நாற்று நடும்போது,அறுவடையின்போது, பிறப்பு, திருமணம், சாவுகளின்போது அவன் எத்தனையோ நாட்டியங்களைக் கண்டிருக்கிறான். அவை அவனை அசைக்கவில்லை. அவை என்ன வென்று அவனுக்குச் சரியாகப் புரியவில்லை; இன்றும் அதே நிலைதான்; ஆண்களும் பெண்களும் கட்டிப் பிடித்து உடலை எல்லாம் ஆட்டிக்கொண்டு நாட்டியமாடும்போது, அவர்களின் மனத்தின் மூலையில் எங்கோ மறைந்துள்ள உண்ர்ச்சிகளை, அவர் களின் காலடிகள் மொழியில் மாற்றிச் சொல்வதைப் போலிருக்கின்றன.

எகிறிக் குதித்து நடனமாடிக்கொண்டிருந்த அந்த மக்கள் கூட்டத்தில் சிலர் முகமூடிகள் அணிந்துகொண்டிருந்தனர். நியூ போட்டோ கிழவிகூட ஆடி ஆடிக் களைத்துப்போய் கீழே விழுந்துவிட்டாள். மூக்கால் பேசும் இமாம் கூட நாகப் பாம்புபோல் நாட்டியமாடினார். மூலையில் முடங்கிக் கிடக்கும் கிழவர்களும் தடுமாறும் கால்களுடனும், பலவீனமான கைகளுடனும் நடனமாட முன்வந்தனர். உமரோ கூடக் கொஞ்ச நேரம் தாண்டவ நாட்டியமாடிக் களைத்துப்போய் தரையில் விழுந்துவிட்டான்.

காதுகளை அடைத்து விடுமளவுக்குப் பெரும் சத்தத்துடன் முழங்கிக்கொண்டிருந்த மத்தளங்கள் குண்ட்டாவின் உடலெங்கும் மின்சாரம் பாய்ச்சின. அவன் தன்னையறியாமலே அந்த ஓசை நயத்திலே ஒன்றிப் போய்விட்டான். அவன் உடல் ஆவேசமாக ஆடியது. கை கால்கள் கடல் அலைகளைப்போல் மேலே எழும்பி விழுந்தன. அவன் மற்றவர்களுடன் சேர்ந்து கத்தினான். கூக்குரல் எழுப்பினான். கடைசியில் களைத்துப்போய் தரையிலே விழுந்துவிட்டான்.

களைப்புச் சற்றுக் குறைந்தாலும் மெள்ள வீட்டுக்குப் போய் படுக்கையில் விழுந்துவிட்டான். முரசறைபவர்களும் மத்தளங்களைக் கொட்டுபவர்களும் சற்று நேரம் இளைப்பாறுவது தவிர, மற்றபடி விடாமல் தொடர்ந்து உணவும் உறக்கமும் மறந்து ஒரேயடியாக வாசித்துக் கொண்டே இருக்கிறார்கள். குண்ட்டா தன்னை மறந்து தூங்கிக் கொண்டிருந்தபோதுகூட முரசுகளும் மத்தளங்களும் ஒலித்துக்கொண்டே இருந்தன.

அடுத்த நாள் பிற்பகல் பண்டிகையின் இரண்டாம் நாள் துவங்கியது. சென்ற பண்டிகை நாளிலிருந்து அன்று வரை ஜப்பூர் கிராமத்தில் வீர சாகசங்கள் புரிந்த வீரர்களுக்கு அன்று பாராட்டு விழா! கிராம மக்கள் அனைவரும் ஊர்வலமாகப் புறப்பட்டார்கள். முதல் வரிசையில் மவுல்வியும், இமாமும், ஊர்ப் பெரியவர்களும், வேட்டைக் காரர்களும், பயில்வான்களும், பாராட்டுப் பெறுபவர்களும் பெருமையுடன் நடந்தார்கள். அவர்கள் பின்னால் வாத்தியக்காரர்களும், மக்களும் பாடிக்கொண்டும் வாழ்த்தொலி முழங்கிக் கொண்டும் தொடர்ந்தார்கள். ஊர்வலம் கிராமத்தைக் கடந்ததும் எல்லையிலிருந்த ஆலமரத்தின் கீழே வந்து நின்றது. குண்ட்டாவும், அவனது நண்பர் களும் வரிசையாக நின்று புல்லாங்குழல் வாசிப்பதும், மணியோசை எழுப்புவதும், கிலுகிலுப்பையை ஆட்டிக்கொண்டுமிருந்தார்கள். ஊர்வலத்தின் முன்னும், பின்னும் சிலம்பம் விளையாடினார்கள். அவர்கள் தமக்குத்தாமே விளையாட்டாகப் பாராட்டிக் கொண்டார் கள். குண்ட்டாவின் முறை வந்ததும் அவன் முழங்கால்களை மடக்கி உயரே குதித்து ஏதோ வீரச்செயல் புரிந்தவன் போல் 'பாவம்' காட்டினான் - உமரோவும், பிண்ட்டாவும் மகனின் சேஷ்டைகளைக் கண்டு சிரித்தார்கள்.

கிராமத்தில் எல்லா வீடுகளிலும் ருசிகரமான உணவு வகைகள் தயாராய் இருந்தன. வேக வைத்த கிழங்குகள், வறுத்த கறி எது கேட்டாலும் பெண்கள் அன்புடன் பரிமாறினார்கள். குண்ட்டாவும், அவனது நண்பர்களும் சுரைக்காய், பூசணிக்காய்க் குடுவைகளில் வயிறு புடைக்கச் சாப்பிட்டுவிட்டு ஆலமரத்தை நோக்கி ஓடினார்கள்.

அங்கே வெளியூர்களிலிருந்தும், பக்கத்து நாடுகளிலிருந்தும் வந்துள்ள புதிய முகங்களுடன் ஒரே சந்தடியாக இருந்தது. செனகல் நாட்டினர் வண்ணத்துணிகளைப் பரப்பியிருந்தார்கள். இன்னும் சிலர் உயர் ரகக் 'கோலா' தானியம் வைத்திருந்தார்கள். காம்பே நதியில் படகுகளில் வந்த வியாபாரிகள் உப்பு மூட்டைகள் கொண்டு வந்திருந்தார்கள். அவர்கள் உப்பைத் தந்து கிராமத்திலிருந்து தோல், மெழுகு, தேன் போன்றவைகளை வாங்கிச் செல்வார்கள். முஸ்லிம் அல்லாத இதர வியாபாரிகளும் அங்கே வந்தாலும் அவர்கள் அங்கே நிற்காமல் போய்விட்டார்கள். காரணம், அவர்கள் புகையிலை, மூக்குப்பொடி, புளிக்கரைத்த தேன், தண்ணீரைக் கொண்டு தயாரித்த சாராயம் கொண்டுவந்திருந்தார்கள். 'மாண்டிங்க' பிரிவு முஸ்லிம்கள் அவற்றைப் பயன்படுத்த மாட்டாடர்கள். ஜப்பூரைவிடப் பெரிய கிராமங்களுக்குச் செல்கிற பயணிகள் அங்கே நிற்காமல் போய் விட்டார்கள். அவர்கள் சுமந்து சென்ற பெரிய கூடைகளில் வைத் திருப்பதைப் பார்க்கவேண்டுமென குண்ட்டாவும், நண்பர்களும் அவர்களின் பின்னால் சென்றார்கள். அவற்றில் நண்பர்களுக்குப் பரிசுகளாகத் தரும் புத்தாடைகளும், சிறிய பொருட்களைத் தவிர வேறொன்றுமில்லை.

ஒவ்வொரு நாளும் கிராமம் முரசொலிகளுக்கிடையே உறங்கி விழித்துக்கொள்கிறது. ஒவ்வொரு காலையும் எங்கெங்கிருந்தோ வந்த புதிய முகங்கள் காணப்படுகின்றன. ஊர் சுற்றி நாட்டிய இசைக் குழுக்கள், 'குரான்' பண்டிதர்கள், கடந்த காலத்தைப் பாடல்களாக இசைக்கும் இசைவாணர்கள் என்று எத்தனையோ பேர் வந்து சென்று கொண்டிருக்கிறார்கள்.

அந்த இசைவாணர்கள் வந்ததும் ஊரெல்லாம் அமைதி யாகிவிட்டது. மக்கள் அனைவரும் குரங்குகள் இருக்கும் மரத்தின் நிழலில் அமர்ந்து பழங்கால அரசர்கள் குறித்தும், அந்தக் கால வீர புருஷர்களின் சாகஸச் செயல்கள் குறித்தும், பழைமையான போர்கள் குறித்தும் இன்னும் எத்தனையோ கதைகள் குறித்தும் அவர்கள் சுவைபட வர்ணித்துச் சொல்வதைத் தம்மை மறந்து கேட்டார்கள். சிலர் அவர்களைத் தமது இல்லங்களுக்குக் கூட்டிச் சென்று, காணிக்கை தந்து, தமது முன்னோர்களைப் புகழ்ந்து அவர்கள் கூறுவதைக் கேட்டு அகமகிழ்ந்தார்கள். திருமணம் போன்ற சுப காரியங்களின்போதும், இறுதிச் சடங்குகள் போன்ற துயரச் சம்பவங்களின்போதும் தொடர் முரசொலி மூலம் செய்தி அனுப்பினால், உடனே புறப்பட்டு வருகிறோமென்று வாக்குறுதி தந்து அவர்கள் விடை பெற்றுச் சென்றார்கள்.

அன்று பண்டிகையின் ஆறாவது நாள்! அன்று மத்தியானம் ஒரு மத்தளம் ஜப்புரை சவாலுக்கு அழைக்கும் வகையில் படு பயங்கரமாக ஒலித்தது. குண்ட்டா வீட்டிலிருந்து வெளியே ஓடி வந்தான். வெளியூர் மல்யுத்த வீரர்கள் வந்து ஜப்புர் வீரர்களை "மறைந்து கொள்ளுங்கள்" என்று எச்சரிப்பது அந்த மத்தள ஓசை. ஜப்பூர் மத்தளம் அதற்குப் பதிலளிக்கும் வகையில் அதைக் காட்டிலும் பெருத்த சத்தத்துடன் முழங்கியதைக் கேட்டுக் கிராமவாசிகள் எல்லாரும் மகிழ்ச்சி ஆரவாரம் செய்தார்கள்.

ஜப்பூர் மல்யுத்த வீரர்கள் லங்கோட்டாவை இறுக்கிக் கட்டி உடல் பூராவும் பச்சிலைச் சாரத்தைப் பூசி கோதாவில் இறங்கினார்கள். மக்கள் கூட்டத்தின் கேலிப் பேச்சுக்கும், சீழ்க்கை ஒலிகளுக்குமிடையே வெளியூர் வீரர்களும் மற்போருக்குத் தயாரானார்கள். ஜப்பூர் மக்கள் தங்கள் ஊர் வீரர்களை உஷார்படுத்த காது செவிடாகும்படி காட்டுக் கூச்சல் போட்டார்கள். அதைப் பொறுக்க இயலாமல் இரு சாராரைச் சேர்ந்த மத்தளங்கள் மக்கள் கும்பலை அமைதியாக இருக்கும்படி வேண்டிக் கொண்டன.

இரண்டு மத்தளங்களும் 'தயார்' என முழங்கின. மல்யுத்த வீரர்கள் அனைவரும் இரண்டு இரண்டு பேராகப் பிரிந்து, குனிந்து ஒருவரை யொருவர் உன்னிப்பாகப் பார்த்துக்கொண்டனர். இனி சண்டைப் போடுங்கள்! என்று மத்தளங்கள் ஆணையிட்டன. அவர்கள் சிறுவர்களைப்போல் ஒருவர் கைக்கு ஒருவர் அகப்படாமல் சுற்றி வந்தார்கள். ஒருவரையொருவர் ஏமாற்ற சும்மா சும்மா தாக்கும் வேடிக்கைகள் செய்தார்கள். கடைசியில் ஒருவரை யொருவர் பிடித்துச் சண்டை போடத் தொடங்கினார்கள். பயங்கரக் கைகலப்புடன் தீவிரப்போட்டி ஆரம்பமாயிற்று. அவர்கள் கால்களால் தரையை உதைத்த உதைகளால் தூசி மேகம்போல் மேலெழுந்தது. கூச்சலிட்டு சீழ்க்கை போடும் மக்களுக்கு மற்போரிடும் வீரர்கள் தெளிவாகத் தெரியவில்லை. இரு வீரர்களும் ஒரே நேரத்தில் 'தொபுகடீர்' என்று தரையில் விழுந்தால் அது கணக்கிடப்படாது. யார் எதிரியை அலாக்காகத் தூக்கிப் படீரென்று கீழே வீசியெறிகிறாரோ அவருக்குத்தான் வெற்றி! ஒரு தடவை வெளியூர் வீரர் வெற்றி பெற்றால் அடுத்த தடவை ஜப்பூர் வீரர் வெற்றி பெறுகிறார். முரசறைபவர்கள் வெற்றியாளரின் பெயரை அறிவிக்கிறார்கள்.

இறுதியில் ஜப்பூர் குழு ஒரு பிடி அதிகம் போட்டு வெற்றிவாகை சூடியது. வெற்றி பெற்றவர்களுக்கு அப்போதே வெட்டிய காளைமாட்டுக் கொம்புகளையும் கால் குளம்புகளையும் பரிசாக அளித்தார்கள். பெரிய பெரிய இறைச்சித் துண்டங்களைத் தீயில் போட்டுச் சுட்டார்கள். வெற்றி பெற்றோரும் தோல்வியுற்றோரும் மகிழ்ச்சியாக விருந்தில்

பங்கு கொண்டார்கள். வெளியூர் வீரர்களைக் கிராம மக்கள் எல்லாரும் வாழ்த்தினார்கள். கல்யாணமாகாத கன்னிப் பெண்கள் வீரர்களின் கால்களிலும், கைகளிலும் சலங்கைகளைக் கட்டினார்கள். விருந்து நடக்கும்போது மூன்றாம் பருவப் பையன்கள் மைதானத்திற்கு ஓடிச்சென்று மற்போர் நடைபெற்ற இடத்தில் செம்மண்ணை சமன்படுத்தி அடுத்து நடக்கவிருந்த 'சியோருபா' நாட்டியத்திற்குத் தயார் செய்தார்கள்.

சினத்தைக் கக்கிய சூரியன் களைத்துப்போய் மேற்குத் திசையில் சாய்ந்துவிட்டான். மக்கள் புத்தாடைகளை அலங்கரித்துக் கொண்டு விளையாட்டு மைதானத்தில் குழுமிவிட்டார்கள். மத்தளங்கள் மெல்ல ஒலிக்கத்தொடங்கின. மல்யுத்த வீரர்களின் இரு குழுக்களும் வட்டமாயுள்ள கோதாவுக்குள் குதித்தன. வீரர்கள் அடக்கமாக மக்களை வணங்கினார்கள். திடீரென்று எகிறிக் குதித்தார்கள். கால்களிலும், கைகளிலும் இருந்த சலங்கைள் மெல்ல ஒலி எழுப்பின. வீரர்கள் சதைகளைப் பொங்கச் செய்து தமது உடல் வலிமையை எடுத்துக் காட்டினார்கள். மக்கள் கைதட்டி மகிழ்ச்சி ஆரவாரம் செய்தார்கள். திடீரென மத்தளம் பெருத்த ஓசையுடன் முழங்கியது. கன்னிப் பெண்கள் வெட்கமும் ஒய்யாரமும் குலுங்க மைதானத்திற்குள் ஓடி வந்தார்கள். மக்கள் மீண்டும் கரவொலி எழுப்பினார்கள். மான்கள் பாய்ந்தோடுவதுபோல் மத்தளங்கள் ஓசை எழுப்பின. அந்த ஓசைக்கும், வேகத்திற்கும் ஏற்பப் பருவப் பெண்கள் நடனமாடினார்கள்.

அவர்கள் நடனமாடி நடனமாடிக் களைத்துப்போய் ஒருவருக்குப் பின் ஒருவராகத் தலைக்குச் சுற்றியிருந்த வண்ண வண்ணக் கைக் குட்டை களைப் புழுதியில் போட்டுவிட்டு, விளையாட்டு மைதானத்தி லிருந்து வெளியேறினார்கள். அனைவரின் விழிகளும் அந்தக் கைக்குட்டை களையே வெறித்து நோக்கின. காரணம், திருமண வயதை எட்டிய எந்த வாலிபன் எந்தக் கன்னிப் பெண்ணின் கைக்குட்டையை எடுப்பானோ என்று அவர்கள் ஆவலுடன் எதிர்பார்த்தார்கள். குறிப் பிட்ட கைக்குட்டையை எடுத்த வாலிபன், அந்தப் பெண்ணின் பெற்றோரைச் சந்தித்து எத்தனை ஆடு மாடுகள் பரிசமாகத் தரவேண்டுமென்பதைக் கேட்டுத்தெரிந்து கொள்வான். இதுவெல்லம் புரியாத சிறுவர் கூட்டம் அங்கிருந்து ஓட்டம் பிடித்தது. வெளியூர் மற்போர் வீரன் ஒருவன் ஒரு வண்ண கைக்குட்டையைக் கையில் எடுத்துக்கொண்டான். அறுவடைப் பண்டிகையின் முடிவு அது!

அந்த இளம் மகராசி பெற்று வளர்த்த தாய் தந்தையரையும், பிறந்து வளர்ந்த வீட்டையும் கிராமத்தையும் துறந்து, கட்டிய புருஷனுடன் புதிய ஊருக்கு புறப்பட்டுச் சென்றுவிடுகிறாள். இவ்வாறு வெளியூர் சென்றுவிட்ட உள்ளூர்ப் பெண்கள் எத்தனையோ பேர்!

7

பண்டிகையின் கடைசி நாளன்று காலை வேளையில் வெளியே கேட்டுக்கொண்டிருந்த பெருங்கூச்சலுக்கு குண்ட்டா திடுக்கிட்டு எழுந்தான். ஆடைகளை அணிந்துகொண்டு வேகமாக வெளியே வந்தான். அங்கே கண்ட காட்சி அவனை அச்சுறுத்தி விட்டது.

அக்கம் பக்கத்துக் குடிசைகளின் எதிரே ஐந்தாறு பேர் தமது முகங்கள் அடையாளம் தெரியாமல் பயங்கரமான முகமூடிகள் அணிந்து கொண்டு, நீண்ட தலைக் கவசங்களுடன் செடிகளின் இலைகளையும், தழைகளையும் சுற்றிக்கொண்டும், அச்சம் கொள்ளும் வகையில் கத்திக்கொண்டும் எகிறிக் குதித்துக்கொண்டும் இருந்தனர். அவர்களில் ஒருவன் ஒவ்வொரு குடிசைக்குள்ளும் புகுந்து மூன்றாம் பருவச் சிறுவனை பலாத்காரமாக வெளியே இழுத்து வந்து கொண்டி ருந்தான். அச்சிறுவர்கள் பயத்துடன் நடுங்கிக் கொண்டிருந்தனர்.

குண்ட்டாவும், அவனையொத்த சிறுவர்களும் அச்சத்துடன் ஒரு குடிசைக்குள் எட்டிப் பார்த்தனர். தம்மைவிட மூத்த பையன்களின் முகங்களுக்கு வெள்ளைத் துணியால் முகமூடிகளை அணிவித் திருந்தனர். இவர்கள் எட்டிப் பார்ப்பதைக் கண்டதும் முகமூடிக்காரன் ஒருவன் இவர்களைப் பயங்கரக் கத்தலுடன் விரட்டி அடித்தான். இவர்களும் ஓடிவந்து விட்டனர். அந்த முகமூடி மனிதர்கள் மூன்றாம் பருவச் சிறுவர்களையெல்லாம் சேகரித்து அடிமைகளிடம் ஒப் படைத்தனர். அவர்கள் சிறுவர்களின் கைப்பிடித்து ஊரின் எல்லை வரை நடத்திச் சென்றனர்.

தம்மைக் காட்டிலும் மூத்த சிறுவர்களுக்கு ஆண்களாகப் பயிற்சி அளிப்பதற்காக அப்படிக் கூட்டிச் செல்வார்களென்று குண்ட்டா கேள்விப்பட்டிருந்தாலும், அது இவ்வாறு நடக்குமென்று அவனுக்குத் தெரியாது. மூன்றாம் பருவச் சிறுவர்களெல்லாம் பயிற்றுவிப்போருடன் சென்றுவிட்டதும் ஜப்பூரில் சோகச் சூழ்நிலை பரவிவிட்டது. குண்ட்டாவும், அவனது நண்பர்களும் பல நாட்கள் வரை அந்த அச்சத்திலிருந்து மீளவில்லை. தாம் கண்ட பயங்கரக் காட்சியைப் பற்றியே அவர்கள் பேசிக்கொண்டிருந்தார்கள். ரகசியமாக அளிக்கப்படும் அந்தப் பயிற்சி சம்பந்தப்பட்ட பயங்கர விஷயங்களைப் பெரியவர்கள் பேசிக்கொள்ளும் போது இவர்கள்

மறைந்திருந்து கேட்டனர். நாள் பூராவும் இந்தச் சிந்தனையிலேயே அவர்கள் மூழ்கியிருந்தனர். குரான் செய்யுட்களை மனப்பாடம் செய்வதில் அவர்களுக்கு அக்கறை போய்விட்டதென்று, ஒவ்வொரு நாளும் அவர்கள் தலையிலே குட்டுவது வழக்கமாகிவிட்டது.

அங்கிருந்து வந்து மேய்ப்பதற்காக ஆடுகளை ஓட்டிச் சென்றவர்கள் இரண்டாண்டுகளுக்குப் பிறகு தம்மையும் இதேபோல் பயிற்சிக்காக அடித்து, உதைத்து இழுத்துப் போவார்கள் என்பதை நினைத்துக் கலவரம் அடைந்தனர். இப்போது சென்ற மூன்றாம் பருவச்சிறுவர்கள் பன்னிரெண்டு பவுர்ணமிகளுக்குப் பிறகுதான் திரும்பி வருவார்கள் என்றும், அப்போது அவர்கள் ஆண்களாகத் திரும்பி வருவார்கள் என்றும் இவர்கள் கேள்விப்பட்டிருந்தார்கள்.

“அவர்களுக்குத் தினமும் அடி விழுதுன்னு யாரோ சொன்னாங் கடா!” என்றான் குண்ட்டா.

“இறைச்சிக்காக அவர்களைத் தினமும் வேட்டைக்கு அனுப்புறாங் களாம்!” என்றான் கராமோ என்ற சிறுவன்.

“ராத்திரியிலே அவங்களை ஒண்டியா காட்டுக்குள் விரட்டி விடறாங்களாம். அவங்களே வழி கண்டுபிடித்துத் திரும்பி வரணுமாம்” என்று சொன்னான் சிடாஃபா.

இவைத் தவிர இன்னொரு பயங்கரமான செய்தியும் குண்ட்டா கேள்விப்பட்டான். அதை வெளியே சொல்லவும் அவன் அஞ்சினான். அதை நினைத்தாலும் நெஞ்சு வேகமாக அடித்துக் கொண்டது. பயிற்சியின் போது ஆண் குறியில் கொஞ்சம் வெட்டிவிடுகின்றனராம்! பயிற்சிப் பற்றி பேசுவதற்கே அஞ்சி அவர்கள் பேசுவதையே நிறுத்திவிட்டனர்.

குண்ட்டாவும், அவனுடைய நண்பர்களும் ஆடுகளை மேய்ப்பதை நன்றாகக் கற்றுக்கொண்டு விட்டனர். என்றாலும், கற்றுக்கொள்ள வேண்டியது இன்னும் எவ்வளவோ உள்ளது. வில்லுண்டியிலிருந்து கற்களை வீசுவதிலும் வல்லவர்களானார்கள். வில் அம்புகளைப் பயன்படுத்துவதில் நிபுணத்துவம் பெற்றனர். தினமும் பிற்பகல் ஒரு மணி நேரம் வில் அம்புகளைக் கொண்டு காட்டுப் பூனைகளையும், அணில்களையும், ஓணான்களையும், புதர்களில் இருக்கும் எலிகளையும், காட்டுக் கோழிகளையும் வேட்டையாடுகின்றனர். அவர்கள் கொன்றவற்றின் தோலை உரித்துச் சுத்தம் செய்தபின் இறைச்சியை உப்புத் தடவி, தீயில் சுட்டு அனைவரும் உட்கார்ந்து விருந்து செய்து கொண்டனர்.

கோடைக்காலம் வந்துவிட்டது. ஐந்து மாத காலம் வெயில் கொளுத்தும். வயலில் வேலை செய்யும்போது வியர்வை ஆறாக

ஓடுவது போல், வீட்டுக்குள் உட்கார்ந்திருந்தாலும் உடலெல்லாம் வியர்வையால் தெப்பமாக நனைந்துவிடும். தன் மகன் ஒவ்வொரு காலை வேளையிலும் ஆடுகளை ஓட்டிச் செல்லும்போது பிண்ட்டா அவன் தன் கால்களில் பனைஎண்ணெய் தடவிக்கொண்டிருக்கிறானா இல்லையா என்று கவனிப்பாள். ஆனாலும் மாலை வீட்டுக்குத் திரும்பி வருவதற்குள் எரியும் தரையிலே நடப்பதால் பாதங்கள் பிளந்து விட்டிருக்கும். உதடுகள் உலர்ந்து போயிருக்கும். சில சிறுவர்கள் இரத்தம் கசியும் கால்களுடன் வீட்டிற்கு வருவார்கள். ஆனால் அடுத்த நாள் காலை மறு பேச்சு பேசாமல் ஆடுகளை ஓட்டிப் போவார்கள். அவர்களும் தம் தந்தையரைப் போலவே எத்தனை வேதனை இருந்தாலும் வாய் திறவாமல் வேலைக்குப் போவார்கள்.

பகல் பூராவும் எரிக்கும் வெயில்; ஆனால் அந்தி சாய்ந்ததுமே குளிர்க்காற்று ஆரம்பமாகிவிடும். பொழுது சாய்வதற்கு முன்பே குழந்தைகளிலிருந்து கிழவர்கள்வரை சாப்பிட்டுவிட்டுச் சுள்ளிகளால் தீ மூட்டி அதைச் சுற்றிலும் உட்கார்ந்து கதைகளையும், ஊர் வம்புகளையும் சொல்லிக்கொள்வார்கள்.

ஐந்து மாத காலம் வெயில் அசரவைத்துவிட்டது. ஆடுமாடுகளின் உடலெல்லாம் புழு பூச்சிகள் கடித்து கடித்துப் புண்களாகிவிட்டன. அவற்றிலேயே புழு பூச்சிகள் முட்டையும் இட்டன. எப்போதும் குப்பையைக் கிளறிக் கொண்டும், கூவிக்கொண்டும் இருக்கும் கோழி கள் களைத்துப்போய் மண்ணில் ஒருக்களித்துப் படுத்துக்கொண்டு விட்டன. கடும் வெயிலைப் பொறுத்துக்கொள்ள இயலாமல் குரங்குகள் எல்லாம் காட்டிற்குள் அடைக்கலம் கொண்டன. ஆடுகள் கடும் கோடையைத் தாங்காமல் மேய்வதைக் குறைத்து மெலிந்துவிட்டன.

குண்ட்டாவுக்கும், அவன் தோழர்களுக்கும் ஆடுகளை மேய்ப் பதில் சிரத்தை குன்றிவிட்டது. நெற்றியில் பொங்கும் வியர்வையைத் துடைத்துக் கொண்டே அவன் சிந்தனையில் ஆழ்ந்துவிட்டான். ஒன்றுக்குப் பின் ஒன்றாக இந்த இயற்கை விபரீதங்கள் மனிதர்களை அலைக்கழித்துக் கொண்டிருக்கின்றன. வறுத்தெடுக்கும் வெயில், பிறகு நடுநடுங்க வைக்கும் குளிர், பின்னர் கொட்டும் மழை... வெயில் எவ்வளவு தேவைப்படுகிறதோ, மழையும் அவ்வளவு தேவைப்படுகிறது. எனினும் வறட்சியும், அதிக மழையும் இரண்டுமே மக்களுக்குப் பாதகம் விளைவிப்பவைதான்! மழை பொழிந்து, வானிலை குளிர்ந்து, செடிகொடிகள் நன்றாகத் தழைத்து ஆடுகள் வயிறார மேய்ந்து கொழுத்திருக்கும்போது, வீடுகளில் உணவு தானியங்கள் காலியாகி விடுகின்றன. பஞ்சம் வந்து எத்தனையோ பேரைக் கொள்ளைகொண்டு போய்விடுகிறது. ஆயேஷா பாட்டி

அப்படித்தான் இறந்துவிட்டாள். மக்கள் வாழ்வெல்லாம் இப்படியே துன்பங்களிலேயே முடிந்து விடுகிறது. காலங்காலமாக இவ்வாறுதான் நடைபெற்று வருகிறதோ!

இரண்டு கார் காலங்கள் கடந்துவிட்டன. இப்போது பிண்ட்டா மீண்டும் முழுகாமல் இருக்கிறாள். நாட்கள் செல்லச் செல்ல அவள் பொறுமை இழந்து வருகிறாள். அடிக்கடி குழந்தைகள் இருவர்மேல் எரிந்து விழுகிறாள். சின்னவன் லாமின் அண்ணனை விடாமல் பிடித்துக்கொண்டு திரிகிறான். அவன் ஒரு வாயாடி. எப்போதும் ஏதாவ தொரு கேள்வி கேட்டு அண்ணனுக்கு எரிச்சல் மூட்டிக்கொண்டே இருப்பான்.

"பர்" பறவை எவ்வளவு தூரம் போகும்?"

"யாருமே போகமுடியாத அளவு தூரம் அது போகும்."

"ஆந்தையை யாரும் அடிக்கிறதில்லையே ஏன்?"

"செத்துவிட்ட நம் முன்னோர் ஆத்மா அதிலே இருப்பதாலேதான்."

"அந்த மரத்திலே இருப்பது என்ன பறவை?"

"பருந்து."

"அது என்னென்ன தின்னும்?"

"எலிகளையும், சின்னச்சின்ன குருவிகளையும்."

"அப்படியா?"

தனக்கு எவ்வளவு தெரியுமென்பதை குண்ட்டா எப்போதும் சிந்திக்கவில்லை. ஆனால் சில சமயம் தம்பியின் கேள்விகளுக்கு அவனால் பதில் சொல்ல முடிவதில்லை.

"சூரியன் நெருப்பின்மேல் இருக்குமா?"

இப்படிப்பட்ட கேள்விகளுக்குக் குண்ட்டாவினால் பதிலளிக்க முடிவதில்லை. லாமின் இல்லாததை உறுதிப்படுத்திக் கொண்டு அவன் இப்படிப்பட்ட கேள்விகளுக்கு அப்பாவையும், அம்மாவையும் கேட்டு பதில்களைத் தெரிந்து கொள்கிறான்.

ஒரு நாள் குண்ட்டா, "அல்லா எங்கே இருக்கிறார்?" என்று கேட்டான்.

"சூரியன் வருகிற இடத்தில் அல்லா இருக்கிறரார்" என்றார் அப்பா.

8

ஒரு நாள் பிற்பகல் குண்ட்டாவும், லாமினும் நடந்து சென்று கொண்டிருந்தனர். திடீரென லாமினின் சின்ன மூளையில் ஒரு சந்தேகம் முளைத்தது. "அடிமைகள் என்றால் என்ன?" என்று அவன் அண்ணனைக் கேட்டான். குண்ட்டாவுக்கு என்ன பதில் சொல்வ தென்று தெரியவில்லை. முதலில் தம்பியைக் கோபமாகப் பார்த்து, பிறகு மவுனமாகிவிட்டான். வெள்ளைத் தோல் பூச்சாண்டிக்காரர்களிடம் அகப்பட்டவர்கள் அடிமைகளானார்கள் என்பது மட்டுமே அவனுக்குத் தெரியும். தங்கள் கிராமத்திலேயே பெரும்தனக்காரர்கள் சிலர் அடிமைகளை வைத்திருப்பதாக அவன் கேள்விப்பட்டிருக் கிறானே தவிர, அதைப்பற்றி அவனுக்கு முழுசாகத் தெரியாது.

மறுநாள் உமரோ ஈச்சம் தோப்புக்குப் புறப்பட்டான். குண்ட்டா தானும் கூட வருவதாகச் சொல்லிப் புறப்பட்டான். வழியிலே இருவரும் மவுனமாக நடந்தார்கள்.

தோப்புக்குள் அடியெடுத்து வைத்ததுமே குண்ட்டா திடீரென்று "அப்பா அடிமைகள்னா யாரு?" எனக் கேட்டான்.

உமரோ முதலில் பதிலேதும் சொல்லவில்லை. மகனை வெறித்துப் பார்த்துவிட்டு, உறுதியான ஈச்ச மரத்தைத் தேடலானான்.

"இவங்க அடிமைன்னும், இவங்க அடிமைங்க இல்லைன்னும் வேறுபடுத்திச் சொல்ல முடியாது" எனக் கடைசியாகக் கூறினான்.

ஒரு நல்ல ஈச்ச மரத்தைத் தேர்ந்தெடுத்துக் கொண்டு உமரோ கோடாரியால் அடிமரத்தை வெட்டத் துவங்கினான். இடையிடையே மகனுடன் பேச்சும் கொடுத்தான். அடிமைகள் வாழும் குடிசைகளின் கூரையை எந்தப் புல்லால் வேய்கிறார்கள் என்பதையும், மற்றவர்கள் வாழும் குடிசைகளின் கூரையை எந்தப் புல்லால் வேய்கிறார்கள் என்பதையும் விளக்கினான் உமரோ. அடிமைகளின் எதிரில் அடிமை கள் பற்றிப் பேசக்கூடாதென எச்சரித்தான் உமரோ. அது ஏனோ குண்ட்டாவுக்குப் புரியவில்லை. ஆனாலும் மவுனமாகத் தலை யசைத்தான்.

ஈச்சமரம் 'தொபுகடீ'ரென்று தரையிலே விழுந்து விட்டது. உமரோ கோடரியால் ஓலைகளை வெட்டிக்கொண்டிருக்க, குண்ட்டா பழுத்த ஈச்சம் பழங்களைப் பொறுக்கி வாயில் போட்டுக் கொண்டிருந்தான்.

"அப்பா சிலர் மட்டும் அடிமைங்களா ஏன் ஆனாங்க? மற்றவங்க ஏன் ஆகலே?" என்று அப்பாவைக் கேட்டான் அவன்.

"அவங்க பலவிதமா அடிமைங்களானாங்க. சில பேர் அடிமைத் தாய்மார்களுக்குப் பிறந்து அடிமைங்களானாங்க. வேறு சிலர் தம்மோட ஊர்களிலே பஞ்சம் ஏற்பட்டு, பிழைப்புத் தேடி வந்து, எங்களுக்குக் கால்வயித்துக் கஞ்சி ஊத்துங்க, எங்களெ அடிமைங்களா வெச்சுக்குங்கன்னு மன்றாடினாங்க. வேறு சிலர் விரோதிகளா சிக்கிக்கிட்டாங்க. அடிமைங்களா சிக்குறதைவிட உயிர் விடறது மேலுன்னு எண்ணாம அடிமைங்களாயிட்டாங்க."

ஜப்பூரில் அப்படிப்பட்டவர்கள் யார் யார் என்பதை உமரோ பெயரிட்டுச் சொன்னான். அவர்கள் அடிமைகளாகக் கருதப் பட்டாலும், அவர்கள் எல்லாரும் கண்ணியமானவர்களென்று மகனுக்குப் போதித்தான்.

அவர்களின் உரிமைகளை உறுதி செய்து நமது முன்னோர்கள் சட்டங்களை இயற்றினார்களென்றும் தெரிவித்தான் உமரோ.

எஜமானர்கள் தமது அடிமைகளுக்கு உணவும், உடையும் வழங்கவேண்டும். விவசாயம் செய்வதற்குக் கொஞ்சம் நிலமும் தரவேண்டும். விளைச்சலில் பாதி அவர்களுக்குக் கொடுக்க வேண்டும். ஆண் அடிமைகளுக்குப் பெண்டாட்டிகளையும், பெண் அடிமை களுக்குப் புருஷன்களையும் தேடித் தர வேண்டும்.

கொலைகளும், திருட்டுகளும், மற்ற குற்றங்களும் புரிந்து அடிமைகளானவர்களுக்கு மட்டும் ஆதரவு கிடைக்காது. அவர்களை மட்டுமே எஜமானர்கள் திட்டலாம், அடிக்கலாம், வேறு எப்படியாவது தண்டிக்கலாம்.

"அடிமைகள் எப்போதும் அடிமைகளாகவே இருந்துடணுமா" என்று கேட்டான் குண்ட்டா.

"இல்லே! விளைச்சலில் பாதியெ அவங்க சேமித்துவெச்சு அதோட விடுதலை அடைஞ்சவங்களும் நம் ஊரிலே எத்தனையோ பேர் இருக்காங்க" என்றான் உமரோ.

எஜமான் வீட்டிலே திருமண உறவு வைத்துக் கொண்டு அடிமைத்தனத்திலிருந்து விடுபட்டவர்களும் உண்டு என்றும் உமரோ மகனிடம் கூறினான்.

ஓர் ஆள் சுமக்குமளவுக்கு ஈச்சமரத் துண்டுகளைக் காட்டுத் திராட்சைக் கொடிகளால் கட்டிக்கொண்டு தலைமேல் வைத்து நடக்க ஆரம்பித்தான் உமரோ. தகப்பன் பின்னால் ஈச்சம் பழங்களைத் தின்றுகொண்டே குண்ட்டா நடந்தான்.

“நியோ போட்டோ பாட்டிக்கூட அடிமைதான்” என்றான் நடந்து கொண்டே உமரோ.

குண்ட்டாவினால் இதை நம்ப முடியவில்லை. குடிசையின் முன் கூடைகளை முடைந்துகொண்டும், பத்துப் பதினைந்து நிர்வாணச் சிறுவர்களுக்கு விளையாட்டுக் காட்டிக்கொண்டும், அந்த வழியாகச் செல்லும் எவரையும் வாய்க்கு வந்தபடி பேசும் நியோ போட்டோ பாட்டி ஓர் அடிமை என்பதை அவனால் ஒத்துக் கொள்ள முடிய வில்லை. ‘பாட்டி யாருக்கும் அடிமையல்ல’ என்று மனசுக்குள்ளேயே சொல்லிக் கொண்டான்.

மறுநாள் மாலை ஆடுகளைத் தொட்டியில் கட்டிப் போட்டுவிட்டு குண்ட்டா தம்பியைக் கூட்டிக்கொண்டு பாட்டியின் குடிசை எதிரே ‘உம்’ மென்று மவுனமாக உட்கார்ந்துவிட்டான். நியோ போட்டோ பாட்டிக்கு குண்ட்டா என்றால் மிகவும் பிரியம். அவன் அப்படி சந்தடி செய்யாமல் உட்காந்திருக்கிறான் என்றால், ஏதோ விசேஷம் இருக்குமென்று பாட்டிக்குத் தோன்றியது. அவன் அன்புடன் அண்ணன் தம்பி இருவரையும் குடிசைக்குள் அழைத்துச் சென்று அவர்களுக்காகத் தேநீர் காய்ச்சினாள்.

நலம் விசாரித்தாயிற்று. குண்ட்டா தான் கேட்க விரும்பிய கேள்வியைக் கேட்க இயலாமல் தவித்தான். பாட்டி இருவருக்கும் தேநீர் வழங்கினாள். குண்ட்டா பெரு முயற்சியுடன், “பாட்டி, நீ ஏன் அடிமையானாய்?” என்று மெல்லிய குரலில் கேட்டான்.

பாட்டி குண்ட்டாவையும், லாமினையும் வெறித்துப் பார்த்தாள். சற்று நேரம் அவள் மவுனமாக இருந்து பின்னர், “சொல்றேன் கேள்” என்றாள்.

“பல வருஷங்களுக்கு முன்பு... இங்கிருந்து எவ்வளவோ தூரத்திலிருக்கும் எங்க ஊரில்.. ஒரு நாள் இரவு... அப்போ நான் இளம் பொண்ணு கல்யாணமாகி ரெண்டு குழந்தைகள்...”

“புல்லால் வேய்ந்த குடிசைக் கூரைகள் எரிந்து கீழே விழுந்து கொண்டிருக்கும்போது, அக்கம் பக்கத்தில் உள்ளவர்கள் வேதனைக் குரல்கள் எழுப்பிக்கொண்டிருக்க அவள் கட்டிலிலிருந்து குதித் தோடினாள். குழந்தைகளைத் தோளில் போட்டுக்கொண்டு வெளியே ஓடி வந்தாள். ஆயுதந்தாங்கிய வெள்ளையர்கள் கருப்புக் கைக் கூலிகளைத் துணைக்குவைத்துக்கொண்டு

தாக்குதல் நடத்திக் கொண்டிருந்தார்கள். தப்பித்து ஓடிப்போக இயலாதவர்களை யெல்லாம் ஓரிடத்தில் வைத்தார்கள். பலத்த காயமடைந்தவர்களையும், நடக்கவும் முடியாத வயோதிகர்களையும், சின்னக் குழந்தைகளையும் எல்லார் கண் முன்னாலேயே ஈவிரக்கமின்றிக் கொன்று குவித்தார்கள்.''

"அவங்களிலே என் ரெண்டு குழந்தைகளும், கிழட்டுத் தாயும்கூட இருந்தாங்க'' எனக் கூறி ஓவெனக் கதறிவிட்டாள் பாட்டி.

குண்ட்டாவும், லாமினும் பயத்துடன் ஒருவர் கையை ஒருவர் பிடித்துக் கொண்டார்கள். பாட்டி கண்ணீரைத் துடைத்துக்கொண்டு தொடர்ந்தாள்.

"அச்சத்தால் நடுங்கிக்கொண்டிருந்த அடிமைகளின் கழுத்துகளில் கயிற்றைக் கட்டி,அவர்களைச் சவுக்கால் அடித்துக் கொண்டே எத்தனையோ நாட்கள் நடக்க வைத்தார்கள். முதுகில் விழும் சவுக்கடிகளைப் பொறுக்க முடியாமல் எத்தனையோ பேர் வழியிலேயே உயிர்விட்டார்கள். வேறு சிலர் பட்டினியால் இறந்துவிட்டார்கள். வலுவைக் கூட்டிச் சிலர் நடந்தார்கள். வலுவில்லாதவர்களை வழியிலேயே கொடிய மிருகங்களுக்குப் பலியிட்டு விட்டார்கள். அவர்கள் சென்ற வழியெல்லாம் இருந்த கிராமங்களையும், வீடுகளையும் தீயிட்டுக் கொளுத்திக்கொண்டே போனார்கள். எரிந்து விழுந்துவிட்ட மூங்கில்களிடையே மனிதர்களின் மண்டை ஓடுகளும், ஆடுமாடுகளின் எலும்புகளும் சிதறிக் கிடந்தன. அந்த வீடுகளில் எல்லாம் ஒரு காலத்தில் பசுமையாகக் குடும்பங்கள் வாழ்ந்திருந்தன. ஜப்பூர் வருவதற்குள் கைதிளில் பாதிப்பேர் செத்துவிட்டார்கள். அந்தக் கைதிகளில் ஓர் இளம் பெண்ணை ஒரு மூட்டை மக்காச்சோளத்திற்கு விற்று விட்டார்கள்.''

"அந்தப் பெண் யார் தெரியுமா? நானேதான்! நியோ போட்டோ என்றால் 'ஒரு மூட்டை மக்காச்சோளம்.' என்னை விலைக்கு வாங்கிக்கொண்டவன் இறந்துவிட்டான். நான் மட்டும் இங்கேயே இருந்து விட்டேன்'' என்றாள் நியோ போட்டோ பாட்டி.

பாட்டியின் கதை கேட்ட லாமின் உணர்ச்சி வசப்பட்டான். குண்ட்டாவுக்குப் பாட்டியிடம் முன்னைவிட அதிகப் பற்றும் பாசமும் ஏற்பட்டன. பாட்டியிடம் சொல்லிக்கொண்டு தம்பியை அழைத்துக் கொண்டு வீட்டிற்குப் புறப்பட்டான். சகோதரர்கள் இருவரும் எங்கோ மனத்தை ஓடவிட்டு மெல்ல வீட்டை நோக்கி நடந்தார்கள்.

பின்னர் பல நாட்கள்வரை குண்ட்டாவின் உள்ளத்தில் வெள்ளை யர்கள் பற்றிய சிந்தனைகளே தோன்றிக் கொண்டிருந்தன. குண்ட்டா

ஓரிரு முறை அப்பாவை அது சம்பந்தமாகக் கேட்டான். அவர் சுருக்கமாச் சொன்னார்.

குண்ட்டா பால் குடிக்கும் குழந்தையாக இருந்தபோது ஜப்பூர் முதலிய கிராமங்களடங்கிய பகுதியைப் பர்ரா என்ற அரசர் ஆண்டு வந்தார். அடிமைகளுக்காக வரும் வெள்ளையர்கள் கிராமங்களை எரிப்பதையும், மனிதர்களைக் கொல்வதையும தடை செய்து உத்தரவு பிறப்பித்தார். அதன்பிறகு அவை நின்றுவிட்டன. கோபாவேசங் கொண்ட மற்ற நாடுகளின் படை வீரர்கள் வெள்ளையரின் கப்பல் களை எரித்து, அவற்றிலிருந்து வெள்ளையரையும் கொன்று போட்டார்கள்.

“இப்போது காம்பே போலாஸ்கோவில் நுழையும் வெள்ளையரின் ஒவ்வொரு கப்பலும் பர்ரா அரசருக்கு மரியாதை செலுத்தும் வகையில் பத்தொம்பதுமுறை துப்பாக்கியால் சுடும். அரசரின் ஆட்களே இப்போது அவர்களுக்கு அடிமைகளை விற்கிறார்கள். கடன்பட்டவர் களையும், குற்றவாளிகளையும், அரசருக்கெதிராகச் சதி செய்தார் களென்று குற்றம் சாட்டப் பட்டவர்களையும் வெள்ளையருக்கு விற்றுவிடுகிறார்கள். கிராமங்களிலிருந்து சிலரைத் திருட்டுத்தனமாகக் கொண்டு போவதை அரசர்கூடத் தடுக்க இயலாது. ஆகவே நாம் எச்சரிக்கையாக இருக்க வேண்டும்.”

“தவிர்க்க முடியாமலிருந்தால் தவிர ஒண்டியாக இருக்காதே! அத்தியாவசியமாக இருந்தால்மட்டுமே வெளியே போ! பகலானாலும், இரவானாலும் தனியாக இருக்ககும்போது முடிந்த வரையிலும் உயரமான புதர்களுக்குத் தூரமாக இருக்க வேண்டும்.”

அப்பா, வெள்ளையரிடமிருந்து எவ்வாறு தற்காத்துக் கொள்ள வேண்டுமென்று விவரமாகக் கூறினார்.

“வெள்ளயைன் அடிக்கடி துப்பாக்கியால் சுடுவான். குண்டு வீசுவான். எந்தக் கிராமத்தின் உயரே அதிகமாகப் புகை கிளம்பி வருமோ அங்கே வெள்ளைக்காரனுக்காக சமையல் நடக்கிறதென்று தெரிந்துகொள்! வெள்ளைக்காரன் செல்லும் திசையின் அடிச் சுவடுகளை நுணுக்கமாக ஆராய வேண்டும். அவன் நம்மைக் காட்டிலும் பலமாக அடியெடுத்து வைக்கிறான். அந்தக் கால் சுவடுகள் நம்முடையவை அல்ல என்று நீ சுலபமாகத் தெரிந்து கொள்ளலாம். அவன் செடி கொடிகளை வெட்டிக் கொண்டே போவான். அவன் சென்ற இடத்தில் வெள்ளையன் உடல் நாற்றம் மூக்கைத் துளைக்கும். அது நனைந்த கோழிக் கறியின் நாற்றம். அவன் புறப்பட்டதுமே பயம் எனும் அலைகளைப் பரப்புவான்

என்கிறார்கள். அவை உனக்கும் தெரியலாம். அப்படிப்பட்ட நிலைமையில் அமைதியாக இரு!"

"நம் இனத்தவரே அவனிடம் குற்றேவல் செய்கிறார்கள். அவர்கள் இனத் துரோகிகள். அவர்கள் தெரிந்தவர்களாக இருந்தால் தவிர அடையாளம் காணமுடியாது. ஆகவே காட்டிலே உனக்குத் தெரியாதது எதையும் நீ நம்பாதே!"

அடிமைகளாக அகப்பட்டுக் கொண்டவர்களை எப்படி எல்லாம் சித்திரவதைகள் செய்கிறார்கள் என்பதைத் தான் கண்டதை உமரோ மகன்களிடம் கூறினான். பயத்தால் குண்ட்டாவும், லாமினும் ஒருவரை யொருவர் பலமாக அணைத்துக்கொண்டார்கள். உமரோ இறுதியாக ஒரு விஷயம் சொன்னான்.

"என்றோ ஒரு நாள் நானும் உங்கள் அம்மாவும் உங்களுக்காக வெள்ளைச் சேவலை வெட்டுவதைவிட உங்களுக்கு இதையெல்லாம் சொல்லி வைப்பதே நல்லது."

"அதன் பொருள் என்னான்னு தெரியுமா உங்களுக்கு?" எனக் கேட்டான் உமரோ.

குண்ட்டா மெல்லத் தலை அசைத்து, "குடும்பத்திலே யாராவது காணாமப் போயிட்டா அப்படிச் செய்றாங்க அப்பா" என்றான்.

"ஆமாம் மகனே! வெள்ளைச் சேவல் குப்புற விழுந்து செத்தால் காணாமப் போனவங்க என்னிக்காவது ஒரு நாள் திரும்பி வருவாங்கன்னு நம்பிக்கையாவது இருக்கும். அதுக்குப் பதிலா அது வானம் பார்த்து செத்துப்போனா மனசே திடப்படுத்திக் கொள்ள வேண்டியதுதான்! அந்தக் குடும்பம் அல்லாவின் முன் முழங்காலிட்டு அழும்போது, கிராமம் பூராவுமே அந்தத் துயரத்தைப் பகிர்ந்து கொள்ளும்" என்று சொன்னான் உமரோ.

"அப்பா" - லாமின் குரல் அச்சத்தால் நடுங்கியது.

"பிடிச்சுப் போகிற அந்த ஆட்களைக் கப்பல்கள் எங்கே கொண்டுபோகும்?"

"ஜோஸ்சாங்கர் என்னுமிடத்துக்குக் கொண்டு போகும்னு பெரியவங்க சொல்றாங்க. அதாவது தொபாபோகூமி என்கிற மனித இறைச்சியைத் தின்னும் வெள்ளை அரசர்களுக்கு அடிமைங்களை விற்கிற இடமாகும் அது! அவங்க நம்மை சாப்பிடறாங்க. இதைவிட அதிகமாக ஒண்ணும் தெரியாது" என்று கூறினான் உமரோ.

தந்தை சொன்ன செய்திகளைக் கேட்டதால் லாமினுக்கு அந்த இரவு சரியாக உறக்கம் வரவில்லை. கெட்ட கனவுகளால் அடிக்கடி

எழுந்து உட்கார்ந்துகொண்டான். பலமுறை குண்ட்டாவையும் எழுப்பினான்.

மறுநாள் மாலை குண்ட்டா ஆடுகளைத் தொட்டிக்குள் ஓட்டிவிட்டு லாமினைத் தன் அருகிலேயே உட்கார வைத்துக் கொண்டான். வெள்ளையர்களின் பயத்தால் நடுங்கிக்கொண்டிருந்த அவனுக்குத் தைரியம் ஊட்டும் வகையில் தமது பெரியப்பாக்கள் பற்றியும், அவர்கள் செய்த வீரச் செயல்கள் பற்றியும் கதை கதையாகக் கூறினான்.

"நம்ம பெரியப்பாக்கள் கல்யாணம் செய்துக்கலே. ஏன் தெரியுமா? கல்யாணத்தைவிட பயணம்தான் அவங்களுக்கு ரொம்பப் பிடித்த மானது. அவங்க எவ்வளவு தூரம் பயணித்தாங்க தெரியுமா? மாதக் கணக்கா பகலெல்லாம் நடப்பாங்க. ராத்திரியிலே நட்சத்திரங்களுக்குக் கீழே படுத்து உறங்குவாங்க. எத்தனை நாள் நடந்தாலும் முடியாத பாலைவனங்களிலே சூரியன் நெருப்பையே பொழிவானாம். மழையே வராதாம்."

"அடர்த்தியான காடுகளிலெல்லாம் நம்ம பெரியப்பாக்கள் திரிஞ் சாங்களாம். அங்கெல்லாம் பகல்லெயும் கும்மிருட்டா இருக்கும். அங்கே உன்னளவே இருக்கும் குட்டை மனிதர்களைப் பார்த்தாங்க. அவங்க உடம்பிலே துணி இருக்காது. அவங்க பெரிய பெரிய யானைகளையும் விஷம் பூசிய அம்புகளால் கொன்னுடுவாங்களாம்."

இப்படிப்பட்ட எத்தனையோ கதைகளைத் தம்பிக்குச் சொல்லி வேடிக்கை காட்டினான். ஒவ்வோர் இரவும் சொந்தமாகக் கற்பனைக் கதைகளை ஜோடித்து குண்ட்டா சுவைபடக் கூறி தம்பியை உறங்க வைப்பான்.

ஒருநாள் திடீரெனத் தொடர் முரசொலியின் வழியாகக் குண்ட்டாவின் பெரியப்பாக்களின் பெயர்கள் கேட்டன. எல்லாரும் பிற்பகல் சாப்பிட்டுவிட்டுத் தம்முடைய குடிசைகள் முன் இளைப்பாறிக் கொண்டிருந்தார்கள். சிலர் 'குரங்குகள் மர' நிழலில் உட்கார்ந்திருந்தார்கள். குண்ட்டாவும், லாமினும் முரசொலியைக் கூர்ந்து கேட்டார்கள். உமரோவின் சகோதரர்களான ஜானியும், சலாமும் அனுப்பி வைத்த செய்தியை முரசுக்காரன் சொன்னான்.

"ஜப்பூருக்குக் கிழக்குத் திசையில் ஐந்து நாள் பயணத் தொலைவில் ஜானியும், சலாமும் கட்டிய புதிய கிராமத்தின் துவக்க விழாவிற்கு அவர்களின் சகோதரன் உமரோ வந்து ஆசி வழங்க வேண்டும்..."

குண்ட்டா நேராக முரசறையும் ஜலீபா குடிசைக்கு ஓடினான். அப்போதைக்கே கிராமத்தில் சிலர் அங்கே குழுமியிருந்தார்கள். சில விநாடிகளில் உமரோவும் பிண்ட்டாவும் அங்கே வந்துவிட்டார்கள்.

உமரோ ஜலீபாவுடன் ஓரிரு வார்த்தைகள் பேசினான். ஜலீபாவுக்கு ஒரு சிறு பரிசும் தந்தான். ஜலீபாவின் விரல்கள் முரசின்மேல் நாட்டிய மாடின. முரசொலியின் வழியாக உமரோவின் பதில் ஒலி பரப்பியாயிற்று. "அல்லாவின் கிருபை இருந்தால் உமரோ தவறாமல் துவக்க விழாவிற்கு வந்து சேருவேன்." கிராமவாசிகள் அனைவரும் உமரோவை மனமுவந்து வாழ்த்தினார்கள்.

குண்ட்டா தந்தையுடன் பெரியப்பாக்களின் புதிய ஊருக்குச் செல்லத் துடித்தான். மகனின் விருப்பத்தை உமரோ புரிந்து கொண்டான். அவன் மகனின் விருப்பத்தை அழிக்க விரும்பவில்லை.

குண்ட்டா தந்தையுடன் ஐந்து நாட்கள் காட்டிலே பயணம் செய்தான். வழியில் ஏற்பட்ட துன்பங்களையெல்லாம் பொறுமையாக ஏற்றுக்கொண்டான். வழியில் எத்தனையோ கிராமங்களைப் பார்த்தான். புதிய மனிதர்களைச் சந்தித்தான். புதிய மொழிகளைக் கேட்டான். பெரியப்பாக்கள் கட்டிய புதிய கிராமத்தை அடைந்தான். அங்கே சிறப்பாக நடைபெற்ற திருவிழாவைக் கண்டுகளித்தான். மீண்டும் ஊர் திரும்பினான். அப்போதைக்கே பிண்ட்டா பிரசவித்திருந்தாள். மறுபடியும் மகனே பிறந்தான். பெயர் சுவாடு. இந்த விஷயமே நினைவு வராததற்கு குண்ட்டா தன்னைத் தானே நொந்து கொண்டான்.

மீண்டும் வழக்கம்போல் நாட்கள் உருண்டோடின. காலையில் பள்ளி... பள்ளிவிட்ட பிறகு ஆடுகளை மேய்ப்பது...

குண்ட்டாவுக்கு இப்போது பத்து வயது. அவன் வயது ஒத்த சிறுவர்களுக்கெல்லாம் மாணவப் பருவம் முடிவடையும் நாள் நெருங்கியது. இந்த ஐந்தாண்டுகளும் மவுல்வி காலையும், மாலையும் அவர்களுக்கு அரபி மொழியும், கணக்கும், குரானும் கற்றுத் தந்தார்.

இரண்டாம் பருவ மாணவர்களின் கல்வி நிறைவுவிழா நடைபெறும் நாள் வந்துவிட்டது. பள்ளி முழுவதும் சிறுவர்களுடனும், பெரியவர்களுடன் கலகலப்பாக இருந்தது. குண்ட்டாவும், அவனது சகமாணவர்களும், அவர்களின் பெற்றோர்களும் முதல் வரிசையில் அமர்ந்திருந்தனர். மாணவர்கள் மவுல்வியாரின் முன் உட்கார்ந்தனர். இமாம் கடவுள் வழிபாட்டை வாசித்தார். மவுல்வியார் எழுந்து நின்று தன் மாணவர்களைப் பார்த்தார். எங்களை முதலில் கேள்வி கேளுங்கள் என்பதைப்போல் அனைவரும் அவரின்முன் கைகளை நீட்டினார்கள். மவுல்வியார் முதலில் குண்ட்டாவைப் பார்த்தார்.

"குண்ட்டா கிண்ட்டே உன் முன்னோர்கள் என்ன தொழில் செய்தார்கள்?"

“நூறு வருடங்களுக்கு முன்பு மாலி நாட்டில் ஆண்கள் கருமான் வேலை செய்தார்கள்; பெண்கள் மண்பாண்டங்களையும், ஆடைகளை யும் தயார் செய்தார்கள்” எனக் குண்ட்டா தடுமாறாமல் பதிலளித்தான்.

சிறுவர்கள் எல்லாரும் ஆசிரியரின் கேள்விக்குச் சரியான பதில் களைச் சொல்வதைக் கேட்டுப் பெற்றோர்கள் மிகவும் மகிழ்ந்தனர்.

பிறகு மவுல்வியார் ஒரு கணக்கு சொன்னார்:

“ஒரு வானரத்துக்கு ஏழு பெண்டாட்டிகள். ஒவ்வொருத்திக்கும் ஏழு குட்டிகள், ஒவ்வொரு குட்டியும் ஏழு வேர்க்கடலைகள் வீதம் ஏழு நாள் தின்னவேண்டுமானால், அந்த வானரம் யாரோ ஒருவர் நிலத்திலிருந்து எத்தனை வேர்கடலைகளைத் திருட வேண்டும்?”

மாணவர்கள் அனைவரும் சிலேட்டும், குச்சியும் எடுத்துக் கொண்டு பெருக்கலுடன் குஸ்தி பிடித்தார்கள். எல்லாருக்கும் முன்னதாக சிடாஃபா ஸில்லா எழுந்து சரியான விடை கூறிவிட்டான். மக்களெல்லாம் கர ஒலி செய்தார்கள்.

பிறகு மாணவர்கள் தம்முடைய பெயர்களைப் பலகைகளில் அரபி மொழியில் எழுதினார்கள். மவுல்வியார் பெற்றோர்களுக்குப் பலகை களை உயரே பிடித்துக் காட்டினார். ஒவ்வொரு மாணவனையும் பெயர் சொல்லி அழைத்து எழுந்து நிற்குமாறு உத்தரவிட்டார். கடைசியில் குண்ட்டாவைக் கூப்பிட்டார்.

“குண்ட்டா கிண்ட்டே!”

அனைவரது பார்வையும் அவன்மேல் குத்திட்டு நின்றது. குண்ட்டா எழுந்து நின்று ‘குரான்’ கடைசிப் பக்கத்திலுள்ள செய்யுளைப் பலமாகப் படித்தான். படித்து முடித்த பிறகு புனித நூலை நெற்றியால் தொட்டு ஆமென் என்றான்.

மவுல்வியார் ஒவ்வொரு மாணவனுடனும் கைகுலுக்கி அவர் களுடைய கல்வி முடிவடைந்ததாக அறிவித்தார். அந்தச் சிறுவர் களெல்லாரும் இரண்டாம் பருவத்திலிருந்து மூன்றாம் பருவத்தில் அடியெடுத்து வைத்தார்கள். அங்கே குழுமியிருந்த பெரியவர்கள் மகிழ்ச்சி ஆரவாரம் செய்தார்கள். பிண்ட்டாவும், மற்றத் தாய்மார் களும் தத்தமது வீடுகளில் சமைத்துக் கிண்ணங்களிலும், சுரைக்காய் பூசணிக்காய்க் குடுவைகளிலும் கொண்டு வந்திருந்த உணவு வகைகளை அனைவருக்கும் பரிமாறினார்கள். கல்வி நிறைவு விழா விருந்துண்ணலுடன் முடிவடைந்தது.

மறுநாள் காலை குண்ட்டா ஆடுகளை மேய்க்க ஓட்டிச் செல்லும் போது அப்பா இரண்டு ஆடுகளை குண்ட்டாவிடம் ஒப்படைத்து, “இவை ரெண்டும் இனி உனக்கே! நீ கல்வியெ முடித்ததுக்கு

என்னோட பரிசு" என்று சொல்லிவிட்டு அங்கிருந்து வேகமாகச் சென்றுவிட்டார். குண்ட்டா நன்றி கூறுவதற்குள் அவர் அங்கிருந்து போய்விட்டார். பரிசாகக் கிடைத்த அந்த இரண்டு ஆடுகளும் துள்ளிக் குதித்து ஓடுவதைக் கண்ட குண்ட்டா ஆனந்தமாக அவற்றின் பின்னால் ஓடினான்.

மாதப் பிறப்புக்கு முன்பே பிண்ட்டாவும், உமரோவும் மூன்றாம் ஆட்டை மவுல்வியாருக்குக் காணிக்கையாகச் செலுத்தினார்கள். இப்போதையதைவிட செல்வ நிலையில் இருந்திருந்தால் பசு மாட்டையே தந்திருப்பார்கள். இவர்களைக் காட்டிலும் மோசமான நிலையில் இருந்தவர்கள் ஒரு மாத காலம் ஆசிரியருக்காக உழைத்துத் தமது நன்றிக் கடனைச் செலுத்திக் கொண்டார்கள்.

9

நாட்களும் மாதங்களும் கடந்துவிட்டன. குண்ட்டாவுக்கு மேலும் ஒரு வயதாகிவிட்டது. லாமின் இரண்டாம் பருவத்தை அடைந்தான். குண்ட்டா தம்பிக்கு ஆடுகளை மேய்ப்பதில் நுணுக்கங்களைக் கற்றுத் தந்தான். பொங்கல் பண்டிகை நெருங்கிக் கொண்டிருந்தது. அத்துடன் ஆண்மகன்களுக்கான பயிற்சிக்கு மூத்த சிறுவர்களைக் கூட்டிப் போகும் நாளும் நெருங்கிக்கொண்டிருந்தது. குண்ட்டாவுக்கும், அவனையொத்த சிறுவர்களுக்கும் ஆவலுமில்லை ஆனந்தமுமில்லை. அந்தப் பயிற்சியைப் பற்றிப் பெரியவர்களின் பேச்சுகள் அவர்களின் காதுகளிலே விழுந்து கொண்டுதான் இருக்கின்றன. பயிற்சியளிக்கும் இடத்தைப் பழுது பார்க்கும் வேலை முடிந்துவிட்டதாம்! கிராமப் பஞ்சாயத்து யாரைக் 'கிண்ட்டாங்கோ' வாகத் தேர்ந்தெடுக்குமோ, இன்னும் தெரியவில்லையாம்! (பயிற்சி அளிக்கும் ஆசானை 'கிண்ட்டாங்கோ' என்பர்) மூத்த சிறுவர்கள் தமக்குள் குசுகுசுத்துக் கொண்டிருந்தனர். தாய்மார்கள் ஒன்றும் தெரியாதவர்கள்போல் தமது பிள்ளைகளின் தலைமுதல் தோல்வரை அளவுகள் எடுத்துக்கொண்டிருந்தனர். அச்சிறுவர்கள் அதைப் புரிந்து கொள்ளாமல் போகவில்லை. மறுநாள் அவர்கள் அனைவரும் ஓரிடத்தில் கூடிப் பேசிக்கொண்டனர்.

அறுவடை முடிந்துவிட்டது. பண்டிகை துவங்கிற்று. முன்னைப் போல் அந்த விழாக்களும், விளையாட்டுகளும், நாட்டியங்களும், விருந்துகளும் இம்முறை குண்ட்டாவைச் சற்றும் கவரவில்லை. பண்டிகை ஆரவாரம் விண்ணை முட்டிக் கொண்டிருந்தபோது அவனுக்குத் துயரம் மிகுந்து கொண்டிருந்தது. பண்டிகையின் கடைசி இரு நாட்கள் குண்ட்டா ஆற்றங்கரையில் தனியாக உட்கார்ந்து ஆற்று நீரில் கல்லெறிந்து கொண்டிருந்தான்.

பண்டிகை முடியும் முந்தைய நாள் இரவு குண்ட்டா மவுனமாகச் சாப்பிட்டுக் கொண்டிருந்தான். அப்பா சந்தடியின்றித் தனக்குப் பின்னால் வருவதை அவன் கவனித்தான். அவர் வெள்ளைப் பொருள் ஒன்றைக் கையிலே வைத்திருந்தார். அவன் பின்னால்

திரும்பிப் பார்ப்பதற்கு முன்பே தலை முதல் தோள்வரை வெள்ளை முக்காடு இறுக்கிக் கொண்டுவிட்டது. அவன்அச்சத்தால் விறைத்துக் கொண்டான். அப்பா அவனை எழுப்பிக் கொண்டு போய் முக்காலியில் உட்கார வைத்தார். கொஞ்சம் அசைந்தாலும் முக்காலியிலிருந்து கீழே விழுந்துவிடுவான் போலிருந்தது. குண்ட்டா புத்திசாலிபோல் அசையாமல் உட்கார்ந்துவிட்டான்.

வீட்டிற்குள் எல்லாம் நிசப்தமாக இருந்தது. ஏதாவது சந்தடி யானால் கேட்கலாமென்றிருந்தான். அம்மா நடமாடுவது போலிருந்தது. ஆனால் சரியாகத் தெரியவில்லை. லாமின் எங்கே? சுவாடு எங்கே? முக்காட்டை அகற்றிவிட்டால் தன் முக பாவங்களை மற்ற வர்கள் தெரிந்து கொள்வார்கள். அதனால் முக்காடு அப்படியே இருந்தாலே நல்லதாகத் தோன்றியது. குண்ட்டாவுக்கு.

சிறுவர்களை ஆண் வீரர்களாகப் பயிற்றுவிக்கும் பயிற்சி யிலிருந்து தப்பித்துக்கொண்டால் - ஓடிப் போனால்-அவர்களுக்கேற்படும் நிலை பற்றியும் அவன் கேள்விப்பட்டிருந்தான். அப்படிப்பட்டவர்களைக் கடைசிவரை சிறுவர்களாகவே கருதுவர். அவர்களைக் கண்டதும் ஊர் மக்கள் முகத்தைத் திருப்பிக்கொள்வர். அவர்களுக்கு யாரும் பெண்ணையும் தரமாட்டார்கள். ஊரை விட்டு நிரந்தரமாக வெளியேற்றி விட்டாலும் அவர்களைக் குறித்துத் தாய் தந்தையரோ, சகோதர சகோதரிகளோ யாருமே கவலைப்பட மாட்டார்கள். ஊரிலுள்ளவர்கள் எல்லாரும் காறித் துப்பியதால் ஊரை விட்டோடும் சொறி நாயாகத் தன்னைக் கற்பனை செய்துகொண்டான் குண்ட்டா. அந்தக் கற்பனையையே அவனால் சகிக்க முடியவில்லை.

சற்று நேரம் கழிந்த பின்னர் முரசொலிகளும், நடனமாடுபவர் களின் கூக்குரல்களும் குழப்பமாகக் கேட்டன. அதிக நேரம் கடந்து விட்டது. இரவு எந்தச் சாமம் நடக்கிறதோ தெரியவில்லை. அதற்குள் இமாம் ஓங்கிய குரலில் ஓதும் தொழுகை கேட்டது. அதன் பொருள் பாதி ராத்திரிக்கு இன்னும் இரண்டு சாமங்கள் இருக்கின்றன. வாத்திய இசை நின்றுவிட்டது. அதாவது ஊர்க்காரர்கள் ஆடல் பாடலை முடித்துக்கொண்டு பள்ளி வாசலுக்கு நடந்து கொண்டிருக்கின்றனர் என்பதைப் புரிந்து கொண்டான்.

தொழுகை முடிகிறவரை குண்ட்டா அப்படியே உட்கார்ந்திருந் தான். மறுபடியும் வாத்திய இசை ஆரம்பமாகவில்லை. காதுகளைத் தீட்டிக்கொண்டு கேட்க முயற்சித்தான். ஊகூம்... ஒன்றுமே கேட்க வில்லை. செவிப்பறைகளுக்கு நிசப்தம்தான் படுகிறது. கடைசியாக உறக்கம் பிடித்தது. சில விநாடிகளிலேயே விழித்துக் கொண்டான். எங்குமே அரவமில்லை. தலைக்கு அணிவித்த முக்காட்டினால் நிலா இல்லா இரவைவிடக் கும்மிருட்டாக இருக்கிறது. எந்த

வினாடியும் தபலா ஒலிக்குமென எதிர்பார்த்தான். ஆனால் அது ஒலிக்கவே இல்லை. குண்ட்டா பற்களை நற நறவெனக் கடித்தான். இன்னும் கொஞ்ச நேரம் எதிர்பார்த்தான். நிசப்தம் கோலோச்சிக் கொண்டிருந்தது. எப்போது தூங்கிவிட்டானோ அவனுக்கே தெரியாது. திடீரென்று தபலாவின் சத்தம் கேட்டு அவனுடைய சர்வாங்கமும் விழித்துக்கொண்டது.

கண்களை மறைத்திருந்தாலும், செவிகளில் கேட்கும் ஒலிகளினால் பொழுது புலர்ந்துவிட்டதை அவன் உணர்ந்து கொண்டான். காகங்களின் கரைதலும் காவல் நாய்களின் குரைத்தலும் இமாமின் தொழுகைக் குரலும், பெண்களின் உலக்கைச் சத்தமும் - எல்லாமே காட்சிகளாய்க் கேட்டுக்கொண்டிருந்தன. வீட்டிற்குள் சத்தம் வந்தது. அம்மா உள்ளே வந்தாள். அது அம்மா நடமாடும் சத்தமென்பது புரிகிறது. ஆனால் அவனால் பார்க்க முடியாது.

வெளியே கித்தார்கள் இசைத்தன. பெரும் ஒலி எழுப்பிக்கொண்டு மனிதர்கள் நடந்து கொண்டிருக்கின்றனர். சத்தம் பெரிதாயிற்று. அதோடு மத்தளங்கள் சேர்ந்துகொண்டன. அவற்றின் ஓசை உலுக்கி எடுத்துக்கொண்டிருந்தது. குண்ட்டாவுக்கு இதயத்துடிப்பே நின்று விடும் போலிருந்தது. திடீரென்று யாரோ அவனை முக்காலி-யிலிருந்து பற்றி எடுத்துக் குடிசைக்கு வெளியே வீசி எறிந்துவிட்டனர். அங்கே காதுகள் செவிடுபடும்படியான பேரிரைச்சல் மக்களின் கர்ண கடூரமான கத்தல்கள்!

குண்ட்டாவின் கைகள் படபடத்தன. கால்கள் உதைத்துக் கொண்டன. அவன் தப்பித்து ஓடிப்போக நினைத்தான். அதற்குள் யாருடையதோ ஒரு பலமான கை அவன்மீது விழுந்தது. தன் கையைப் பிடித்து நடத்திச் செல்லும் அடிமையை அப்பா ஏற்பாடு செய்துள்ளார், பயிற்சி மையத்தில் அவனை விட்டுவிடுவது அந்த அடிமையின் வேலை!

ஒவ்வொரு குடிசையிலிருந்தும் பையன்களை வெளியே இழுத்து வரும்போதெல்லாம் மக்களின் ஆரவாரமும், மத்தளங்களின் பேரிரைச்சலும் விண்ணைத் தொட்டன. அப்பா ஏற்பாடு செய்திருந்த அடிமை குண்ட்டாவை அழைத்துப் போய்க்கொண்டிருந்தபோது "நாலே மாதங்கள்", "ஆண் வீரனாகத் திரும்பி வருவீர்கள்" என்றெல்லாம் கத்துவதை அவனால் கேட்க முடிந்தது. எல்லாரையும் தாண்டிக்கொண்டு அம்மாவையும், அப்பாவையும், லாமினையும், ஊளை மூக்குச் சின்னத்தம்பி சுவாடோவையும் தொட வேண்டுமென அவன் உள்ளம் விரும்பியது.

குண்ட்டா வரிசையில் சேர்ந்து நடந்தான். அனைவரும் ஊருக்கு வெளியே வந்துவிட்டனர். மக்கள் கூக்குரல்கள் நின்று விட்டன. குண்ட்டா வின் கண்களில் கண்ணீர் பெருகி கன்னங்களில் வழிந்தோடியது. அவன் கண்களை இறுக்கமாக மூடிக்கொண்டான்.

10

மூக்காடிட்ட முகங்களுடன் மொத்தம் இருபத்திமூன்று பையன்கள் அடிமைகளின் உதவியுடன் வரிசையாக நடந்து கொண்டிருந்தனர். கிராமத்திற்கு வெகு அருகில் அப்போதே வெட்டியமூங்கில் காட்டுப் பக்கம் செல்வதை அறிந்துகொண்டான் குண்ட்டா. ஏனெனில் சமீபத்தில் வெட்டிய மூங்கில் காட்டின் நறுமணம் மூக்கைத் துளைத்தது. எல்லாரும் வேலிவரை வந்தார்கள். திடீரென்று மத்தளங்களின் ஓசை நின்றுவிட்டது.அவர்கள் அனைவரும் ஆடாமல் அசையாமல் நின்றுகொண்டார்கள். தாம் அப்பொழுது எங்கே இருக்கிறோமோ, என்ன நேருமோ என்று தெரிந்துகொள்ள குண்ட்டா காதுகளைத் தீட்டிக் கொண்டு கேட்க முயன்றான். ஆனால் கிளிகளின் அரவமும், குரங்குகளின் சத்தமும் தவிர வேறெதுவுமே கேட்கவில்லை.

எதிர்பாரா விதமாகக் குண்ட்டாவின் முகமூடி கழட்டப் பட்டுவிட்டது. கண் கூசும் நட்ட நடுப்பகல் வெயிலில் அவன் கண்கள் கூசின. தன் தோழர்களைப் பார்க்கப் பயந்து, அவர்கள் பக்கம் பார்வை செலுத்தவில்லை. எதிரிலே ஸில்லாபாடிப்பா பயங்கரமாக நின்றிருந்தார். வயது முதிர்ந்து, சுருக்கங்கள் விழுந்த அந்த கிராமத் தலைவர் அவர்களெல்லாருக்கும் நன்றாகவே தெரியும். ஆனால் அவரோ அந்தப் பையன்களை இப்போதுதான் முதன் முதலாகப் பார்ப்பதைப்போல் பார்த்துக் கொண்டிருந்தார். அவர்தான் தம்முடைய ஆசான் என்பது அவனுக்குப் புரிந்தது. அவருக்கு இருபுறமும் வலிமை படைத்த இரு வாலிபர்கள் நின்றிருந்தார்கள். அவர்களில் ஒருவன், ‘அலீஸிஸே‘; மற்றொருவன் ‘ஸோரூரோ’; இரண்டாமவன் குண்ட்டாவின் தந்தையின் நண்பன்.

சம்பிரதாய முறையிலே பரஸ்பரம் வணக்கம் சொல்லிக் கொண்ட பிறகு, குண்ட்டா தலையைத் திருப்பாமலே நாற்புறமும் பார்வையை ஓட விட்டான். உயரமான மூங்கில் வேலிக்குள்ளே சிறியசிறிய மண்சுவர்களைக்கொண்ட குடிசைகள் பல நட்சத்திரங்களைப் போல் பரவியிருந்தன. அந்தக் குடிசைகள் சமீபத்தில்தான் பழுதுபார்க்கப்

பட்டிருந்தன. அவற்றைக் கவனித்துக் கொண்டிருந்த மறு விநாடி திடீரென்று பேராசானின் குரல் பெரிதாக ஒலித்தது.

“நீங்களெல்லாம் பையன்களாக ஜப்பூர் கிராமத்தை விட்டு வந்தீங்க. நீங்களெல்லாம் ஆண் வீரர்களாக மாற வேண்டுமானால் உங்க பயங்களை விட்டொழிக்கணும். பயந்தாங்கொள்ளியான மனுஷன் பலவீனமானவன். பலவீனமான மனுஷன் தன்னோட குடும்பத்துக்கும், கிராமத்துக்கும், இனத்துக்கும் மிகப்பெரிய அபாயகரமானவன்.”

அவர்களைப்போன்ற கையாலாகாதவர்களை இதுவரை எப்போதுமே பார்த்திராதவரைப்போல ஸில்லாபாடிப்பா அவர்களைக் கடுகடுப்புடன் பார்த்து, முகத்தைத் திருப்பிக்கொண்டு அங்கிருந்து சென்றுவிட்டார். பேராசான் சென்றதும் சிறிய ஆசான்கள் பிரம்புகளை வீசியபடியே பையன்களைக் கண்மூடித் தனமாகத் தாக்கத் தொடங்கினர். அவர்களின் தோள்கள்மீதும், முதுகுகள்மீதும் பிரம்பால் அடித்துக்கொண்டே ஆடுகளைத் தொட்டிக்குள் விரட்டுவதைப்போல் பையன்களை மண் குடிசைகளுக்குள் விரட்டி அடைத்தனர்.

குண்ட்டாவும், அவனுடன் இன்னும் நான்கு பேரும் ஒரு குடிசைக்குள் வந்து விழுந்தனர். அச்சத்தால் அவர்களுக்குப் பிரம்படி களின் வலி தெரியவில்லை. வெட்கத்தால் அவர்களால் ஒருவரையொரு வர் கண்ணெடுத்துப் பார்க்க முடியவில்லை. சற்று நேரத்திற்குப் பிறகு குண்ட்டா தன் தோழர்களைக் கண்ணெடுத்துப் பார்த்தான். குறைந்தது சிடாஃபாவாவது தென்படுகிறானா என்று கவனித்தான். ஆனால் ஏமாற்றம்தான் மிஞ்சியது.

வயிற்றில் பசி பிடுங்கிக்கொண்டிருந்தது. அனேகமாகச் சாப்பாடு கூடத் தரமாட்டார்கள்போலும் என்று குண்ட்டா நினைத்துக்கொண் டான். அந்தி சாய்ந்ததுமே சின்ன ஆசான்கள் இருவரும் குடிசையில் நுழைந்து எல்லாரையும் பிரம்பால் அடித்துக்கொண்டே “புறப்படுங்க.. புறப்படுங்க” என்று அவசரப் படுத்தினார்கள். பயத்துடன் பையன்கள் அனைவரும் வெளியே முண்டியடித்துக்கொண்டு ஓடி வந்தனர். வெளியே இருள் பரவிக் கொண்டிருந்தது. சின்ன ஆசான்கள் பையன்கள்மேல் எரிந்து விழுந்து கொண்டிருந்ததைப் பார்த்து எல்லாக் குடிசைகளிலிருந்தும் பையன்கள் எல்லாரும் அங்கே திரண்டனர். பிரம்புகள் மேலே உயர்ந்தன. ஆசான்களின் கரகரத்த குரல்களிலிருந்து ஆணைகள் பிறந்தன. பையன்கள் ஒருவர் கையை ஒருவர் பிடித்துக் கொண்டு அவசரம் அவசரமாக வரிசையாக நின்றனர். பேராசான் அவர்களைப் பார்வையாலேயே விழுங்கிக்கொண்டே அவர்கள் அன்றிரவு

அருகிலுள்ள காட்டுக்குள் வெகு தூரம் சென்று வர வேண்டுமென உத்தரவிட்டார்.

உடனே நீண்ட வரிசையிலிருந்த பையன்கள் சுக்கு நூறாகச் சிதறிக் காட்டை நோக்கிச் சென்றனர். பிரம்புகள் ஓய்வின்றி முதுகுகளைப் பதம் பார்த்துக்கொண்டிருந்தன. யாரோ ஒரு பையனை சின்ன ஆசான் அடித்தான். பாவம், அவன் 'ஓ' வென்று கதறி அழவாரம்பித்து விட்டான். "யார்ரா அவன்?" என்று கத்தியவாறே சின்ன ஆசான்கள் இருவரும் அவனைக் கண்மண் பாராமல் பிரம்புகளால் துவைத் தெடுத்தனர். இதன் பிறகு எல்லாரும் மவுனமாகி விட்டனர்.

வயிறுகளெல்லாம் காலியாகக் கிடந்தன. கால்களில் பொறுக்க முடியாத வலி. பசியால் தலை சுற்றிக்கொண்டிருந்தது. ஒரு சிறிய காட்டாறு எதிர்ப்பட்டதும் "நில்லுங்க" என்ற கர்ஜனை கேட்டது. பையன்கள் உடனே முழங்கால் தாளிட்டு இரு கைகளாலும் தண்ணீரை அள்ளிப் பருகினர். வயிறு நிறையத் தண்ணீர் குடிக்காதீர்களென்று சின்ன ஆசான்கள் கத்தினர். தலை மேலிருந்த மூட்டைகளை இறக்கி அவற்றிலிருந்து சில உலர்ந்த இறைச்சித் துண்டுகளைத் தலைக்குக் கொஞ்சமாகப் பகிர்ந்தளித்தனர். இறைச்சித் துண்டை நாய் ஆத்திரமாகக் குதறித் தின்பதைப்போல் பையன்கள் அவற்றை ஆத்திரத்துடன் மென்று தின்றனர்.

பையன்களின் பாதங்களில் கொப்புளங்களாயின. குண்ட்டா வுக்குக் கால்களிலெல்லாம் கடுமையான எரிச்சல். காட்டாற்றுக் கரையிலே உட்கார்ந்திருந்த பையன்கள் தமது கால்களைக் காட்டாற்றின் சில்லிட்ட நீரில் நனைத்துக்கொண்டு இளைப்பாறலாம் என நினைக்கும்போதே சின்ன ஆசான்கள் அங்கிருந்து உடனே புறப்பட ஆணையிட்டனர். குண்ட்டாவின் தலையும், கால்களும் விறைத்துப்போயின. விடிவதற்கு முன் பையன்களெல்லாரும் விழுந் தடித்துக் கொண்டு குடிசைகளுக்குள் வந்து விழுந்தனர். குண்ட்டாவும் சாவதற்குத் தயாராக இருப்பவனைப்போல், கட்டாந்தரையில் படுத்துத் தன்னை மறந்து உறங்கினான்.

அதற்குப் பிறகு ஆறு நாட்கள் ஒவ்வோர் இரவும் காட்டுக்குள் அவர்களை நடக்க வைத்தனர். ஒவ்வொரு நாளும் தூரத்தை அதிகப்படுத்திக்கொண்டே சென்றனர். புண்ணாகிவிட்ட கால்களுடன் குண்ட்டா சொல்லொணா வேதனையை அனுபவித்தான். நான்கு நாட்கள் கடந்துவிட்ட பிறகு நடப்பது பழக்கமாகி அதிக வலி தெரிய வில்லை. ஆறாம் நாள் குண்ட்டாவும் அவனது சகாக்களும் கும்மி ருட்டிலும்கூட ஒருவர் கைகளை ஒருவர் பிடித்துக் கொள்ளாமலேயே காட்டின் உள்ளேயிருந்து நேராகப் பயிற்சி முகாமுக்கு வந்துவிட்டனர்.

ஏழாம் நாளிரவு 'கிண்ட்டாங்கோ' சுயமாகச் சீடர்களுக்குப் பாடம் நடத்தினார். காட்டிலே திரியும் மனிதர்களுக்கு வானத்து விண்மீன்கள் எவ்வாறு வழி காட்டுமென விவரித்தார். வேட்டையிலுள்ள உபாயங்களைக் கற்றுத் தந்தார். பறவைகளின் ஒலிகளையும், மிருகங்களின் கத்தல்களையும் மனிதர்கள் எவ்வாறு எழுப்ப இயலுமென்பதை விளக்கினார்.

காட்டில் மிருகங்களும் கண்டுகொள்ள முடியாத அளவுக்கு அவர்கள் நடக்கக் கற்றுக்கொண்டனர். வேட்டையும் ஒரு கலையாகும். அதைக் கற்றுத் தரும் சிறந்த ஆசிரியர்கள் மிருகங்களே என்று கிண்டாங்கோ அவர்களுக்குச் சொன்னார்.

பையன்கள் அனைவரும் காட்டில் ஓரிடத்தில் கூடிப் பறவைகளின் ஒலிகளைக் கற்றுக்கொண்டிருந்தனர். திடீரென்று பெரிய மூக்கும், பெருத்த உடலும் கொண்ட பறவையொன்று பயங்கரமாகக் கத்திக்கொண்டே ஒரு புதர்ப் பக்கத்தில் வந்து உட்கார்ந்தது. அந்தப் பறவையின் ஒலியெழுப்பிய பையனுக்கு முதலில் சிந்தித்துப் பின்னர் காரியமாற்றும் பழக்கம் கிடையாது. அப்போதே அங்கு எங்கிருந்தோ பேராசான் வந்தார். அவர் "அந்தப் பறவையை உயிரோடு பிடித்து வா" என்று அந்தப் பையனுக்கு ஆணையிட்டார். பையன்களெல்லாருமே அவனையே வெறித்துப் பார்த்துக் கொண்டிருந்தனர். அவன் நிசப்தமாகப் புதர் பக்கத்தில் சென்றான். அப்போதும் அந்தப் பறவை தன் மூக்கை அப்படியும் இப்படியும் அசைத்து அப்படியே உட்கார்ந்திருந்தது. பையன் திடீரென்று அதன்மேல் பாய்ந்து அதை அப்படியே அள்ளிப் பிடித்துக் கொண்டான். பறவை உடனே இறக்கைகளைப் படபடவென அடித்துக்கொண்டு, அவன் பிடியிலிருந்து தப்பித்துக்கொண்டு வானத்தில் பறந்துவிட்டது. பையன் அதன் பின்னாலேயே ஓடத் தொடங்கினான். சற்று நேரத்தில் இருவரும் கண் பார்வையிலிருந்து மறைந்துவிட்டனர்.

குண்ட்டாவும், இதர பையன்களும் அதிர்ச்சியடைந்தனர். அதன் பின்னர் மூன்று இரவுகளும், இரண்டு பகல்களும் அவனைப்பற்றிய தகவலே இல்லை. நான்காம் நாள் காலை பையன்கள் தூக்கத்திலிருந்து எழுந்தபோது முகாமின் காவற்காரன் யாரோ வருவதாக சைகை காட்டினான். அவர்களின் சகா திரும்பி வந்தான். தமது சொந்தச் சகோதரன் திரும்பி வந்ததைப் போல் பையன்களெல்லாரும் ஓடிச்சென்று அவனைச் சூழ்ந்துகொண்டனர். அவன் உடம்பெல்லாம் காயங்களுடன், சேறும் சகதியுமாக, வெகுவாகக் களைத்துப்போய் வந்திருந்தான். இவர்களைப் பார்த்துப் பரிதாபமாகப் புன்முறுவல் பூத்தான். காட்டுத் திராட்சைக் கொடியைக் கொண்டு கால்களும், இறக்கைகளும், மூக்கும் இறுக்கிக் கட்டிய

அந்த பறவையை அவன் இரு கைகளிலும் வைத்திருந்தான். அதுவும் குற்றுயிரும், குலையுயிருமாய்க் கிடந்தது.

கிண்ட்டாங்கோ வெளியில் வந்து கூறினார்: "இந்த அனுபவம் இரண்டு விஷயங்களைக் கற்றுத் தந்தது. ஒண்ணு சொன்ன வேலை செய்வது; இரண்டு வாய்மூடி இருப்பது; இந்த ரெண்டுமே ஆண்களுக்கான லட்சணங்கள்."

அந்தப் பையன் குறித்தே அவர் இவ்வாறு சொல்ல நேர்ந்தாலும், இது எல்லாருக்குமே பொருந்தக்கூடிய தென்பதை அனைவருமே அறிவர். அவன்மீது பேராசானின் மகிழ்ச்சிப் பார்வை விழுந்ததை மற்றப் பையன்கள் கவனிக்காமலில்லை.

அந்தப் பெரிய பறவையை உடனே தீயிலிட்டுச் சுட்டனர். எல்லாரும் ஒன்றாக அதைச் சாப்பிட்டனர். அதைப் பிடித்து வந்த பையன் மட்டும் உடனே களைப்பினால் தூங்கப் போய்விட்டான். அன்றைய பகல் பொழுதும், இரவும் தொடர்ந்து உறங்குவதற்கு அவனுக்கு அனுமதி வழங்கப்பட்டது.

பயிற்சிக் காலத்தில் ஒரு மாதம் முடிந்துவிட்டது. அவர்கள் கிராமத்தில் சுலபமாகத் தின்று திரிந்ததைப்போல் காட்டிலேயும் இப்போது எளிதாக உணவை சம்பாதித்துக்கொண்டனர். தங்கு தடையில்லாமல் காடுமேடெல்லாம் திரிவதில் வல்லவர்களாயினர். இப்போது அவர்களால் மிருகங்களின் அடிச்சுவடுகளைப் பின்பற்றிச் செல்ல முடியும்; அவற்றின் இருப்பிடங்களைச் சுலபமாகத் தெரிந்துகொள்ள இயலும்; மிருகங்களின் கண்ணில் தாம் படாமல் இருப்பதற்காகத் தமது முன்னோர்களின் மந்திர தந்திரங்களை அக்கறையுடன் கற்றுத் தேர்ந்தனர். அவர்கள் இப்போது சாப்பிடும் ஒவ்வோர் இறைச்சித் துண்டும் அவர்கள் சுயமாக வேட்டையாடிச் சம்பாதித்தது. முன்னைவிட இரட்டிப்பு வேகமாக எந்த ஒரு மிருகத்தின் தோலையும் உரித்து விடுவர்; செக்குமுக்கிக் கல்லால் நெருப்பை உண்டாக்கி அதனால் தீப் பற்றவைத்து எளிதாகப் பச்சை இறைச்சியைச் சுட்டுவிடுவர்.

முன்பாகவே திட்டமிட்டபடி அல்லாமல் சில சமயம் எதிர்பாராமல் நிகழும் நிகழ்ச்சிகளால் அவர்கள் எவ்வளவோ சிறந்த பாடங்களைக் கற்றுக் கொண்டனர். ஒரு நாள் ஓய்வு நேரத்தில் ஒரு பையன் வில் அம்புப் பயிற்சி செய்து கொண்டிந்தபோது அம்பு நேராக உயரே பாய்ந்து சென்று ஒரு மரக்கொம்பில் கட்டியிருந்த தேன் கூட்டைப் பிளந்துவிட்டது. உடனே தேனீக்கள் கூட்டம் அடர்த்தியான மேகம்போல் விரட்டி விரட்டிப் பையன்களைக் கொட்டித் தீர்த்தது.

"எதைத் தாக்கும் என்பதை அறியாமல் பையன் அம்பு எய்தான்" என்றார் கிண்ட்டாங்கோ.

உடனே ஷியா செடியின் சாறு தருவித்து அதை ஒருவர் உடலில் மற்றவரைக்கொண்டு தடவச் செய்தார்.

"தேனீக்களிடம் எப்படி நடந்துகொள்ளணும்னு உங்களுக்கு இன்றிரவு சொல்கிறேன்" என்றார். இருண்டதும் பையன்கள் அனைவரும் தேன் கூடு இருந்த மரத்தின் கீழே உலர்ந்த இலை தழைகளையெல்லாம் கொண்டு வந்து கொட்டினர். அதற்குத் தீ மூட்டி, ஒரு குறிப்பிட்ட புதரின் இலைகளைப் பறித்து வந்து அதிலே போட்டனர். மூச்சைத் திணறவைக்கும் புகை மூட்டம் சுருள்சுருளாக மரக்கிளையைச் சூழ்ந்துகொண்டது. சில விநாடிகளுக்குள் ஆயிரக் கணக்கான தேனீக்கள் இறந்து தரைமேல் விழுந்தன. மறுநாள் காலை பையன்கள் தேன் அடையிலிருந்து தேன் திரட்டுவதைக் கற்றுக் கொண்டனர்

இவ்வாறு அவர்கள் எத்தனை துன்பங்கள் பட்டாலும், எவ்வளவு அறிவு பெற்றாலும், எத்தனை திறமை அடைந்தாலும் கிழட்டு கிண்ட்டாங்கோவுக்குத் திருப்தி ஏற்படவில்லை. அவருடைய ஆணைகளும், கட்டுப்பாடும் கடுமையாகவே இருந்தன. ஒரு பையன் தவறு செய்தாலும் எல்லாருக்குமே பிரம்படிகள்விழும். ஒருவன் செய்யும் தவறுக்காக அனைவருமே நடுக்காட்டில் நடக்க நேர்ந்தாலும், மற்றவர்கள் அவனை நொந்துகொள்ளவும் மாட்டார்கள். மாண்டிங்கா இனத்தைச் சேர்ந்தவர்கள் என்றுமே தமக்குள் தாம் சண்டையிடக் கூடாதென்பது மீறக்கூடாத விதி. அதையே அந்தச் சிறுவர்கள் தம் வாழ்க்கையில் முதலிலேயே கற்றுக்கொண்டு விட்டனர்.

இந்தப் பயிற்சியில் அவர்கள் இன்னொரு விஷயத்தையும் தெரிந்து கொண்டனர். மொத்தக் குழுவினரின் நலன் அந்தக் குழுவின் ஒவ்வொருவரையும் சார்ந்திருக்குமென்பதுதான் அது! அதுபோலவே மொத்த இனத்தின் நலன் தம் ஒவ்வொருவரையும் சார்ந்திருக்கும்.

அவர்களுக்குத் தினமும் விழும் அடிகளும், உதைகளும் குறைந்து விட்டன. கிண்ட்டாங்கோவிடம் முந்தைய பயம் மறைந்து மரியாதையும், மதிப்பும் தோன்றின. எப்போதாவது பயிற்சியின் ஏதாவதொரு விதியை மீறினாலும் குற்றமாகக் கருதப்படாமல் பிழையாக எண்ணப் படுகிறது. ஆனாலும் பயிற்சியில் மட்டும் எவ்வித சுணக்கமும் காட்டப் படவில்லை. பேராசான் கிண்ட்டாங்கோ கற்றுத் தரும் ஒவ்வொரு விஷயமும் அவர்களை வியப்பிலாழ்த்திக் கொண்டி ருந்தது. எடுத்துக்காட்டாக, ஒரு குறிப்பிட்ட விதத்தில்

மடித்து குடிசை வாசலில் தொங்கவிடப்பட்ட துணி, குடிசையின் சொந்தக்காரன் எப்போது வருவான் என்பதைத் தெரிவிக்கும். அதேபோல் வாசலில் விடப்பட்டுள்ள காலணிகளின் பல்வேறு நிலைப்பாடுகளின் மூலம் பார்ப்பவர்களுக்குப் பல செய்திகள் தெரிகின்றன. எல்லாவற்றைக் காட்டிலும் அவர்கள் இப்போது ஒரு ரகசிய மொழி கற்றுக் கொண்டனர். அதை 'வீஸராகாங்கோ' என்பர். அதில் 'மாண்டிங்கா' மொழிச் சொற்களே இருந்தாலும், அவை சிறுவர்களுக்கும், பெண்களுக்கும் புரியாது. அவற்றை அவர்கள் கற்றுக்கொள்வதும் கூடாது. சிறுவர்கள் தெரிந்துகொள்வதை விரும்பாத சில விஷயங் களைத் தம்முடைய தந்தை, வந்தவர்களிடம் இந்த ரகசிய மொழியிலே பேசியதை குண்ட்டா நினைவுபடுத்திக் கொண்டான். இங்கே பையன்கள் அனைவரும் அந்த மொழியை நன்கு கற்றுக்கொண்டு விட்டனர்.

ஒவ்வொரு மாதம் கடந்ததும் பையன்கள் கிண்ணத்தில் ஒவ்வொரு சிறு கல்லைப் போட்டு வந்தனர். அப்போது கிண்ணத்தில் மூன்று கற்கள் குவிந்திருந்தன. அதாவது பையன்கள் பயிற்சிக்காக வந்து மூன்று மாதங்களாயின. ஒரு நாள் குடிசைகளின் முன்னால் மைதானத்தில் அவர்கள் மற்போர் பழகிக்கொண்டிருக்கையில், திடீரென்று வெளி வாசலில் ஏதோ சத்தம் கேட்டது. அனைவரும் கண்ணெடுத்துப் பார்த்தனர். ஓர் இருபத்தி ஐந்து, முப்பது பேர் உள்ளே வந்து கொண்டிருந்தனர். அவர்களெல்லாரும் பயிற்சி பெறும் பையன்களின் அப்பா, அண்ணன், மாமன்மார்கள். அவர்களைக் கண்டதும் பையன்கள் வியப்பால் வாயைப் பிளந்தனர். உமரோவைப் பார்த்ததும் குண்ட்டாவின் உள்ளம் மகிழ்ச்சியால் துள்ளியது. ஆனால் உடனே கண்ணுக்குப் புலப்படாத கரம் ஒன்று அவனைத் தடுத்து நிறுத்தி விட்டது. உமரோ தன்னுடைய மகனைப் பார்க்காததுபோலவே இருந்துவிட்டார்.

ஒரு பையன் மட்டும் தன் அப்பாவைப் பார்த்ததும் "அப்பா" என்று அவரிடம் பாய்ந்தான். ஆனால் அந்த அப்பாவோ 'அலி' என்ற பையனின் கையிலிருந்த தடியைப் பறித்துக்கொண்டு தன் மகனை கண்மண் பார்க்காமல் அடித்து நொறுக்கிவிட்டார். "மனத்திலே இருக்கிற உணர்ச்சியை முட்டாப்பயல்போல வெளியிலே காட்டுறியாடா கழுதே!" என்று கத்தினார் அவர். அத்துடன் நிற்காமல், "இனிமேல் என்னிடமிருந்து உனக்கு ஓர் உதவிக்கூடக் கிடைக்காது" என்றும் அனாவசியமாகக் கூறினார். உடனே கிண்ட்டாங்கோ பையன்கள் எல்லாரையும் குப்புறப்படுத்துக் கொள்ளுமாறு உத்தர விட்டார். அனைவரும் படுத்துக்கொண்டதும் பெரியவர்கள் எல்லாரும் அவர்கள் முதுகில் ஒவ்வோர்அடி போட்டனர்.

அடிக்கும் நிகழ்ச்சி முடிந்ததும் கிண்ட்டாங்கோ பையன்களை ஓடவிட்டார்; பல்டி அடிக்க வைத்தார்; நாட்டியம் செய்வித்தார்; மறபோர் புரிய வைத்தார்; தொழுகை செய்வித்தார்; பெரியவர்கள் அனைரும் இவற்றையெல்லாம் கண்டுகளித்து கிண்ட்டாங்கோவை யும், அவரது உதவியாளர்களையும் பாராட்டி, கிராமத்திற்குத் திரும்பினர்.

பையன்கள் அனைவரும் முகத்தை 'உம்' மென்று வைத்துக் கொண்டு சமையலைக் கவனிக்காததால் இன்னொரு தடவை எல்லாருக்கும் அடிகள் விழுந்தன. இரவுச் சாப்பாட்டிற்குப் பிறகு பையன்கள் மற்போர் பயிற்சி செய்யும்போது, சின்ன ஆசான்களில் ஒருவன் குண்ட்டாவைக் கடந்து போய்க்கொண்டே, "உனக்குத் தம்பி பிறந்திருக்கான் 'மாடி'ன்னு பேர் வெச்சிருக்காங்க" என்று கூறினான்.

11

“சிறுவர்களா இருக்கும் நிலையை நீங்க கடந்துகிட்டிருக்கீங்க. ஆண்களா மறுபிறப்பு எடுத்துக்கிட்டிருக்கீங்க!” என்றார் கிண்ட்டாங்கோ.

அவர் எதிரில் இருப்பவர்களை ‘ஆண்கள்’ எனக் கிண்ட்டாங்கோ அழைத்தது அதுவே முதல் முறை. அவர் மேலும் கூறினார்:

“மாதக்கணக்கில் நீங்க இங்கே சேர்ந்து பல விஷயங்கள் கற்றுக்கிட்ட பிறகு, சேர்ந்து வேலை செஞ்ச பிறகு, சேர்ந்து அடி உதை பட்ட பிறகு உங்களில் ஒவ்வொருவரும் ஒரு முக்கியமான விஷயத்தை தெரிஞ்சிக்கப்போறீங்க. ஒவ்வொரு மனுஷனுக்கும் ரெண்டு ஆத்மாக்கள் இருக்கும். ஒண்ணு, உள்ளுக்குள் இருக்கும்; ரெண்டாவது, வெளியிலே பறந்திருக்கும். அது ஒவ்வொருவரும் யாருடைய ரத்தத்தைப் பகிர்ந்திருக்கிறாங்களோ, யாருடைய வாழ்க்கையைப் பங்கிட்டுக்கிறாங்களோ அவங்கள்ளே இருக்கும். இதை நீங்க உணர்ந்த பிறகே ஆண்களுக்கான பயிற்சியின் அடுத்த நிலைக்குப் போக முடியும்.”

அடுத்தநிலை, போர்ப் பயிற்சி.போர்கள் எவ்வாறு புரிய வேண்டுமோ, போர்த் தந்திரங்களை எப்படிக்கையாள வேண்டுமோ, எப்படிப்பட்ட யுத்த விதிகளைப் பின்பற்ற வேண்டுமோ, போரின் போது எந்தவித சம்பிரதாயங்களை அனுசரிக்க வேண்டுமோ, அவற்றை அவர்கள் நன்கு கற்றுக்கொண்டனர். ‘மாண்டிங்கா’ இன வீரர்கள் பிறர் ஆத்திரமூட்டாமல் தாமாகப் போருக்குச் செல்ல மாட்டார்கள். கிண்ட்டாங்கோ பழங்காலப் போர்கள் பற்றியும், அவற்றிலே பங்கு கொண்ட வீரர்கள் பற்றியும் விவரமாக எடுத்துரைத்தார். பயிற்சிக் காலம் முடிவடைந்துகொண்டிருந்தது. ஜப்பூரிலிருந்த மற்போர் வீரர்கள் வந்து மற்போர் நுணுக்கங்களைச் சொல்லிச் சென்றனர். பின்னர் காம்பியா பூராவும் புகழ்பெற்ற வரலாற்றுப் பாடகர் குஜாலி என்ஜய் வந்தார். நூற்றுக்கணக்கான வருடங்களுக்கு முன்னர் ஆப்பிரிக்கக் கண்டத்தை ஆண்ட கருப்புப் பேரரசுகள் குறித்து சொன்னார். அவருக்குப் பிறகு காம்பியா முழுவதுக்கும் உயர்பீடத்தை அலங்கரிக்கும் இஸ்லாமிய மத குரு பயிற்சி முகாமைப் பார்வை யிட்டார். அவருடன் கூடவே ஐந்து சீடர்கள் புனித மத நூல்கள் கொண்ட மூட்டைகளைத் தலையில்

சுமந்து வந்தனர். அவர் அந்த நூல்களிலிருந்து முக்கிய விஷயங்களைப் படித்துக் காட்டினார். புனித மான தொழுகைத் தலத்தில் எவ்வாறு நடந்துகொள்ள வேண்டு மென்பதையும் எப்படித் தொழுகை செய்ய வேண்டுமென்பதையும் போதித்தார். அன்றிரவே அவர் தன் சீடர்களுடன் வேறிடத்திற்குப் புறப்பட்டுச் சென்றுவிட்டார்.

மத குரு சென்றுவிட்ட பின் அன்றிரவு குண்ட்டா நீண்டநேரம் சிந்தனையிலாழ்திருந்தான். கடந்தகாலம் நிகழ்காலத் துடனும், நிகழ்காலம் எதிர்காலத்துடனும் இணைந்திருப்பதாகத் தோன்றியது. அதேபோல் இறந்து போனவர்கள் இப்போது உயிருடன் இருப்பவர்களுடனும், இப்போது இருப்பவர்கள் பிறக்கப் போகும் சிசுக்களுடன் பிணைந்திருப்பதாகவும் தோன்றியது. தான்கூடத் தன் குடும்பத்துடனும், தன் கிராமத்துடனும், தன் இனத்துடனும், பரந்த ஆப்பிரிக்கக் கண்டத்துடனும் இணைந்து பிணைந்திருக்கிறேன் அல்லவா? மானிட உலகம் மிருக உலகத்துடனும், தாவர உலகத் துடனும் சேர்ந்திருக்கிறது. உயிரினங்கள் எல்லாமே அல்லாவுடன் சேர்ந்துள்ளன. குண்ட்டாவுக்குத் தான் மிக அற்பமானவன்போல் தோன்றியது. ஆனாலும் தான் மிகப் பெரியவன்தான்! ஆணாக உருவாவதென்றால் இதுதான்போலும் எனக் கருதினான் அவன்.

குண்ட்டா உட்பட சிறுவர்கள் அனைவரும் நினைப் பதற்குக்கூட அஞ்சும் நேரம் வந்துவிட்டது. சிறுவர்களை மதரீதியாகப் புனிதப் படுத்தி, அவர்கள் தந்தையராவதற்குத் தயார் செய்யும் சடங்கு இது. அதை 'சுன்னத்' என்பர். அந்த நாள் திடீரென்று தங்கள்மேல் வந்து விழுமென்று அவர்களுக்குத் தெரியும். எச்சரிக்கை செய்யாமலே அது வந்து விழும்.

ஒரு நாள் சின்ன ஆசான் சிறுவர்கள் அனைவரையும் வரிசையாக வந்து நிற்கச் சொன்னார். தினமும் அப்படி நிற்பது வழக்கம்தான்! எல்லாரும் வரிசையாக நின்றனர். கிண்ட்டாங்கோவும் தன் குடிசையி லிருந்து வெளியே வந்தார். அந்நேரத்தில் அவர் வெளியே வருவது அரிது. குண்ட்டாவின் நெஞ்சிலே நடுக்கம் ஆரம்பமாயிற்று.

கிண்ட்டாங்கோ பெருங்குரலில் உத்தரவுகள் பிறப்பித்துக் கொண்டிருக்கையில் சிறுவர்கள் வெட்கத்தினால் குன்றிப் போயினர். அவர் கூறியபடி அவர்கள் பதில் பேசாமல் தம்முடைய இடுப்புக்குக் கீழே உள்ள ஆடைகளைக் கழற்றிவிட்டு நின்றனர். சின்ன ஆசான் களிருவரும் பச்சிலைச் சாறில் நனைத்த துணிகளைச் சிறுவர்களின் ஆண் குறிகளுக்குச் சுற்றிவிட்டுச் சென்றனர். அறுவைச் சிகிச்சைக்கு முன் மயக்கம் தருவதைப் போன்றது அது! எல்லாரையும் அவரவர் குடிசைக்குள் செல்லுமாறு உத்தரவிடப்பட்டது.

அன்று மாலை ஜப்பூர் கிராமத்திலிருந்து சிறுவர்களின் தந்தைமாரும், அண்ணன்மாரும், மாமன்மாரும் வந்தனர். குண்ட்டா அப்பாவைப் பார்த்ததும் பார்க்காததுபோலவே இருந்துவிட்டான். பெரியவர்கள் எல்லாரும் சிறுவர்களுக்கு எதிரே நின்று,

"இது செய்துகொள்ள வேண்டியதுதான்... எங்களுக்கும் இது செய்தனர்... எங்களுக்கு முன்னே எங்கள் அப்பாக்களுக்கும், தாத்தாக்களுக்கும் இது நடந்தது... எங்களைப்போலவே நீங்கள் எல்லாரும் கூட ஆண்களாவீர்கள்" என்று முழங்கினர். பையன்கள் அனைவரும் தத்தம் குடிசைகளுக்குள்ளே சென்றுவிட்டனர்.

இருட்டிக்கொண்டிருந்தது. பயிற்சி முகாமுக்கு வெளியே மத்தளங்கள் காது செவிடுபடும்படி முழங்கின. பையன்களை வெளியிலே வருமாறு கத்தினர். 'குங்கராங்' ஆட்டக்காரர்கள் பத்துப் பன்னிரெண்டு பேர் கத்திக்கொண்டும், எகிறிக் குதித்துக்கொண்டும் உள்ளே புகுந்தனர். அவர்கள் மரப்பட்டைகளாலும், இலை தழைகளாலும் முகத்தை மறைத்துக் கொண்டிருந்தனர். பயங்கரமாக ஈட்டிகளைச் சுழற்றிக்கொண்டே ஆடிவிட்டு அங்கிருந்து மறைந்து விட்டனர்.

பையன்கள் வேலிக்கு முதுகைக் காட்டி உட்கார்ந்து கொண்டனர். பெரியவர்கள் அவர்களருகே நின்று "விரைவில் நீங்கள் எல்லாம் வீடு திரும்பப் போகிறீர்கள்... விவசாயம் செய்யப் போகிறீர்கள்.... கல்யாணமும் செய்துகொள்ளப் போகிறீர்கள் உங்கள் இடுப்பிலிருந்து நிரந்தரமான வாழ்க்கை சுரக்கப்போகிறது" என்று ஒரே குரலிலே நல்லுபதேசம் செய்தனர்.

ஒவ்வொருவராக உயர்ந்த மூங்கில் தடுப்பின் மறைவுக்கு அழைத்துப்போய் வேக வேகமாக அறுவைச் சிகிச்சை செய்து முடித்தனர். கால்களிடையே ரத்தக்கறை படிந்த துணிகளுடன் பையன்கள் தடுமாறி வர, அவரவர் குடிசைகளுக்குள் சேர்ந்தனர். எத்தனையோ நாட்களாக அவர்கள் பயந்துகொண்டிருந்த நிகழ்ச்சி ஒரே வேளையில் முடிந்துவிட்டது.

காயம் ஆறத் தொடங்கியதுமே முகாம் முழுவதும் மகிழ்ச்சியும், கும்மாளமும் பொங்கிப் பிரவகித்தன. உடலிலும், உள்ளத்திலும் அவர்கள் இப்போது பையன்களல்ல. ஏறக்குறைய ஆண்களாகவே கருதப்படவேண்டும். கிழட்டு கிண்ட்டாங்கோ இப்போது முற்றிலும் மாறிவிட்டார். எப்போதும் சிடுசிடுவென்று இருக்கும் அவர் புன்சிரிப்பு சிந்திக்கொண்டிருக்கிறார். அவர்கள் அனைவரையும் ஆண்களாக மதித்து நடந்து கொண்டிருக்கிறார்.

நான்காம் மாதம் ஆரம்பமாகவிருந்தது. மாலைதோறும் கிண்ட்டாங்கோ பையன்களை எதிரே உட்கார வைத்துக்கொண்டு ஏதோ ஒன்றை போதித்துக்கொண்டே இருந்தார். அவர்கள் ஊருக்குத் திரும்பியதும் கிராமத்திற்குச் செய்யவேண்டிய பணிகள் பற்றிக் கூறினார். இல்லங்களில் பராமரிக்க வேண்டிய சுகாதாரப் பழக்கங்கள் பற்றிச் சொன்னார்.கடைசி சில நாட்கள் யுகங்கள்போல் மெல்ல நகர்ந்தன. பவுர்ணமி வந்துவிட்டது. வானத்திலே முழுநிலா களை கட்டியது. இரவுச் சாப்பாடு முடிந்ததும் சின்ன ஆசான்களின் ஆணைப்படி அனைவரும் வரிசையாக நின்றனர்.

நாமெல்லாரும் ஆவலுடன் எதிப்பார்த்துக் கொண்டிருந்தது இந்த நல்ல நாளைத்தானா? தந்தைமாரும், அண்ணன்மாரும் தயாராய் வந்திருப்பார்களென நாலாபக்கமும் பார்த்தனர். ஊகூம்... ஒருவரும் இல்லை. கிண்ட்டாங்கோவைப் பையன்களின் கண்கள் தேடி அலைந்தன. அவரும் உள்ளே எங்கும் காணப்படவில்லை. அவரோ வாசலில் நின்றுகொண்டு, “ஓ, ஜப்பூர் ஆம்பளைங்களா! ஊருக்குக் கிளம்புங்கோ” எனக் கூவினார்.

ஒரு விநாடி அவர்கள் ஒன்றும் புரியாமல் திடுக்கிட்டு நின்றனர். அடுத்த விநாடி ஆரவாரத்துடன் கூவிக்கொண்டே ஓடிச்சென்று, கிட்டாங்கோவையும், அலிசிசேவையும், ஸோராடுரையும் அணைத்துக் கொண்டனர். அவர்களும் அதற்காகக் கோபித்துகொண்டவர்கள் போல் நடித்தனர்.

முகாமை விட்டுச் செல்வதற்காக அவர்களுக்கு ஆனந்தமும், வருத்தமும் ஒரே சமயத்தில் தோன்றின. அவர்கள் ஒரே ஓட்டமாகக் கிராமத்தை நோக்கிப் பாய்ந்தனர். சற்று தூரம் போனதுமே ஏதோ ஒரு தெளிவற்ற உந்துதலால் அவர்கள் மவுனமாகிவிட்டனர். ‘நாம் எதை இழந்து விட்டு வருகிறோம்?’ எதிர்காலத்தில் எதைப் பெறப் போகிறோம்? என்ற சிந்தனையில் அவர்கள் எல்லாரும் ஆழ்ந்து விட்டனர். இதனால் அவர்களின் நடையும் தளர்ந்துவிட்டது.

இந்த முறை பாதை தெரிந்துகொள்ள அவர்களுக்கு நட்சத்திரங் களின் உதவி தேவைப்படவில்லை.

12

விடியும் வேளையில் பையன்கள் கிராமத்தை அடைந்தனர். அவர்களைக் கிராம மக்கள் சிரித்தும், கும்மாளமிட்டும், ஆடியும், பாடியும் வரவேற்றார்கள். அவர்களைக் கண்ட பெண்கள் 'ஆய்... ஊய்...' என்று கூவி மகிழ்ச்சி ஆரவாரம் செய்தார்கள். பையன்களோ செயற்கையான கம்பீரத்துடன் மவுனமாக இருந்தார்கள். பேசினால் வாய் முத்து உதிர்ந்து விடுமோ! நிசப்தமாக இருந்தார்கள்.

தாய் தன்னை நோக்கி ஓடி வருவதைக் கண்ட குண்ட்டாவும் எதிர்கொண்டோடி அம்மாவைத் தழுவிக்கொள்ளத் துடித்தான். என்றாலும் தன்னைக் கட்டுப்படுத்திக்கொண்டான். அவனது முகம் மட்டும் மகிழ்ச்சியில் திளைத்தது. பிண்ட்டா மகன் கழுத்தைச் சுற்றிக் கைகளைப் போட்டாள். கன்னங்களைத் தடவினாள். கண்களில் ஆனந்தக் கண்ணீர் பொங்க "குண்ட்டா... குண்ட்டா..." என மெல்ல முனகினாள். குண்ட்டாவுக்கு இப்போது, தான் ஓர் ஆண் மகன் என்ற நினைவு வந்ததுமே பின்வாங்கி நின்றான். தாயின் முதுகில் தொங்கிக் கொண்டிருந்த ஊஞ்சலில் அழவாரம்பித்த கைக்குழந்தையைப் பார்க்கும் சாக்கில் அவன் பின்னுக்குச் சென்றான். ஊஞ்சலில் இரண்டு கைகளையும் விட்டு குழந்தையை அள்ளிக்கொண்டான்.

"என் சின்னத் தம்பிப் பாப்பா மாடி இவன்தானா?" எனக் கேட்டுக் குழந்தையை உயரே வீசி 'லபக்'கென்று பிடித்துக் கொண்டான்.

குண்ட்டா தம்பிப் பாப்பாவை எடுத்துக்கொண்டு தமது குடிசைக்கு வரும்போது பிண்ட்டா மகன் பக்கத்திலேயே நடந்து வந்தாள். அவர்களின் பின்னால் கோவணமும் இல்லாத வாண்டுக் கூட்டம் தொடர்ந்தது. அவர்கள் கண்களை அகல விரித்து குண்ட்டாவைப் பார்த்தார்கள். அக்கம் பக்கத்துப் பெண்கள் பிண்ட்டாவைப் பார்த்து, "உன் பையன் எவ்வளவு அழகாயிருக் கானம்மா! ஆண்மைக் களை எப்படி பொங்குது பாரேன்!" என வியந்து பாராட்டிக் கொண்டிருந்ததைக் கேளாதவன் போல் குண்ட்டா நடித்தான். ஆனால் அவர்களின் அந்தப் பேச்சு அவனுக்குச் சங்கீதம் போல் கேட்டது.

அப்பாவையும் லாமினையும் குண்ட்டாவின் விழிகள் தேடின. ஆனால் லாமின் அந்நேரத்தில் ஆடுகளை மேய்ப்பதற்காக ஓட்டிச்

சென்றிருப்பான் என்பது ஞாபகத்துக்கு வந்தது. அவன் வீட்டிற்குள் உட்கார்ந்ததும் ஒரு முதல் பருவச் சிறுவன் தாயின் பக்கத்தில் நின்று குண்ட்டாவைப் பார்த்து, "குண்ட்டா!" என்றழைத்தான். 'அடடே! இவன் சுவாடு அல்லவா!' குண்ட்டா தன் கண்களையே நம்ப முடியவில்லை. தான் பயிற்சிக்காகப் புறப்பட்டுப் போனபோது எவ்வளவிருந்தான்? இந்த நாலு மாத காலத்திலேயே அப்படி வளர்ந்துவிட்டான்! மேலும் பேசக்கூடக் கற்றுக்கொண்டு விட்டான்! சின்னத் தம்பியை அம்மாவிடம் தந்துவிட்டுக் குண்ட்டா சுவாடுவை அள்ளி எடுத்துக்கொண்டு உயரே வீசிப் பிடித்துக்கொண்டான். சுவாடு கலகல வெனச் சிரித்தான்.

சுவாடு அண்ணனின் கைகளிலிருந்து கீழிறங்கி வெளியே ஓடினான். குடிசையில் நிசப்தம் நிலவியது. பிண்ட்டாவுக்கு மகிழ்ச்சி யாலும், பெருமையாலும் பேச்சு வரவில்லை. தான் அம்மாவுக்காக எப்படித் துடித்துப் போனானோ, அவளுடன் என்னென்னவெல்லாம் பேச நினைத்தானோ, அவை அனைத்தையும் தாயிடம் சொல்ல விரும்பினான் குண்ட்டா. ஆனால் அவன் வாய் திறக்கவில்லை. தாய் உட்பட எந்தப் பெண்ணோடும் அப்படி எல்லாம் பேசுவது ஆணின் லட்சணமல்ல என்பது அவனுக்குத் தெரியும்.

"அப்பா எங்கே?" என்று இறுதியில் கேட்டான்.

"உன் குடிசைக்குக் கூரை வேய மஞ்சி கொண்டுவரப் போயிருக்கார்" என்றாள் பிண்ட்டா.

இனிமேல் தான் ஆண் மகனாகத் தனிக் குடிசையில் இருக்க வேண்டுமென்பதை ஊருக்கு வந்த மகிழ்ச்சியில் மறந்து போனான் குண்ட்டா. உடனே அவன் தந்தையைத் தேடிக்கொண்டு வெளியில் புறப்பட்டான். மகன் எதிரிலே வருவதைப் பார்த்தான் உமரோ. அப்பாவைக் கண்டதும் மகனின் நெஞ்சம் படபடத்தது. இருவரும் அருகருகே வந்ததும் கைக்குலுக்கிக் கொண்டார்கள். ஒருவர் கண்ணில் ஒருவர் ஊடுருவிப் பார்த்துக் கொண்டார்கள்.

"உனக்காக ஒரு குடிசையைப் பார்த்திருக்கேன். அதிலே ஏற்கனவே இருந்தவன் கல்யாணம் செய்துகிட்டு வேறே வீடு கட்டிக்கிட்டான்" என்றான் உமரோ. இருவரும் புதுக் குடிசையைப் பார்த்து வரப் புறப்பட்டார்கள்.

மண் சுவர்களையும், கூரையையும் எவ்வளவோ பழுது பார்க்க வேண்டும். குண்ட்டா எதையும் கவனிக்கவில்லை. அந்தக் குடிசை தன் சொந்தக் குடிசை என்னும் மனநிறைவு மட்டுமே அவனுக்கிருந்தது. அப்பா கூரை வேய்வதற்காக அங்கேயே இருந்துவிட்டார். குண்ட்டா மட்டும் தன் நண்பர்களைச் சந்திக்க ஊருக்குள் போனான்.

ஊரெல்லாம் சுற்றி வந்த பின்னர், குண்ட்டா நியோபோட்டோ பாட்டியைப் பார்க்கச் சென்றான். அவள் நலனை அன்புடன் விசாரித்தான். ஆனால் பாட்டி மட்டும் பிடி கொடுத்துப் பேசவில்லை. அவன் ஊரை விட்டுப் போய்த் திரும்பி வந்திருக்கிறான் என்பதையே அவள் சற்றும் காட்டிக் கொள்ளவில்லை. அவன் பையனாக ஜு ஜு வோக்குச் சென்று பயிற்சி முடித்து ஆண்மகனாகத் திரும்பி யிருக்கிறான் என்பதே தெரியாதவள் போலவே அவள் நடந்து கொண்டாள். குண்ட்டா வருத்தமடைந்து, குழம்பிப்போய் பாட்டியிடம் விடை பெற்றுக்கொண்டு சீக்கிரமாகவே திரும்பி விட்டான்.

பாட்டி தான் அவ்வாறு நடந்துகொண்டதற்காகத் தன்னைவிட அதிகமாகவே வருத்தப்பட்டாள் என்ற உண்மை பின்னால் குண்ட்டாவுக்குத் தெரிய வந்தது. தான் அன்பைச் சொரியக்கூடிய சிறுவன் நிலையைக் குண்ட்டா கடந்து ஆணாகிவிட்டதால், அப்படித்தான் நடந்துகொள்ள வேண்டுமென்ற அறிவோடுதான் பாட்டி அவ்வாறு ஒட்டாமல் பேசினாள்.

வருத்தத்துடன் தன் புதிய குடிசையை நோக்கிச் சென்று கொண்டிருந்த குண்ட்டாவுக்கு அறிமுகமான கோலாகலம் கேட்டது. கண்ணெடுத்துப் பார்த்தான். கத்தும் ஆடுகளும் குரைக்கும் நாய்களும், அவற்றை அதட்டும் பையன்களும் தென்பட்டனர். இரண்டாம் பருவப் பையன்களெல்லாரும் ஆடுகளை மேய்த்துக்கொண்டு வீடுகளுக்குத் திரும்பிக் கொண்டிருந்தனர். குண்ட்டா ஆவலுடன் அவர்களின் முகங்களைப் பார்த்தான். லாமின் அண்ணனைக் கண்டு அருகிலே ஓடி வந்தான். ஆனால் குண்ட்டாவின் சலனமற்ற முகத்தைப் பார்த்து தூரத்திலேயே நின்றுவிட்டான். கடைசியில் குண்ட்டாவே லாமின் என்றழைத்தான்

மீண்டும் ஒரு விநாடி ஒருவர் கண்களில் ஒருவர் ஊடுருவிப் பார்த்துக்கொண்டனர். லாமின் விழிகள் பெருமையுடன் ஒளிர்ந்தன. ஆனால் குண்ட்டா தனக்கு நியோபோட்டோ பாட்டியின் குடிசை யிலேற்பட்ட வேதனையையே லாமின் விழிகளிலும் கண்டான்.

“உன் ரெண்டு ஆடுகளும் சீக்கிரத்திலேயே குட்டி போடும்” என்றான் லாமின்.

குண்ட்டாவுக்குப் பெருமகிழ்ச்சி உண்டாயிற்று. அவன் நான்கு ஆடுகளின் உரிமையாளன் ஆகப்போகிறான். அவற்றில் ஒன்று இரட்டைக் குட்டி போட்டால் ஐந்து ஆடுகள் அவனுக்குச் சொந்தமாகிவிடும். குண்ட்டா தன் சந்தோஷத்தை வெளிக்காட்டிக் கொள்ளாமலேயே, “இது மகிழ்ச்சிகரமான விஷயந்தான்!” என்று

மட்டுமே சொன்னான். லாமினுக்கு இனி என்ன பேசுவது என்று தோன்றாமல் வீடு நோக்கி ஓட்டம் பிடித்தான்.

குண்ட்டா அன்றே புதிய குடிசையில் குடி புகுந்தான். பிண்ட்டா மகனுக்குத் தேவையான சாமான்களை எல்லாம் அவன் குடிசையில் கொண்டு வந்து வைத்துக்கொண்டே இருந்தாள். கடைசியில் அவன் தொழுவதற்கான பொருள்களைக்கூடக் குடிசையில் கொண்டு வந்து வைத்தாள். இது உனக்குத் தேவைப்படும், அது உனக்குத் தேவைப்படும் என்று அவள் சொல்லிக் கொண்டு ஒவ்வொரு பொருளையும் வைத்துக் கொண்டிருந்த போது பதிலேதும் சொல்வதற்குப் புரியாமல் குண்ட்டா தலைசொறிந்து கொண்டான்.

"தலையிலே பேன் விழுந்தாப்பல இருக்கு. இப்படி வாடா பாக்கிறேன்" என்றாள் பிண்ட்டா.

"வேணாம்" என்றான் பொறுமையிழந்து குண்ட்டா. பிண்ட்டா கோபமாக முணுமுணுத்துக்கொண்டே அங்கிருந்து சென்று விட்டாள்.

குண்ட்டாவுக்கு நடு இரவுவரை உறக்கம் வரவில்லை. எத்தனையோ சிந்தனைகள் அவனை அலைக்கழித்துக் கொண்டிருந்தன. பின்னிரவில் தான் தூக்கம் பிடித்தது. விடியும்போது காகங்களின் கரைதலைக் கேட்டு விழிப்பு வந்தது. உடனே எழுந்து உடைகளை மாற்றிக்கொண்டு பள்ளி வாசலை அடைந்தான். அங்கே அவன் நண்பர்கள் எல்லாரும் கூட இருந்தனர். ஜப்பூர் பள்ளிவாசலில் அதுதான் அவர்களின் முதல் தொழுகையாகும்.

தொழுகை முடிந்து குண்ட்டா தன் குடிசைக்குத் திரும்பினான். பிண்ட்டா ஆவி பறக்கும் சோளக்கஞ்சியை அவன் முன் வைத்துவிட்டு வேகமாகப் போய் விட்டாள்.

கஞ்சியை குடித்துவிட்டு குண்ட்டா கிராமத்தில் நடந்தான். ஜப்பூருக்கு எல்லாம் நீங்களாகவே இருக்க வேண்டுமென்னும் கிண்ட்டாங்கோவின் உபதேசத்தை அமலாக்க குண்ட்டாவும், அவனது தோழர்களும் முனைந்து விட்டனர். அவர்கள் ஒவ்வொரு வீட்டுக்குள்ளும் புகுந்து பெண்கள் சுகாதாரத்தைக் கவனிக்கிறார்களா இல்லையா என்பதைப் பார்த்தனர். கிணறுகளில் தண்ணீர் சுத்தமாக இருக்கிறதா, இல்லையா என்பதைக் கவனித்தனர். நியோபோட்டோ பாட்டியின் சொற்களில் சொல்வதானால் அவர்கள் பறக்கும் மின்மினிப் பூச்சிகளைப்போல் இயங்கிக் கொண்டிருந்தனர்.

அலெக்ஸ் ஹேலி | 69

13

குண்ட்டாவுக்குக் கிராமப் பஞ்சாயத்தார் ஒரு சிறு நிலத்தை விவசாயம் செய்ய அளித்தார்கள். ஆணாகத் தயாராவதற்கான பயிற்சியை முடித்துக்கொண்டு திரும்பி வந்த எல்லாருக்கும் அவர்கள் கொஞ்சம் கொஞ்சம் நிலத்தை ஒதுக்கினார்கள். குண்ட்டா தனக்களித்த நிலத்தில் சோளமும், வேர்க்கடலையும் பயிரிட்டான். அவன் தனக்குப் போக இன்னும் அதிகமாகவே விளைவித்தான். எத்தனையோ வீட்டுசாமான்களை வாங்கினான். அம்மா தயாரித்துத் தந்த நாணல் படுக்கையில் ஹாயாகப் படுத்துத் தூங்கிக் கொண்டிருந்தான்.

குண்ட்டாவையும் அவன் நண்பர்களையும் சிறிது காலமாக ஒரு விஷயம் அலைக்கழித்துக் கொண்டிருக்கிறது. அது அவர்களின் ஆண்மைக்குச் சவால் விடுகிறது. அவர்கள் பயிற்சிக்காகச் செல்வதற்கு முன்பு அவர்களுடன் சேர்ந்து சில பெண் பிள்ளைகள் விளையாடிக் கொண்டிருந்தார்கள். அவர்கள் இந்த நான்கு மாதங்களில் மசமசவென்று வளர்ந்து விட்டார்கள். இடுப்புக்குக் கீழே நீண்ட கவுன்களுடனும், மாம்பிஞ்சுகள் அளவுள்ள இளம் மார்பகங்களுடனும் தலையையும் தோளையும் உலுக்கிக் கொண்டு ஒய்யாரமாக நடக்கிறார்கள்.

இந்தப் பெண் பிள்ளைகள் தம்மைவிடப் பத்து வயது அதிகமுள்ள ஆண்களின் பார்வையைத் தன் பக்கம் இழுப்பதற்காக ஏன் இப்படி வளைய வளைய வருகிறார்களென்பது குண்ட்டாவை யொத்த பையன்களுக்குப் புரியவில்லை. அவர்களின் ஒய்யாரங்களும், சேஷ்டைகளும் அவர்களுக்கு அறவே பிடிக்கவில்லை. அவர்களையும், அவர்களைப் பார்த்து ஏங்கும் ஆண்களையும் பொருட்படுத்தக் கூடாதென்று கடைசியில் முடிவு செய்து கொண்டார்கள்.

வாலிபப் பருவம் குண்ட்டாவுக்கும் கிளுகிளுப்பூட்டிக் கொண்டிருந்தது. உடலின் உணர்ச்சிகளைத் தோற்றுவித்துக் கொண்டிருந்தது. பெரியவர்கள் பேசிக்கொள்ளும் பேச்சுக்கள் செவிகளில் சென்று உடலுறவுச் சிந்தனைகளை ஏற்படுத்திக் கொண்டிருந்தன.

அவனுக்கு இனிமையான கனவுகள் வந்துகொண்டு இருக்கின்றன. குண்ட்டா ஓர் அழகான பெண்ணைத் திருமணம் செய்து கொண்டானாம்... முதலிரவின்போது படுக்கையறையில் அவன் இருக்கும்போது மணப் பெண்ணை மற்றப் பெண்கள் அனைவரும் அவன் அறைக்குள் தள்ளிக் கதவை மூடினார்கள். அந்தப் பெண்ணுக்கு நீண்ட கழுத்து, வெறியூட்டும் கொள்ளை அழகு...அவளுடைய

நீண்ட கழுத்தைப் புகழ்ந்து குண்ட்டா ஒரு பழைய காதல் பாட்டைப் பாடினான். மென்மையான படுக்கையில் இருவரும் உரசினாற்போல் படுத்துக்கொண்டார்கள். அந்தப் பெண் அவன் உதடுகளில் மிருதுவாக முத்தமிட்டாள். இருவரும் ஒருவரை ஒருவர் இறுக்கமாக அணைத்துக் கொண்டார்கள். என்னென்னவோ செய்தார்கள். குண்ட்டாவின் இரத்தம் சூடேறியது.இழுத்துப் பிடித்த வில்லின் நாணைப்போல் அவன் நரம்புகளெல்லாம் பொங்கிப் பெருகி, ஆவேசம் கரை புரண்டோடியது.

குண்ட்டா அதிர்ச்சியடைந்து விழித்துக்கொண்டான். அவன் தொடைகளுக்கிடையே சூடாக நனைந்திருந்தது. அவன் முதலில் பயந்து விட்டான். பிறகு குதூகலமடைந்தான். அத்துடன் வெட்கமுமடைந் தான். பின்னர் வெட்கம் போய் மகிழ்ச்சி முகிழ்த்தது. கடைசியில் அந்த மகிழ்ச்சியின் இடத்தில் பெருமை தலை தூக்கியது. தனக்கு மட்டும்தான் இப்படி ஆயிற்றா? அல்லது தன் நண்பர்களுக் கெல்லாம்கூட இந்த அனுபவம் ஏற்பட்டதா? தனக்குத் தவிர மற்ற எவருக்கும் இவ்வாறு ஆகியிருக்கக் கூடாதெனவும் விரும்பினான். இதிலும்கூடத் தானே முதல்வனாக இருக்க ஆசைப்பட்டான். மற்றவர்களை இந்த விஷயத்தில் ஒன்றும் கேட்க முடியாதென்பதும் அவனுக்குத் தெரியும். ஏனெனில் இப்படிப்பட்ட அந்தரங்க விஷயங்களை மற்றவர்களுடன் பகிர்ந்து கொள்ள இயலாது. இறுதியாக அவன் களைப்புடனும், ஆனந்தத்துட னும் நன்றாகத் தூங்கிப் போனான்.

குண்ட்டாவுக்கு ஊரிலுள்ள அனைவரையும் தெரியும். அவனுக்கு கை நிறைய வேலையும் இருக்கிறது. பாசமுள்ள பெற்றோர்களும், ஆசையுள்ள தம்பிகளும் இருக்கிறார்கள். நண்பர்களோ ஏராளம். ஆனாலும் அவன் இப்போதெல்லாம் தான் தனிமையிலே வாடுவதாகக் கருதுகிறான். அடிக்கடி வெறுப்பும், விரக்தியும் தோன்றுகின்றன. எங்கேயாவது சென்று திரிந்து வரவேண்டும் போலிருந்தது.

ஒரு நாள் காலை வயலில் இரவுக் காவல் இருந்துவிட்டு வீடு திரும்பிக் கொண்டிருந்தபோது, அவனுக்கு அறிமுகமில்லாத மூன்று வழிப்போக்கர்கள் எதிர்ப்பட்டார்கள். அவர்கள் ‘பர்ரா’ கிராமத்தைச் சேர்ந்தவர்கள். அவர்களுடையது ‘ஃபெலூப்’ இனம். அது ‘மாண்டிங்கா’ இனத்தலிருந்து பிரிந்துபோன ஒரு கிளையாகும். அவர்கள் வெகு தொலைவிலிருந்து வந்து கொண்டிருந்தார்கள். அவர்களிடம் குண்ட்டா “என்ன செய்தி” என்று கேட்டான். தாங்கள் தங்கத்தூள் சேகரித்து வரச் சென்று கொண்டிருப்பதாகக் கூறி, அவனையும் தங்களுடன் வரும்படி அழைத்தார்கள். எந்தத் திசையில், எந்தெந்த ஊர்களின் வழியே தாங்கள் பயணம் செய்யப் போவதையும் அவர்கள் கோடுகள் வரைந்து காண்பித்தார்கள்.

அவர்கள் சென்றுவிட்டபிறகு குண்ட்டா அப்பாவை சம்மதிக்க வைத்து, லாமினையும் கூட்டிக்கொண்டு புதிய நண்பர்கள் குறிப்பிட்ட வழியிலேயே புறப்பட்டான். ஓர் இரவு, இரவு பகல் பயணித்து களிமண் குழிகளை அடைந்தான். அங்கே ஜப்பூரில் அவன் சந்தித்த அம்மூவரும் கூட இருந்தார்கள்.

“நீ தவறாமெ வருவேன்னுதான் நினைச்சோம்” என்றார்கள் அவர்கள் மகிழ்ச்சியாக.

மறுநாள் விடிந்ததும் குண்ட்டாவும் லாமினும் புதிய நண்பர்களுடன் வேலையில் இறங்கினார்கள். களிமண்ணை நன்றாகத் தூளாக்கித் தம்முடன் கொண்டு வந்திருந்த சுரைக்காய்க் குடுவைகளில் போட்டு, நிறைய தண்ணீர் ஊற்றி மேலும் கீழும் நன்றாகக் குலுக்கி னார்கள். மண் கலந்த நீரைக் கீழே கொட்டிவிட்டுத் தங்கத்தூள் குடுவையின் அடியில் சேர்ந்திருக்கிறதா என உன்னிப்பாக கவனித் தார்கள். கைகள் வலித்தாலும் நாள் பூராவும் இந்த வேலையைச் செய்தார்கள். அடியில் நின்ற தங்கத்தூளைப் புறாக்களின் இறகுகளால் தயாரிக்கப்பட்ட கூட்டில் கொட்டிப் பஞ்சால் கவனமாக அடைத்தார்கள். அப்படிப்பட்ட ஆறு கூடுகளை நிரப்பினார்கள்.

அந்தப் புதிய நண்பர்கள் தங்கம் தேடுவதை முடித்துக் கொண்டு, யானைத் தந்தங்களைத் தேடி மேற்கொண்டு பயணம் தொடரத் தயாரானார்கள். அவர்கள் குண்ட்டாவைத் தம்முடன் வரும்படி அழைத்தார்கள். அவனுக்கும் போக விருப்பம்தான் என்றாலும், லாமினைப் பார்த்து அம்முயற்சியை விட்டுவிட்டான். அவர்களிடம் அன்பான விடை பெற்றுச் சகோதரர்கள் இருவரும் வீட்டை நோக்கிப் புறப்பட்டார்கள்.

இருவரும் நலமாக ஊர் திரும்பினார்கள். கிராமத்தவர் எல்லாரும் குண்ட்டாவைப் பாராட்டினார்கள். அக்கம் பக்கத்துப் பெண்கள் பிண்ட்டாவின் அதிர்ஷ்டத்தைப் புகழ்ந்தார்கள். இனி பிண்ட்டா ஒரு பசு மாட்டையே விலைக்கு வாங்கலாம் என்றாள் ஒரு பாட்டி.

பிண்ட்டா மூத்த மகனைப் பார்த்துப் பெருமைப்பட்டாள். அவனும் அம்மாவை அன்புடன் பார்த்தான். அவன் பயிற்சி முகாமிலிருந்து திரும்பியதிலிருந்து, இருந்து வந்த பாராமுகம் மறைந்து விட்டது. அவன் இப்போது அடிக்கடி தாயின் குடிசைக்குச் சென்று வருகிறான். அம்மாவிடம் பேன் பார்த்துக்கொள்கிறான். அவள் வீட்டு வேலையில் மூழ்கியிருக்கும்போது தம்பிகளை வெளியிலே கூட்டிப் போய்விடுகிறான்.

14

கண்ணுக்கெட்டிய தூரம் பரவியுள்ள வேர்க்கடலைப் பயிரின் மேல், நிலா பட்டப்பகல் போல் காய்ந்துகொண்டிருந்தது. குண்ட்டா பந்தல் மேலேறி வில் அம்புகளையும் கோடாரியையும் ஒரு பக்கமாக வைத்தான். கீழே காவல் நாய் குரைத்துக்கொண்டும், மோப்பம் பிடித்துக்கொண்டும் வரப்பின்மீது சுற்றிக்கொண்டிருந்தது. விடிந்ததும் மத்தளத்திற்காக மரத்தை வெட்டக் கோடாரிகூடக் கொண்டு வந்திருந்தான்.

வானத்திலிருந்து நிலவொளி வீசிக் கொண்டிருக்கையில் குண்ட்டாவின் உள்ளத்தில் இன்ப நினைவுகள் மலர்ந்தன முந்தா நாள் கிராமப் பஞ்சாயத்தின் முன் வந்த ஓர் அதிசயமான வழக்கு அவன் ஞாபகத்துக்கு வந்தது. அந்த வழக்கு ஊரை ஒரு கலக்கு கலக்கியது. பஞ்சாயத்துக்கு ஊரெல்லாம் திரண்டு வந்திருந்தது.

முரசு ஒலித்தது. “டுடா டாம்பா, கலீல் கோண்ட்டே, ஃபாண்ட்டா பெடெங்க், ஸெஃபாஸேலா!”

இரு பெண்களும், இரு பையன்களும் எழுந்து நின்றனர். கலீல் கோண்ட்டேயும், ஸெஃபாஸேலாவும் குண்ட்டாவுடன் பயிற்சி பெற்றவர்களே ஆனால் அவர்களிருவரும் குண்ட்டாவைவிட மூன்று நான்கு வயது பெரியவர்கள். அவ்விருவருக்கும் இரண்டு விதவைகளுடன் தொடர்பேற்பட்டது. ஒருவள் டுடா டாம்பா, மற்றொருத்தி ஃபாண்ட்டா பெடெங்க்.

ஃபாண்ட்டா பெடெங்க் உயரமானவள். அவளே மற்ற நால்வரின் சார்பாகப் பேச முன் வந்தாள்.

“பெரியவர்கள் நான் சொல்றத கேட்டு எங்களுக்கு நீதி சொல்லணும்.”

“டுடா டாம்பாவுக்கு முப்பத்திரண்டு வயது. நான் அவளைக் காட்டிலும் ஒரு வருஷம் பெரியவ. விதவைகளான எங்களுக்கு இந்த வயசிலே தகுந்த புருஷனுங்க கிடைப்பது கடினம். நான் ஸெஃபாஸேலா வுடனும், டுடா டாம்பா கலீல் கோண்ட்டாவுடனும் சேர்ந்து வாழ நீங்க அனுமதி கொடுக்கணும். நாங்க அவர்களுக்குச் சமையல் செய்து போடுவோம். வேறே இன்பமும் தருவோம்” என்று பெடேங்க் பணிவாக விண்ணப்பித்துக்கொண்டாள்.

கிராமப் பெரியவர்கள் நால்வரையும் சுருக்கமாக விசாரித்தனர். பெண்களிருவரும் சற்றும் அஞ்சாமல் பதிலளித்தனர். பெரிய துணிச்சல் காரர்கள் எனச் சொல்லப்படும் குண்ட்டாவின் நண்பர்கள் மட்டும் நடுங்கியவாறு திக்கிக்கொண்டு பதிலளித்தனர்.

ஊர்ப் பெரியவர்கள் தமக்குள் கிசுகிசுத்துக் கொண்டனர். சபையிலுள்ள அனைவரும் நிசப்தமாக உட்கார்ந்திருந்தனர். ஊசிமுனை சத்தம்கூடக் கேட்கும்போலிருந்தது. எல்லாரையும்விடப் பெரியவர் எழுந்து தீர்ப்புச் சொன்னார்:

“அல்லா உங்களுக்குச் சாதகமாக இருக்கிறார். உங்க ரெண்டு பேருக்கும் அவங்க ஆண் துணையா இருப்பாங்க!”

“தம்பிகளா பிற்பாடு நீங்க கல்யாணம் செய்துகொள்ளும் போது இது உங்களுக்கு நல்ல அனுபவமாக இருக்கும்.”

குண்ட்டாவுக்கு இப்போது அந்த நிகழ்ச்சி நினைவுக்கு வந்தது. திருமணம் ஆகாமலேயே உடல் இச்சைகளை நிறைவேற்றிக் கொள்ளும் இந்த ஏற்பாடு அவன் உள்ளத்தில் பல உணர்ச்சிகளைத் தூண்டியது. அந்த முதிர்ச்சியடைந்த பெண்களுடன் இப்போது அவன் நண்பர்கள் என்ன செய்து கொண்டிருப்பார்கள்? குண்ட்டா எழுந்து உட்கார்ந்தான். அவன் நரம்புகளில் ஏதோ மின்சாரம்...!

கல்யாணமென்றால் பரிசுப் பணம் தர வேண்டும். மணமகளின் கன்னித்தன்மைக்கு அவருடைய தந்தை உறுதியளிக்க வேண்டும். பெண்கள் விவகாரம் அனைத்தும் இரத்தமயமென்பது குண்ட்டாவுக்குத் தெரியும்.

மாதம் ஒரு முறை அவர்களுக்கு இரத்தக் கசிவு இருக்கும். குழந்தை பிறக்கும்போது இரத்தப் போக்கு இருக்கும். முதலிரவில் கன்னி கழியும் போதும் இரத்தம் வரும். மறுநாள் காலை மணமக்களின் தாயார்கள் இருவரும் இரத்தக் கறை படிந்த துணியைப் பனை ஓலைப் பெட்டியில் வைத்து இமாமுக்குக் காட்டி மணமகளின் கன்னித் தன்னையை ருசுப்படுத்த வேண்டும். அப்பொழுதுதான் அந்தத் திருமணத்துக்கு அல்லாவின் ஆசிகள் கிடைக்கும். துணிகளில் இரத்தக்கறை படியவில்லை என்றால் எவ்வளவு விபரீதமாகிவிடுமோ - அதுவும் குண்ட்டாவுக்குத் தெரியும். மணமகன் வேகமாகக் குடிசைக்குள்ளிருந்து வெளிவந்து, அத்தையையும், அம்மாவையும் சாட்சிகளாக்கி மூன்றுமுறை நான் உன்னை விவாகரத்து செய்கிறேன் என்று கத்துவான்.

திருமணச் சடங்கில்லாமல் ஆணும் பெண்ணும் சேர்ந்து வாழ்வதிலே, இந்தச் சங்கடங்கள் எல்லாம் கிடையாது. அவள் நன்றாக சமைத்துப் போடுவாள். பிறகு உடலின்பமும் தருவாள். குண்ட்டாவுக்கு ஜின்னாயம்பகி நினைவில் வந்தாள். அவளும் விதவைதான்.

அவனை விட ஒரு வயது சிறியவள். அவள் ஒரு தடவை அழகான கூடை முடைந்து குண்ட்டாவுக்குப் பரிசளித்தாள். அவ்வளவுதான். குண்ட்டாவையும் அவளையும் இணைத்து அவனது நண்பர்கள் கேலி பேசவாரம்பித்து விட்டனர். தன்னிடம் அவளுக்கிருக்கும் ஆசையை 'ஜின்னாயம்பகி' கண்களால் எவ்வளவு தீவிரமாக வெளிப்படுத்தினாள் அவனுக்கு நரம்புகள் ஜிவ்வென்று முறுக்கேறிவிட்டன. உடல் சூடாகிவிட்டது. எப்படியோ சமாளித்துக்கொடான். அவளுடன் எந்தவித உறவும் வைத்துக் கொள்ளக் கூடாதென எண்ணினான். இப்போது அவனுக்குத் திருமணமென்றால் விருப்பமில்லை. அவன் பெரியப்பாக்கள் கல்யாணம் செய்துகொள்ளாமலேயே இருந்துவிட வில்லையா? அவர்களைப்போலவே தானும் இன்னும் எவ்வளவோ உலகத்தைச் சுற்றிப் பார்க்க வேண்டும்.

மிகவிரைவில் மாலிக்குச் சென்று வரவேண்டுமென்று நினைத்தான் குண்ட்டா. அவர்களின் கிண்ட்டே வம்சம் நானூறு ஆண்டுகளுக்குமுன் மாலியிலேயே தோன்றியதெனப் பெரியப்பாக்கள் கூற அவன் கேட்டிருக்கிறான். அங்கிருந்து திரும்பிய பிறகு மக்காவைத் தரிசித்து வர வேண்டும்.

மக்கா புனிதத் தலம்பற்றி நினைத்தபோது, தொலைவில் வயல்களுக்குக் குறுக்கே நிதானமாக நின்று பிரகாசித்துக் கொண்டிருந்த ஓர் ஒளிக்கற்றை தென்பட்டது. ஆடு மேய்க்கும் புலானி காலையிலேயே சமையல் செய்கிறான்போலும் என எண்ணினான் குண்ட்டா. கிழக்கு வெளுத்துக்கொண்டிருந்ததையும் அவன் கவனிக்கவே இல்லை.

அம்புகளைக் கையிலெடுத்துக்கொண்டு குண்ட்டா பந்தலி லிருந்து இறங்குகையில் அவன் பார்வையில் கோடாரி தென்பட்டது. மத்தளத்திற்கு மரம் வெட்ட வேண்டுமென்பது ஞாபகத்துக்கு வந்தது. ஆனால் இரவு பூராவும் கண் விழித்துக் காவல் காத்ததால் களைப்பு மிக அதிகமாக இருந்தது. மரம் வெட்டுவதை நாளைக்கு வைத்துக் கொள்ளலாமென்று கருதினான். ஆனால் அப்படி வேலையை ஒத்திப்போடுவது நல்லதல்ல என்றும் எண்ணினான். இன்று காட்டுக்குப் போகாவிட்டால் இன்னும் சில நாட்கள்வரை மரம் வெட்டுவது சாத்தியப்படாது எனவும் நினைத்தான்.

அவன் காலைத் தொழுகை, செய்தான். கோடாரியைத் தோளில் போட்டுக்கொண்டு உஷாராக இருக்கும் அவனுடைய நாய் உலோவோ வுடன் புறப்பட்டான். குண்ட்டா காலைக் காற்றை நன்றாக இழுத்துக் கொண்டான். காட்டை நோக்கி வேகமாக நடந்தான்.

நன்கு அறிமுகமான காட்டுப் பூக்களின் நறுமணம் அவன் நாசியில் புகுந்தது. கதிரவனின் இளங்கதிர்களில் புல்லின் நுனியில் மினுமினுக்கும்

நீர்த்திவலைகள் அவன் பாதங்களை நனைத்தன. உணவுக்காக பருந்துகள் வானத்தில் வட்டமடித்துக் கொண்டிருந்தன. வயலுக்குப் பக்கத்திலுள்ள மடுவுகளில் தவளைகள் கத்திக்கொண்டிருந்தன.

குண்ட்டா விறுவிறுவென்று நடந்தான். 'உலோவோ' நாய் பாம்புகளையும்,ஆமைகளையும் விரட்டிக்கொண்டு ஓடிக்கொண்டு இருந்தது. குண்ட்டா ஆற்றுக்குக் கிழக்கே நடந்து அடர்த்தியான மரங்களிடையே புகுந்தான். சற்று நேரத்தில் நடுக்காட்டை அடைந்தான். சுற்றிலும் ஆளுயரத்திற்குப் புல் வளர்ந்திருந்தது. அவன் கால்களுக்கு அடியில் தரை நனைந்திருந்தது. மேலே அடர்த்தியாக இருந்த இலைகளை ஊடுருவிக்கொண்டு ஞாயிற்றின் கதிர்கள் வரமுடியாமல் தத்தளித்துக் கொண்டிருந்தன. சூரியன் இன்னும் உயரே வரவில்லை. ஏதோ அரவம் கேட்டதும் குண்ட்டா அதிர்ச்சியடைந்து தலையை உயர்த்திப் பார்த்தான். அங்கே ஒரு முயல்.... உலோவோ நாய் அதை விரட்டிக்கொண்டு ஓடியது. இரண்டுமே மறைந்துவிட்டன. சற்று நேரம் முயலை விரட்டிவிட்டு அது திரும்பிவருமென எண்ணினான் அவன்.

கோடாரியையும், வில் அம்பையும் ஒரு செடியில் சாய்த்துவிட்டு, மத்தளத்திற்குப் பயன் படும் மரம் தேடிக் கொஞ்ச நேரம் சுற்றினான் குண்ட்டா. அப்படிப்பட்ட மரம் காணப் பட்டதுமே அவன் சற்று முன்னுக்கு வளைந்தான். மரக்கிளைகள் கலகலத்தன. மேலே பச்சைக் கிளி கத்தியது. தன்னுடைய நாய் திரும்பிக் கொண்டிருக்கலாமென்று நினைத்தான் அவன். ஏதோ சத்தம் கேட்கவே பயத்துடன் பின்னால் திரும்பிப் பார்த்தான். தெளிவற்றுத் தென்பட்டது... ஒரு வெள்ளை முகம். தடியை உயர்த்திக் கொண்டே குண்ட்டாவை நோக்கி ஓடி வந்தது அந்த உருவம்... அந்த உருவம் ஒரு வெள்ளைக் காரனுடையது ...!

குண்ட்டா காலை எழுப்பி வெள்ளைக்காரனின் வயிற்றில் உதைத்தான். ஆனால் உதை சரியாக விழவில்லை. குண்ட்டாவின் முதுகை உரசிக்கொண்டே ஏதோ ஒரு பளுவானது அவன் தோள்களின் மேல் வந்து விழுந்தது. அந்த வலியைச் சகித்துக்கொள்ள முடியாமல் அவன் பின்னால் திரும்பிப் பார்த்தபோது அவன்மீது பாயத் தயாராயிருந்த இரு கருப்புத் தடியர்களின் முகங்களில் குத்தினான் குண்ட்டா.

இரண்டாவது வெள்ளைக்காரன் தடியைச் சுழற்றிக் கொண்டே அவனைத் தாக்க வந்தான். குண்ட்டா துள்ளிக் குதித்து அந்தத் தாக்குதலிலிருந்து தப்பித்துக் கொண்டான்.

ஏதாவது ஆயுதம் கையிலிருந்தால் நன்றாயிருக்குமே என்று எண்ணினான் அவன். குண்ட்டா அவர்களிடையே புகுந்து அவர்களை நகங்களால் கீறினான்; முழங்கால்களால் குத்தினான். குண்ட்டாவுடன் கூடவே மற்ற மூவரும் தரையில் விழுந்தனர். இப்போது இடுப்பை

ஒடித்து விடும்போல் குத்தியது. அவனது விரல்களுக்கிடையே ஒரு முகம் சிக்கியது. அவன் நகங்களால் கண்களைக் குத்தினான். கண்களுக்குரிய வன் பரிதாபக் குரலெழுப்பினான். அதற்குள் குண்ட்டாவின் தலைமேல் ஒரு தடி உடைந்தது.

குண்ட்டாவுக்குத் தலை சுற்றியது. வன்மத்துடன் நாயின் குரைத்தல், வெள்ளைக்காரனின் அச்சம் தோய்ந்த குரல், அதற்குள்ளேயே நாயின் பரிதாபகரமான அழுகை காதில் விழுந்தன. குண்ட்டா வலுவை யெல்லாம் ஒன்று திரட்டிக்கொண்டு முழங்காலால் நகர்ந்தான். மேலிருந்து சரமாரியாக விழுந்து கொண்டிருந்த தடியடிகளிலிருந்து தப்பிக்க அப்படியும் இப்படியும் நெளிந்தான். பிளந்துவிட்ட தலையிலிருந்து சிந்திய இரத்தம் வடிந்துகொண்டே இருந்தது. குண்ட்டாவினால் கண்களில் குத்தப்பட்ட கருப்புத் தடியன் கண்களின் மீது உள்ளங்கையை வைத்துக்கொண்டான். ஒரு வெள்ளைக்காரன் ஏதோ ஒரு பயங்கர ஆயுதம் ஏந்தி, செத்துக் கிடந்த நாயின் பக்கத்தில் நின்றிருந்தான். மற்ற இருவரும் தடிகளை ஏந்தி நடமாடிக் கொண்டிருந்தனர். ஆத்திரத்துடன் ஓ வென்று கத்தி குண்ட்டா இரண்டாமவன் மீது பாய்ந்தான். ஒரு தடி அவன் பிடியில் சிக்கியது. வெள்ளைக்காரனிடம் வீசிய பொறுக்கமுடியாத நாற்றத்தைச் சகித்துக் கொண்டு அவன் அந்தத் தடியைப் பறித்துக்கொள்ள சண்டை யிட்டான். ஐயோ முன்னமேயே தனக்கேன் அந்த நாற்றம் தெரியாமல் போய்விட்டது? என்று வருந்தினான் குண்ட்டா. 'அவர்களின் காலடி அரவமும் கேட்காமல் போயிற்றே!' என்று நொந்துகொண்டான் அவன்.

அதற்குள் கருப்புத் தடியன் குண்ட்டாவின் தலையில் பலமாகத் தாக்கினான். குண்ட்டா குப்புற விழுந்துவிட்டான். கீழே விழுந்திருந்த வெள்ளைக்காரன் பக்கவாட்டில் உருண்டான். குண்ட்டாவுக்குத் தலை 'விண்விண்' என்று வலித்துக் கொண்டிருந்தது. உடலெல்லாம் ஒரே வலி! இயலாமையை அவனே வெறுத்தான். முதுகை உயர்த்தி இடியைப் போல் கர்ஜித்தான். தடியைக் கொண்டு தாக்குவதைப்போல் சூனியத்தில் கையை ஆட்டினான். கண்ணீர், ரத்தம், வியர்வைகளுக்கிடையே கண்களைப் புரைமூடியது. வாழ்வைவிட உயர்ந்த ஒன்றுக்காக அவன் போராடுகிறான். 'உமரோ! பிண்ட்டா! லாமின்! சுவாடு! மாடி!' என்று எல்லாரையும் நினைவுக்குக் கொண்டு வந்தான். வெள்ளைக்காரனின் தடி மீண்டும் குண்ட்டாவின் தலையை மோதியது. அனைத்தும் இருள் மயமாகிவிட்டது.

15

குண்ட்டாவுக்கு விழிப்பு வந்தபோது அவன் மல்லாந்து படுத்திருந்தான். அவன் தனக்குப் பைத்தியம் பிடித்துவிட்டதோ என்று பயந்தான்; அவன் உடலில் ஆடைகள் இல்லை. கால்களையும், கைகளையும் இரும்புச் சங்கிலிகள் பிணைத்திருந்தன. அவனுக்கு இருபக்கங்களிலும் இவனைப்போலவே இருவர் சங்கிலிகளால் கட்டப்பட்டிருந்தார்கள். அறை முழுவதும் இருண்டு கிடந்தது. பொறுக்க இயலாத வெப்பம். துர்நாற்றம் மூக்கைத் துளைத்துக் கொண்டிருந்தது. கூச்சல்களும், அழுகைகளும், மன்றாடல்களும், வாந்தியுமாக அந்த அறை படுபயங்கரமாக இருந்தது. தான் எடுத்த வாந்தியும் நெஞ்சின்மேலும் வயிற்றின் மேலும் படர்ந்து நாற்றமடித்துக் கொண்டிருந்தது. தான் இவர்களிடம் சிக்கியதிலிருந்து இந்த நான்கு நாட்களும் பட்டினிதான்! அத்துடன் நான்கு நாட்களும் தொடர்ந்து பட்ட அடி , உதைகளால் உடல் புண்ணாகிவிட்டிருந்தது. அவர்கள் இரும்புக் கம்பியால் முதுகில் போட்ட சூடு எரிச்சலாய் எரிந்து கொண்டிருந்தது.

அடர்த்தியான ரோமத்துடன் ஒரு பெருச்சாளி குண்ட்டாவின் கன்னங்களில் ஊர்ந்து வந்து, மூக்கால் அவன் வாயருகே வாசனை பிடித்தது. அவன் வெறுப்புடன் நடுங்கியவாறு பற்களை 'நறநற'வெனக் கடித்தான். பெருச்சாளி பயந்தோடிவிட்டது. சினத்தை அடக்கிக் கொள்ள முடியாமல் போய், அவன் கைகளையும் கால்களையும் பிணைத்திருந்த இரும்புச் கங்கிலிகளையும் உதைத்தான். அவனுடன் கூடவே அந்தச் சங்கிலிகளில் பிணைக்கப் பட்டிருந்த அக்கம் பக்கத்திலிருந்தவர்கள் முன்னும் பின்னும் ஆடி அலைந்த பெருங்குரலில் கோபமாகக் கத்தினார்கள். பெருங்கோபத்துடன் பயமும் சேர்ந்து சகிக்க முடியாத வலியால் குண்ட்டா எதிரேயிருந்த மரப்பலகையில் வேகமாக மோதிக் கொண்டான். காட்டில் வெள்ளைக்காரன் தடியால் அடித்த இடத்திலேயே இப்போதும் மரப்பலகை மோதிக்கொண்டது. அவன் பொறுக்க முடியாத வலியில் துடிதுடித்துப்போனான். அத்துடன் பக்கத்தில் கட்டப்பட்டிருந்த மனிதன் குண்ட்டாவைத் தன்னைப் பிணைத்திருந்த

சங்கிலியாலே அடித்தான். இருவரும் சிறிதுநேரம் ஒருவரையொருவர் தாக்கிக் கொண்டார்கள். பிறகு களைத்துப்போய் நின்றுவிட்டார்கள். இதற்குள் குண்ட்டாவுக்கு வாந்தி வருவது போலிருந்தது. அவன் சமாளிக்கப் பார்த்தான். முடியவில்லை. அவன் காலி வயிற்றிலிருந்து புளித்த திரவம் மேலெழும்பிக் கடைவாய் வழியாக வெளியேறியது. செத்துவிட்டால் நன்றாயிருக்கும் என எண்ணினான் அவன்.

தன் வலிமையையும், அறிவையும் இழக்காமலிருக்க வேண்டு மானால் தன் கோபத்தைக் கட்டுப்படுத்திக்கொள்ள வேண்டுமெனக் கருதினான் அவன். சிறிது நேரங்கழித்து, சற்றுத் தெம்பாக இருக்கும்போது குண்ட்டா இடது கையால் சங்கிலி பிணைத்த வலது கையை நிதானமாகத் தடவிப் பார்த்துக் கொண்டான். அங்கே ரத்தம் வழிந்து கொண்டிருந்தது. மெல்ல சங்கிலியை இழுத்துப் பார்த்தான். இதுதான் சண்டை போட்டவனின் இடது கையைப் பிணைத்திருந்தது. குண்ட்டாவின் இடது பக்கமும் இன்னோர் ஆள் கட்டப்பட்டிருந் தான். அவன் விடாமல் முனகிக் கொண்டே இருக்கிறான். இருவரி டையே இடைவெளிகூட இல்லை. யார் கொஞ்சம் அசைந்தாலும் பக்கத்து ஆள் தட்டுப்படுவான்.

அந்த மூவரும் அடைக்கப்பட்டிருந்த அந்த இடம் ஒரு கப்பலின் இருண்ட குறுகிய கொட்டடியாகும். எழுந்து உட்காரும் உயரம் போதாது. கூண்டில் அடைபட்ட சிறுத்தையைப் போலிருக்கிறதே தன் நிலை என்று அவன் வேதனை அடைந்தான். தனக்குக் கீழேயும், சுற்றுப் புறமும் கேட்கும் கூக்குரல்களையும், அழுகைகளையும் பற்றிய சிந்தனையில் ஆழ்ந்துவிட்டான் அவன்.

கூர்ந்து கேட்டபோது அவன் சுற்றிலுமிருந்தவர்கள் பல்வேறு மொழிகளிலும் எழுப்பும் பரிதாபக் குரல்கள் குண்ட்டாவுக்குப் புரியத் தொடங்கின. ஒரு ‘புலானி’ இன ஆள் அரபி மொழியில் அங்கலாய்த்துக் கொண்டிருந்தான். “சொர்க்கத்திலிருக்கும் அல்லாவே! என்னைக் காப்பாற்றும்!” செரேரே இன மனிதன் ஒருவன் தன் குடும்பத்தவர்களை நினைத்துப் புலம்பிக்கொண்டிருந்தான். அங்கே தன்னுடைய ‘மாண்டிங்கா’ இனத்தவரும் இருக்கிறார்கள். தான் பயிற்சிக் காலத்தில் கற்றுக் கொண்ட ரகசிய மொழி சைராகாங்கோ வில் ஒருவன் வெள்ளைக்காரர்களை மோசமாகத் திட்டிக்கொண்டிருந்தான். குண்ட்டாவுக்குப் புரியாத பல மொழிகளிலும் சங்கிலிகளில் பிணைக்கப்பட்டிருந்த அந்த மனிதர்கள் கத்திக்கொண்டிருந்தார்கள்.

குண்ட்டாவுக்குக் குடலில் அழுத்தம் அதிகமாயிற்று. கடந்த நான்கு நாட்களாக எப்படியோ சமாளித்து வந்தாலும், இனி அவனால் பொறுக்க முடியாது. அவனுக்கு அடிக்கடி வயிற்றுப் போக்கு உண்டாயிற்று. ஏற்கனவே கொட்டடிக்குள் துர்நாற்றம் சகிக்க முடியவில்லை. குண்ட்டா

அலெக்ஸ் ஹேலி | 79

தன் பங்குக்கு அதை இன்னும் அதிகப் படுத்தினான். அவன் தன்னையே வெறுத்தான். வெட்கத்தால் பொல பொலவென அழுதுவிட்டான். இரண்டு கால்களுக்கிடையே இன்னும் போய்க்கொண்டே இருந்தது. ‘ஏ அல்லா! என்ன பாவம் செய்தேன் என்று எனக்கு இந்தத் தண்டனை! ஓ! காட்டிலே நான் பிடிபட்ட நாளிலிருந்து நான் தொழவே இல்லை அல்லவா! நான் நிச்சயமாகப் பாவம் செய்தேன் ஆனால் இப்போது நான் முழங்காலிட முடியாது. கிழக்கு எந்தப் பக்கமோகூடத் தெரியவில்லை?’ குண்ட்டா படுத்திருந்த நிலையிலேயே அல்லாவை மன்னிப்புப் கேட்டுத் தொழுதான்.

வயிற்றில் பசி கிள்ளியது. அப்போதைக்கு அவன் சாப்பிட்டு நான்கு நாளாயிற்று. அந்த நான்கு நாளும் அவன் தூங்கினானா? நினைவு படுத்திக் கொள்ள முயன்றான். தூங்கவில்லை.... அதோ... காட்டுப்பாதை.... முன்னே இரண்டு வெள்ளைக்காரர்களும், பின்னால் இரண்டு கருப்பர்களும் தன்னை நடத்திச் சென்றுகொண்டிருந்தனர். முன்னே நடந்து கொண்டிருந்த வெள்ளையரின் உடைகள் அதிசயமாக உள்ளன. அவர்களின் நீண்ட தலைமுடி விசித்திரமான வண்ணத்தில் இருந்தது.

குண்ட்டா வலுக்கட்டாயமாகக் கண்களைத் திறந்தான். தலையைத் திருப்பினான். உடல் முழுதும் வியர்வையால் தெப்பமாக நனைந்து விட்டிருந்தது. நெஞ்சு வேகமாக அடித்துக்கொண்டது. அவன் தன்னை மறந்த உறக்கத்தில் மூழ்கிவிட்டான். அது ஒரு கெட்ட கனவு. இந்த நாற்றமடிக்கும் கும்மிருட்டுதான் அந்தக் கெட்ட கனவா? அல்ல... தான் கனவு கண்ட அந்தக் காட்டுக் காட்சி உண்மையாக நடந்தது. அவனுக்கு விருப்பமில்லை என்றாலும் அந்தக காட்சி அவன் நினைவுக்கு வந்தது.

அந்தக் காட்டில் வெள்ளைக்காரர்களுடனும், கருப்புத் தடியர் களுடனும் சண்டைபோட்டு விழுந்துவிட்ட பின்னர், அவனுக்கு விழிப்பு வந்து பார்த்தபோது அவன் வாயில் துணி அடைத்திருந்தார்கள். கண்களையும் துணியைக் கொண்டு கட்டியிருந்தார்கள். கைகளைப் பின்னுக்குக் கட்டியிருந்தார்கள். கால்களைக் கயிற்றால் பிணைத் திருந்தார்கள். அவன் தப்பிக்க எவ்வளவோ முயற்சித்தான். அவர்கள் அவனை ரத்தம் கொட்டும்வரை கூர்மையான கட்டைகளால் அடித்து நொறுக்கினார்கள்.

‘போலாங்’ நதியில் அவனை அவர்கள் படகில் ஏற்றினார்கள். அப்போதும் கண்களைக் கட்டியிருந்த துணியை அவிழ்க்கவில்லை. குண்ட்டா எதிர்த்தபோதெல்லாம் அவனை அவர்கள் செம்மையாக உதைத்தார்கள். கருப்புத் துரோகிகள் படகைச் செலுத்தினார்கள். படகு ஓரிடத்தில் நின்றுவிட்டது. அங்கிருந்து சற்றுதூரம் அவனை நடக்கவைத்தார்கள். அங்கே குண்ட்டாவைக் கீழே தள்ளி ஒரு

மூங்கில் தடுப்பில் கயிற்றால் கட்டி விட்டார்கள். அதன் பிறகே கண்களின் கட்டுகளை அவிழ்த்தார்கள். எல்லாம் ஒரே இருட்டாக இருந்தது. ஆனாலும் வெள்ளையனின் முகம் மட்டும் தென்பட்டது. அவர்கள் இரண்டு மாமிசத் துண்டுகளை அவன் வாயில் திணிக்க வந்தார்கள். குண்ட்டா தலையைத் திருப்பிக் கொண்டான். அவர்கள் அவனை கண்மண் தெரியாமல் தாக்கி அவன் வாயைத் திறக்க வைக்க முயற்சித்தார்கள். ஊகூம்... ஒன்றும் முடியவில்லை. கடைசியில் அவன் முகத்தில் மாறிமாறிக் குத்தினார்கள்.

அப்போதைக்கு அத்துடன் நின்றுவிட்டார்கள். அவன் விடிந்ததும் கண் விழித்துப் பார்த்தான். மொத்தம் அங்கே பதினோரு பேர் மூங்கில் கம்புகளில் கட்டிப் போடப்பட்டிருந்தார்கள். ஆறு ஆண்களும் மூன்று இளம் பெண்களும் இரு சிறுவர்களும் அவ்வாறு கட்டப் பட்டிருந்தார்கள். கருப்புதடியர்களும் வெள்ளைக்காரர்களும் அன்றிரவு பலத்த காவலிருந்தார்கள். அந்தப் பெண்களின் உடலில் ஒரு துண்டு துணிகூட இல்லை. பெண்களை அப்படி அம்மணமாக அவன் எப்போதுமே கண்டதில்லை. ஆண்களும் நிர்வாண மாகவே இருந் தார்கள். கசையடிகளால் அவர்கள் முகங்களில் ரத்தம் படர்ந்திருந்தது. அவர்களின்முகங்கள் கோபத்தால் சிவந்திருந்தன. பெண்கள் பரிதாப மாக அழுது கொண்டிருந்தார்கள்.

குண்ட்டா அடக்க முடியாத கோபத்தால் முன்னுக்கும், பின்னுக்கும் ஆடி அசைந்தான். தடிகள் அவன் உடலையெல்லாம் பதம் பார்த்தன. அவன் சுய நினைவிழந்துவிட்டான். நினைவு வந்த பிறகு பார்த்தால் அனைவருக்கும் மொட்டையடித்திருந்தார்கள். உடல்கள் முழுவதும் பனை எண்ணெய் பூசி இருந்தார்கள். இப்போது அவனும் நிர்வாணமாகவே இருந்தான். மதியத்திற்கு வேறு இரு வெள்ளைக் காரர்கள் வந்தார்கள். அவர்களைக் கண்டதும் கருப்புத் தடியர்களின் முகங்கள் பிரகாசித்தன. மூங்கில் கம்புகளில் கட்டப்பட்டிருந்தவர் களை அவிழ்த்துவிட்டார்கள். எல்லாரையும் வரிசையாக நிற்கும்படி கத்தினார்கள்.அந்த இரு வெள்ளையரில் ஒருவன் குள்ளமாகவும், பருமனாகவும் இருந்தான். வெள்ளை வெளேரெனத் தலைமுடி அவனுக்கு. இரண்டாமவன் உயரமாகவும் எருது போலவுமிருந்தான். சிடுசிடுப்பான அவன் முகத்தில் ஆழமான கத்தி வெட்டுக்களிருந்தன. வெள்ளைமுடி குள்ள வெள்ளைக்காரனை மற்ற வெள்ளையரும, கருப்புத் தடியர்களும் குனிந்து குனிந்து வணங்கினார்கள்.

வெள்ளை முடி குள்ள வெள்ளையன் குண்ட்டாவைத் தன் அருகே வரும்படி சைகை செய்தான். அவனோ ஓர் அடி பின்னுக்குச் சென்றான். உடனே அவன் முதுகில் கசையடி விழுந்தது. பின்னாலிருந்த கருப்புத்

தடியன் குண்ட்டாவை முழங்காலிடச் செய்து, தலையைப் பின்னுக்கு இழுத்துப் பிடித்துக்கொண்டான். குட்டை வெள்ளையன் அருகே வந்து அவன் பற்களைக் கவனமாகப் பார்த்தான். கண்ணையும் நெஞ்சையும், வயிற்றையும் பரிசீலனை செய்தான். அவன் குண்ட்டா வின் ஆண்குறியை விரலால் பிடித்ததுமே குண்ட்டா பக்கவாட்டில் துள்ளிக் குதித்தான். அவனுடைய கூக்குரல் குரல்வளையிலேயே உறைந்துவிட்டது. அவனைக் கட்டுப்படுத்த இரு கருப்புத் தடியர்களும், பல கசையடிகளும் தேவைப்பட்டன. பின்னர் அவனைக் குனிய வைத்துப் புட்டங்களைப் பிரித்துபார்த்து தூரத்தில் தள்ளி விட்டார்கள். மற்றவர்களையும்கூட இப்படியெல்லாம் பரீட்சித்துப் பார்த்தார்கள். கூக்குரலிட்டு அழுதுகொண்டிருந்த பெண்களின் மறை விடங்களையும் அவர்கள் இவ்வாறுதான் பரிசீலனை செய்தார்கள்.

நெருப்பில் சுட்ட இரும்புக் கம்பியால் எல்லார் முதுகிலும் L.L. என்ற முத்திரையைச் சூடு போட்டார்கள். அதன்மீது பனை எண்ணெய்த் தடவினார்கள். அந்த வலியைப் பொறுக்க முடியாமல் அவர்களின் பரிதாபக் கதறல்களால் அந்த மூங்கில் காடே அதிர்ந்து போயிற்று.

அன்றிரவு எல்லாரையும் இரண்டு படகுகளில் ஏற்றிக் கொண்டு இன்னொரு பெரிய கப்பலை நெருங்கினார்கள். தான் தப்பித்துக் கொள்ள அதுவே இறுதிவாய்ப்பென குண்ட்டா எண்ணினான். உடனே அவன் படகிலிருந்து எகிறிக் குதித்தான். உயிருக்குத் துணிந்து போராடினான். படகு தத்தளித்தது. அவன் உடல் முழுவதும் கசையடிகள் சரமாரியாக விழுந்தன. சொல்லொண்ணாத் தடியடிகள் அவனைக் குற்றுயிராக்கின. முகத்தில் சூடான இரத்தம் ஓடியது. அவனைக் கயிறுகளால் கட்டிப் போட்டனர். கயிற்று ஏணியின் மூலமாகக் கப்பலில் ஏற்றினர். கப்பலின் உயரே வெள்ளைத் துணி மிகப் பெரியதாகக் கட்டப்பட்டிருநதது. அதைத் திரைச்சீலை என்பார்கள் என்ற விஷயம் அவனுக்கு அப்போது தெரியாது.

கப்பலின் மேல்தளத்தலிருந்து அடிப்பாகத்திற்கு இறங்கப் படிகள் இருந்தன. அந்த வழியே குண்ட்டாவைக் கொண்டு போய் ஓர் இருட்டுக் கோட்டையிலே அவனைச் சங்கிலிகளால் கட்டிப் போட்டார்னர். அழுது புலம்பிக்கொண்டிருந்த வேறு இரு மனிதர்களிடையே அவனையும் வைத்துச் சங்கிலிகளில் கொக்கிகளை மாட்டிவிட்டனர். அவனுக்கு ஒரே குழப்பமாக இருந்தது. தான் காண்பதெல்லாம் கனவா, நனவா என்பதே அவனுக்குத் தெரியவில்லை. கடவுள் கிருபையால் இப்போது கனவு கண்டுகொண்டிருக்கிறான்.

16

கப்பல் மேல்தளத்திலிருந்து கீழே இறங்குவதற்காக உள்ள சிறிய துவாரம் திறந்து கொள்ளும்போதுதான் இது இரவா பகலா என்பதே குண்ட்டாவுக்குத் தெரிய வந்தது. அப்போதுதான் அவன் திடுக்கிட்டுத் தலையெடுத்துப் பார்க்கிறான். கை, கால்களைப் பிணைத்திருக்கும் சங்கிலிகளையும் மீறி அசையும் அசைவு அது ஒன்றுதான். நிழல்போன்ற நான்கு ஆட்கள் கைகளில் விளக்குகளை ஏந்தி வருவார்கள். உணவுத் தொட்டியைத் தள்ளிக்கொண்டு வருவார்கள்.உணவைத் தகரத் தட்டுகளில் வைத்துக் கொட்டடிக்குள் தள்ளுவார்கள். இதுவரை குண்ட்டா உணவு உட்கொள்ளவே இல்லை. அவர்கள் வந்ததும் வாயை அழுத்தமாக மூடிக் கொள்வான். அடி உதைகளை ஏந்தி உடல் பச்சைப் புண்ணாகிவிட்டது. அதனால் எவ்வளவு வலியை அனுபவித்துக் கொண்டிருக்கிறானோ, பசியும் அவனை அந்த அளவுக்கு வாட்டி வதைத்துக் கொண்டிருக்கிறது என்றாலும், பட்டினியால் உயிரை விடவும் தயாரானானே தவிர வெள்ளைக்காரர்கள் வீசியெறியும் சாப்பாட்டை மட்டும் தொடவே இல்லை. அங்கேயிருந்த கைதிகளுக்கு உணவு தந்த பிறகு அந்த நால்வரும் இன்னும் கீழே இறங்கிச் சென்றார்கள்.

ஏறக்குறைய தினமும் புதிய புதிய கைதிகளைக் கொண்டுவந்து அங்கே போட்டுக்கொண்டிருக்கிறாக்ள். அவர்கள் வேதனையுடன் துடித்து அழும்போது அவர்கள்மேல் கசையடிகள் மழையாய்ப் பொழிந்துகொண்டிருக்கின்றன. மரப்பலகைகளைக் கொண்டு வரிசையாக அமைந்துள்ள காலியாக உள்ள அறைகளிலெல்லாம் புதிய புதிய கைதிகளை அடைத்துக் கொண்டிருக்கிறார்கள்.

ஒரு நாள் அவர்கள் உணவு கொடுத்துவிட்டுப் போன பிறகு குண்ட்டாவின்காதுகளில் ஒரு விந்தையான சத்தம் விழுந்தது. தலைக்கு உயரே மேல் கூரையில் அந்தச் சத்தம் எதிரொலித்தது. மற்றவர்களுக்கும் அது கேட்டது. மேல் தளத்தில் பலரும் ஒரே சமயத்தில் ஓடிச் செல்வது போலிருந்தது. அப்போதே அவர்களுக்கு அருகிலே ஒரு புதிய சத்தம் கேட்டது. ஏதோ ஒரு பளுவான

பொருளை மேலுக்கு இழுக்கும்போது ஏற்படும் 'கிர்' என்னும் ஒலி அது (நங்கூரம் பாய்ச்சுவதை அவர்கள் இதுவரை பார்த்ததில்லை)

மரப்பலகையில் மல்லாந்து படுத்திருந்த குண்ட்டாவின் கால்கள் ஒரு விசித்திரமான அசைவை அறிந்து கொண்டன. உணர்ச்சிப் பெருக்கால் இதயமே வெடித்து விடும்போல் இருந்தது. உடல் பூராவிலிருந்தும் இரத்தம் தலைக்குள் பாய்வதுபோலிருந்தது. தாம் அனைவரையும் கடத்திச்செல்வது போலவும் தோன்றியது. உயிரையே பறித்துவிடும் பயம் உடலில் பாய்ந்தது. சுற்றிலுமுள்ள கைதிகள் எல்லாரும் பெருங்குரலில் கத்திக் கொண்டிருந்தனர். அவர்கள் மரப் பலகைகளில் தலைகளை மோதிக்கொண்டிருந்தனர். கை கால்களை ஆட்டிக்கொண்டிருந்ததால் சங்கிலிகள் சத்தம் செய்து கொண்டி ருந்தன. அந்தத் தொட்டி ஒரு பயங்கரமான பைத்தியக்கார ஆஸ்பத்திரி யாக மாறிவிட்டது. அல்லா, என் முறையீட்டைக் கேளு, என்னைக் காப்பாற்று என்று குண்ட்டா கத்தினான்.

கத்திக் கத்தி, அழுதழுது ஒருவர் பின் ஒருவராக எல்லாரும் களைத்துப் போனார்கள். துர்நாற்றம் மிகுந்த அந்த இருட்டறையில மூச்சுவிட முடியாமல் அவதிப்பட்டார்கள். இனி தான் ஆப்பிரிக் காவைக் காணமுடியாதென்று குண்ட்டாவுக்குப் புரிந்து விட்டது. கப்பல் நிதானமாக ஆடி அசைந்து செல்வது தெளிவாகத் தெரிந்தது.

"வெள்ளைக்காரங்களைக் கொல்லுங்க! கருப்பு அடிவருடிகளைக் கொல்லுங்க!" என்று பலமாகக் கத்தவேண்டும் போலிருந்தது குண்ட்டாவுக்கு. ஆனால் குரல் வெளிவர வில்லை. அதற்குப் பதிலாக அவன் உள்ளம் வலுவாகக் கர்ஜித்தது.

அவன் மவுனமாக அழுதான். சத்தத்துடன் மேல்மூடி திறந்துகொண்டது. உணவுத் தட்டுகள் கீழே இறங்கின. வழக்கம் போலவே குண்ட்டா இறுக்கமாக வாயை மூடிக்கொண்டான். அப்போது பயிற்சியின் போது பேராசான் கிண்ட்டாங்கோ கூறியது நினைவுக்கு வந்தது.

"உடல் பலத்திற்காக நன்றாகச் சாப்பிடணும், சாப்பிட்டால் தான் உடலில் வலு வரும். வெள்ளைக்காரனைக் கொல்லணும்னா நமக்குச் சக்தி வேணும். சக்தி வேணும்னா நல்லா சாப்பிடணும்."

குண்ட்டா கூழ்போன்ற அந்த உணவைத் தொட்டான். பனை எண்ணெய்க் கலந்து மக்காச் சோளமாவை வேக வைத்ததாகத் தெரிந்தது. ஒவ்வொரு கவளமாக நிதானமாக விழுங்கினான். இதற்குமுன் சாப்பிடாமல் அடம் பிடித்தபோது, அந்தப் பாவிகள் அவன் கழுத்தை நெறித்ததால், இப்போது உணவை விழுங்க முடியாமல் வலித்தது. தட்டில் இருந்ததை எல்லாம் தின்று

விட்டான். ஆனால் அது வயிற்றில் தங்காமல் வாய் வழியாக முட்டிக்கொண்டு வந்தது. சமாளிக்க முடியாமல் அவன் பூராவையும் வாந்தியெடுத்துவிட்டான். தன்னுடனே மற்றவர்களும் வாந்தி யெடுக்கும் சத்தம் அவனுக்குக் கேட்டது.

விளக்குகள், தான் இருக்கும் அறையின் கோடிக்குச் சென்று விட்டன. திடீரெனச் சங்கிலிகள் கலகலத்தன. ஒருவன் பைத்தியம் பிடித்தவன் போல் அரற்றிக்கொண்டிருந்தான். அவன் 'மாண்டிங்கா' மொழியுடன் வேறு ஒரு புதிய மொழியும் சேர்த்துக் கத்திக் கொண்டிருந்தான். அந்தப் புதியமொழி வெள்ளையரின் மொழியாக இருக்கலாம் அங்கிருந்த ஒரு வெள்ளைக்காரன் 'கடகட' வெனச் சிரித்தான். கசையடிகள் 'பளார் பளார்' என்று விழுந்தன. அதுவரை பெருத்த குரலில் கத்திக்கொண்டிருந்தவன் இப்போது அடங்கிப் போய் முனகிக் கொண்டிருந்தான்.

குண்ட்டா சிந்தனையிலாழ்ந்தான். ஆப்பிரிக்காவைச் சேர்ந்த கருப்பு மனிதன் வெள்ளையன் மொழி பேசுவதெப்படி? கீழே கட்டப்பட்டவர்களிடையே கருப்புக் கருங்காலிகூட இருக்கிறானா? வெள்ளைக்காரர்கள் தமக்கு உதவிய கருப்புக் கருங்காலிகளையும் சங்கிலியால் கட்டிப் போடுவார்களென்று அவன் ஒரு சமயம் கேள்விப்பட்டிருந்தான்.

வெள்ளைக்காரர்கள் மேல்தளத்திற்குச் சென்றுவிட்ட பிறகு கீழேயிருந்து சங்கிலிகளின் சத்தம் கேட்டது. அத்துடன் கசையடியும், "செத்தேன்டா!" என்ற குரலும்கூடக் கேட்டன. "என்னை வெள்ளைக் காரன்னு நெனச்சீங்களா?" என்று கேட்டான் அடிபட்டவன். பலமான அடிகள் மேலும் விழுந்தன. பரிதாபகரமான அழுகுரல்கள் கேட்டன. அடிகள் விழுவது நின்றுவிட்டது. அந்த இருட்டறையில் ஒரு கீச்சுக்குரல் பலமாகக் கேட்டது. உடனே கழுத்தை நெரிக்கும்போது குரல்வளையிலிருந்து வெளிவரும் சத்தமும் கேட்டது. சங்கிலிகள் கலகலத்தன. முரசறைந்தாற்போல் மரப்பலகையின்மீது 'தடதட' என்னும் சத்தம் கேட்டது அடுத்த விநாடி எல்லாம் நிசப்தம்.

குண்ட்டாவுக்குத் தலை சுற்றியது. நெஞ்சு வேகமாக அடித்துக் கொண்டது. சுற்றிலும் பல குரல்கள் கருப்புக் கருங்காலிகளே. சாகுங்கள் - கூக்குரல்களுடன் கூடவே சங்கிலிகளும் பைத்தியம் பிடித்தாற் போல் சப்தம் செய்தன. மேல் மூடி திறந்துகொண்டது. வெள்ளைக்காரர்கள் விளக்குகளுடனும், கசைகளுடனும் படிகளில் இறங்கினார்கள். கீழே நடைபெற்ற கலவரம் மேலே அவர்களுக்குக் கேட்டிருக்கவேண்டும். அனைவரும் மவுனமாக இருந்துவிட்டனர். வெள்ளையர் எல்லாரையும் கண் மண் பாராமல் கசையால் அடித்தனர். எங்குமே அவர்களுக்குப் பிணம் தென்படவில்லை.

அவர்கள் திரும்பிப் போய்விட்டார்கள். பிறகு வெகு நேரம்வரை மவுனம் கோலோச்சியது. அப்போது கடைக்கோடியிலிருந்து யாரோ ஒருவரின் கேலிச் சிரிப்பொலி கேட்டது. அங்கேயே ஒரு துரோகி செத்துக் கிடந்தான்.

சாப்பாட்டுத் தட்டுகளுடன் வெள்ளைக்காரர்கள் கீழே இறங்கினார்கள். சூழ்நிலை பதற்றமாக இருந்தது. ஏதோ நடந்திருக்கிற தென்று அவர்கள் தெரிந்துகொண்டார்கள். அவர்களின் கசைகளும் வேகமாகச் சுழன்றன. குண்ட்டா வலியால் சுருண்டான். காலை யாரோ கத்தியால் அறுப்பதுபோன்ற வேதனை. கசையடி படும்போது எவரும் அலறாமல் இருக்கக்கூடாது. கத்தி அலறும் வரை அடித்துக் கொண்டே இருப்பார்கள். இந்த விஷயம் அவனுக்கும் நன்றாகத் தெரியும். தட்டில் இருந்த சாப்பாட்டை வாயில் போட்டுக்கொண்டான். அதில் எவ்வித சுவையுமில்லை.

கருப்புக் கருங்காலியைக் கட்டிப் போட்டிருந்த இடத்திற்கு வெள்ளைக்காரர்கள் விளக்குகளுடனும் கசைகளுடனும் வந்தார்கள். இன்னும் நால்வரும் மேலேயிருந்து கீழே இறங்கி வந்தார்கள். குண்ட்டா தலையை நீட்டிப் பார்த்துக் கொண்டிருந்தான். செத்தவனின் உடலி லிருந்த சங்கிலிகளைக் கழற்றினார்கள். இருவர் பிணத்தைப் பரபர வென்று நடையிலே இழுத்துச் சென்று மேல்தளத்தில சேர்த்தார்கள்.

இருவர் விளக்குகளை உயர்த்திப் பிடித்தார்கள். மற்ற இருவர் கசைகளை வீசிச் சுழற்றினார்கள். கசையடிகள்பட்ட ஆள் வாய் திறக்கவில்லை. பயங்கரமான அந்தக் கசையடிகளைக் கேட்டதுமே குண்ட்டாவுக்கு சர்வாங்கமும் ஒடுங்கிப் போய்விட்டன. ஆனால் அந்த ஆளோ அத்தனை கசையடிகளையும் ஏற்றுக்கொண்டு வெளியில் கத்தாமல் முரட்டுப் பிடிவாதத்துடனே இருந்துவிட்டான்.

கைகள் வலித்து வெள்ளைக்காரர்கள் வாய்க்குவந்தபடி யெல்லாம் திட்டினார்கள். பிறகு விளக்குகள் கைகளுக்கு மாறின. விளக்குகள் பிடித்திருந்தவர்களின் கைகளுக்குக் கசைகள் வந்தன. கடைசியில் அந்த ஆள் அலறத் தொடங்கினான். 'ஃபௌலா' இன மொழியில் வெள்ளையரைத் திட்டவாரம்பித்தான். வெள்ளையர் அவனை அடித்து அடித்துக் களைத்துப் போனார்கள். அவனோ முனகவும்கூட இல்லை. வெள்ளையர் நால்வரும் அவனை ஏசிக்கொண்டே, அங்குள்ள துர்நாற்றத்தச் சகிக்கமாட்டாமல் அவதிப்பட்டுக்கொண்டே வெளியேறினார்கள்.

அதன் பிறகுதான் அந்த ஆளின் மெலிதான அழுகை அந்த இருண்ட அறையில் கேட்டது. சில விநாடிகளுக்குப் பிறகு ஒரு 'மாண்டிங்கா'

குரல் தெளிவாக் கேட்டது "அவன் வேதனையைப் பகிர்ந்துக்கோங்க. இங்கே நாமெல்லாம் ஓர் ஊர்காரங்களா இருக்கணும்." அந்தக் குரல் ஒரு பெரியவருடையது. அவர் கூறியது உண்மை.

17

கொசுக்களும், பேன்களும், இரத்தம் குடிக்கும் புழுக்களும் அந்தத் துர்நாற்றம் நிறைந்த இருட்டுக் கொட்டடியில் ஆயிரக் கணக்கில் பெருகிவிட்டன. அவை, அக்குளிலும், கால்களிடையேயும், ரோமம் உள்ள இடங்களிலெல்லாம் 'சுருக் ... சுருக்' என்று கடித்து உயிரை வாங்கிக் கொண்டிருந்தன.

குண்ட்டாவால் இந்த வேதனையை சகித்துக்கொள்ள முடியவில்லை. அங்கிருந்து பறந்து தப்பித்துக்கொள்ள வேண்டு மென்னும் கோரிக்கை வலுப்பட்டது. ஆனால் கையாலாகாத வேதனையில் கண்களில் கண்ணீர் பெருக்கெடுத்தோடுகிறது. அவன் மனத்தில் பழி வாங்கும் எண்ணம் மிகுகிறது. பெருமுயற்சியுடன் அதை அடக்கிக் கொள்கிறான். ஏதோ ஒரு விஷயத்தில் மனத்தை ஈடுபடுத்தாவிட்டால் தனக்குப் பைத்தியமே பிடித்துவிடும்போல் தோன்றுகிறது. அந்த அறையில் சிலர் போடும் கூக்குரல்களிலிருந்து அவர்கள் எதன் மீதோ மனத்தை ஈடுபடுத்துகிறார் போல் தெரிகிறது.

தனக்கு இரு பக்கங்களிலும் ஆடாமல், அசையாமல் படுத்துள்ள இருவரின் மூச்சிலிருந்து அவர்களில் யார் தூங்குகிறான், யார் விழித்திருக்கிறான் என்பதை குண்ட்டாவால் சரியாகச் சொல்ல முடியும். அந்த எல்லையை இன்னும் சற்று விரிவுபடுத்தினான் அவன். இப்போது காதில் கேட்கும் ஒலிகளைக் கொண்டே யார் யார் எந்தெந்த அறையில் இருக்கின்றனர் என்பதனைக் கூற இயலும். அது ஓர் அதிசயமான புலனாராய்ச்சியாகும். ஏறக்குறைய கண்கள் செய்யும் வேலைகளைக் காதுகளே செய்துவிடுகின்றன. யார் என்ன செய்கிறார்களென்பதை கண்கள் பார்ப்பதைப்போலவே காதுகள் கேட்கும்.

எவ்வளவு காலம் கடந்ததோ குண்ட்டாவுக்குத் தெரியவில்லை. அதைத் தெரிந்துகொள்ள வழியுமில்லை. சுற்றிலும் எங்கு பார்த்தாலும் மரப்பலகைளில் வாந்தியும், மல மூத்திரங்களும், அட்டைகளாய் உலர்ந்துபோய் துர்நாற்றம் மூக்கைப் பிளந்து கொண்டிருந்தது. இனி ஒருக் கணமும் பொறுக்க முடியாதென்கிற நிலையில் வெள்ளையர்கள் எட்டுப்பேர் கைகளில் நீண்ட மண்வெட்டிகளுடனும், தொட்டி களுடனும் இறங்கி வந்தனர். அவர்கள் அம்மணமாகவே இருந்தனர்.

அவர்களில் ஒருவன் அங்கே வந்ததுமே வாந்தி எடுத்தான். அவர்கள் இருவர் இருவராகப் பிரிந்து விளக்கு வெளிச்சத்தில் மரப்பபலகை களிலிருந்த உலர்ந்துபோன கழிவுகளையும், அழுக்குகளையும் செதுக்கிச் செதுக்கித் தொட்டிகளில் நிரப்பினர். தொட்டிகள் நிறைந்ததுமே மேலே கொண்டுபோய் வீசிவிட்டு வந்தனர். அந்தத் துர்நாற்றத்திற்கு அவர்கள் தடுமாறிப் போயினர். அவர்கள் முகங்கள் அருவருப்புடன் விகாரமாய் மாறின. ரோமம் நிறைந்த அவர்களின் உடல்களில் அந்த அவலங்கள் சொட்டுச் சொட்டாக உதிர்ந்தன. விறுவிறுவென்று வேலையை முடித்து அவர்கள் அங்கிருந்து ஓடிப் போயினர். ஆனால் அந்தக் கொட்டடி யின் சூழ்நிலையில் மட்டும் பெரிய மாற்றமில்லை. அதே துர்நாற்றம்! மூக்கை உடைக்கும் அதே நாற்றம்!

மறுநாள் சாப்பாட்டு நேரத்திற்கு வழக்கமாக வருபவர்களைவிட அதிகம் பேர் கீழே இறங்கி வந்தனர். சுமார் இருபது பேர் இருக்கலாம். அவர்களின் கைகளில் கசைகளும், துப்பாக்கிகளும் இருந்தன. அவர்களைக் கண்டதும் குண்ட்டா திடுக்கிட்டுப் போனான். அவர்கள் ஒவ்வோர் அறையின் அருகேயும் விளக்கை உயர்த்திப் பிடித்து, ஒவ்வொருவரின் சங்கிலிகளையும் அவிழ்த்துவிட்டனர். தன்னையும் வெள்ளைக்காரர்கள் விடுதலை செய்து கொண்டிருக்கின்றனரா என்று குண்ட்டாவுக்கு வியப்பு மேலிட்டது. ஏன் விடுதலை செய்கின்றனரோ தெரியவில்லையே! அவன் அச்சத்துடன் அப்படியே மரத்துப்போய்ப் படுத்திருந்தான். வலக்கை மணிக்கட்டிலிருந்த பழக்கமான பளு மறைந்துவிட்டது. மற்ற அறைகளில் உள்ள கைதிகளின் இரும்புச் சங்கிலிகளையும் அவிழ்த்துவிட்டனர். அனைவரையும் கப்பலின் மேல் தளத்திற்கு விரட்டிக்கொண்டிருந்தனர். பல்வேறு மொழிகளிலும் கத்தல்களும்... கதறல்களும்... தலையை உயர்த்தினால் கூரை இடித்தது.

கத்தல்களுக்கும், அலறல்களுக்குமிடையே கசையடிகளும் சரமாரியாக விழுந்தன. குண்ட்டா தன்னுடன் பிணைத்துக் கட்டிய 'ஓலோஃப் 'தோழனை இறுக்கமாக அணைத்துக்கொண்டான். வெள்ளைக்காரர்கள் தம்மை எங்கோ எடுத்துச் சென்று தின்றுவிடுவர் என்ற பயம் குண்ட்டாவை நடுங்க வைத்தது. அவன் உடலையும் கசையடி பதம் பார்க்கும்வரை அவன் கீழே இறங்கிவரவில்லை. இரண்டு கால்களும் உடலிலிருந்து வேறுபட்டுவிட்டதைப்போல் அவனுக்குத் தோன்றியது. இறுதியில் அவன் தன்னுடன் பிணைக்கப் பட்டுள்ள தோழன் ஓலோஃபுடன் உடலெல்லாம் அழுக்குடனும், நிர்வாணமாக வும் படிக்கட்டுகளை நோக்கி நடந்தான்.

பதினைந்து நாட்களாகச் சூரிய ஒளியை மறந்துவிட்டிருந்த குண்ட்டா இப்போது வெளியே வந்ததும், கதிரவனின் கூர்மையான கிரணங்களை நேருக்கு நேர் காணமுடியாமல் கண் கூசினான். தான் எதன்மீது நடந்து வருகிறானோ அது அப்படியும் இப்படியும் அசைவதை அவன் பாதங்கள் அறிந்துகொண்டன. பிளந்துவிட்ட உதடுகளைத் திறந்து வாழ்க்கையில் முதல் முதலாகக் கடல் காற்றைச் சுவாசித்தான். தூய்மையான அந்தக் காற்றால் அவன் நடுநடுங்கினான். கால்கள் இடறின. அவன் 'ஹாக்...' என்று வாந்தி எடுத்துவிட்டான். சுற்றுப்புறமுள்ள எல்லாரும்கூட வாந்தியெடுத்துக் கொண்டிருந்தனர். வெள்ளைக்காரர்களின் சாட்டைகள் அவர்களின் உடல்களைப் பதம் பார்த்துக்கொண்டே இருந்தன. சாட்டையடி குண்ட்டா வின் முதுகைக் கிழித்துவிட்டது. அவனுடைய தோழன் சாட்டையடியை வாங்கிக்கொண்டு ஒரு மூலையில் குப்புற விழுந்தான். சாட்டைகளி லிருந்து தப்பிக்க வழி ஏதாவது இருக்கிறதா என்று பார்க்க குண்ட்டா, வலுக்கட்டாய மாகக் கண்களைத் திறந்தான். மற்றொரு வெள்ளைக் காரன் ஒவ்வொரு கைதியின் மணிக்கட்டிலும் கட்டியிருந்த சங்கிலி வளையத்தில் மற்றொரு நீண்ட சங்கிலியைக் கோர்த்துக் கொண்டிருந் தான். தன்னையும் தன்னுடன் பிணைத்துக் கட்டப்பட்ட சக கைதியை யும் மறுபக்கம் விரட்டவே இத்தனை நேரமும் வெள்ளைக்காரர்கள் அடித்து நொறுக்கினார்கள்.

வெளிச்சத்தில் குண்ட்டாவின் கண்களுக்கு அந்த வெள்ளையரின் வெண்மையான முகங்கள் இன்னும் அதிகமாக வெளிறிப் போய்க் காணப்பட்டன. அவர்களின் முகங்களில் ஏதோ நோயினால் ஏற்பட்ட பள்ளங்களும் தழும்புகளும் இருந்தன. அவர்களின் தலைமுடி மஞ்சளாகவும், கருமையாகவும், சிவப்பாகவும் பல வண்ணங்களில் இருந்தன. அவர்களுக்கு முகம் சுற்றிலும்கூட முடி வளர்ந்திருந்தது. பலருக்குச் சுத்தமாகப் பற்கள் இல்லை. அதனால்தானோ என்னவோ அவர்கள் கருப்புக் கைதிகளுக்குப் போதுமான பற்கள் இருக்கின்றனவா, இல்லையா என்பதைக் கவனமாகத் தணிக்கை செய்தார்கள்.

குண்ட்டா இன்னும் சற்று தூரத்தில் பார்வையைச் செலுத்தினான். ஓர் அற்புதக் காட்சி தெரிந்தது. நம்ப முயாத அளவுக்குப் பரவியிருந்த நீலநிறக் கடல் அலை அலைகளாக மேலே உயர்ந்து வீழும் கடல் நீரின் அழகு கொள்ளை! கண்ணுக்கெட்டிய தூரம் காணப்பட்ட அத்தனை பெரிய நீர்நிலையை அவன் இதற்குமுன் எப்போதுமே கண்டதில்லை. கப்பலின் பெரிய பாய்மரத் திரையைக் கண்டு அவன் மலைத்துப் போய்விட்டான்.

மணிக்கட்டுச் சங்கிலி வளையத்தில் மற்றொரு சங்கிலியைக் கோர்க்கும்போது, குண்ட்டா தன் பக்கத்தில் பிணைக்கப்பட்ட சக கைதியைப் பார்த்தான். அந்தத் தோழரின் பெயர் 'ஓலோஃப்'. அவருக்கு அவனுடைய அப்பாவின் வயதிருக்கும். அவருக்கும் அவனைப் போலவே உடலில் அழுக்கு நிறையப் படிந்திருந்தது. அவரும் அவனைப்போலவே அட்டைக்கருப்பு. அவர் முதுகிலும் "டு.டு." ஆங்கில எழுத்துகளைச் சூடு போட்டிருந்தனர். அது இன்னும் ஈரமாகவே இருந்தது. அவரும் குண்ட்டாவைப் பார்த்தார். அவருக்கு ஒரே வியப்பு! இருவரும் சேர்ந்து மற்ற திகம்பரர்களை பார்த்தனர். அவர்களின் முகச்சாயலைக்கொண்டும், பச்சை குத்தியிருப்பதைக் கொண்டும், அவர்களுக்குச் செய்யப்பட்டிருந்த சுன்னத் அறிகுறிகளைக் கொண்டும் அவர்களில் யார் யார் ஃபவுலோ, ஜோலா, செரீரீ, ஓலோஃப், மாண்டிங்கா இனங்களைச் சேர்ந்தவர்கள் என்பதைக் குண்ட்டா எளிதாகவே சொல்லிவிடுவான். கருப்புக் கருங்காலியைக் கொன்றவனை குண்ட்டா அடையாளம் கண்டுகொண்டான். அவன் ஃபவுலோ இனத்துக்காரன். அவன் உடல் பூராவும் ரத்தம் கொட்டி உலர்ந்துபோய்விட்டிருந்தது.

பின்னர் குளியல் நிகழ்ச்சி நடைபெற்றது. பக்கெட்டுகளால் கடல்நீரை மொண்டு அவர்கள் உடல்களின் மேல் கொட்டினர். நீண்ட கைப்பிடி அமைந்த முரட்டு பிரஷ்ஷைக் கொண்டு அவர்களின் உடல்களை அழுத்தித் தேய்த்தனர். காயங்கள் உள்ள உடல்களில் உப்புநீர் கொட்டியதும் பயங்கரமான எரிச்சல் உண்டாயிற்று. அந்த முரட்டு பிரஷ்ஷால் உடலை அழுத்தித் தேய்த்தபோது குண்ட்டா வலியால் துடித்து அலறினான். அந்தப் பிரஷ் உடலை ஒட்டியிருந்த அழுக்கைத் துடைத்தெறிந்ததுடன், ஆறிக்கொண்டிருந்த சாட்டை யடிக் காயங்களையும் கிளறிவிட்டது. குளியல் முடிந்த பிறகு எல்லாரையும் கப்பலின் மேல்தளத்தில் மந்தையாக உட்கார வைத்தனர். சூடான கதிரவனின் கதிர்கள் பட்டதும் குண்ட்டாவுக்கு எவ்வளவோ சுகமாக இருந்தது. உடலை ஒட்டியிருந்த அழுக்கு ஓரளவுக்குப் போயிருந்ததால் அவனுக்கு எவ்வளவோ நிம்மதியாக இருந்தது.

அப்போது திடீரென்று ஓர் அருவருப்பான சம்பவம் நிகழ்ந்தது. சுமார் இருபது கருப்புப் பெண்கள் கூக்குரலிட்டவாறே நிர்வாணமாக அங்கே ஓடிவந்தனர். அவர்களில் பெரும்பாலானவர்கள் இருபது வயதையும் தாண்டாத இளம் பெண்கள். நான்கைந்து பேர்மட்டுமே சிறுமிகள். அவர்களின் நிர்வாண உடல்களைப் பார்த்து வெள்ளைக்கார நாய்கள் காமக் கிளர்ச்சியுடன் ஏளனமாகச் சிரித்தனர். சிலர் தமது

ஆணுறுப்புகளைத் தேய்த்துக் கொண்டனர். குண்ட்டாவுக்கும், மற்ற கருப்புக் கைதிகளுக்கும் ஆத்திரம் பொங்கியது. முஷ்டிகள் உயர்ந்தன.

இரும்புக் கம்பியின் அருகே நின்றிருந்த ஒரு வெள்ளையன் 'குய்... குய்' எனறு ஓர் இசைக்கருவியைக் கைகளில் ஏந்தி, அதை இழுத்தும் மடித்தும் இசைத்துக்கொண்டிருக்க, மற்றொருவன் ஆப்பிரிக்க மத்தளத்தில் தாளம்போட்டுக் கொண்டிருந்தான். இதர வெள்ளை யர்கள் ஒரு நீண்ட கயிற்றைக் கொண்டுவந்து, அதில் போடப்பட்டுள்ள பல முடிச்சுகளில் கால்களை விட்டு தை... தக்கா.. வென்று ஆடத் தொடங்கினர். அவர்கள் கருப்பர்களையும் தம்மைப்போலவே ஆடச் சொல்லி உத்தரவிட்டனர். ஆனால் கருப்பர்கள் செயலிழந்து நின்று விட்டிருந்தனர். அவர்கள் மேல் வெள்ளைக்காரர்கள் சாட்டைகளை வீசினர்.

நிர்வாணமாக விரட்டி வரப்பட்ட பெண்களில் ஒருத்தி கொஞ்சம் நடுவயதுக்காரி - மாண்டிங்கா மொழியில் "ஆடுங்க" என்று கத்திக் கொண்டே ஆடவும் முனைந்தாள். அவள் இளம் பெண்களையும், சிறுமிகளையும் நோக்கி "ஆடுங்க" என்று கடுமையாகக் கத்தினாள்.

அவள் திகம்பரர்களாக நின்றிருந்த ஆண்களையும் பார்த்து, "வெள்ளைக்காரனைக் கொன்னுபோட ஆடுங்க!" என்று தீப்பொறி பறக்கும் விழிகளுடன் அதட்டினாள். அவள் தோள்களையும், கைகளையும் ஈட்டிகள் போலவும்,அம்புகள் போலவும் அசைத்த வாறே வீரநடனம் ஆடினாள். அவளுடைய எண்ணம் ஆண்களுக்குப் புரிந்துவிட்டது. அவர்களும் சங்கோஜத்துடன் மெல்ல முன் வந்தனர். நிதானமாக ஆடத் தொடங்கினர். பிறகு இளம் பெண்களும், சிறுமிகளும் அவர்களுடன் சேர்ந்துகொண்டனர். அவர்கள் பாடிய பாட்டின் கருத்து அவர்களுக்குப் புரியாவிட்டாலும் அது அவர்களின் செவிகளில் இனிமையாக ஒலித்தது. ஆனால் அவர்களில் ஒவ்வொரு பெண்ணும் இருட்டு மூலையில் விழுந்து கிடந்தபோது அவர்களின் மேல் வெள்ளைக்கார நாய்கள் விழுந்து தம் காமத்தை தீர்த்துக் கொண்ட அக்கிரமமெல்லாம் அவர்கள் எல்லாருக்கும் தெரிந்ததையே அந்தப் பாட்டு எதிரொலித்தது.

"டொபாபோ ஃபா"

(வெள்ளையனைக் கொல்லு)

புன்சிரிப்புடன், அட்டகாசச் சிரிப்புடன் அந்தப் பெண்கள் அசைந்து நாட்டியமாடினர். ஆண்களும் அவர்களுடன் சேர்ந்து நடனமாடத் தொடங்கினர். அவர்களும் பெருத்த குரலில் பாடத் துவங்கினர்.

"டொபாபோ ஃபா"

(வெள்ளையனைக் கொல்லு)

வெள்ளைக்காரர்களுக்குக் குஷி பிறந்துவிட்டது. அவர்களும் இவர்களுடன் சேர்ந்து கூத்தாட ஆரம்பித்தனர். இதற்குள் இடையிலே வேதாளங்கள் புகுந்ததைப்போல் குள்ளமாக வெள்ளை முடியுடன் கூடிய வெள்ளையன் ஒருவனும், கோவத்தினால் சிவந்த கண்களுடன் உயரமாக இருந்த மற்றொரு வெள்ளைக்காரனும் அங்கே வந்தனர். அவர்களைப் பார்த்ததுமே அனைவரும் மவுனமாகிவிட்டனர்.

கோபத்தால் சிடுசிடுத்துக் கொண்டிருந்தவன் வறட்டுக் குரலில் என்னவோ கத்தியவாறே அங்கிருந்த வெள்ளையர்களை விரட்டினான். வெள்ளை முடிக்காரன் கருப்பர்களின் நிர்வாண உடல்களைக் கவனமாகப் பரிசீலித்துக்கொண்டே காயங்களுக்கு மருந்து தடவினான். சங்கிலிகள் உராய்ந்துபோன கை மணிக்கட்டுகள் மீதும், முழங்கால் கள்மீதும் மஞ்சள் நிறப் பொடியைத் தூவினான்.

திடீரென்று பெரிய கூக்குரல் எழுந்தது. சற்று நேரம் முன்பு ஆடிப்பாடிய பெண்களில் ஒருத்தி கத்திக்கொண்டே காவல் காரர்களையும் தள்ளிக்கொண்டு இரும்புக் கிராதியின் மேலிருந்து அலாக்காகக் கடலிலே குதித்துவிட்டாள். கப்பல் மேல் தளத்தில் நின்றிருந்த வெள்ளையர்கள் கடல் பக்கம் கைகளைக் காட்டிக் கத்தினர். அந்த இளம் பெண் கடலில் அலைகளுடன் மேலே எழவும் கீழே விழவுமாக இருந்தாள். கருப்பர்களும் அந்தப் பக்கமே பார்த்துக் கொண்டிருந்தனர். இரண்டு ராட்சஸ மீன்கள் அவளை நோக்கிப் பாய்ந்து வந்தன. நெஞ்சைப் பிழியும் கதறல் ஒன்று அவளிடமிருந்து வெளிவந்தது. நீர்க் குமிழிகள் தோன்றின. பின்னர் அவள் தென்பட வில்லை. அவள் குதித்த இடத்திலே கடல்நீர் செக்கச் செவேலெனச் சிவந்துவிட்டது.

கருப்பர்களின் உடல்களில் கசையடிகள் விழாதது அதுதான் முதல் தடவையாகும். எல்லாரையும் பழைய இருட்டுக் கொட்டடிகளுக்குள் அடைத்துக் கட்டிப் போட்டனர். குண்ட்டாவுக்குத் தலை சுற்றியது. மேல்தளத்தில் தூய்மையான கடற்காற்றைச் சுவாசித்து வந்த பிறகு இங்கே இருட்டுக் கொட்டடியின் துர்நாற்றத்தை அவனால் பொறுத்துக்கொள்ள முடியவில்லை.

18

கப்பலின் வயிற்றுக்குள்ளிருந்த அந்தக் கருப்பினக் கைதிகளை அடிக்கடி மேல் தளத்திற்குக் கொண்டுவந்து, அவர்களின் உடல்களில் உப்பு நீரை ஊற்றி முரட்டு பிரஷ்ஷால் 'பரபர' வென்று தேய்த்து மீண்டும் அவர்களை இருட்டுக் குகைகளில் அடைப்பது வழக்கமாகி விட்டது.

அவர்களைச் சங்கிலிகளில் பிணைத்து அடைத்துவிட்டு வெள்ளைக்காரன் அங்கிருந்து சென்றதுமே, அந்தக் கைதிகள் தமக்குள் 'குசுகுசு' வெனப் பேச ஆரம்பித்துவிடுவார்கள். மெல்ல மெல்ல அவர்களிடையே கருத்துப் பரிமாற்றம் வேகமாக நடக்கத் துவங்கி விட்டது. அவர்களின் வாய்களுக்கும், செவிகளுக்குமிடையே செய்திகள் பறக்கத் தொடங்கின. வெவ்வேறு மொழிகளில் வெளிப்படும் செய்திகளை பல மொழிகளை அறிபவன் மொழிபெயர்த்து மற்றவர்களுக்குச் சொன்னான். இந்த முறையில் வெவ்வேறு இருட்டறைகளில் விழுந்து கிடந்த அவர்களுக்குப் பல புதிய சங்கதிகள் தெரியலாயின. அதனால் அவர்கள் மணிக்கணக்கில் கிசுகிசுத்தனர். அவர்களிடையே ஒரு நெருக்கமான சகோதரத்துவம் தோன்றியது. அவர்கள் பல்வேறு இனங்களைச் சேர்ந்தவர்களாயினும், பல்வேறு மொழிகளைப் பேசுபவர்களாயினும் எல்லாரும் ஒரே மண்ணிலே பிறந்து வளர்ந்தவர்கள்; ஒரே மக்களினத்தைச் சேர்ந்தவர்களென்னும் எண்ணம் அவர்களுள் பலமாக வேரூன்றிவிட்டது.

அவர்கள் எல்லாரையும் மேல் தளத்திற்கு இட்டுச் சென்றபோது அவர்கள் முன்னைப் போலல்லாமல், மிடுக்கு நடை நடந்தார்கள். அங்கிருந்து கீழே இறங்கி வரும்போது அவர்களில் பல மொழி தெரிந்தவர்கள் தம் வரிசையிலிருந்து விலகி, வெவ்வேறு வரிசைகளில் சேர்ந்துகொண்டார்கள். இதனால் எல்லாக் கொட்டடிகளிலும் பல மொழி தெரிந்தவர்கள். இருக்க முடிந்தது. அப்படி அவர்கள் வரிசைகளை மாற்றிக் கொண்டபோது வெள்ளைக்காரர்களால் கண்டுகொள்ள முடியவில்லை. காரணம், கருப்பர்கள் அனைவருமே அவர்கள் கண்களுக்கு ஒரே மாதிரியாகத் தோன்றுவதுதான்!

கேள்வி பதில்கள் ஆரம்பமாகிவிட்டன.

"நம்மை எங்கே கொண்டு போறாங்க?"

அந்தக் கேள்வி அறை முழுவதையும் ஒரு கலக்கு கலக்கிவிட்டது.

“அதெ சொல்றதுக்கு யார் இதுவரை திரும்பி வந்திருக்காங்க?”

“வெள்ளைக்காரங்க தின்னுட்டிருந்தா எப்படித் திரும்பி வர முடியும்?”

“நாமெல்லாம் இங்கே வந்து எத்தனை நாளாச்சு?”

வெளிக்காற்று உள்ளே வர இருந்த துவாரத்துக்குப் பக்கத்திலே இருந்தவனுக்கு அந்தக் கேள்வி ஒலிபரப்பப்பட்டது. இரவு பகல்களைக் கணக்கிடுவதற்கு வாய்ப்புள்ளவன் ஒருவன் மட்டுமே!

“பதினெட்டுநாளாச்சு.”

ஒரு நாள் குண்ட்டாவை உலுக்கியெடுத்த ஒரு கேள்வி பக்கத்திலிருந்தவனின் வாயிலிருந்து வெளிப்பட்டது.

“ஜப்பூர் கிராமத்தவங்க இங்கே யாராவது இருக்காங்களா?”

“இருக்கிறான் குண்ட்டா கிண்ட்டே” என்று உடனே பதிலை அனுப்பி வைத்தான்.

பதில் வருவதற்கு ஒரு மணி நேரமாயிற்று. அதுவரை குண்ட்டா மூச்ச விடவும் மறந்து காத்திருந்தான்.

“ஆமாம் அதே பெயர்தான்! அந்தப் பேரைச் சொல்லி வேதனையுடன் ஒலித்த அந்த ஊர் மத்தளத்தின் சத்தம் நான் கேட்டேன்.”

குண்ட்டா கேவிக்கேவி அழுதுவிட்டான். மல்லாக்காகச் செத்துக் கிடந்த வெள்ளைச் சேவலைச் சுற்றி உட்கார்ந்து வேதனை தாளாமல் அழுது கொண்டிருந்த அப்பாவும், அம்மாவும், தம்பிகளும் துயரச் செய்தி கேட்டதுமே அவர்களைத் துக்கம் விசாரிக்க வந்திருந்த ஊர் ஜனங்கள்! அந்தச் செய்தியை ஒலி பரப்பிக்கொண்டே சோகமாக ஒலிக்கும் ஜலீபாவின் மத்தளம்! அனைத்துக் காட்சிகளும் குண்ட்டாவின் உள்ளத்திலே தோன்றி மறைந்தன.

“இந்தக் கப்பலிலே இருக்கும் வெள்ளைக்காரர்களை எல்லாம் கொல்ல வழி என்ன?”

இந்தக் கேள்வி, பதிலைக் கேட்டு அடிக்கடி ஒலிபரப்பாகியது. பல நாட்கள் விவாதங்கள் நடந்தன. தேவையான விவரம் பெண்களின் பாடலில் கிடைத்தது. கப்பலில் மொத்தமாக முப்பது பேர் வெள்ளைக்காரர்கள் இருக்கிறார்கள். முதலில் முப்பத்தைந்து பேர் இருந்தார்கள். அவர்களில் ஐந்துபேர் இறந்து போனார்கள்.

குண்ட்டா படுத்துக் கிடந்த கொட்டடியின் அடிப்பாகத்தில் இருந்த - இருட்டறையில் இருந்த சகோதரர்களுடன் தொடர்பு

ஏற்பட்டது. அங்கே சுமார் அறுபது பேர் இருக்கிறார்கள். அந்த இரண்டு அறைகளுக்கு மிடையே இருந்த சிறு சந்தின் வழியாகப் பேசிக் கொண்டார்கள்.

வெள்ளைக்காரர்களை எவ்வாறு கொல்வது, எப்போது கொல்வது என்பது குறித்துச் சர்ச்சை நடந்தது. அதுபற்றிக் கருத்து வேற்றுமைகள் தோன்றின. என்னவானாலும் சரி, இந்த முறை தம்மைக் கப்பலின்மேல்தளத்துக்குக் கொண்டுபோகும்போது வெள்ளையரைத் தாக்க வேண்டியதுதான் என்றார்கள் சிலர். இல்லை, நல்ல வாய்ப்புக் கிடைக்கும் போதே அவர்களைக் கொல்ல வேண்டுமென்றார்கள் மற்றும் சிலர். இதைப்பற்றிக் காரசாரமான விவாதம் நடைபெற்றது.

அவர்களில் ஒருவர் கம்பீரமான குரலில், "என் பேச்சைக் கேளுங்கள்! நாமெல்லாம் வெவ்வேறு பாஷைகள் பேசினாலும், வெவ்வேறு இனக்காரங்களானாலும் நாமெல்லாம் ஒரே மக்கள் என்பதை நெனைவிலே வையுங்கோ! ஒரு கிராமத்தைச் சேர்ந்தவங்க போல் நாமெல்லாரும் இங்கே ஒண்ணா இருக்கணும்!" என்றார்.

அனைவரும் ஆமோதித்தார்கள். அந்தக் குரலில் அனுபவம் நிறைந்திருந்தது. அதிகாரம் செறிந்திருந்தது. அவர் அவருடைய கிராமத் தலைவராம்! அவரே மீண்டும் பேசினார்.

"நாமெல்லாம் ஒப்புக்கொள்கிற ஒரு தலைவரைத் தேர்ந்தெடுக் கணும், அவர் தாக்குதலுக்குச் சரியான திட்டம் வகுக்கணும். அதை அனைவரும் அங்கீகரிக்கணும்."

அவர் கூறியதை எல்லாரும் ஒப்புக்கொண்டார்கள்.

இதற்கு முன் தனக்குத் தெரியாத தன் இனத்தவருடன் தொடர்பு ஏற்பட்டதற்குக் குண்ட்டா மிக மகிழ்ந்தான். அவனுக்கு இப்போது தன் அறையில் நிறைந்திருந்த அழுக்கும், துர்நாற்றமும், ஈறும்பேனும், எலிகளும் புலப்படவே இல்லை. எல்லாமே செவ்வனே நடந்துகொண்டி ருந்த நேரத்தில், திடீரென்று கலவரம் அடையச் செய்யும் செய்தி ஒன்று அவர்களுக்கு எட்டியது. கீழே அறையிலே எவனோ கருப்புத் துரோகி ஒருவன் இருக்கிறானாம்! மேல் தளத்தில் பாட்டுப் பாடிய பெண்களில் ஒருத்தி இதை வெளி-யிட்டாள். ஒரு கருப்பர் குழுவைக் கண்களுக்குக் கருப்புத் துணி கட்டி அந்தக் கப்பலில் ஏற்றுவதற்கு, அந்தக் கருப்புக் கருங்காலி செய்த உதவிக்காக அவனுக்கு வெள்ளையர்கள் சாராயம் கொடுத்ததைத் தன் கண்ணால் பார்த்ததாக அவள் கூறினாள். அவனை நன்றாகக் குடிக்க வைத்து, சுயநினைவிழந்த பின் செம்மையாக உதைத்துக் கீழே அறையில் தள்ளி விட்டார்களாம்! அந்தத் துரோகியின் முகம்

எப்படி இருக்கிறது என்பதைத் தன்னால் கச்சிதமாகச் சொல்ல இயலாதென்றும் அவள் தன் பாட்டில் தெரிவித்தாள்.

அறைக்குள் திரும்பிய பிறகு மீண்டும் குசுகுசு வென்று பேசிக்கொண்டார்கள். சில நாட்களுக்கு முன்பு செத்துத்தொலைந்த கருப்புத் துரோகியைப்போல் இவனும் வெள்ளையர் மொழி பேசுகிறானா? தன் உயிரைக் காப்பாற்றிக்கொள்ள நம்முளைய திட்டங்களையெல்லாம் வெள்ளைக்காரர்களுக்குத் தெரிவித்து விடுவானா?

குண்ட்டா அந்த இருட்டில் மல்லாந்து படுத்து கருப்புத் துரோகிகள் பற்றிச் சிந்தித்தான். அப்பா சொன்ன வார்த்தைகள் அவன் செவிகளில் எதிரொலித்தன. அவர் தனக்கும், லாமினுக்கும் ஊருக்கு வெளியே தனியே போக வேண்டாமென்று எத்தனை தடவை சொன்னார்! அவர் சொன்ன சொல்லைத் தட்டாமல் இருந்திருந்தால் எவ்வளவு நன்றாயிருந்திருக்கும்! மீண்டும் அப்பாவின் பேச்சைக் கேட்கும் வாய்ப்பே இந்தப் பிறவியில் கிடைக்காதுபோலும் என்றெண்ணியபோது குண்ட்டா இடிந்து போய்விட்டான்.

"எல்லாம் அல்லாவின் அருள்!" என்றார் எல்லாரும் மதிக்கும் அந்தப் பெரியவர். அந்தச் சொல் ஒருவர் வாயிலிருந்து அடுத்தவரின் செவிக்குள் நுழைந்து அலை அலையாக ஒலிபரப்பாயிற்று. அதைக் கேள்விப் பட்டதுமே குண்ட்டா அதைத் தன் பக்கத்திலிருந்த தன் ஓலோஃப் தோழருக்குத் தெரிவித்தான். ஆனால் அவர் தன் பக்கத்திலிருந்தவனுக்குச் சொல்லாமல் மவுனமாக இருந்துவிட்டான். தான் கூறியது அவருக்குச் சரியாகக் கேட்கவில்லையோ என நினைத்து குண்ட்டா அந்த வாக்கியத்தை உரக்கக் கூவினான். உடனே ஓலோஃப் தோழர் அந்தக் கொட்டடியிலிருந்த அனைவரும் கேட்கும்படியாக, "இதுதான் உங்க அல்லாவின் அருளுண்ணா எனக்கு அந்த அல்லா வேணாம். சைத்தானையே கொடுங்க" என்று கத்தினான். அறையின் ஒரு பக்கத்தலிருந்து பல குரல்கள் அவர் பேச்சை ஆமோதித்தன.

குண்ட்டா நடுங்கிப்போய் விட்டான். இத்தனைநாள் தன் மதத்தைச் சேராதவனுடன் சேர்ந்திருந்தோமே என்று வருத்தப் பட்டான். அல்லாவின் மீது நம்பிக்கை என்பது அவனுக்கு உயிர் போன்றது. இதுவரை அவர் தன்னைக் காட்டிலும் பெரியவர் என்றே மதித்து வந்தான். இனி தம்மிருவரிடையே எவ்வித ஒட்டும் உறவும் இருக்காது.

19

சின்னக் கத்திகளும், கட்டாரிகளும், இன்னும் இதுபோல ஆயுதங்களாகப் பயன்படக்ககூடிய பொருட்களை யாருக்கும் தெரியாமல் மறைவிடத்தில் மறைத்து வைத்திருப்பதாகப் பெண்கள் கப்பலின் மேல் தளத்தில் பாட்டுப் பாடினார்கள். கால்களுக்கடியில் கீழே உள்ள இருட்டறையில் உள்ளவர்கள் இருவேறு கருத்து உடையவர்களைக் கொன்று விடவேண்டுமென்பவர்கள் ஒரு பிரிவினர். இவர்களுக்குத் தலைவன் உடல் முழுதும் பச்சை குத்திக் கொண்டுள்ள ஓலோஃப் இனத்தைச் சேர்ந்தவன். மேல் தளத்தில் சங்கிலிகளுடனே பயங்கரமாக நடனமாடிக்கொண்டு வெள்ளையர் களைப் பார்த்து, நறநற வென்று பற்களைக் கடிக்கும் அந்த நபரை அனைவரும் அறிவார்கள். சரியான வாய்ப்பு வரும்வரை காத்திருக்க வேண்டு மென்னும் குழுவின் தலைவன் ஃபவுலா, கருப்புத் துரோகியைக் கழுத்தை நெறித்துக் கொன்றுவிட்டு வெள்ளையரின் சாட்டையடிகளை மவுனமாக ஏற்றுக்கொண்டவன் அவன். வெள்ளையர்கள் கீழே வரும்போது அவர்களைக் கொல்ல வேண்டுமென்பது ஓலோஃப் குழுவின் வாதம். அங்கே இருக்கும் கும்மிருட்டு தமக்கே நன்கு பழக்கமா-யிருக்கிறதென்றும், வெள்ளையர்கள் நம்முடைய திடீர்த் தாக்குதலால் செயலிழந்து போவார்களென்றும் வாதிட்டார்கள் ஓலோஃப் குழுவினர். அது முட்டாள் தனமான முயற்சி என்று மற்றவர்கள் வாதிட்டார்கள். வெள்ளைக்காரர்களில் மேல் தளத்தில் இருப்போரே அதிகம் பேர்கள் என்றும், அவர்கள் விலங்குகளில் பிணைக்கப்பட்ட நிராயுத பாணிகளான கைதிகளை மூட்டைப்பூச்சி களைப்போல் நசுக்கி விடுவார்கள் என்று இரண்டு குழுவினரும் ஒருவரை யொருவர் குற்றஞ்சாட்டிக்கொண்டார்கள். பெரியவர் தலையிட்டு அனைவரையும் அமைதிப்படுத்தினார்.

“நாமெல்லாம் யாரைத் தலைவரா ஏத்துக்கிறோமோ அவர் சொல்படி நடப்போம்” என்றார் அவர்.

பெரும்பாலானவர்கள் ஃபவுலாவை ஆதரித்தார்கள். இனி அவன்தான் எல்லாருக்கும் தலைவன்.

"வெள்ளையரின் ஒவ்வொரு செயலையும் நாம் பருந்துக் கண்களால் கண்காணிக்கணும் சமயம் வரும்போது வீரர்களைப் போலப் பாயணும்" என்றான் ஃபவுலா.

ஒரு நாள் வழக்கம்போல் கருப்பர்களை எல்லாம் கப்பலின் மேல்தளத்திற்குக் கொண்டு போனார்கள். அன்று அவர்கள் முன்னைப் போல் சங்கோஜப்படாமல் தங்கள் நெஞ்சங்களில் கரை புரண்டோடும் கோபத்தை எல்லாம் தங்கள் அங்க அசைவுகளில் பயங்கரமாகக் காட்டினார்கள். விலங்குகளை அறுத்தெறிந்துவிடுவது போலவும், தடிகளைக் கொண்டு தாக்குவதுபோலவும், கழுத்தைப் பிடித்து நெருக்குவதுபோலவும், வேலால் குத்துவதுபோலவும், ஈவிரக்கமின்றிக் கொன்று போடுவதுபோலவும் தாளம் தவறி நடனமாடினார்கள். குண்ட்டாவும், மற்றவர்களும் நடக்கவிருப்பதை நினைத்து வறட்டுக் குரலில் கத்தினார்கள். வெள்ளைக்காரர்கள் தம்முடைய இந்த அசாதாரணப் போக்கைப் பார்த்து உண்மையைக் கண்டுகொள் வார்களோ என்று குண்ட்டா அஞ்சினான். ஆனால் அப்படியெல்லாம் நடவாமல் ஆட்டமும், பாட்டமும் முடிந்தன. வெள்ளையருக்கு எவ்வித சந்தேகமும் தோன்றவில்லை. மகிழ்ச்சியாகக் கருப்பர்களின் ஆட்டபாட்டத்தை ரசித்தனர்.

இன்னொரு நாள் மேல்தளத்தில் வழக்கமான கோலாகலமாக இருந்தது. திடீரென்று கருப்பர்களும், வெள்ளையர்களும் திடுக்கிட்டு நின்றுவிட்டார்கள். நூற்றுக்கணக்கில் பறக்கும் மீன்கள் கடலிலிருந்து மேலே எழும்பி வெள்ளிப் பறவைகள் கூட்டம்போல் வானத்திலே குதித்தன. எல்லாரும் வியப்புடன் பார்த்தனர். குண்ட்டா திக்பிரமை பிடித்தவன்போல் பார்த்தான். திடீரென்று பரிதாபக் குரல் ஒன்று கேட்டது. குண்ட்டா திரும்பிப் பார்த்தான். தன் அருகில் இருந்த வெள்ளையனின் கையிலிருந்த துப்பாக்கியைப் பறித்துக்கொண்டான் ஓலெபஃப். அதை கதையைப்போல் சுழற்றி அந்த வெள்ளையனின் தலையை மேல்தளத்தில் உருட்டினான். மற்ற வெள்ளையர்கள் அந்த அதிர்ச்சியி லிருந்து மீள்வகற்குமுன்பே இன்னொரு வெள்ளையனை நொறுக்கி னான். எல்லாமே கண நேரத்தில் நடந்துவிட்டது. பகைமை உணர்ச்சி யில் கொந்தளித்தக் கொண்டிருந்த ஓலோஃப், நான்கு வெள்ளையர் களைக் கீழே சாய்த்துவிட்டு ஐந்தாமவனைத் தாக்கினான். அதற்குள் நீண்ட வாள் ஒன்று காற்றைக் கிழித்துக் கொண்டு மின்னல் வேகத்தில் ஓலோஃபின் தலையை வெட்டிப் போட்டது. தளத்தில் அவனுடைய உடலைவிட முன்னதாகத் தலை வந்து விழுந்தது. அந்த முகத்தில் கண்கள் திறந்துகொண்டே இருந்தன. அவை வியப்புடன் பார்த்தன.

அப்போதுதான் பயம் நிறைந்த கூக்குரல்களும், குழப்பமும் ஆரம்பமாயின. பெண்கள் கீச்சுக் குரலில் கத்தினார்கள். ஆண்களெல்லாம் குறுக்கும் நெடுக்குமாக ஓடிப்போனார்கள். வெள்ளையரின் துப்பாக்கிக் குழாய்களிலிருந்து தீப்பொறிகளும் புகையும் வெளிவந்தன. அந்தக் கருமையான அரக்கக் குழல்கள் ஆத்திரத்துடன் அனலைக் கக்கின. கருப்பர்கள் அச்சமுடன் பரிதாபக் குரல்கள் எழுப்பிக் கொண்டே ஒருவர்மீது ஒருவராக விழுந்து விட்டார்கள்.

உடனே கைதிகளை எல்லாம் கீழ்ப்பகுதிக்கு விரட்டி விலங்குகளை மாட்டினார்கள். அரைமணி நேரத்திற்குப் பிறகு மீண்டும் வெள்ளையர் வந்து கருப்பர்களை மேல் தளத்திற்குக் கொண்டு போனார்கள். அங்கே அவர்களின் கண்ணெதிரே ஓலோஃப்பின் வெட்டுண்ட உடலைச் சாட்டைகளால் சுக்கு நூறாக்கினார்கள். விலங்குகளில் பிணைக்கப்பட்ட கருப்பர்களின் உடல்கள் வேர்வையாலும் காயங்களிலிருந்து வரும் ரத்தத்தாலும் மின்னின. அவர்கள் மவுனமாக எல்லாவற்றையும் பார்த்துக் கொண்டிருந்தார்கள். தவிர, அவர்கள் வாயிலிருந்து ஒரு சத்தமும் வெளிவரவில்லை. வெள்ளையர் எல்லாருமே இப்போது ஆயுதம் ஏந்தி இருந்தார்கள். அவர்களின் முகங்கள் பழிவாங்கும் ஆவேசத்தில் சிவந்திருந்தன. விழிகளிலிருந்து நெருப்பை உமிழ்ந்து கொண்டே அவர்கள் கருப்பர்களைச் சூழ்ந்துகொண்டார்கள். அவர்களின் கசைகள் கருப்பர்களின் தோலை நிர்தாட்சண்யமாக உரித்தன. பிறகு கருப்பர்களைக் கீழே கொண்டு போய்ச் சங்கிலிகளில் பிணைத்து விட்டார்கள். அவர்கள் அங்கிருந்து சென்றுவிட்டபின் கைதிகள் வெகுநேரம் வரை வாய் திறந்து பேசிக்கொள்வில்லை. பல்வேறு மவுன உணர்ச்சிகளால் திக்குமுக்காடினர். எத்தனையோ உணர்ச்சி வெள்ளங்களிலும், சிந்தனைச் சுழற்சிகளிலும் அடித்துப் போன குண்ட்டா, நீண்ட நேரத்திற்குப்பின தன்னிலை அடைந்தான். அப்போது அவனுக்கு ஒரு விஷயம் புரிந்தது. வீரமரணம் எய்திய ஓலோஃப் வெள்ளையரைத் தாக்கும்போது தம்முடைய தலைவன் ஃபவுலாவும் தமக்கும் வெள்ளையரைத் தாக்கச் சொல்லி உத்தர விடுவான் என்று குண்ட்டா எதிர்பார்த்தான். அப்படிக் கட்டளை இட்டிருந்தால் இந்நேரத்திற்கு நடக்க வேண்டியதெல்லாம் நடந்து முடிந்திருக்கும். இப்போதாகிலும் நாம் ஏன் சாகக்கூடாது? இதைவிட வாய்ப்பு வேறென்ன இருக்கப் போகிறது? துர்நாற்றம் அடிக்கும் இந்த இருட்டுக் கொட்டகையில் உயிருடன் இருப்பதில் என்ன பயன்? தன் பக்கத்திலே இருக்கும் ஓலோஃப் தோழனுக்கு, தன் உள்ளக்கிடக்கையை எல்லாம் சொல்ல விரும்பினான் குண்ட்டா. ஆனால் அவன் ஒரு 'காஃபிர்!' (நாத்திகன்)

ஃபவுலாவுக்கு எதிரான எண்ணங்களை விரட்டியடிக்கும் வகையிலே அவனுடைய செய்தி எங்கும் ஒலிபரப்பாயிற்று. அடுத்த தடவை மேல்தளத்தில் இருக்கும்போது, வெள்ளைக்காரர்கள் அஜாக்கிரதையாக இருக்குபோது தாக்குதல் தொடங்கப்படும்.

"நம்ம எல்லாருக்காக உயிர் கொடுத்த நம் சகோதரனைப் போலவே நம்மிலே பலரும் செத்துவிடலாம். ஆனால் கீழே உள்ள நம்ம சகோதரர்கள் அதுக்குப் பழி வாங்குவார்கள்." என்று அறிவித்தான் ஃபவுலா.

அனைவரும் அதை ஆமோதித்தார்கள். குண்ட்டா திருடி மறைத் திருக்கும் ரம்பம் போன்ற சிறு ஆயுதம் அவனது முகவாய்க்கட்டையை உரசிக்கொண்டிருக்கிறது. ஒன்றிரண்டு வாரங்களாக வெள்ளையன் அந்த உரசல்களைக் கண்டுகொள்ளாத வகையில் அவன் மரப்பலகைகளில் நிறைந்துள்ள மனிதக் கழிவைப் பூசிக்கொண்டான். கப்பல் சுக்கானைச் செலுத்தும் வெள்ளையர் முகங்களை மனத்தில் நினைவு வைத்துக் கொண்டான். அவர்களை மட்டும் ஒன்றும் செய்யக்கூடாதென்று எண்ணிக்கொண்டே குண்ட்டா அமைதியாக உறங்கினான்.

அந்த நீண்ட நெடும் இரவில் குண்ட்டாவுக்கும், மற்றவர்களுக்கும் அவர்கள் முன்னெப்போதும் கேட்டிராத ஒரு விசித்திரமான ஒலி கேட்டது. அது அவர்களின் தலைகளுக்கு மேலே கப்பல் மேல்தளத்திலிருந்து வந்துகொண்டிருந்தது. அறை பூராவும் நிசப்தமாகிவிட்டது. குண்ட்டா காதுகளைக் கூர்மையாக்கிக் கொண்டு கேட்டான். பெருஞ் சூறாவளியில் கப்பல் திரைச்சீலைகள் மோதிக் கொள்வதுபோல் தோன்றியது. உடனே வேறொரு சத்தம் கேட்டது. அது மேல் தளத்தில் அரிசி கொட்டுவதைப் போலிருந்தது. மழை பெய்கிறது போலும் என்றெண்ணிக்கொண்டான் அவன். பிறகு "தடால்" என்ற பெருஞ் சத்தம் கேட்டது பயங்கரமாக இடி இடித்தது.

கப்பல் ஒரு பக்கமாகச் சாய்ந்துகொண்டிருந்தது. அது நடுங்கிக் கொண்டிருந்தது. அது மேலும் கீழுமாக, ஒரு பக்கத்திலிருந்து மறு பக்கத்துக்கு எழும்பி எழும்பி விழுந்துகொண்டிருந்த போதெல்லாம் குண்ட்டாவுடன் எல்லாரும் அச்சத்துடன் பயங்கரமாகக் கூச்சலிட்டார்கள். உடலில் ஆடை இல்லை. கைகால்களில் விலங்குகள்... கப்பல் மேலெழுந்து விழும்போதெல்லாம் காயங்களிலிருந்தும், புண்களிலிருந்தும் கசியும் ரத்தம், மரப்பலகைகளில் வேகமாக மோதிக் கொள்ளும் அவர்களின் உடல்கள்... வேல்களைக் கொண்டு குத்துவது போன்ற வேதனையாலும், வலியாலும் குண்ட்டா நினைவிழந்து விட்டான். சற்றுநேரத்தில் கப்பலுக்குள் தண்ணீர் பாய்ந்துவரும் சத்தம் கேட்டது. கொட்டடி முழுதும் பரிதாபக் குரல்களால் நிறைந்துவிட்டது.

அறைக்குள் நீர் நிரம்பிக்கொண்டிருந்தது. மேல்தளத்தில் பேரிரைச்சல் கேட்டது. ஒரு முரட்டுப் போர்வையை இழுத்துப் போவது போலிருந்தது. சற்று நேரத்திற்குப் பின்னர் நீரோட்டம் குறைந்தது. சிறுசிறு துளிகளாக விழுந்து கொண்டிருந்தது. குண்ட்டாவுக்கு 'குப்' பென்று வியர்வை வந்தது. மூச்சு வாங்க முடியவில்லை. உள்ளே தண்ணீர் வராமலிருக்க வெள்ளையர்கள் துவாரங்களை எல்லாம் அடைத்து விட்டார்கள். உள்ளேயிருக்கும் சூடும் துர்நாற்றமும் வெளியே போக முடியவில்லை. இதனால் கைதிகள் மூச்சு விடமுடியாமல் திண்டாடிப் போனார்கள். வாந்தியெடுத்தார்கள். கைகளையும், கால்களையும் பிணைத்திருந்த விலங்குகளை மரப்பலகைகளில் போட்டு அடித்தார் கள். பைத்தியக்காரர்களைப் போல் பிதற்றினார்கள். பயத்தால் பெருங்கூச்சலிட்டார்கள். குண்ட்டாவுக்கு மூக்கிலும், தொண்டை யிலும் எரியும் பஞ்சை அடைத்தது போலிருந்தது. கத்தவும் அவனால் இயலவில்லை. அவனை அப்படியும் இப்படியுமாக இழுக்கும் சங்கிலி கள், குரல்வளையை நெருக்கும் சத்தங்கள் அவனை அலைக்கழித்துக் கொண்டிருந்தன. அவனையறியாமலேயே மலஜலம் கழிந்துவிட்டது.

மேலே ராட்சஸ அலைகள் கப்பலை பயங்கரமாகத் தாக்கிக் கொண்டிருந்தன. பொங்கிய மாக்கடலின் தீவிரத்திற்குத் தாக்குப் பிடிக்கமுடியாமல் கப்பல் கடலுக்குள் மூழ்கி; மறுநிமிடம் மேலே எழும்பியது. கப்பலின் இந்த அசைவுகளுக்கு ஈடுகொடுக்க முடியாமல் அதன் வயிற்றுக்குள் விலங்குகளில் பிணைக்கப்பட்டுள்ள கைதிகள் சுயநினைவிழந்து குப்பைக்கூளமாக விழுந்துவிட்டனர்.

நினைவு திரும்பிக் கண் விழித்துப் பார்த்தபோது குண்ட்டா, தான் கப்பலின் மேல்தளத்தில் இருப்பதை உணர்ந்தான். தான் இன்னும் உயிருடன் இருப்பதை எண்ணி வியப்படைந்தான். தூய்மையான காற்றைத் தாராளமாக உள்ளுக்குள் இழுத்தான். கால்களை நீட்டி மல்லாந்து படுத்தான். முதுகு வலி பொறுக்க முடியவில்லை. வெள்ளையனின் எதிரிலேயே குண்ட்டா வாய்விட்டு அழுதுவிட்டான்.

கீழேயிருந்து கருப்பு மனிதர்களை மேலே கொண்டு வரும் வேலை இன்னும் முடிவடையவில்லை.விலங்குகளில் உணர்ச்சி-யின்றிப் பிணைந்துகிடந்த நிர்வாண உடல்களைக் குண்ட்டாவின் பக்கத்திலே குவியலாகப் போட்டுக்கொண்டிருந்தார்கள்.

குண்ட்டாவின் பக்கத்திலிருந்தவன் குளிருக்கு நடுங்கிக் கொண்டி ருந்தான். கப்பல் இன்னும் பக்கவாட்டமாகச் சாய்ந்து அசைந்து கொண்டிருந்தது. வெள்ளையர் தலைவன் ஆர்ப்பாட்டமாக இங்கு மங்கும் திரிந்து கொண்டிருந்தான். அவன் பின்னால் இன்னொரு வெள்ளையன் விளக்கைப் பிடித்து நடந்து கொண்டிருந்தான்.

ஒவ்வொரு நிர்வாண மனிதனின் முகத்தை ஒருவன் எடுத்துப் பிடித்துக்கொள்ள, தலைவன் அதைக் கூர்ந்து பார்த்தான். அவனுடைய நாடியையும் பிடித்துப் பார்த்தான். பிறகு அவன் சொன்ன உடல்களை யெல்லாம் மற்றவர்கள் கடலிலே வீசி எறிந்தார்கள். அவர்களெல்லாம் கீழறையில் இறந்து போனவர்கள் என குண்ட்டா அறிவான். தமது முன்னோர்களுடன் கலந்துவிட்ட அவர்களின் ஆத்ம சாந்திக்காக குண்ட்டா தொழுகை நடத்த தன் மனத்தைத் திருப்பினான்.

இறந்துவிட்ட அவர்களை எண்ணி குண்ட்டா பொறாமைப் பட்டான்.

20

விடியற்காலை வேளையில் வானிலை அமைதி கொண்டது. மேகங்கள் மறைந்துவிட்டன. ஆனாலும் உயர எழுந்து விழும் அலைகளின்மேல் கப்பல் அசைந்தாடியவாறே சென்றுகொண்டு இருந்தது. குண்ட்டா பெருமுயற்சிசெய்து எழுந்து உட்கார்ந்தான். முதுகிலும், புட்டங்களிலும் வலி சற்றுக் குறைந்திருந்தது. கப்பலின் மேல்தளத்தில் விழுந்து கிடந்த பலரிலும் சலனமே இல்லை. சிலர்மட்டும் பயங்கர வலியால் கதறிக் கொண்டிருந்தனர்.

அசையமுடியாமல் விழுந்து கிடந்த சிலரில் ஓரிருவர் அவ்வப் பொழுது எழுந்து உட்கார முயலுகின்றனர். அவர்களில் தமது ஃபவுலாத் தலைவனை குண்ட்டா அடையாளம் கண்டுகொண்டான். அவனுக்கு மிக அதிகமாக ரத்தம் போய்க்கொண்டிருந்தது. தன்னைச் சுற்றிலும் என்ன நடந்துகொண்டிருக்கிறது என்பதையும் அறியாமல் அவன் உட்கார்ந்திருந்தான். மற்றவர்கள் யாரென்பதும் குண்ட்டா வுக்குத் தெரியவில்லை. அவர்கள் அனேகமாகக் கீழ்க் கொட்டடியில் இருந்தவர்கள் போலும் வெள்ளையரின்மீது தாம் நடத்த நினைத்த தாக்குதலில் ஒரு வேளை தாம் இறந்துவிட்டால், தம்முடைய சாவுக்குப் பழி வாங்குபவர்கள் இவர்களென்று ஃபவுலாவால் குறிப்பிடப் பட்டவர்கள்! தாக்குதலா? ஹூம்... அதைப்பற்றிச் சிந்திக்கவும் குண்ட்டாவால் இப்போது இயலவில்லை.

தன்னுடன் இத்தனை நாள் ஒரே மரப்பலகையில் பிணைக்கப் படிருந்த ஃபவுலாத் தோழனின் முகத்தில் சாவுக்களை தெளிவாகத் தெரிந்தது. தன்னையே பார்த்துக்கொண்டிருக்கும் குண்ட்டாவைப் பார்க்க அவன் விழிகளை உயர்த்தினான். ஆனால் அவற்றில் குண்ட்டாவை அறிந்துகொண்ட அறிகுறியே இல்லை.

குண்ட்டாவுக்கு வலி முழுவதும் குறையாவிட்டாலும், அந்த இளம் வெயில் அவனுக்கு இதமாக இருந்தது. வெள்ளையர் தலைவன் கருப்பர்களின் காயங்களுக்கு மருந்து தடவிக்கொண்டு இங்குமங்கும் திரிந்துகொண்டிருந்தான். களைத்து உடல் நலம் இல்லாத வெள்ளையர் சிலர் மேல்தளத்தில் அசிங்கங்களை எல்லாம் கழுவிச் சுத்தம் செய்து கொண்டிருந்தனர். கீழ்க்கொட்டடிகளில் நிறைந்திருந்த கழிவுகளைத் தொட்டிகளில் நிரப்பி மேலே கொண்டுவந்து கடலில் வீசிக் கொண்டிருந்தனர்.

மாலை வேளையில் உடல் சற்றுத் தேறியிருந்தவர்களுக்கு உணவு தரப்பட்டது. குடிக்க நீரும் தந்தனர். வானத்தில் நட்சத்திரங்கள் தென்பட்டதுமே கைதிகளையெல்லாம் கீழறைகளில் அடைத்து விட்டனர். அவர்கள் இதற்கு முன் கீழ் அறைகளில் இருந்தவர்கள். அவர்கள் இப்போது வேதனையால் முனகிக் கொண்டிருந்தனர்.

மூன்று நாட்கள்வரை குண்ட்டா அவர்கள் மத்தியில் காய்ச்சலுட னும், வலியுடனும் மூடிய கண்ணைத் திறக்காமல் விழுந்து கிடந்தான். மற்றவர்களின் முனகலில் அவனுடைய முனகலும் மறைந்து போயிற்று. ஓயாத இருமலால் அவன் தொண்டை வறண்டுவிட்டது. கழுத்து வீங்கிவிட்டது. சுண்டெலி ஒன்று தன் உடலில் ஊர்ந்து கொண்டிருந்த போது அவன் கண்களைத் திறந்து பார்த்தான். அசையாமல் விழுந்து கிடந்த அவன் விலங்கிடப்படாத கையால் அந்த சுண்டெலியை பிடித்துக்கொண்டான். அது ஓர் அனிச்சையான செயல்தான்! சுண்டெலி தன் பிடிக்குள் சிக்கியதை அவனாலேயே நம்ப முடிய வில்லை. பல நாட்களாக அவனுள் மறைந்திருந்த பகைமையுணர்ச்சி அவன் கையில் இறங்கிவிட்டது. சுண்டெலியை அவன் பலமாக அழுத்திவிட்டான். சுண்டெலியின் கதை அவனுடைய பெருவிரலின் கீழே 'கரகர'வென நசுங்கிவிட்ட பிறகுதான் அவன் கைப்பிடி தளர்ந்தது.

அந்தக் காய்ச்சலில், அந்தச் சுய நினைவில்லாத நிலையில் அந்த துர்நாற்றமடிக்கும் கொட்டடியில், தான் அப்படி எத்தனை நாள் இருந்தோம் என்பதே குண்ட்டாவுக்குத் தெரியவில்லை. காரணம், கப்பலின் வெளிச்சம் அருகே இருந்து பகல், இரவைக் கணக்கிட்டுக் கொண்டிருந்தவன் இறந்து விட்டான். சாகாமல் இன்னும் பிழைத் திருக்கும் இவர்களிடையே செய்தித் தொடர்பில்லை. தன்னுடைய இனத்தைச் சேர்ந்தவனில்லாவிட்டாலும், அந்த ஓலோஃப் மனிதனும், குண்ட்டாவும் சில நாட்களாவது நல்லது கெட்டது பேசிக் கொண்டி ருந்தார்கள். அவனும் இப்போது இல்லை. குண்ட்டா தற்போது தனியாள்!

இந்த நோய்கள், வேதனைகள், கழிவுகள், துர்நாற்றம் - இவற்றோடு இப்போது ரத்தக் கடுப்பும் சேர்ந்து கொண்டது. அது எல்லாருக்கும் தொற்றிக் கொண்டது. மற்றவர்களுடன் குண்ட்டாவும் ரத்தபேதி களால் மிகவும் தொய்ந்து போய்விட்டான். கப்பலின் மேல்தளத்திற்குக் கூட அவனால் நடக்க முடியவில்லை. வெள்ளையர்கள் எப்படியோ கஷ்டப்பட்டு இவர்களை மேலே கொண்டு செல்கின்றனர். வேலை செய்யாத வீண் மருந்துகளை எல்லாம் நோயாளிகளுக்குத் தந்துகொண்டிருந்தனர்.

பகலும் இரவும் கழிந்து கொண்டிருந்தன. ஒரு நாள் குண்ட்டாவும், மற்றவர்களும் பெரும் பிரயாசையுடன் மேல்தளத்தை அடைந்தனர். அங்கே அவர்களுக்கு ஓர் அற்புதக் காட்சி காணப்பட்டது. பச்சைப் பசேலென்ற கடல் பாசி கண்ணுக்கெட்டிய தூரம் அழகாகப் பரவி இருந்தது. நீர் எல்லையற்ற தல்ல என்பது குண்ட்டா அறிவான். இப்போது இந்தக் கப்பல் உலகின் நுனியைத் தொடும்போல் அவனுக்குத் தோன்றியது. என்றாலும் அவனுக்கு இப்போது எதைப் பற்றியும் ஆர்வம் இல்லை. தன்னுடைய மரண நாள் நெருங்கி விட்டது போல் அவனுக்குப்பட்டது. ஆனால் அது எந்த உருவத்தில் இருக்கு மென்பது மட்டும் அவனுக்குப் புரியவில்லை.

கடல் நீரைக் கிழித்துக்கொண்டு கப்பல் வேகமாகப் போய்க் கொண்டிருந்தது. கப்பலின் முகப்பில் நீர் நுரை கக்கிச் சுழன்று கொண்டிருந்தது. மேல்தளத்தில் வெள்ளைக்காரர்கள் குரங்குகள் போல் எகிறிக் குதித்துக்கொண்டிருந்தனர்.

மறுநாள் காலை வழக்கமான நேரத்திற்கு முன்பாகவே வெள்ளை யர்கள் கைதிகளை மேல்தளத்திற்குக் கொண்டு போயினர். அவர்களின் கைகளைப் பிணைத்திருந்த விலங்குகளை அவிழ்த்து விட்டனர். குண்ட்டா சூரிய வெளிச்சத்தில் கண்களை வேகமாக உருட்டிப் பார்த்தான். வெள்ளையரும்,கருப்புப் பெண்களும், குழந்தைகளும் இரும்புக் கிராதியில் சாய்ந்து நின்றிருந்தனர். வெள்ளையரின் மகிழ்ச்சிக்கு எல்லை இல்லை. ஆறிக்கொண்டிருந்த காயங்கள் கொண்ட முதுகுகளின் மேலாக குண்ட்டா ஓரக்கண்ணால் பார்த்தான்.

தொலைவில் ஒரு துண்டு தரை தென்பட்டது. உண்மையாகவே இந்த வெள்ளையர் காலூன்றத் தரையும் இருக்கிறதே! கிழக்குத் திசையிலிருந்து மேற்குத் திசைவரை பரவியிருக்கிறதென்ற பழங்காலப் பெரியவர்கள் வர்ணித்துச் சொன்ன "டோபாபோடு" என்பது இதுதான்போலும்!

குண்ட்டாவின் உடல் பூராவும் நடுநடுங்கியது. அவன் உடல் முழுவதுமிருந்த வியர்வையெல்லாம் நெற்றியில் சேர்ந்து மின்னியது. கடல் பயணம் முடிவு பெற்றது. அந்தப் பயங்கரமான நீண்ட பிரயாணம் முடிந்து அவன் கரையேறப் போகிறான். ஆனால் அவன் விழிகளில் பொங்கி வந்த கண்ணீரால், கரையோரம் தெளிவற்றுத் தெரிந்தது. ஒன்றுமட்டும் அவனுக்குப் புரிந்தது - இனி நடக்கவிருப்பது இதுவரை நடந்ததைவிடப் பயங்கரமாக இருக்கும்.

21

கப்பலின் அடிப்பாகத்திலுள்ள இருட்டறையில் அடைந்து கிடந்தவர்களுக்கு அச்சத்தால் உதடுகள் பிரியவில்லை. அந்த மோன அமைதியில் கப்பலில் மரப்பலகைகள் எழுப்பும் கீச்சொலிகள், கப்பலின் கீழ்ப் பகுதியை மோதிக்கொள்ளும் கடல் அலைகளின் கொந்தளிப்பு, மேல் தளத்தில் ஆட்கள் இங்குமங்கும் ஓடும் சத்தம் கேட்டவாறே குண்ட்டா படுத்திருந்தான்.

திடீரென்று யாரோ மாண்டிங்கா இனத்துக்காரன் குரலெடுத்து அல்லாவைத் தொழுதான். மற்றவர்களும் அவனுடன் சேர்ந்து கொண்டார்கள். தொழும் குரல்களாலும், சலசலத்த சங்கிலிகளின் சத்தத்தாலும் குண்ட்டா மேலேயிருந்து இறங்கி வரும் வாசல் திறந்து கொண்டதைக் கவனிக்கவில்லை. வெள்ளைக்காரர்கள் கைகளில் விளக்குகள் ஏந்தி வந்து கைதிகளை மேல் தளத்திற்குக் கொண்டு போனார்கள். அவர்களின் உடல்களில் வாளிவாளியாக உப்பு நீரைக் கொட்டி பெரிய பெரிய பிரஷ்களால் தேய்த்தார்கள். எரிச்சல் தாங்காமல் கருப்பர்கள் கத்தினார்கள். வெள்ளையர் தலைவன் எல்லார்மீதும் ஏதோ மஞ்சள் பொடியை தூவிக்கொண்டே சென்றான். அழுத்தித் தேய்த்ததால் ரத்தம் சொட்டிய காயங்களில் ஏதோ கருப்பு மருந்தைத் தடவினார்கள். குண்ட்டாவின் புட்டத்தில் தடவிய அந்த மருந்தால் அவன் எரிச்சலால் தகித்துப்போனான். உடல் முழுவதும் தீயில் சுடுவதுபோலிருந்தது. பக்கத்திலிருந்தவர்கள் பெருங்குரலில் கத்துவதைக் கேட்டு அவன் கண்ணெடுத்துப் பார்த்தான். வெள்ளையர்கள் தமது உடல் மாமிசத்தைப் பிடுங்கிச் சாப்பிடத் தயாரிப்புகள் செய்து கொண்டிருக்கிறார்கள். வெள்ளையர்கள் குழுக்கள் குழுக்களாகப் பிரிந்து ஒவ்வொரு கருப்பனையும் முழங்கால்களில் உட்காரவைத்து தலையைச் சாய்த்து, வெள்ளை நுரை போன்ற ஏதோ ஒரு பொருளைத் தடவினார்கள். அவர்களின் கைகளில் கூர்மையான சவரக்கத்திகள் மின்னின. அவர்கள் விறுவிறுவென்று கருப்பர்களை மொட்டையடித்தார்கள். தலைகளில் ஏற்பட்ட கத்திக் காயங்களிலிருந்து ரத்தம் ஒழுகியது.

குண்ட்டாவை வெள்ளையர்கள் நெருங்கியதும் 'ஓ'வென்றுக் கத்தினான். அவர்கள் பிடியிலிருந்து தப்பிக்க எவ்வளவோ முயற்சித்தான். அவன் விலாவில் பலமான ஓர் உதைவிழுந்ததும் அவன் தலை

சுற்றிக் கீழே விழுந்து விட்டான். அவ்வளவுதான் வெள்ளையர்கள் அவன் தலையிலும் நுரை தடவி மொட்டையடித்து விட்டார்கள். பிறகு உடல் மின்னும்வரை எண்ணெய் தேய்த்தார்கள். அவன் எப்போதும் பார்த்திராத விந்தை உடுப்புகள் கொண்டு வந்தார்கள். இடுப்பைச் சுற்றும் அந்த உடுப்பில் இரண்டு துவாரங்கள் இருந்தன. அது குண்ட்டாவின் கால்களில் நுழைத்து, இடுப்பில் முடிச்சுப் போட்டார்கள். அது மறைவிடத்தை மூடிக்கொண்டது. அதைக் 'கால் சட்டை' என்று சொல்லுகிறார்கள் என்பது அவனுக்கு அதுவரை தெரியாது. வெள்ளையர் தலைவனின் மேற்பார்வையில் கருப்பர் களையெல்லாம் இரும்புக் கம்பிகளில் பிணைத்துக் குப்புறப் படுக்க வைத்திருந்தார்கள்.

குண்ட்டா ஏதோ மயக்கத்தில் ஆழ்ந்திருப்பவனைப்போல் விழுந்து கிடந்தான். வெள்ளைப் பிசாசுகள் அவன் உடலைக் கடித்துக் குதறித் தின்றுவிட்டு எழும்புகளை வீசியெறியும்போது அவன் ஆத்மா அல்லாவைச் சேர்ந்துவிடும். அவன் மவுனமாக அல்லாவைத் தொழுது கொண்டிருந்த போது, வெள்ளைமுடிக்குள்ளரின் குரலைக்கேட்டுத் தன்னிலையடைந்தான். வெள்ளையர் தலைவன் பக்கத்தில் நின்று கத்தி வெட்டு முகமுடையான் தனக்குக் கீழே இருப்பவர்களை அதட்டிக் கொண்டிருந்தான். வேக வேகமாகப் பாய்மரச் சீலையை இறக்கி விட்டார்கள். அவர்கள் எல்லாரும் சிரித்துக் கும்மாளம் போட்டுக் கொண்டிருந்தார்கள்.

குண்ட்டா புதிய வாசனைகளை நுகர்ந்தான். பல்வேறு வாசனை கள் ஒன்று சேர்ந்து புதிய மணமாக அது அவனுக்குத் தோன்றியது. சற்று நேரத்தில் புதிய புதிய குரல்களும் அவனுக்குக் கேட்டன. எங்கிருந்து அந்தக் குரல்கள் வருகின்றனவோ அவனுக்குப் புரியவில்லை சற்று நேரத்தில் அவை இன்னும் அருகிலே கேட்டன கப்பல் ஏதோ கெட்டியான பொருளை மோதி ஆடி அசைந்து நின்றுவிட்டது. ஆப்பிரிக்கக் கண்டத்தை விட்டுப் புறப்பட்ட நாலரை மாதங்களுக்குப் பிறகு கப்பல் இப்போதுதான் தன் பயணத்தை முடித்து நின்றது.

கைதிகள் எல்லாரும் பயத்தால் மரத்துப் போயினர். குண்ட்டாவின் கைகளை அவனுடைய முழங்கால்களுக்குக் கீழே நுழைத்து விலங்குகளிட்டிருந்தார்கள். உடம்பெல்லாம் பலவீனப் பட்டு அவன் கண்ணிமைகளைப் படபடத்தான். கரையில் இருந்தவர்களின் நாற்றத்தைச் சகிக்க முடியாமல் அவன் மூச்சை அடக்கிக் கொண்டான். கரையிலிருந்து கப்பல் மேல் தளத்தில் ஏதோ விழுந்த சத்தம் கேட்டுக் குண்ட்டா கண் விழித்துப் பார்த்தான். இரு புதியவர்கள் அங்கே வந்திருந்தார்கள். அவர்கள் மூக்குகளுக்கு வெள்ளைத் துணி கட்டி

யிருந்தார்கள். அவர்களிருவரும் வெள்ளையர் தலைவனுடன் கைகுலுக்கினார்கள்.

குண்ட்டா மவுனமாகக் கடவுளைத் தொழுதான். விலங்குகளை அவிழ்த்துப் பெருங்கூச்சலிட்டுக் கைதிகளை எழுந்து நிற்கும்படி ஆணையிட்டார்கள். நீண்ட காலமாகத் தம் உடல்களுடன் ஒன்றிப் போன அந்த விலங்குகளை விட மனமில்லாமல் அவைகளை அவர்கள் கெட்டியாகப் பற்றிக்கொண்டார்கள். முதலில் அவர்கள் தலைகளில் பின்னர் முதுகுகளிலும் கசையடிகள் விழுந்தன. அவர்கள் வலி தாங்காமல் பரிதாபமாகக் குரலெழுப்பி விலங்குகளைத் துறந்து எழுந்து நின்றார்கள்.

கசையடிகளின் ஓசையிடையே, கப்பலுக்கும் கரைக்கும் மத்தியில் போட்டிருந்த மரப்பலகைமீது கைதிகள் வரிசையாக நடந்து கரையில் அடியெடுத்து வைத்தார்கள். வெள்ளையனின் பூமியில் அடி வைத்ததுமே குண்ட்டாவுக்கு முழங்கால் முறிந்துவிட்டதை போலி ருந்தது. வெள்ளையர் கூட்டம் அவர்களைக் கண்டதும் படுகுஷியாகி சீழ்க்கையடித்து ஆரவாரம் செய்தார்கள். அந்தக் கூட்டத்தினரிட மிருந்து வீசிய பல ரக துர்நாற்றங்கள் மூக்கைத் துளைத்தன. அது மாபெரும் குற்றவாளியொருவன் குண்ட்டாவின் முகத்தில் குத்தியதைப் போலிருந்தது.

உடனே அங்கிருந்து தப்பியோடிவிட வேண்டுமென அவன் எண்ணினான். ஆனால் கைதிகள்மேல் கசையடிகள் சரமாரியாக விழுந்து கொண்டே இருந்தன. கழுதைகள் போன்ற பெரிய பெரிய மிருகங்கள் இருக்கும் ஒற்றை வண்டிகளையும், இரட்டை வண்டிகளை யும் கடந்து கைதிகளின் வரிசை முன்னேறியது. குண்ட்டா அதற்கு முன் எப்போதும் குதிரைகளைப் பார்த்ததில்லை. பழங்களும் காய்கறிகளும் நிறைய இருந்த சந்தையைத் தாண்டி அவர்கள் சென்றுகொண்டிருந் தார்கள். வழியில் ஒரு வெள்ளைக்காரியை குண்ட்டா பார்த்தான். அவள் தலைமுடி நார்போல் வைக்கோல் வண்ணத்திலிருந்தது. கப்பல் பயணத்தின்போது கருப்புப் பெண்களைக் கண்டு காமத்தால் அறிவிழந்துபோன வெள்ளையர் இனத்திலும் பெண்கள் இருக் கிறார்களே என்று குண்ட்டா வியந்தான். ஆனால் அந்த வெள்ளைக் காரியைப் பார்த்த பிறகு அவர்கள் கருப்புப் பெண்களை ஏன் அவ்வாறு விரும்புகிறார்கள் என்பது அவனுக்குப் புரிந்தது.

அந்தச் சமயத்திலே கருப்பர்கள் இருவர் அவன் எதிரில் வந்தார்கள். குண்ட்டா இடி விழுந்தவன்போல் அதிர்ச்சியடைந்தான். அவர்கள், தான் வந்த கப்பலிலிருந்து இறங்கியவர்களுமல்ல. அவர்களில் ஒருவன் மாண்டிங்கா இனத்தைச் சேர்ந்தவன்; மற்றொருவன்

'செரீர்' இனத்துக்காரன்! அதிலே சந்தேகமில்லை! அவ்விருவரும் ஒரு வெள்ளைக்காரன் பின்னால் அடக்க ஒடுக்கமாக நடந்து சென்று கொண்டிருந்தார்கள். இந்த பயங்கரமான பூமியில் தானும், தன் தோழர்களும் தனியாட்களல்ல என்று குண்ட்டாவுக்கு ஆறுதலாக இருந்தது. வெள்ளையர்கள் இவர்களைத் தின்னாமல் விட்டுவைத் திருக்கிறார்கள் என்றால், தம்மையும் கறிப்பானை-யிலிட்டு வேகவைக்க மாட்டார்களென்று பொருள்! ஓடிப்போய் அவ்விரு கருப்பர்களையும் கட்டிப்பிடித்துக் கொள்ள வேண்டும் போலிருந்தது குண்ட்டாவுக்கு! ஆனால் அவர்கள் முகங்கள் எவ்வித உணர்ச்சியும் இல்லாமல் இருந்தன. அவர்களின் பார்வை தரையைப் பார்த்திருந்தது. இதில் ஏதோ ரகசியமிருக்கிறது! குண்ட்டாவின் தலை சுற்றியது. அந்த வெள்ளைக் காரனின் பின்னால் அவ்விரு கருப்பர்களும் ஏன் அவ்வளவு வினயமாக நடந்து போய்க் கொண்டிருக்கிறார்கள் என்பது அவனுக்குப் புரியவில்லை. அதுவுமல்லாமல் வெள்ளையனின் கையில் ஆயுத மெதுவும் இல்லை. அவர்கள் அவனைக் கொன்றுவிடலாம் அல்லது அங்கிருந்து தப்பி ஓடிவிடலாம். குண்ட்டாவுக்கு எல்லாமே குழப்பமாக இருக்கிறது. மேலும் சிந்தனையைத் தொடர முடியாமல் அவர்கள் சேரவேண்டிய இடம் வந்துவிட்டது.

அது ஒரு பெரிய வீடு. வாசலில் ஒரு வெள்ளைக்காரன் காவல் இருக்கிறான். சுவர்களில் இரும்புச் சன்னல்களிருக்கின்றன. அனைவரை யும உள்ளே கொண்டு சென்றார்கள். முன்பே அங்கு ஐந்தாறு கைதிகள் சுருண்டு படுத்திருந்தார்கள். மறுபடியும் அனைவரையும் சங்கிலிகளில் கோர்த்துச் சுவர்களிலிருந்த விலங்குகளில் மாட்டினார்கள். பனிக் கட்டியைப்போல் சில்லிட்டிருந்த தரையில்கிடந்து குண்ட்டா அல்லாவைத் தொழுதான்.

இருட்டிவிட்டது. அருகிலிருந்த சன்னலிலிருந்து நட்சத்திரங்கள் தென்பட்டுக் கொண்டிருந்தன. குண்ட்டா சற்று அமைதியடைந்தான். அவன் உள்ளத்தில் நினைவலைகள் வட்ட மிட்டன. தான் தனியாக மத்தள மரத்திற்காகக் காட்டுக்குப் போனது, அங்கே தான் அஜாக்கிரதையால் வெள்ளையர் பிடியில் சிக்கிக்கொண்டது, இதுவரை வெள்ளையர் கைகளில் தான் அனுபவித்த சித்திரவதைக் காட்சிகள் மனத்திரையில் தெளிவாகத் தெரிந்தன. அப்பா, அம்மா, தம்பிகள் நினைவில் வந்தார்கள். அந்தப் புனிதமான நினைவை இங்கே கொண்டுவர அவன் விரும்பவில்லை. ஆனாலும் அவர்கள் ஞாபகம் வராமல் தடுக்க முடியவில்லை. குண்ட்டா உடனே தேம்பித் தேம்பி அழுதுவிட்டான்.

விடியும் நேரம், கணீரென்று கிண்ட்டாங்கோ பயிற்சி ஆசிரியர் கள் குரல் அவன் காதில் கேட்டது. “அறிவுள்ள மனிதன் மிருகங்களிட மிருந்து எவ்வளவோ கற்றுக்கொள்கிறான்.” குண்ட்டா அதிர்ந்துபோய் எழுந்து உட்கார்ந்தான். இந்த நேரத்தில், இந்த இடத்தில் கிண்ட்டாங் கோவின் குரல் ஒலிக்க வேண்டிய அவசியம் என்ன வந்தது? அவனே இப்போது கூண்டில் அகப்பட்ட மிருகமாக இருக்கிறானே! அவன் பார்த்தவரையில் கூண்டில் சிக்கிக்கொண்ட மிருகங்கள் ஒன்றுமறியாத அப்பாவிகள்போல் விழுந்து கிடக்கும்; ஆனால் சமயம் நேரும்போது கூண்டிலிருந்து தப்பித்து ஓடிவிடும். ஆகவே தானும் வாய்ப்பை எதிர்பார்த்து இருக்க வேண்டும். ஓடிப்போகும் எண்ணத்தை விட்டு விட்டதைப்போல் வெள்ளைக் காரனுக்கு நம்பிக்கை ஊட்டவேண்டும்.

சன்னலில் காணப்படும் இருளையும், வெளிச்சத்தையும் பார்த்துக் கொண்டே குண்ட்டா காலத்தை ஓட்டினான். அவ்வாறு அவன் ஆறு இரவுகளையும், ஆறு பகல்களையும் கழித்தான். ஒரு விசித்திரமான கருப்பன், நாளில் மூன்று முறை உணவாகக் களியைக் கொண்டுவந்து தந்து கொண்டிருந்தான். அவனுடைய வாசனை குண்ட்டாவுக்குப் பிடிக்கவில்லை. முதலில் அவன் களியைத் தொடவில்லை. ஆனால் உடம்பில் வலு இருக்க வேண்டியதால் மற்ற ஐந்து நாட்கள் அந்தக் களியை விரும்பா விட்டாலும் விழுங்கினான். ஏழாம் நாள் காலை களி தின்றபின் நான்கு வெள்ளையர்கள் வந்தார்கள். அவர்களில் இருவர் கைகளில் தடியுடனும், துப்பாக்கியுடனும் வாசலில் நின்றுகொண் டார்கள். மற்றவர்கள் கைதிகளின் விலங்குகளை அவிழ்த்தார்கள். குண்ட்டா உட்பட ஆறுபேரை வரிசையாக அவர்கள் வெளியில் நடத்திச் சென்றார்கள்.

அங்கே சில வெள்ளையர்கள் விசித்திரமாகக் கூப்பாடு போட்டுக் கொண்டிருந்தார்கள்.

“முன்னூத்தி அம்பது.”

“நாநூறு.”

“ஐந்நூறு”

“அறுநூறு சொல்லுங்க. எப்படி இருக்கான் பாருங்க. கழுதை போல் உழைக்காட்டா என்ன கேளுங்க!”

அந்தக் கத்தல்களும், அவற்றின் பொருளும் புரியாமல் குண்ட்டா நடுங்கினான். அவன் முகம் வியர்வையால் நனைந்து விட்டது சரியாக மூச்சுவிடவும் இயலவில்லை.

“இவனைப் பாருங்க கொரங்குபோல எவ்வளவு சுறுசுறுப்பா இருக்கான்! எந்த வேலைக்கானாலும் இவனைப் பழக்கலாம்.”

மேடையில் கத்திக்கொண்டிருந்தவன் கீழே இறங்கி வந்து குண்ட்டாவின் கைகளைப் பிணைத்திருந்த விலங்குகளை அவிழ்த்து மேடையினருகே தள்ளினான். குண்ட்டா சற்று அசைந்தானே தவிர அங்கிருந்து நகரவில்லை. உடனே அவன் புட்டத்தில் ஆறிக் கொண்டிருந்த காயத்தைக் கிளறிக்கொண்டே ஒரு கசையடி விழுந்தது. அதன் வலி பொறுக்க முடியாமல் தடுமாறிப் போய் முன்னே விழுந்தான்.

“மல்லிகை மொட்டுப் போன்றவன் ஐயன்மாரே! வாலிபத்தின் முறுக்கு... வேலையிலே சுறுசுறுப்பு!”

மேடை இறங்கிய வெள்ளைக்காரன் தொண்டை வறளக் கத்தினான்.

குண்ட்டாவை விலை கொடுத்து வாங்க வந்த வெள்ளையர்கள் அவன் மூடிய உதடுகளைக் குச்சியால் திறந்து, பல் வரிசையைப் பார்வையிட்டார்கள். உடல் பூராவையும் கைகளால் தொட்டுப்பார்த்தார்கள். நெஞ்சையும், அக்குளையும், தொடையிடுக்கையும் குத்திக் குத்திப்பார்த்தார்கள்.

“முன்னூத்தி அம்பதாம் முன்னூத்தி அம்பது!” - ஏலம்விடுபவன் எகத்தாளமாகக்கூறினான்.

“ஐந்நூறா? அறுநூறா?” - அவன் குரல் கோபமாக ஒலித்தது.

“விரும்பி பறிச்சுட்டுப் போக வேண்டிய ஆப்பிரிக்கக் கருப்பனுங்க! குறைஞ்சது ஏழுநூறாவது சொல்றீங்களா?”

“ஏழுநூத்தி ஐம்பது. ஏழுநூத்தி ஐம்பது ஏழுநூத்தி ஐம்பது” - மூன்று முறை கத்தினான்.

“எண்ணூறு”

“எண்ணூத்தி ஐம்பது”

அத்துடன் நின்றுவிட்டது. தொண்டை வறளக் கத்திய வெள்ளைக்காரன் குண்ட்டாவைக் கொக்கியிலிருந்து விடுவிடுத்து அவனை ஏலத்தில் எடுத்த வெள்ளையன் அருகே தள்ளினான். அவனுக்குப் பின்னால் ஒரு கருப்பன் நின்றிருந்தான். தெளிவாக அவன் ஓலோஃப் இனக்காரன்.

“அண்ணே! நீ என்னோட நாட்டிலிருந்து வந்திருக்கே!” குண்ட்டா வேண்டுகோளுடன் அவனைப் பார்த்தான். ஆனால் அவன் இவனைப் பொருட்படுத்தியதாகவே காட்டிக்கொள்ளவில்லை. அவன் குண்ட்டாவின் மணிக்கட்டில் கட்டியிருந்த சங்கிலியை ஈவிரக்கமின்றி இழுத்தான். குண்ட்டா முன்னே விழ இருந்து சமாளித்துக்கொண்டான். தடுமாறியவாறே அவன் பின்னால் நடந்துசென்று குதிரை சாரட்டின் அருகே நின்றுவிட்டான் குண்ட்டா.

அந்தக் கருப்பன் குண்ட்டாவை சாரட்டின் பின்பகுதியில் வீசி எறிந்தான். குண்ட்டா 'தொபுகடீர்' என்று போய் விழுந்தான். அவன் கால்களின் விலங்கு சாரட்டின் இருக்கையின் கீழே பிணைக்கப்ட்டது. கருப்பனும், அவனுடைய முதலாளி வெள்ளைக் காரனும் உயரமான இருக்கையிலே பக்கத்துப் பக்கத்தில் அமர்ந்ததுமே வண்டி புறப்பட்டது.

வழி நெடுக வெள்ளையரின் வயல்களைப் பார்த்தான். அந்த வயல்களில் வேலை செய்துகொண்டிருந்த அடிமைக் கருப்பர்களைப் பார்த்தான். சங்கிலிகளால் பிணைக்கப்பட்டிருந்த அவர்களைக் காவல்காக்கும் வெள்ளையரைப் பார்த்தான். அவர்கள் கைகளில் மின்னிய கசைகளைப் பார்த்தான். கருப்பர்கள் பாடும் துயரமான பாடலைக் கேட்டான். ஆனால் அதன் பொருள் மட்டும் குண்ட்டாவுக்குப் புரியவில்லை.

இருட்டும் நேரத்தில் சாரட்டு வண்டி ஒரு புதர்ப் பாதையைக் கடந்து ஒரு பெரிய வீட்டின் முன்னால் நின்றது. அங்கே பல கருப்பர்கள் குண்ட்டாவுக்குத் தென்பட்டார்கள். அவர்களைக் கண்டதும் அவன் உள்ளத்தில் நம்பிக்கை துளிர்த்தது. இத்தனை கருப்பர்களில் ஒருவராவது தன்னை இந்தச் சிறையிலிருந்து விடுவிக்க மாட்டார்களா? ஆனால் அவர்கள் இவனைக் கண்டு ஏளனமாகச் சிரித்தார்கள். என்ன மனிதர்கள் இவர்கள்? சக கருப்பு மனிதர்களைத் தாழ்வாகக் கருதும் இவர்கள் எப்படிப்பட்டக் கருப்பர்கள்? வெள்ளையனுக்குக் கீழே ஊழியம் செய்யும் இவர்கள் எங்கிருந்து வந்தார்கள்? இவர்கள் பார்ப்பதற்கு ஆப்பிரிக்கர்கள் போலிருந்தாலும் இவர்கள் ஆப்பிரிக்கக் கண்டத்திலிருந்து வந்தவர்களல்ல!

முதலாளியின் பக்கத்தில் அமர்ந்திருந்த கருப்புக் கங்காணி லாந்தர் வெளிச்சத்தில் குண்ட்டாவின் சங்கிலியை அவிழ்த்துக் கீழே இறங்குமாறு சைகை செய்தான். அவன் பக்கத்தில் நின்றிருந்த மூன்று கருப்பர்கள் இன்னும் சிரித்துக்கொண்டே இருந்தார்கள். குண்ட்டாவுக்கு ஆத்திரம் பொத்துக்கொண்டு வந்தது. அப்படியே தாவிச் சென்று அந்த நால்வரின் கழுத்தைப் பிடித்த நெருக்கிக் கொன்றுவிட வேண்டும்போலிருந்தது. நேரம் வரட்டுமென்று கருவிக் கொண்டான். குண்ட்டா நிதானமாக முழங்காலால் தரையில் ஊர்ந்தான். அவன் வேகமாக இறங்காததற்குக் கோபம் வந்த அந்தக் கருப்பர்கள் அவனை அலக்காகத் தூக்கித் தரையிலே வீசினார்கள். சாரட்டை ஓட்டி வந்தவன் குண்ட்டாவைப் பூமியில் புதைத்திருந்த கட்டையில் பிணைத்துவிட்டுப் போய்விட்டான்.

கட்டையில் கட்டியிருக்கும் மாட்டைப்போல் அன்றிரவு பூராவும் குண்ட்டா வேதனையுடனும் அவமானத்துடனும், அச்சத்துடனும்

வெளியே கழித்தான். கருப்புக் கைக்கூலிகள் அவன் எதிரே வைத்துப் போன களியை அவன் கண்ணெடுத்தும் பார்க்கவில்லை. கொஞ்சம் தண்ணீர் மட்டும் குடித்தான். தூக்கமே பிடிக்கவில்லை. விடிந்ததுமே மவுனமாகக் காலைத் தொழுகையைச் செய்து முடித்தான்.

முன்தினம் செய்த பயணத்தாலும், சாப்பிடாததாலும் அவன் வெகுவாகப் பலவீனப்பட்டிருந்தான். தொழுகையின் போது தலையைத் தரையிலே சாய்த்தபோது நடுநடுங்கிப் பக்கத்தில் விழுந்துவிட்டான். பிறகு மெல்ல எழுந்து ஒரு வாய் தண்ணீர் குடித்தான்.

மீண்டும் பிரயாணத்திற்குத் தயாரிப்புகள் தொடங்கின. கடந்த இரவு அவனைப் பார்த்துச் சிரித்த அந்த நான்கு கருப்பர்கள் வந்தார்கள். குண்ட்டா வைத் தூக்கி வண்டியில் போட்டார்கள். வண்டியோட்டி கருப்பனும், வெள்ளையனும் இருக்கையில் பக்கத்துப் பக்கத்தில் அமர்ந்தார்கள். குதிரை சாரட்டு மீண்டும் புறப்பட்டது.

மூன்றாம் நாள் அந்தி சாயும் நேரத்தில் வண்டி பாதையிலிருந்து இறங்கி, ஒரு சிறிய வழியாகச் சென்று பேய் போன்ற ஒரு வீட்டு வாசலில் நின்றது. வெள்ளையன் கருப்பனுக்கு ஏதோ சொல்லிவிட்டு 'சரசர' வென்று வீட்டிற்குள் போய்விட்டான். வண்டி இன்னும் சற்றுத் தூரம் சென்று குடிசைகள் எதிரே நின்றது. இருக்கையின் கீழே இருந்த விலங்கின் கொக்கியை அவிழ்க்கும் சத்தம் கேட்டது. கருப்பன் பின்னால் வந்த குண்ட்டாவை ஒற்றைக் கையால் இழுத்துக் கீழே போட விருந்தான். குண்ட்டா உடனே பாய்ந்து சென்று அந்தக் கருப்பனின் கழுத்தைப் பிடித்துக் கொண்டுவிட்டான். அவன் பரிதாபக் குரலில் கத்தினான். அவன் தன் பெரிய கைகளால் குண்ட்டாவை அடித்தான். நகங்களால் முகத்தைக் கீறினான் என்றாலும் குண்ட்டாவின் பிடி தளரவில்லை. 'ஆப்பிரிக்கா நாயின்' நகங்களிடையே அவனுடைய குரல்வளை நெருக்கிவிட்டது. கடைசியில் அவன் கைகால்களை உதறிக் கொண்டே சுய நினைவிழந்து தரையில் குப்பைப்கூளமாக விழுந்து விட்டான்.

உடனே குண்ட்டா அங்கிருந்து நிழல்போல் ஓடிவிட்டான். பனிபெய்து கொண்டிருந்த பருத்திக்காட்டு வழியாக அவன் குனிந்து ஓடிக் கொண்டிருந்தான். ஓடும் பழக்கம் கொஞ்ச காலமாக இல்லாததால் அவன் நரம்புகள் வலியால் துடித்தன. ஆனால் குளிர்ந்த காற்று அவன் சருமத்திற்கு இதமாக இருந்தது. வெள்ளையனின் பிடியிலிருந்து விடுதலை கிடைத்ததென்கிற மகிழ்ச்சி பொங்கி அவன் வாய்விட்டுக் கத்தினான்.

வயல்களைக் கடந்து காட்டுக்குள் நுழைந்தான். ராட்சஸப் புதர்களிடையேயும், காட்டுத் திராட்சைக் கொடிகளிடையேயும் அவன் திரும்பிப் பார்க்காமல் ஓடினான். சற்று நேரத்தில் பரந்த வயல்களும், வயல்களைத் தாண்டி வெள்ளை வீடும் தென்பட்டன. அவற்றைக் கண்டதும் குண்ட்டா அதிர்ச்சியடைந்தான். மறுபடியும் பின்னால் திரும்பிக் காட்டை நோக்கி ஓடினான். ஓர் அடர்ந்த புதருக்குள் மறைந்திருந்து அன்றைய இரவைக் கழித்தான். விடியும்போது கிழக்கை நோக்கி முழங்காலிட்டு அல்லாவைத் தொழுதான்.

தூரத்திலிருந்து நாய்கள் குரைக்கும் சத்தம் கேட்டது. மோப்பம் பிடித்துவிடும் அந்த நாய்களின் பின்னே ஓடி வரும் மனிதர்களின் அரவமும் கேட்டது. குண்ட்டா துணிந்து புதரைவிட்டு ஓடத் தொடங்கினான். ஆனால் டுமீல் என்ற துப்பாக்கி வேட்டைக் கேட்டு முள் வேலிக்கருகே அப்படியே உட்கார்ந்துவிட்டான்.

இரண்டு நாய்கன் புதர்களின் மேல் பாய்ந்து வந்து அவன்மீது விழுந்தன. வெறும் கைகளால் அவன் அவற்றுடன் சண்டை போட முயன்றான். அதற்குள் துப்பாக்கி பயங்கரமாக கர்ஜித்தது.

நாய்களின் பின்னால் குண்ட்டாவின் பிடியில் சிக்கித் தத்தளித்த அந்தக் கருப்பன் கைகளில் கத்தியும், தடியும், கயிற்றுக் கட்டும் வைத்துக் கொண்டு அவனைச் சித்திரவதை செய்யத் தயாராய் நின்றிருந்தான். அவன் பின்னால் வெள்ளை முதலாளி கண்களில் அனல் கக்க நின்றிருந்தான். அவனைத் தவிர இன்னொரு கருப்புக் கைக்கூலியும், வெள்ளைகாரனும்கூட குண்ட்டாவைப் பிடுங்கித் தின்ன வந்திருந்தார்கள்.

குண்ட்டாவின் முதுகில் முள் குத்தி ரத்தம் கசிந்து கொண்டிருந்தது. வலியால் அவன் உதடுகளை இறுக்கி விழுந்து கிடந்தான். கருப்பன் அவன் தலையில் பலமாகத் தடியால் மோதினான். அதனால் குண்ட்டாவின் தலை சுற்றியது, கண்கள் பஞ்சடைந்து விட்டன. அவன் கைகவீளை பின்னுக்கு வளைத்துக் கயிற்றால் அவனைக் கட்டினார்கள். ராட்சஸப் புதரிலிருந்து அவனை அலாக்காக வெளியே கொண்டு வந்து காட்டு வழியே நடத்திச் சென்றார்கள். அவன் களைப்பு மிகுதியால் நடக்க முடியாமல் தடுமாறிய போதெல்லாம், குண்ட்டாவின் முதுகிலே கசை நர்த்தனமாடியது. காட்டைக் கடந்து வயல்கள் அருகே வந்ததும் அவனை ஒரு மரக்கிளையில் தொங்கவிட்டு ஆத்திரம் தீரக் கசையாலடித்தார்கள்.

குண்ட்டா நினைவிழந்தான். அவனுக்கு நினைவு திரும்பி கண் விழித்துப் பார்த்தபோது, அவன் கைகளிலும் கால்களிலும் விலங்குகளைப் பூட்டி நாலாப் பக்கமும் கட்டைகளில்

கட்டியிருந்தார்கள். அவனால் கொஞ்சமும் அசையக்கூட முடிய வில்லை. வேற வழி யில்லாமல் சலனமற்று விழுந்து கிடந்தான். அவன் முகம் வேர்வையால் நனைந்துவிட்டது. மிகச் சிரமத்துடன் மூச்சு வாங்கிக்கொண்டிருந்தான்.

கை கால்களை அசைக்கமுடியாத அந்த நிலையிலேயே அவன் நான்கு நாட்கள் அந்த நரகத்தை அனுபவித்தான். ஐந்தாம் நாள் காலை வேலையாட்களை விழித்தெழுமாறு எச்சரிக்கும் கொம்பு ஊதும் வேளையில் ஒரு கருப்பன் அந்தக் குடிசையின் கதவைத் திறந்துகொண்டு உள்ளே வந்தான். அவன் முதலில் குண்ட்டாவின் கால்களுக்கிருந்த கட்டுகளை அவிழ்த்து, இரண்டு கால்களுக்கும் சேர்த்து ஒரு விலங்கு பூட்டியபின், இரு கைகளின் கட்டுகளை அவிழ்த்துவிட்டான். பிறகு குண்ட்டாவை எழுப்பி நிற்கவைத்து, அவன் நெஞ்சைத் தன் விரலால் சுட்டி யூ - டோபி என்று கத்தினான். அந்த மொழி குண்ட்டாவுக்குப் புரியவில்லை. அவன் குழப்பத்துடன் அந்தக் கருப்பனைப் பார்த்தான்.

அவன் தன் நெஞ்சின்மேல் விரல் வைத்து, "ஐ - சாம்ஸன்" என்றான். உடனே குண்ட்டாவின் நெஞ்சைச் சுட்டிக்காட்டி, "யூ-டோபி; மாஸா ஸே யுவர் நேம் டோபி" என்று கூறினான்.

குண்ட்டாவுக்கு மெல்லப் புரியலாயிற்று. அவன் பெயர் சாம்ஸன் தன் பெயர் டோபி. வெள்ளை முதலாளி தனக்கு 'டோபி' எனப் பெயரிட்டுள்ளான். ஆனால் என் பெயர் குண்ட்டா கிண்ட்டே! உமரோவின் மூத்த மகன். புண்ணியவான் குண்ட்டா கிண்ட்டா என் பாட்டனார் என்று கத்த வேண்டும் போலிருந்தது குண்ட்டாவுக்கு.

குண்ட்டாவின் முட்டாள்தனத்தைக் கண்டு அலுத்து விட்ட சாம்ஸன் அவனைத் தண்ணீர்த் தொட்டியின் அருகே இழுத்துச் சென்று, கை - கால் முகங்களைக் கழுவிக்கொள்ளச் சொன்னான். ஒரு துண்டுத் துணியும், சோப்புக்கட்டியும் தந்தான். குண்ட்டா நிதானமாக உடலைக் கழுவிக் கொண்டான். பின்னர் சாம்ஸன் தந்த வெள்ளையர் உடுப்பை உடுத்திக்கொண்டான். வைக்கோலால் முடைந்த தொப்பியைத் தலையில் வைத்துக் கொண்டு சாம்ஸனைப் பின் தொடர்ந்தான். இருவரும் ஒரு குடிசை எதிரே நின்றார்கள். அங்கே மொத்தம் பத்துக் குடிசைகள் இருந்தன. அவற்றில் வயல்களில் உழைக்கும் கருப்பர்கள் இருக்கிறார்கள்.

சாம்ஸன் குண்ட்டாவை ஒரு குடிசைக்குள் கூட்டிப் போனான். அங்கே ஒரு பாட்டி சிடுசிடுத்துக்கொண்டே ஒரு களிக் கிண்ணத்தைக் குண்ட்டாவின் முன்னே நகர்த்தினாள். அதில் களியுடன், ஒரு ரொட்டித் துண்டும், மாட்டிறைச்சிக் குழம்பும் இருந்தன. குண்ட்டா

களியை விழுங்கி, குழம்பில் ரொட்டித் துண்டைத் தொட்டுச் சாப்பிட்டான். தொலைவிலிருந்து வயல்களை சுட்டிகாட்டிச் சைகைபுரிந்தான். சாம்ஸன் முன்னால் வழிகாட்டுபவன் போல் நடந்தான். அவன் பின்னால் குண்ட்டா விலங்குகளை இழுத்துக் கொண்டே நடக்கலானான்.

இருவரும் வயலை நெருங்கியபோது வேலைக்காரர்கள் குனிந்து மக்காச்சோளப் பயிரை வெட்டிக்கொண்டிருந்தார்கள். பெண்களும், சிறுவர்களும் அவற்றைக் கட்டுக்கட்டாக அடுக்கி கொண்டிருந்தார் கள். ஆண்களின் முதுகுகள் வேர்வையில் தெப்பமாக நனைந்து வெயிலில் மினுமினுத்துக் கொண்டிருந்தன. அவர்களின் முதுகுகளில் கம்பியால் சூடு போட்டதன் அடையாளங்கள் தென்படுகின்றனவா என்று குண்ட்டா கவனித்தான். ஆனால் கசையடி காயங்களைத் தவிர வேறெந்த அடையாளமும் இல்லை. குதிரைமீது உட்கார்ந்து எல்லாரையும் மேற்பார்வை செய்யும் வெள்ளைக்காரன் சாம்ஸனிடம் ஏதோ சொல்ல, அவன் குனிந்து மக்காச்சோளப் பயிரை வெட்டத் தொடங்கினான். குண்ட்டாவைக் கட்டுகளாக அடுக்கச் சொன்னான். குதிரை மீதிருந்த வெள்ளைக்காரன் குண்ட்டாவின்மீது கசையை வீசினான். வேறு வழியின்றி அவன் பயிரை அடுக்க ஆரம்பித்தான்.

நாட்கள் ஓடிக்கொண்டிருந்தன. குண்ட்டா இட்ட வேலையை மவுனமாகச் செய்து கொண்டிருந்தான். இன்னும் கால்களுக்கு விலங்குகளிலிருந்து விடுதலை கிடைக்கவில்லை. அவன் மேலுக்கு எவ்வளவுதான் உணர்ச்சியற்றவனாகக் காணப்பட்டாலும், எவ்வளவு தான் முட்டாள்தனமாக நடந்துகொண்டாலும் அவன் கண்களும் காதுகளும், மூக்கும் பார்க்காத, கேட்காத, மோப்பம் பிடிக்காத விஷயமெதுவும் இல்லை. ஏதாவது ஆயுதம் கைக்கு கிடைக்குமா, வெள்ளைக்காரன் எப்போது அஜாக்கிரதையாக இருப்பான் என்பதிலேயே கண்ணும் கருத்துமாக இருந்தான். விலங்கைக் கழட்டி விட்டாலும் பரவாயில்லை என்று வெள்ளைக்காரன் நினைக்கும் வகையில் தன்னை நம்ப வேண்டும். சரியான நேரம் வாய்க்கும்போது ஓட்டம் பிடிக்க வேண்டுமென்பது குண்ட்டா வின் திட்டமாகும்.

தினமும் காலையில் களி தின்னும்போது அவன் விழிகள் ஏதாவது ஆயுதம் கிடைக்கிறதா என்று குடிசை பூராவும் ஆராயும் . ஒரு நாள் அவனுடைய தேடல் பலித்தது. அவர்களுக்குச் சாப்பாடு போடும் கிழவி கத்தியால் இறைச்சியை வெட்டுவது அவன் பார்வையில் பட்டது. அதே நேரத்தில் அவனுடைய கருப்புச் சகோதரர்கள் வெளியே ஒரு பன்றியைக் கொன்று, கொதிக்கும் நீரில் அதை முக்கியெடுத்து, தோலின் மீதிருந்த ரோமங்களை போக்கிவிட்டார்கள். அதன் தோல் வெள்ளைக்காரனின் சர்மம்

போலவே வெண்வீயாக இருந்தது. அதன் வயிற்றைக் கிழித்துக் குடலை வெளியே ஈழுத்தார்கள். அந்தக் காட்சியைக் கண்டதும் குண்ட்டாவின் வயிற்றைக் கலக்கியது. சீ... சீ.. இப்படிப்பட்ட பரம நீசமான ஒன்றைக் கொன்று தின்கிற மோசமான அனாச்சாரி களிடையே தான் இருக்க நேர்ந்ததற்கு அவனுக்கு வெகு அருவருப் பாயிருந்தது.

குண்ட்டா மெல்லமெல்ல வெள்ளையர் மொழியைப் புரிந்து கொண்டிருக்கிறான். ஏலத்தில் தன்னை எடுத்த வெள்ளையனை 'ரூபா' என்றும் அந்த வெள்ளையன் வீட்டில் இருப்பவளை மிஸஸ் என்றும் சொல்கிறார்கள் என்பதைத் தெரிந்துகொண்டான். குதிரை மீதமர்ந்து வேலைக்காரர்களை அதட்டுபவனை 'ஓவர்ஸீர்' என்றும், தர்பூஸ் பழங்களை 'வாட்டர் மெலான்' என்றும் கூறுகிறார்கள் என்பது புரிந்தது. ஆங்கில மொழியில் மக்காச்சோளத்தையும், தானியக் கிடங்கையும், சுமை ஏற்றி செல்லும் வண்டிகளையும் என்னவென்று சொல்கிறார்களென்பதையும் அவன் கற்றுக் கொண்டான். ஆனால் ஒரேயொரு சொல் மட்டும் அவனுக்குப் புரியவே இல்லை. அந்தச் சொல்லை வெள்ளையர்களும், கருப்பர்களும் அடிக்கடி சொல்லிக் கொண்டே இருக்கிறார்கள். அந்த நிக்கர் என்ற சொல்லுக்கு என்ன அர்த்தம்? அது குண்ட்டாவுக்குக் கேள்விக்குறியாகவே இருந்து விட்டது.

22

மகசூல் முடிந்து விளைச்சலெல்லாம் தானியக் கிடங்குகளில் பத்திரமாக வந்து சேர்ந்துவிட்டபின் ஓவர்சீர்களின் கசைகளுக்கு ஓய்வு கிடைத்தது. முந்தைய சூழ்நிலையே மாறிவிட்டது. எங்கு பார்த்தாலும் மகிழ்ச்சியும், கோலாகலமாகவும் இருந்தன. வெள்ளை முதலாளியின் பங்களாவுடன் வேலைக்காரர்கள் தம்முடைய குடிசைகளையும் சுத்தம் செய்து கொண்டனர். பாதைகளும், வீதிகளும் கலகலப்பாயிருந்தன. மாலையில் வேலை விட்டு வீட்டுக்குத் திரும்புவதற்குக் கொம்பூது வதற்கு முன்பாகவே, சில அடிமைகள் வேலையை விட்டுவிட்டுப் பாடவும் ஆடவும் ஆரம்பித்து விடுகிறார்கள். அவர்களுடன் பெண்களும் சேர்ந்து கொள்கிறார்கள். ஓவர்சீர்கள் குதிரைகளை அதட்ட வெறுமனே கசைகளை வீசுகிறார்கள். குண்ட்டாவுக்கு அவர்களின் பாடல்கள் புரிவதில்லை. அவர்கள்மீது வெறுப்புத்தோன்றி அவன், கொம்பு ஊதியதும், தன் குடிசையை நோக்கி நடையைக் கட்டுவான்.

மாலை வேளையில் குடிசைக்குள் அவன் பக்கம் கால்களை நீட்டி, பாதங்கள் தலையைத் தொட உட்காருவான். முழங்காலில் உள்ள சீழ்பிடித்த காயங்களில் விலங்குகள் உரசாமலிருக்க வேண்டுமானால் அவன் அப்படித்தான் உட்கார முடியும். தென்றல் வீசும்போது அவன் உடல் புல்லரிக்கும். சின்னக் காற்றுக்கு மரங்களிலிருந்து உதிரும் காய்ந்த சருகுகள் காலையில் தரையிலே ரத்தினக் கம்பளமாக விரிந்து கிடக்கும். அது கண்களுக்கு ஆனந்தமளிக்கும். அப்போது அவன் உள்ளம் ஜப்பூரை நோக்கிச் சென்றுவிடும். உல்லாசம் நிறைந்த அந்த மாலை வேளைகள் அவன் நினைவுக்கு வந்துவிடும். எரிந்துகொண்டிருக்கும் நெருப்பைச் சுற்றி உட்கார்ந்து இரவு நெடுநேரம் வரை வம்பளக்கும் தன்னவர்கள் ஞாபகம் வருவார்கள். இடையிடையே பறைகளின் ஒலிகளும், நாய்கள் குரைக்கும் சத்தங்களும், சிறுத்தைகளின் கூக்குரல் களும் குண்ட்டாவின் நினைவிலாடும்.

குண்ட்டா ஆப்பிரிக்காவிலிருந்து வந்தபிறகு ஒரு தடவைகூட மத்தளத்தின் சத்தம் கேட்கவில்லை. அது அவனுக்கு வருத்தத்தை அளித்தது. கருப்பர்கள்யாரும் மத்தளங்கள் வைத்துக்கொள்ளக் கூடாதென வெள்ளை முதலாளிகள் ஆணையிட்டிருக்கிறார்களோ என்னவோ! அப்படி ஆணை யிடுவதற்கு ஏதாவதொரு காரணம் இருக்கத்தான்செய்யும்.மத்தளங்களையும், பறைகளையும் கருப்பர்கள் தம்மிடம் வைத்துக்கொள்ள அனுமதித்ததால் தமக்குப் புரியாத மர்மமான மொழியில் அவர்கள் பரஸ்பரம் செய்திகளை ஒலிபரப்பிக் கொள்வார்களோ என்னவோ!

ஆனாலும் இந்தப் பாவிக் கருப்பர்களுக்கு மத்தளங்களின் மொழி என்ன தெரியும்? வெள்ளையருக்கு எவ்வளவு தெரியுமோ, இவர்களுக்கும் அவ்வளவுதான் தெரியும். இந்தக் கருப்பர்களுக்கு ஆப்பிரிக்காவைப்பற்றி ஒன்றும் தெரியாவிட்டாலும் அவர்களின் ஜாடைகளும், சைகைகளும் ஆப்பிரிக்காவைச் சேர்ந்தவை போலவே தெரிகின்றன. இவர்களின் அசைவுகளும், முகச்சாயல்களும் ஜப்பூரிலுள்ள தன் மக்களின் செய்கைகள் போலவே இருக்கின்றன. இங்குள்ள பெண்களும் ஜப்பூர் பெண்களைப் போலவே முடியை இறுக்கமாகப் பின்னிக்கொள்கின்றனர். அதில் பாச்சிமணிச் சரங்களை அலங்கரித்துக் கொள்கின்றனர். தலைக்குக் கைக்குட்டையைக் கட்டிக் கொள்கின்றனர்.

இங்கேயுள்ள சிறுவர்களும் ஆப்பிரிக்காவைப்போலவே பெரிய வர்களிடம் மரியாதை காட்டுகின்றனர். ஆப்பிரிக்கத் தாய்மார்கள் போலவே இங்குள்ள தாய்மார்களும் தம் முதுகில் குழந்தைகளைக் கட்டித் திரிகின்றனர். அங்குபோலவே இங்கும் பல்குச்சியைப் பற்களால் பிரஷ்போல் செய்துகொண்டு பல் தேய்த்துக்கொள்கின்றனர். இவர்களும் ஆப்பிரிக்கர்களைப்போலவே பாடல்களையும் நாட்டியத்தையும் வெகுவாக விரும்புகின்றனர்.

இந்த விசித்திரமான கருப்பர்களிடத்தில் குண்ட்டாவுக்குச் சற்றுப் பாசம் ஏற்பட்டதற்கு இதுவெல்லாம் காரணமல்ல. அவர்கள் சில நாட்களாகவே குண்ட்டாவைப் பரிவுடன் பார்க்கின்றனர். முதலாளியோ, ஓவர்சீர்களோ எதிரிலிருக்கும்போது குண்ட்டாவை வெறுப்பவர்கள்போல் நடிக்கின்றனர். அவர்கள் அப்படிக் கண்பார்வை யிலிருந்து மறைந்ததுமே அவனை அனுதாபத்துடன் நோக்குகின்றனர்; காயங்கள் நிறைந்த அவன் முழங்கால்களை அக்கறையுடன் பார்க் கின்றனர்.

ஆனால் குண்ட்டா அவர்களை லட்சியம் பண்ணாமல் தன் வழியே போய்விடுகிறான். பின்னர் தானும் அவர்களை நட்புடன் பார்த்திருந் தால் நன்றாக இருந்திருக்குமென்று எண்ணுவான்.

ஒரு நாள் வேலைக்குப் புறப்பட வரிசையில் நின்றிருந்தபோது குண்ட்டாவின் வாயிலிருந்து அனிச்சையாகவே "குட்மார்னிங்!" என்ற சொல் வெளிப்பட்டுவிட்டது. அவன் நாள்தோறும் சகத் தொழிலாளர்கள் அவ்வாறு ஒருவருக்கொருவர் வணக்கம் சொல்லிக் கொள்வதைக் கவனிக்கிறான். வெள்ளையர் மொழியை குண்ட்டா பெரும்பாலும் கற்றுக் கொண்டுவிட்டான்; ஆனால் அதை வெளியார் அறிந்து கொள்ள வாய்ப்பளிக்கவில்லை.

தன்னுடன் பணிபுரியும் கருப்பர்களைபற்றிச் சிந்திக்கச் சிந்திக்க அவனுக்குப் பல விஷயங்கள் புரியலாயின. அவர்களைக் குறித்த பல எண்ணங்களை அவன் தனக்குள்ளேயே மறைத்து வைத்துக் கொண்டிருப்பதை போன்றே, அவர்களும் வெள்ளையரிடம் தமக் குள்ள வெறுப்பைத் தமக்குள்ளேயே வைத்துக்கொண்டு உள்ளார்கள் என்பதை குண்ட்டா உணர்ந்துகொண்டான். முதலாளிகள் எதிரே அவர்கள் சிரிப்புமுகத்துடன் தோற்ற மளிக்கின்றனர்; அவர்களின் பின்னே கோபமும் வெறுப்பும் கக்குகின்றனர். இதைக் குண்ட்டா பலமுறை கவனித்தான். விவசாயக் கருவிகளை வேண்டுமென்றே நாசப் படுத்திவிட்டு ஓவர்சீர்களின் எதிரே ஒன்றும் தெரியாதவர்கள்போல் நடிக்கின்றனர். ஓவர்சீர்களின் அருகிலே இருக்கும்போது வேகவேகமாக வேலை செய்வதுபோல் நடிக்கிறார்களே தவிர, ஒரு மணி நேரத்திலே செய்து முடிக்கக்கூடிய வேலையை இரண்டு மணிவரை இழுத்தடிக் கின்றனர்.

'மாண்டிங்கா' இனத்தில் 'பைராகாங்கோ' என்னும் ரகசிய மொழி இருப்பதுபோலவே இங்குள்ளவர்களும் ஒருவித ரகசிய மொழியைப் பயன்படுத்திக் கொண்டிருப்பதை குண்ட்டா அறிந்து கொண்டான். அவர்கள் வேலை செய்யும்போது மெல்ல சிறுசிறு ஒலிகளை எழுப்புகின்றனர். ஓவர்சீர்கள் எதிரிலிருக்கும்போது பெருங்குரலில் பாடுகின்றனர். அந்தப் பாடல் வழியாக அவர்கள் பரஸ்பரம் செய்திகளைப் பரிமாறிக்கொள்கின்றனர் என்பதில் சந்தேகமில்லை. தான் கப்பலில் இருந்தபோதுகூட அங்கிருந்த கருப்புப் பெண்கள் பாட்டு மூலம் பல்வேறு செய்திகளை ஒலிபரப்பியதை அவன் நினைவு கூர்ந்தான்.

இரவு வெகு நேரமான பிறகு, அடிமைகளின் குடிசைகளில் விளக்குகள் அணைந்துவிட்ட பிறகு ஓரிரு கருப்பர்கள் தமது குடிசைகளை விட்டு, எங்கோ சென்றுவிட்டு, இரண்டு மணி நேரத்திற்குப்பின் திரும்பி வருவதை குண்ட்டாவின் பாம்புச் செவிகள் மோப்பம் பிடித்துவிட்டன. அவர்கள் அவ்வாறு ரகசியமாக எங்கோ போகின்றனர் என்பதும், போனவர்கள் அப்படியே போய்விடாமல் மறுபடியும் ஏன் திரும்பி வருகின்றனர் என்பதும் அவனுக்குப்

புரியவே இல்லை. காலையில் வயலில் வேலைக்கு இறங்கிய பிறகு அவர்கள் யாராயிருக்கலாம் என்பதைக் கண்டுபிடிக்க குண்ட்டா முயற்சித்தான். ஓரளவுக்கு அவர்களை நம்பலாமென்றும் அவன் கருதினான்.

இரவுச் சாப்பாடு முடிந்ததும் அவன் குடிசைக்கு இரண்டு குடிசைகள் தள்ளி, சமையல்காரப் பாட்டியின் குடிசை எதிரே கொழுந்து விட்டெறியும் தீயின் முன்னே கருப்படிமைகள் சுற்றிலும் உட்கார்ந்து பேசிக்கொள்ளும் காட்சியைப் பார்த்ததும், அவனுக்கு ஜப்பூரின் அழிக்க முடியாத ஞாபகங்கள் வந்துவிடும். அவன் உள்ளம் வேதனைப் பெருங்கடலில் ஆழ்ந்துவிடும். அவர்கள் தீயின் எதிரே பேசிக்கொள்வது அவனுக்குப் புரியவில்லை. ஆனாலும் அந்தக் குரல்களில் ஒலிக்கும் வேதனைகளை அவன் உணராமல் இல்லை. சில குரல்கள் வன்மத்துடன் சீறி எழும். அவர்கள் தமது ஆரம்பகால நாட்களில் தமக்கேற்பட்ட கசப்பான அனுபவங்களை நினைவு படுத்திக் கொள்கின்றனர்போலும் என குண்ட்டா கருதினான். பெண்கள் சிலர் பேசிக் கொண்டிருக்கம்போது திடீரென்று உன்மத்தம் பிடித்தவர்கள்போல் அழுது புலம்புவர். கடைசியில் அவர்களில் யாராவது ஒருவர் ஏதாவதொரு பாட்டைப் பாட ஆரம்பித்ததுமே மற்றவர்களும் அதிலே சேர்ந்து கொள்வர். அப்பாடல்களின் பொருள் அவனுக்குப் புரியாவிட்டாலும், அவற்றில் அவர்களின் துயரங்கள் சொற்களில் எதிரொலிக்கின்றன என்பதை குண்ட்டா உணர்ந்து கொண்டான்.

எல்லாம் முடிந்த பிறகு வேலைக்குப் புறப்பட சங்கூதும் வயோதிகப் பெரியவர் குரலெடுத்து ஓதுவார். அது அவர்களின் பிரார்த்தனையாக இருக்கலாமென எண்ணினான் அவன். மற்றவர்கள் எல்லாரும் தலை கவிழ்த்து “ஓ லாட்! ஓ லாட்!” என்று சொல்வர். அது அவர்களுடைய “அல்லா” போலும் என நினைத்தான் குண்ட்டா.

சில நாட்களுக்குப் பிறகு குளிர் காலம் வந்துவிட்டது. இரவு நேரங்களில் கடுமையான குளிர். செடிகளும், மரங்களும் இலைகளை எல்லாம் உதிர்த்துவிட்டு மொட்டையாக நின்றன. ஒரு நாள் காலை ஓவர்சீர்கள் அனைவரையும் கிடங்குக்குக் கூட்டிச் சென்றனர். நல்ல நல்ல உடைகளை அணிந்து கொண்ட துரைகளும், துரைசானிகளும் அங்கே வந்தனர். வெள்ளையரும், கருப்பர்களும் இரண்டு குழுக்களாகப் பிரிந்து, வயிறு முட்ட விருந்துண்டனர்; மது குடித்தனர். கருப்புத் தாத்தா வயலினால் விசித்திரமான ராகங்களை வாசித்தார். கருப்பர்கள் எழுந்து பைத்தியக் காரத்தனமாக நடனமாடினர். துரைகளும், துரைசானிகளும், ஓவர்சீர்களும் மகிழ்ச்சி ஆரவாரம் செய்தனர். அவர்களின் முகங்கள் சிவப்பேறின.

வெள்ளையர்கள் எல்லாரும் எழுந்து வந்து நட்ட நடு இடத்தில் நாட்டியமாட ஆரம்பித்தனர். கருப்புத் தாத்தா வெறிபிடித்தவர் போல் வயலின் வாசித்தார். கருப்பர்கள் எல்லாரும் ஏதோ ஓர் அபூர்வக் காட்சியைக் கண்டு பரவசம் அடைந்தவர்கள்போல் எழுந்து, குதித்து, கைதட்டி, பைத்தியம் பிடித்தவர்கள் போல் கத்தித் தமது ஆனந்தத்தை வெளிப்படுத்தினர்.

குண்ட்டா அன்றிரவு குடிசைக்குத் திரும்பிய பின் பகலில் தான் கண்ட விழாவை ஞாபகப்படுத்திக் கொண்டான். வெள்ளை முதலாளிகளும், கருப்பு அடிமைகளும் ஒருவர் உதவியின்றி ஒருவர் வாழ முடியாதுபோல் அவனுக்குத் தோன்றியது. அந்த பரஸ்பரத் தொடர்பு வலுவானதாகவும், அதிசயமானதாகவும் அவனுக்குப் புலப்பட்டது. நாட்டியமாடும்போது மட்டுமல்ல; பல சந்தர்ப்பங் களிலும் இது தெளிவாகத் தெரிந்தது. கருப்பர்களுக்கு நெருக்கமாக இருக்கும்போது மட்டுமே வெள்ளையர்கள் மிக மகிழ்ச்சியுடன் துள்ளிக் குதிக்கின்றனர்; சொல்லப்போனால் கருப்பர்களை அடித்து நொறுக்கும்போதும் அவர்களுக்கு அதே மகிழ்ச்சி!

23

கால்களைப் பிணைத்த விலங்குகளால் குண்ட்டா மிகவும் துன்பப்பட்டுக் கொண்டிருந்தான். முழங்கால்கள் காயங்களுடன் வீங்கி இருந்தன. சீழ் பச்சையாக விலங்குகளைச் சுற்றிலும் படிந்திருந்தது. காலை அசைக்க வேண்டுமென்றால் சகிக்க இயலாத வலி! அந்த வலியுடன் இழுத்துக்கொண்டு கஷ்டத்துடன் நடக்கும் குண்ட்டாவின் கால்களை ஓவர்சீர்கள் கவனித்தார்கள். அவர்கள் சாம்ஸனை அழைத்து குண்ட்டா வின் விலங்குகளை அவிழ்க்குமாறு கட்டளையிட்டார்கள்.

விலங்குகளிலிருந்து மீண்ட சந்தோஷத்தில் குண்ட்டா புண்ணாகி யிருந்த முழங்கால்களின் வலியைக் கொஞ்சம்கூடப் பொருட்படுத்த வில்லை. ஏனெனில் அங்கிருந்து தப்பித்துச் செல்ல வேண்டுமென்னும் விருப்பம் அவனுள் மறைந்துவிடவில்லை. எப்போது இரவாகும் என்று ஆவலுடன் எதிர்பார்த்திருந்தான். இரவு வெகுநேரமான பின், எல்லாரும் நன்றாக உறங்கிய பின் குண்ட்டா நொண்டிக்கொண்டே குடிசைக்குள்ளிருந்து வெளியே வந்தான். அடிமைகளின் பட்டிக்கு எதிரேயுள்ள வயல்களைக் கடந்து, காட்டை நோக்கி நடக்கத் துவங்கினான். பள்ளத்ததாக்குகளைக் கடந்து செல்லவேண்டும். அவன் குன்றின்மீது ஊர்ந்து போகும்போது அருகிலிருந்து ஏதோ சப்தம் கேட்டது. அது வர வர மிக அருகிலிருந்து கேட்கவாரம்பித்தது. கடைசியில் ‘டோபா!... டோபா!’ என்றழைக்கும் சாம்ஸனின் வறட்டுக்குறல் கேட்டது. குண்ட்டா கூர்மையாகச் செதுக்கிய கம்பைக் கையில் கெட்டியாகப் பிடித்துக் கொண்டான். மூச்சையடக்கி அசையாமல் அப்படியே படுத்துக் கிடந்தான். அவன் சாம்ஸனின் நிழல் தன்னை நோக்கி வருவதைக் கவனித்தான். உடலிலுள்ள வலிமையெல்லாம் திரட்டிக் கம்பை வீசினான். சாம்ஸன் மயிரிழையில் தப்பித்துக் கொண்டான்.

குண்ட்டா வேகமாக ஓடிவிட முயற்சி செய்தான். ஆனால் முழங்கால்கள் வலியால் சரியாக நிற்கவும் அவனால் முடியவில்லை. சாம்ஸன் மின்னலைப்போல் அவனைத் தாக்கினான். கண் பாராமல் குண்ட்டாவை அடித்து நொறுக்கினான். அவன் நெஞ்சிலும், அடிவயிற்றிலும் பலங்கொண்ட மட்டும் குத்தினான். குண்ட்டா தரையில் குப்புற விழுந்துவிட்டான். சாம்ஸன் அவன் கைகளைக்

கயிற்றால் இறுகக் கட்டி குண்ட்டாவை அடிமைகள் பட்டிக்குப் 'பரபர'வென்று இழுத்துச் சென்றான்.

சாம்ஸனின் அடிகளால் நிலைகுலைந்து போய்விட்டிருந்தான் குண்ட்டா. குடிசைக்குள்ளும் அவன் தன்னை நையப் புடைக்கப் போகிறான் என்றெண்ணினான் அவன். ஆனால் சாம்ஸன் சுருண்டு விழுந்து கிடந்த அவனை இரண்டு உதைகள் மட்டும் உதைத்துவிட்டு வெளியே போய்விட்டான். உடல் பூராவும் வலியாலும், களைப்பாலும், தன்மேல் தனக்கே ஏற்பட்ட வெறுப்பாலும் அவன் நடுங்கிக் கொண்டிருந்தான்.

கைகளைக் கட்டியிருந்த கயிற்றைப் பற்களால் கடித்துக் குதறினான் குண்ட்டா. பற்களின் வலியால் துடித்தான் அவன். காலையில் வயல் வேலைக்குப் புறப்படும் நேரமாயிற்று என்று சங்கு முழங்கியது. குண்ட்டா பரிதாபகரமாக அப்படியே விழுந்து கிடந்தான். தப்பித்துச் செல்லும் அவன் முயற்சி மீண்டும் தோற்றுவிட்டது. அவன் தலை தாழ்த்தி அல்லாவைத் தொழுதான்.

சாம்ஸனும் குண்ட்டாவும் பரம விரோதிகள்போல் நடந்து கொண்டிருந்தார்கள். சாம்ஸன் எப்போதும் தன்னை ஓரக்கண்ணால் கவனித்துக்கொண்டே இருக்கிறான் என்பதைக் குண்ட்டா அறிவான். ஆனாலும் ஒன்றுமே நடவாததுபோல் அவன் தன் வேலையை வேகமாகச் செய்துகொண்டிருந்தான். குண்ட்டாவின் முதுகை ஓவர்சீர்களின் கொறடாக்கள் இப்போதெல்லாம் அவ்வளவாகப் பதம் பார்ப்பதில்லை.

ஒரு நாள் பிற்பகல் திடீரென வானம் இருண்டது. குண்ட்டா ஒரு கொல்லையில் வேலை செய்து கொண்டிருந்தான். அவன் அப்போது கொல்லையின் வேலியைச் சரிப்படுத்திக் கொண்டிருந்தான். வானத்திலிருந்து உப்பு கொட்டுவதைக் கண்டு அவன் வியப்பிலாழ்ந்து விட்டான். அடிமைகளெல்லாம் "பனி... பனி..." என்று கத்தினார்கள். அதை இந்தப் பெயரில் அழைக்கிறார்கள் போலும் என்றெண்ணினான் குண்ட்டா. சற்று நேரத்தில் பனி பெய்து நின்றுவிட்டது. அவன் விரலால் அதைத் தொட்டுப் பார்த்தான். 'ஜில்' வென்றிருந்தது. அதைக் கொஞ்சம் நாக்கின்மேல் வைத்துக் கொண்டான். நாக்கு எரிவது போலிருந்தது.

குண்ட்டா வேலிக்கு அந்தப்புறம் சென்றான். பனி கரைந்து கொண்டிருந்தது. அவன் வியப்படைந்தான். தன்னுடன் சேர்ந்து வேலை செய்துகொண்டிருந்த அடிமையைப் பார்த்துத் தலையசைத்து வேலையில் மூழ்கிவிட்டான். வேலியின் இறுதியில் ஆளுயரத்திற்குப் புல் வளர்ந்திருந்தது. தன் சக தொழிலாளியின் கையில் நீளமான ஒரு கத்தி இருப்பதையும் அவன் கவனித்தான். அங்கிருந்து காடு எவ்வளவு

தொலைவிலிருக்கும் என்பதைக் கணக்கிட்டான் அவன். தனது உள்ளக்கிடக்கை எதிராளிக்குத் தெரியவிடாமல் தன் வேலையை வேகமாகச் செய்து கொண்டிருந்தான் குண்ட்டா. சாம்ஸன் கண்ணுக் கெட்டிய தூரத்தில் எங்கும் தென்படவில்லை. ஓவர்சீரும் பக்கத்துக் கொல்லையில் எங்கேயோ இருந்தான். சக தொழிலாளி இடுப்பை வளைத்து வேலை செய்துகொண்டிருந்தான். அவனுக்குப் பின்னால் நான்கடி தூரத்தில் கத்தி விழுந்துகிடந்தது.

குண்ட்டா மவுனமாக அல்லாவைத் தொழுதான். இரண்டு கைகளையும் ஒன்று சேர்த்து மேலே உயர்த்தினான். வளைந்து வேலை செய்துகொண்டிருந்த அடிமையின் கழுத்துப் பட்டையில் பலமாகக் குத்தினான். அவன் சிறு சத்தமும் செய்யாமல் குப்புற விழுந்து விட்டான். குண்ட்டா அவனுடைய கை கால்களைக் கொடிகளைக் கொண்டு கட்டிப் போட்டான். கீழே விழுந்து கிடந்தவனைக் கத்தியால் ஒரு குத்து குத்த வேண்டும் போலிருந்தது. ஆனால் உடனே அந்த எண்ணத்தைத் துடைத்தெறிந்துவிட்டான். ‘சீ.. இவன் சாம்ஸன் அல்ல! இவன் கொல்லப்பட வேண்டிய பகைவனும் அல்ல!’

கத்தியைக் கையில் பிடித்து குண்ட்டா படுவேகமாகக் காட்டை நோக்கி ஓடினான். கனவிலே ஓடுவதைப்போல உடல் பஞ்சு போலிருந்தது. உண்மையில் தான் தப்பியோடுவதுபோலவே அவனுக்குத் தோன்றவில்லை. தான் கட்டிப்போட்டு வந்தவன் பெருங்குரலெடுத்துக் கத்துவது அவன் காதுகளில் கேட்டது. அவனைக் கொன்று போடாமல் வந்தது எவ்வளவு முட்டாள்தனம்! குண்ட்டா தன் முட்டாள்தனத்தைத் திட்டிக்கொண்டே ஓடும் வேகத்தை அதிகரித்தான். முதலில் தூரமாகச் சென்றுவிட வேண்டும். வெள்ளையருக்கும் அவர்களின் நாய்களுக்கும் எட்டாத தொலைவுக்குச் சென்றுவிடவேண்டும். பிறகு அவர்களின் கண்ணுக்குத் தெரியாமல் காட்டிலேயே ஒளிந்துகொள்ள வேண்டும்.

களைப்பையும், மூச்சிரைப்பையும் பொருட்படுத்தாமல் அவன் எங்குமே நிற்காமல் ஓடினான். இன்னும் தூரமாக ஓடிவிட வேண்டும். இருள் அடர்த்தியாகப் பரவிவிட்டது. மோப்பம் பிடித்து விரட்டி வரும் நாய்களின் குரைக்கும் சப்தம் கேட்கவில்லை. சுற்றிலும் பயங்கரமான நிசப்தம் இந்த முறை தன்னுடைய முயற்சி வெற்றி பெறப்போகிறதோ!

திடீரென முகத்தின்மேல் பனி விழுந்தது. சத்தமில்லாமல் மெல்லப் பனி பெய்யவாரம்பித்து விட்டது. எதிரிலும், பின்னாலும் எங்கு பார்த்தாலும் பனி.. பனி...! இது இப்படியே பெய்துகொண்டிருந்தால் அவன் பனிக்குள்ளேயே அமிழ்ந்து போய்விடுவான். குளிரால் உடல் மரத்துப்போய் விடும். காரிருள்... வழி தெரியாத காடு... நிற்காமல் ஓடிக்கொண்டிருந்த குண்ட்டா இடறி விழுந்துவிட்டான்.

உடலை உதறிக்கொண்டு எழுந்து பார்த்தபோது, தான் ஓடி வந்த பாதை யெல்லாம் பனியில் தன் அடிச்சுவடுகள் தெளிவாகப் பதிந்திருந்தன. இந்த அடிச்சுவடுகளைப் பின்பற்றி வந்து, தன்னை ஒரு குருடனும் பிடித்துவிடலாம். இப்போது என்ன செய்ய? முடிந்த அளவுக்குத் தொலைவுக்கு ஓடிப்போவதைவிட வேறு வழி இல்லை. கையிலிருந்த கத்தியின் எடைகூடக் கூடிவிட்டிருந்தது. அது புதர்களை நன்கு வெட்டுமே தவிர, பனியைக் கரைக்கும் சக்தி அதற்கில்லை. பனி கொட்டுவது குறைந்தது. கிழக்கு வெளுத்துக் கொண்டிருந்தது. எங்கோ முழங்கும் சங்கின் ஒலி சன்னமாகக் கேட்டது. எங்கேயாவது சற்று நேரம் இளைப்பாற வேண்டும். ஆனால் இந்தப் பனித்திரைகளிடையே பனிக்கட்டிகளின்மேல் பத்திரமாக மறைந்து கொள்ளும் இடம் எங்கே இருக்கப்போகிறது?

தூரத்தில் வேட்டை நாய்கள் குரைக்கும் சத்தம் கேட்டது. அதைக் கேட்டதும் குண்ட்டாவுக்கு அடக்க முடியாத கோபம் வந்துவிட்டது. வேட்டைக்காரர்கள் விரட்டிக் கொண்டிருக்கும் சிறுத்தைப் புலிப்போல் வேகமாக ஓடினான் என்றாலும், வேட்டை நாய்களின் வேகத்தின் முன்னால் அவன் வேகம் நிற்க இயலவில்லை. அவற்றின் பின்னால் ஆட்களும் ஓடி வந்துகொண்டிருக்க வேண்டும். குரைத்த வாறே நாய்கள் வந்தேவிட்டன. நாய்களுக்கும், அவனுக்குமிடையே சொற்ப தூரம்தான்! அவை வாய் திறந்து அவன்மேல் பாயவிருந்தன. அவ்வளவுதான் குண்ட்டா கத்தியை வீசினான். அதனால் முதல் நாயின் வயிறு கிழிந்துவிட்டது. இரண்டாம் வீச்சில் இரண்டாம் நாயின் நெற்றிக்கும், கண்களுக்குமிடையே வெட்டுப் பட்டு ரத்தம் பீறிட்டது.

திரும்பி பாராமல் அவன் ஓடத் தொடங்கினான். குதிரைகளின் குளம்படிச் சத்தம் கேட்டது. குதிரைகள் புக முடியாத அடர்த்தியான புதர்களுக்குள் அவன் பாய்ந்தான். உடனே துப்பாக்கி வெடித்தது. ஒன்று.. இரண்டு.. மூன்றாம் சூட்டில் குண்ட்டாவின் ஒரு காலில் காயம் பட்டது.. அவன் குப்புற விழுந்துவிட்டான். மீண்டும் எழுந்து நிற்க முயன்றான், முடியவில்லை. அவர்கள் தன்னைக் கொன்று போட்டாலும் சரி, வீரனாகவே சாகவேண்டுமென்று எண்ணினான் அவன்! மறுபடியும் துப்பாக்கி சுட்டது. பட்ட காலிலேயே மீண்டும் குண்டு பட்டது. ராட்சஸக் குத்துப்பட்டதைப் போல் குண்ட்டா நிலை குலைந்து விழுந்துவிட்டான்.

ஓவர்சீர்களும், மற்றொரு வெள்ளைக்காரனும் அவன் எதிரே நின்றனர். அவர்களின் தோட்டாக்களுக்குத் தான் சிட்டுக்குருவிபோல் செத்தாலும் சரி, அவர்களின் மேல் பாய வேண்டும்போலிருந்தது. ஆனால் கால்கள் அசையாமல் அவனைக் கட்டிப் போட்டன.

அலெக்ஸ் ஹேலி | 127

குண்ட்டாவின் ஆடைகள் அனைத்தையும் கழற்றி அவனை நிர்வாணமாக அந்தக் கடுங்குளிரில் நிற்க வைத்தார்கள். ஓவர்சீர்கள் அவன் உடலெல்லாம் பலமாகக் குத்தினார்கள். அந்த வெள்ளையர் இருவரும் அவனை மரத்தில் கட்டி வைத்துக் கசைகளால் அடித் தார்கள். அவன் முதுகிலும், தோள்களிலும் கசையடிகளால் ரத்தம் கொட்டியது . அடிகளைப் பொறுக்க முடியாமல் குண்ட்டா கத்தினான்; கதறினான்; அலறினான்; அழுதான். கடைசியில் அவன் மூர்ச்சித்து விழும்வரையில் அவர்களின் கசைகள் இயங்கிக்கொண்டே இருந்தன.

குண்ட்டா குடிசைக்குள் எவ்வாறு வந்து சேர்ந்தானோ தெரியாது. உடம்பெல்லாம் ஒரே வலி! சற்று அசைந்தாலும் பொறுக்க முடியாத வலி. மறுபடியும் கால்களில் விலங்குகள். பன்றிக் கொழுப்பில் தொய்ந்த துணியை உடலில் போர்த்தியிருந்தார்கள். சமையல்காரப் பாட்டி சாப்பிட களியைக் கொண்டுவந்தபோது அவளைக் காறித்துப்ப வேண்டும்போல் இருந்தது ஆனால் முடியவில்லை. தட்டை மட்டும் தூர நகர்த்திவிட்டான். பாட்டியின் கண்களில் அவனுக்குப் பரிவு தெரிந்தது.

இரண்டு நாட்களுக்கு பிறகு ஒரு நாள் காலை வெளியில் கேட்ட திருவிழாக் கோலாகலத்ததால் அவன் கண் விழித்தான். வெள்ளைத் துரையின் வீட்டு வாசலில் கருப்பர்கள் நின்று "மாசா! கிருஸ்துமஸ் பரிசு தாங்க" என்று இரைந்து கொண்டிருந்தார்கள். சீ! செத்துத் தொலைந்தால் நன்றாயிருக்கும்! தன்ஆத்மாவாவது முன்னோர்களைப் போய்ச் சேரும்! தூய்மையான காற்றையும் சுவாசிக்க முடியாத இந்த அழுக்குப் பூமி-யிலே பிழைத்திருக்கும் அவஸ்தையாவது மறைந்து போகும்.

ஓவர்சீர்கள் தன்னைத் தாக்குவதற்குப் பதிலாகத் தன்னை ஆடைகளில்லாமல் நிர்வாணமாக நிற்கவைத்தது ஆண் மகனான அவனுக்குப் பெரிய வெட்கக்கேடாக இருந்தது. ஹூம்... இதற்குப் பழி வாங்காமல் இருக்கக்கூடாது. மறுபடியும் தப்பிப்போக முயற்சிக்க வாவது செய்ய வேண்டும். அந்த முயற்சியில் செத்தாலும் பரவாயில்லை.

காயங்கள் சற்று ஆறிய பிறகு, நடக்கக்கூடிய சக்தி வந்த பிறகு குண்ட்டா விலங்குகள் பூட்டிய கால்களுடன் குடிசையிலிருந்து வெளியே வந்தான். அடிமைகள் பட்டியில் அவனைப் பார்த்ததுமே அனைவரும் தூர விலகிச் சென்றார்கள். எல்லாரும் அவனை ஒரு காட்டு விலங்கைப்போல் பார்த்து பயந்தார்கள். சமையல்காரப் பாட்டியும், சங்கூதும் தாத்தாவும் மட்டுமே அவனை அனுதாபத்துடன் நோக்கினார்கள்.

சாம்ஸன் எங்குமே தென்படவில்லை. அவன் எங்கே போய் விட்டானோ தெரியவில்லை. அவன் காணப்படாதது குண்ட்டாவுக்கு மகிழ்ச்சியாக இருந்தது. ஆனால் சில நாட்களுக்குப் பிறகு அவன் திடீரென முளைத்தான். அவன் முதுகில் இன்னும் ஆறாத சவுக்கடிகள் காணப்பட்டன. அவற்றைப் பார்த்து குண்ட்டா மனசுக்குள்ளேயே சந்தோஷப்பட்டான். அதற்குள் ஏதோ சாக்கில் ஓவர்சீர் குண்ட்டாவின் முதுகையும் பதம் பார்த்தான்.

தான் சிரத்தையுடனும், புத்திசாலித்தனத்துடனும் எவ்வளவு தான் வயல் வேலைகளைச் செய்து கொண்டிருந்தாலும், யாரோ ஒருவர் தன்னை எப்போதும் கண்காணித்துக் கொண்டிருப்பதாக உணர்ந்தான். வெள்ளை முதலாளி அருகாமையில் இருக்கும்போது அவன் வேலையைத் துரிதமாகச் செய்தான். முதலாளி அங்கிருந்து சென்றதுமே மெத்தனமாக வேலை செய்தான். ஒவ்வொரு மாலை வேளையும் எண்ணற்ற வேதனையைச் சுமந்து கொண்டு குடிசையில் வந்து விழுந்துவிடுவான்.

குடிசைக்குள் தனிமையாக இருக்கும்போது அவனுக்குத் தாய் தந்தையரும், தம்பிகளும் நினைவில் வருவார்கள். அவர்களுடன், தான் கற்பனையில் பேசுவதுபோல் ஊகித்துக்கொண்டு முணுமுணுப்பான். சிலசமயம் உரத்த குரலில், "அப்பா! இங்குள்ள கருப்பர்கள் நம்மைப்போல் இல்லை. இவர்களுடைய கை கால்களும், கண் காது, ரத்தமும் சதையும் இவர்களுக்குச் சொந்தமல்ல. இவர்கள் தமக்காக வாழறதில்லே; வெள்ளையருக்காகத்தான் வாழ்றாங்க. இவங்க மூச்சுவிடுவதும்கூட வெள்ளையருக்காகத்தான்! இவங்களுக்கு எதுவுமே சொந்தமில்லே. சொல்லப்போனால் இவங்க குழந்தைகளும் இவங்களுக்குச் சொந்தமில்லை. வெள்ளைக்காரங்களுக்காகத்தான் அவங்களை வளர்த்து ஆளாக்குறாங்க!

"அம்மா! இங்கே இருக்கிற கருப்புப் பெண்களுக்குத் தலையில் கைக்குட்டையைச் சுற்றிக் கொள்வதுகூடச் சரியாக வராது. பாழாய்ப் போன பன்றி இறைச்சி இல்லாம இவங்களுக்குச் சமைக்கவும் தெரியாது. இவங்க எல்லாமே வெள்ளையனோடு படுத்துக் கிட்டவங்க தான்! இவங்களுக்குப் பிறந்த குழந்தைங்க கருப்பும் இல்லே; வெளுப்பும் இல்லே; கலப்பட மேனியாயிருக்காங்க!

இதற்குப் பிறகு தம்பிகளுடன் பேசுவான். "காட்டு மிருகங்கள் கூட இந்த வெள்ளைக்காரர்கள் போல் கொடியவை இல்லையடா" என்பான்.

நிலா வளர்கிறது. தேய்கிறது. வளர்பிறையும், தேய்பிறையும் போய்க்கொண்டிருக்கின்றன. பனிக்கட்டிகள் கரைந்து ஆறாக ஓடிக் கொண்டிருக்கின்றன. பூமியில் புல் புதிதாக முளைத்தது.

செடி கொடிகள் துளிர்த்தன. பறவைகள் மீண்டும் குரலெடுத்துப் பாட்டிசைத்தன. வெயில் நின்று நிலையாகக் காய்ந்தது. பிற்பகலில் தரையில் கால்கள் எரிந்தன.

மறுபடியும் தப்பியோடுவதற்கு வழி பார்த்துக்கொண்டு இருந்தான் குண்ட்டா. ஓவர்சீர்களுக்குச் சற்றும் சந்தேகம் ஏற்படாமல் நடந்து கொண்டிருந்தான் அவன்! பருத்திக்காடு அடர்த்தியாக வளர்ந்தது. பருத்திக் காய்கள் முற்றி, வெடித்து வெள்ளையாகப் பஞ்சு சிரித்துக் கொண்டிருந்தது. அறுவடைக் காலம் ஆரம்பமாகிவிட்டது. அடிமை கள் விழித்தெழுவதற்கும் முன்பே அவர்களின் முதுகுகளில் சவுக்குகள் விளையாடிக் கொண்டிருந்தன.

அடிமைகள் முதுகுகளில் தொங்கவிட்டிருக்கும் ‘கேன்வாஸ்’ பைகளில் தினமும் மூன்று முறை பஞ்சை நிரப்பி, பைகளை வேகன்களில் கொட்டி, கிடங்கில் சேர்த்துக்கொண்டிருந்தார்கள்.

பருத்திக் காட்டிற்கு அந்தப்புறம் புகையிலைத் தோட்டங்கள் இருந்தன. புகையிலை நிரப்பிய வேகன்கள் எங்கோ சென்று புகையிலையை இறக்குமதி செய்துவிட்டு நான்கு நாட்களுக்குப் பிறகு திரும்பி வருவதை குண்ட்டா கவனித்தான். அந்த வேகன்கள் மிகத் தொலைவே சென்று வரலாமென எண்ணினான். அவன் அந்த இடம் தன் விடுதலையை உறுதிப்படுத்துமளவுக்கு தூரத்தில் இருக்கலாமென அவன் கருதினான். குண்ட்டாவுக்கு ஒரு மாபெரும் யோசனை தோன்றியது. வெளி புகையிலைக் கம்பெனியிலிருந்து புறப்படும் வேகனில் மறைந்து கொண்டு தப்பிப் போகலாமென்று அவன் எண்ணமிட்டான். இந்த எண்ணம் தோன்றியதுமே அவனுக்குத் தூக்கம் பிடிக்கவில்லை. ஆனால் புகையிலை என்றாலே அவனுக்குக் கொஞ்சமும் பிடிக்காது. அந்த வாசனையே அவனுக்கு வாந்தியைத் தருவித்துவிடும். ஆனால் தப்பிச் செல்ல வேறு வழி இல்லை. அல்லா தன்னைத் தவறாமல் மன்னிப்பாரென்று மனத்தை உறுதிப்படுத்திக் கொண்டான் அவன்!

ஒரு நாள் மாலை ‘அவுட் அவுஸ்’க்குப் பின்னால் திறமையாகக் கல்லாலடித்து ஒரு முயலைக் கொன்றான். அதன் இறைச்சியைப் பெரிய பெரிய துண்டங்களாக வெட்டி வெயிலில் காயப்போட்டுப் பத்திரப்படுத்திக் கொண்டான் நாளை தப்பியோடும்போது வழியில் வயிறு காயாமலிருக்க இந்த ஏற்பாடு! பயன்படாதென்று குப்பை மேட்டில் வீசி எறியப்பட்ட மழுங்கிய ஒரு கத்தியைக் கண்டெடுத்தான். அதை நன்றாகத் தட்டி நேராக்கி, அதில் பிடித்திருந்த துருவை அகற்றி, கூர்மையாக்கி மறைத்து வைத்துக் கொண்டான். சேவலின் ரெக்கை யையும், குதிரை முடி வலிமையையும், பறவையின் முதுகெலும்பு வெற்றியையும் அளிக்கு மென்பது குண்ட்டாவின் நம்பிக்கையாகும்.

அந்த மந்திரக் கயிற்றை வலது முண்டாசில் கட்டிக் கொண்டால் தனக்கு எவ்விதக் கெடுதலும் நேராதென்று அவன் கருதினான்.

எல்லா ஏற்பாடுகளும் செய்துகொண்ட பின் அவனுக்கு அன்றிரவு தூக்கம்பிடிக்கவில்லை. மறுநாள் வயலில் வேலை செய்யும்போது எவ்வித உணர்ச்சியும், உற்சாகமும் காட்டிக் கொள்ளாமல் சாதாரண மாக இருந்துவிட்டான். மாலை குடிசைக்குத் திரும்பி வந்து சாப்பிட்டு முடித்தான். முயல் இறைச்சியையும், மந்திர மாலையையும் வலது தோளில் கட்டிக் கொண்டான். சரி செய்த கத்தியைச் சட்டைப்பையில் வைத்துக் கொள்ளும் போது அவன் கைகள் நடுங்கின. வெளியில் அடிமைகளின் பாட்டுகளும், பிரார்த்தனையும் முடியும்வரை பொறுமையுடன் உட்கார்ந்திருந்தான். பகல் முழுவதும் உழைத்து உழைத்து அந்த உழைப்பாளர்கள் களைப்புடன் தம்மை மறந்து தூங்கும்வரை குண்ட்டா பொறுமையுடன் காத்திருந்தான்.

சந்தடியெல்லாம் அடங்கியபின், அவன் குடிசையிலிருந்து அமைதியாக வெளியே வந்தான். வெளியே காரிருள்! சுற்றுப்புறம் யாருமில்லை என்பதை உறுதி செய்துகொண்டபின், சாலையை நோக்கி வேகமாக நடந்தான். சாலை திரும்புமிடத்தில் கீழே அடர்த்தியாக வளர்ந்திருந்த புதரில் மறைந்து உட்கார்ந்து கொண்டான். அந்த இரவு 'வேகன்கள்' அந்த வழியே ஒருவேளை வராமல் போனால்? இதயம் பயத்தால் வேகமாக அடித்துக் கொண்டது. அல்லது 'வேகன்' வந்தாலும், அதன் பின்புறம் யாராவது 'கிளீனர்' உட்கார்ந்திருந் தாலோ? எதுவானாலும் சரி துணிய வேண்டியதுதான்!

இந்த திகிலில் மூழ்கித் தத்தளித்துக் கொண்டிருந்தபோதே வேகன் வரும் சத்தம் கேட்டது. அதன் விளக்கும் 'மினுக்... மினுக்...' என்று தென்பட்டது. குண்ட்டா பற்களை இடுக்கிக்கொண்டு உட்கார்ந்திருந் தான். உடல் வெட வெட வென்று நடுங்கியது. வேகன் நிதானமாக அவன் உட்கார்ந்திருந்த இடத்திற்கு நேரே வந்துவிட்டது. முன் இருக்கையில் இரண்டு உருவங்கள் உட்கார்ந்திருந்தன. குண்ட்டா வேகன் பின்னால் நடந்தான். இன்னும் கொஞ்ச தூரம் போனால் சாலை மேடு பள்ளமாக இருக்கும். வேகன் அங்கேபோகும் போது தாவி உட்கார்ந்தால்கூட வண்டியின் அதிர்வுகளால் முன் இருக்கையில் இருப்பவர்களுக்கு ஒன்றும் தெரியாது. மேடு பள்ளங்களான சாலை வந்ததுமே வேகனின் பின்னால் ஏறி, புகையிலைக் கட்டுகளிடையே மறைந்துகொண்டான்.

'வேகன்' மெல்ல அசைந்து அசைந்து சென்றுகொண்டிருந்து. மெத்தைகள் போல் இரு பக்கமும் குண்ட்டாவுடன் புகையிலைக் கட்டுகள் ஒட்டி உறவாடிக்கொண்டிருந்தன. உள்ளே வெப்பமாகவும், இதமாகவுமிருந்தது. குண்ட்டா தன்னையறியாமல் உறங்கிவிட்டான்.

கரடு முரடான பாதையிலே வேகன் பலமாக அதிர்ந்ததால் அவன் திடுக்கிட்டுக் கண் விழித்துப் பார்த்தான். 'வேகன்' எங்கே போய்க் கொண்டிருக்கிறதோ, எத்தனை நாட்கள் அதன் பயணம் தொடருமோ எதுவுமே அவனுக்குத் தெரியாது. பொழுது புலர்ந்து கொண்டிருந்தது. அவன் யார் கண்ணிலும் படாமல் 'வேகனி'லிருந்து கீழே குதித்து, ஒரு கையில் கத்தியைப் பிடித்துக் கொண்டு, மனசுக்குள்ளேயே அல்லாவைத் தொழுது, புதர்களுக்கிடையே புகுந்து மறைந்துவிட்டான்.

அந்தப் பகல் பூராவும் காட்டிலேயே நடந்தான். பசியெடுத்த போது தன்னிடமிருநத முயல் இறைச்சியைத் தின்றான். காட்டாற்றில் வயிறு நிறையத் தண்ணீர் குடித்தான். சிறிது நேரம் ஓய்வெடுத்தபின் மீண்டும் வேகமாக நடந்தான். இருட்டும்வரை எங்குமே நிற்காமல் ஓடிக் கொண்டே இருந்தான். நன்றாக இருட்டிய பிறகு ஓரிடத்தில் இலைகளையும், தழைகளையும் படுக்கைபோல் விரித்துக்கொண்டு படுத்தான். வெகுவாகக் களைத்துப் போயிருந்ததால் உடனே உறக்கம் பிடித்தாலும், 'சுருக்' என்று கடிக்கும் கொசுக்களாலும், அடிக்கடி கேட்கும் காட்டு விலங்குகளின் கூக்குரலாலும் குண்ட்டா விழித்துக் கொண்டே இருந்தான்.

பொழுது விடிந்ததும் அவன் கத்தியைக் கூர்மையாக்கிக் கொண்டு ஓடவாரம்பித்தான். அந்தப் பகல் முழுதும் ஓடிக்கொண்டே இருந்து, இருட்டியதும் ஒரு காட்டாற்றின் கரையில் களைத்துப் போய்த் தூங்கினான்.

அடுத்த நாள் எழுந்ததும் தான் எந்தத் திசையில் ஓடுகிறோம் என்பதைச் சிந்தித்தான். இரண்டு பகல்களும், மூன்று இரவுகளும் கடந்து போய்விட்டாலும், அவன் அதைப்பற்றி சிந்திக்கவே இல்லை. தான் இப்போது எங்கிருக்கிறோம் என்பது தெரியாதாகையால், எத்திசை நோக்கிப் போகிறோம் என்பதும் அவனுக்குப் புரியவில்லை. அவனுக்குத் தெரிந்தவரை ஆப்பிரிக்கா கிழக்கிலே இருக்கிறது. மேற்கிலே மாக்கடல் இருக்கிறது. ஆகவே சூரியன் உதிக்கும் திசையை நோக்கிச் செல்ல வேண்டும். எல்லாம் நல்லபடியாக நடந்து, யார் கண்ணிலும் படாமல் கடலை நெருங்கிவிட்டாலும், அதைக் கடப்பதெப்படி? அதை நினைத்ததுமே குண்ட்டாவுக்குத் தலையைச் சுற்றியது. அல்லாவைத் தொழுது, முண்டாசிலே கட்டியிருந்த மந்திரக் கயிறைத் தொட்டு மீண்டும் பயணம் தொடர்ந்தான்.

இரவு நெருங்கிவிட்டது. அவன் ஒரு புதருக்குள் நுழைந்து படுத்துக் கொண்டான். அப்போது அவனுக்கு 'மாண்டிங்கா' இன மாவீரன் சுண்டியாட்டா வின் கதை ஞாபகம் வந்தது. முதலில் அவன் ஒரு நொண்டி அடிமை. தன் முதலாளி செய்யும் கொடுமைகளைத் தாங்கமாட்டாமல் அவன் ஓடிப்போய் ஒரு புதரில் ஒளிந்து

கொண்டான். அவனைப் போலவே ஓடிப்போன அடிமைகளை ஒன்று திரட்டி, ஒரு மாபெரும் படையை அமைத்து மாண்டிங்கா பேரரசை நிறுவினான். ஆகவே தனக்கும் தன்னைப் போல ஓடிவந்த அடிமைகள் தென்படலாம். அவர்களும் தன்னைப்போலவே பிறந்த பூமியில் காலடி பதிக்கத் தவித்துக் கொண்டிருக்கலாம். அனைவரும் ஒன்று சேர்ந்து ஒரு கப்பலைத் திருடலாம்... பிறகு...

"லொள்... லொள்..."

குண்ட்டாவின் சிந்தனை பறந்துவிட்டது. இங்கே வேட்டை நாய்கள் வர முடியாதென்றெண்ணினான் அவன். ஆனால் அது வேட்டை நாய்கள் குரைக்கும் சத்தம்தான்! சந்தேகமே இல்லை! அவன் மீண்டும் ஓடத் தொடங்கினான். களைப்பினால் தடுமாறிக் கீழே விழுந்துவிட்டாலும், கத்தியை அழுத்தமாகப் பிடித்துக்கொண்டு மவுனமாக உட்கார்ந்து விட்டான். காதுகளைக் கூர்மையாகத் தீட்டிக் கொண்டு கேட்கலானான். புழுக்கள் எழுப்பும் ஒலி தவிர வேறெந்த சத்தமும் கேட்கவில்லை. வேட்டை நாய்கள் குரைக்கும் சத்தம் வெறும் பிரமைமட்டும்தானா?

ஒரு விநாடி தாமதியாமல் உடனே ஓடத் தொடங்கிவிட்டான். அச்சம் அவனை விரட்டிக் கொண்டிருக்கையில் வில்லிலிருந்து விடுபட்ட அம்புபோல் வேகமாக ஓடினான். உடல் அசதி அதிகமாகி விட்டது. களைப்பால் அப்படியே விழுந்துவிட்டான். இனி ஓர் அடிகூட எடுத்து வைக்க அவனால் முடியவில்லை. அவன் விழிகள் அப்படியே மூடிக்கொண்டன.

பொழுது விடிந்துகொண்டிருந்தது. உடலெல்லாம் வியர்வையால் தெப்பமாக நனைந்துவிட்டது. குண்ட்டா திடீரென்று எழுந்து உட்கார்ந்தான். தனக்கு எதனால் இப்போது விழிப்பு வந்ததென்று அவன் சிந்தித்தான். அதற்குள் நாய்கள் குரைக்கும் சத்தம் கேட்டது. உடனே அவன் அங்கிருந்து ஓடினான். கொஞ்ச தூரம் ஓடி வந்த பிறகு, தான் கத்தியை அங்கேயே விட்டு வந்திருப்பதை உணர்ந்தான். மீண்டும் கத்திக்காகப் பின்னுக்கு ஓடி வந்தான். அங்கே கொடிகளிலும், தழை களிலும் தன் கத்தியைத் தேடினான். ஆனால் அந்தப் பாழாய்ப்போன கத்தி அகப்படவே இல்லை.

நாய்கள் குரைப்பது அருகிலேயே கேட்கத் துவங்கியது. குண்ட்டாவுக்கு வயிற்றில் புளியைக் கரைத்தது. காணாமல் போன கத்தி கிடைக்காவிட்டால், தான் அவர்கள் கையில் அகப்பட்டுக் கொண்டு தானாக வேண்டுமென்பது அவன் அறிவான். கத்திக்காக அவன் தரையில் கைகளால் துழாவிகொண்டிருக்கையில், அவனுக்கு ஒரு பிடி அளவுக்கு ஒரு கல் கிடைத்தது. அதைக் கையிலெடுத்துக்

கொண்டு பைத்தியம் பிடித்தவன் போல் காட்டில் ஓடினான். கொடிகள் கால்களைச் சுற்றிக்கொண்டதால் 'தொபுக்கடீ'ரென்று கீழே விழுந்தான். உடலெல்லாம் ரத்தம் கசிய, கால்களில் முட்கள் குத்த, கொடிகள் தன்னைச்சுற்றிக்கொள்ள அவன் முரட்டுத்தனமாக ஓடிக்கொண்டே இருந்தான். வேட்டை நாய்களுக்கும் அவனுக்கும் இடையிலே இடைவெளி குறுகிக்கொண்டே இருந்தது. இனி ஓடும் சக்தி அவனுக்கில்லை. அவன் ஒரு மரத்தடியில் மேல் மூச்சு வாங்க நின்றுவிட்டான். பருமனான ஒரு மரக்கிளையை முறித்துக் கையில் பிடித்துக் கொண்டான்.

பயங்கரமாக குரைத்துக்கொண்டே வேட்டை நாய்கள் அவன் மேல் பாய்ந்தன. குண்ட்டா மரக்கிளையை வேகமாகச் சுழற்றினான். நாய்கள் பின்வாங்கின. அவற்றின் பின்னால் இரு வெள்ளைக் காரர்கள் எமகிங்கரர்கள்போல் குதிரைகளில் வந்தார்கள். அந்தப் புதிய முகங்களை அவன் அப்போதுதான் முதன்முறையாகப் பார்த்தான். ஓடிப்போன அடிமைகளைப் பிடித்து வரும் வேட்டைக்காரர்கள் அவர்களென்பது குண்ட்டாவுக்குத் தெரியாது.

இந்த இருவரில் சின்னவன் குண்ட்டாவை நோக்கித் துப் பாக்கியைக் குறி பார்த்தான். பெரியவன் அவனைத் தடுத்து, கையிலிருந்த கொறடாவை விரித்தான். குண்ட்டா அவனைக் கண்களை அகல விரித்து ஆச்சரியத்துடன் பார்த்தான். அவன் உடல் பூராவும் நடுங்கிற்று. கொறடாவைப் பிடித்த பெரியவனின் கை அசைந்ததுமே குண்ட்டாவின் கையிலிருந்த கல் பறந்து சென்று அவன் தலையைப் பதம் பார்த்தது. பெரியவன் 'வீல்' என்று கத்தியவாறே கீழே விழுந்துவிட்டான். சின்னவனின் துப்பாக்கித் தோட்ட குண்ட்டாவின் காதை உரசிச் சென்றது. வேட்டை நாய்கள் திடீரென்று அவன்மேல் பாய்ந்தன. நாய்களை குண்ட்டா தன் கையிலிருந்த மரக்கிளையால் சரமாரியாக விளாசித் தள்ளினான். பைத்தியக்காரனைப்போல் கத்தினான். வெள்ளைக்ககாரர்கள் நாய்களைத் தம்மிடம் கூப்பிட்டுக் கொண்டார்கள். வெள்ளையர் முகம் பார்த்து குண்ட்டா, இன்று இவர்கள் கையால் தனக்கு சாவு நிச்சயமென்று எண்ணிக் கொண்டான். ஆனால் சாவென்றால் இப்போது அவனுக்கு அச்சமில்லை. அவ்விருவரும் துப்பாக்கிகளை அவன்மீது குறி வைத்துக்கொண்டே மெல்ல முன்னேறி வந்தார்கள். ஒருவன் எகிறிப் பாய்ந்து குண்ட்டாவைப் பிடித்துக்கொண்டான்; அடுத்தவன் துப்பாக்கிக் கட்டையால் பலமாகத் தாக்கினான். குண்ட்டா ஒண்டியாக அந்த இருவரோடும் வன்மத்துடன் போராடினான். வலியால் சுருண்டான் துவண்டான். மாண்டிங்கா, அரபு மொழிகளில் அவன் பரிதாபமாகக் குரலெழுப்பினான். வெள்ளையர் இருவரும் குண்ட்டாவைத் துப்பாக்கிக் கட்டைகளால் சூறையாடினார்கள்.

அவன் ஆடைகளை எல்லாம் கிழித்து எறிந்தார்கள். அவனை ஒரு மரத்தில் கட்டிப் போட்டார்கள். ஆனாலும் அவன் முகத்தில் பயத்தின் சாயலையும் காணோம். அவன் சாகத் தயாராகிவிட்டான்.

கல்லடி பட்ட வெள்ளையனின் முகத்தில் குரூரமான ஒரு விஷமச்சிரிப்பு நெளிந்தது. அவன் தன் சகாவுடன் ஏதோ குசுகுசுத்தான். அவன் தன் குதிரையின் அருகே சென்று, அதன் 'ஜீனி'ல் செருகியிருந்த கோடாரியை உருவிக்கொண்டான். அங்கே பட்டுப் போயிருந்த ஒரு மரத்துண்டைக் கோடாரியால் வெட்டிக்கொண்டு வந்தான்.

முகத்தில் ரத்தம் கசிந்து கொண்டிருந்தவன் குண்ட்டாவுக்கு எதிரே நின்று அவனுடைய ஆண்குறியைத் தன் விரலால் சுட்டிக்காட்டி, பிறகு தன் இடுப்பில் தொங்கிக் கொண்டிருந்த பட்டாகத்தியைக் காட்டி னான். பின்னர் குண்ட்டாவின் பாதத்தைச் சுட்டிக்காட்டி, கையில் பிடித்திருந்த கோடாரியைக் காட்டினான். 'பட்டாக்கத்தியால் உன் ஆண்குறியை அறுத்தெறியச் சொல்றியா அல்லது கோடாரியால் பாதத்தை வெட்டச் சொல்றியா' என்று அவன் கேட்பதைக் குண்ட்டா புரிந்துகொண்டான். அவன் பெருங்குரலில் கத்தினான்; அரற்றினான். கால்களை உதைத்துக் கொண்டான். உடனே அவர்கள் குண்ட்டாவைத் தடியால் பலமாக தாக்கினார்கள். குண்ட்டாவின் அடிமனத்தில் ஏதோ ஒரு குரல் அவசரமாக ஒலித்தது; "ஆண் மகன் என்பவன் குழந்தை களைப் பெறவேண்டும்." குண்ட்டாவின் இரு கரங்களும் தன்னிச்சை யாக அவன் ஆண்குறியை மூடிக்கொண்டன. அந்த வெள்ளையர் இருவரும் குரூரமாகச் சிரித்தார்கள்.

ஒருவன் குண்ட்டாவின் வலது பாதத்தின் அடியில் மரக் கட்டையை இழுத்துப் பொருத்தி வைத்தான். அடுத்தவன் அந்தப் பாதத்தை மரக்கட்டையோடு பிணைத்துக் கயிற்றால் இறுக்கக் கட்டினான். பெரியவன் கோடாரியை மேலே உயர்த்தினான். குண்ட்டா பரிதாபமாகக் கதறினான். அவன் சருமத்தையும், நரம்புகளையும், சதையையும், எலும்பையும் ஒரே வெட்டில் வெட்டிக்கொண்டு கோடாரி மரக்கட்டையை மோதியது. குண்ட்டா வின் உடலிலிருந்து அவன் வலப்பாதத்தில் பாதி நிரந்தரமாக மறைந்து விட்டது. சிவப்பு ரத்தம் உயரே பீச்சியது. அவன் தலையில் வலிகளின் எரிமலை வெடித்தது. கண்கள் இருளடைந்தன. நினைவிழந்து அப்படியே விழுந்துவிட்டான்.

24

குண்ட்டா, மூடிய கண்களைத் திறக்காமல் ஒரு நாள் பூராவும் அப்படியே விழுந்து கிடந்தான். நினைவு வருவதும், போவதுமாகவும் இருந்தது. முகமெல்லாம் களை இழந்து விட்டிருந்தது. கடைவாயிலிருந்து எச்சில் ஒழுகியிருந்தது. அவனுக்கு நினைவு திரும்பியதிலிருந்து உடலெல்லாம் ஒரே வலி! தலையில் உலக்கையால் இடிப்பது போலிருந்தது. உடல் பூராவும் ஈட்டிகளால் குத்துவது போலிருந்தது. வலதுகாலில் அபரிமிதமான எரிச்சல் எவ்வளவுதான் முயன்றாலும் அவனால் கண்களைத் திறக்க முடியவில்லை. நடந்ததை ஞாபகப் படுத்திக் கொள்ள முயன்றான். கோடரியை மேலே உயர்த்திப் பிடித்த பயங்கர உருக்கொண்ட வெள்ளைக்காரன்... அவன் வெட்டிய கோடாரி, பாதத்தைத் துளைத்துக் கொண்டு மரக்கட்டையில் மோதிக்கொண்ட சத்தம்... பாதத்திலிருந்து பீய்ச்சிய ரத்தம்... இவையெயலலாம் குண்ட்டாவின் மனக்கண்ணில் நிழலாடின. அவ்வளவுதான்! அவன் மீண்டும் மூர்ச்சை போட்டுவிட்டான்.

மறுபடியும் நினைவு திரும்பியபோது அவன் பார்வை கூரையில் விழுந்தது. அங்கே ஒரு சிலந்தி வலை பின்னிக் கொண்டிருந்தது. சற்று அசைய முயற்சித்தபோது நெஞ்சையும் கை கால்களையும் கயிறுகளால் கட்டியிருப்பதை உணர்ந்தான். தலைக்கும், வலது முழங்காலுக்கும் அடியில் தலையணை போன்றவை வைக்கப்பட்டிருந்தன. உடலுக்குக் கவுன் போன்ற உடுப்பு அணிவிக்கப்பட்டிருந்தது. பொறுக்க இயலாத வலியுடன் தாரின் துர்வாசனையும் மூக்கைத் துளைத்துக் கொண்டி ருந்தது. இதற்கு முன் அவன் எத்தனையோ வேதனைகளை அனுபவித் திருக்கிறான். ஆனால் தற்போது அனுபவித்துக் கொண்டிருக்கும் வேதனை அவற்றை எல்லாம்விட மிகப் பெரிது!

அல்லாவைத் தொழுது அவன் ஏதோ முணுமுணுத்துக் கொண்டிருக்கையில் அறையின் கதவு திறந்துகொண்டது. ஓர் உயரமான வெள்ளையர் கையில் ஒரு கருப்புத்தோல் பையுடன் உள்ளே வந்தார். அவரை இதற்கு முன் பார்த்ததாக அவனுக்கு

நினைவில்லை. அவருடைய முகம் கோபத்தால் சிவந்திருந்தது. ஆனால் அந்தக் கோபம் தன் மீதல்ல என்பதைக் குண்ட்டா உணர்ந்து கொண்டான். மொய்த்துக்கொண்டிருந்த ஈக்களைத் துரத்தியவாறே அவர் குண்ட்டா வின் வலது காலின் பாதத்தில் ஏதோ செய்தார். வலியைக் பொறுக்க மாட்டாமல் அவன் 'ஓ' வென்று கதறியழுது விட்டான். அவர் குண்ட்டாவின் தலைமீது கை வைத்தும், நாடியையும் பிடித்துப் பார்த்தார். பின்னர் எழுந்து நின்று குண்ட்டாவின் முகத்தை பார்த்துக் கொண்டே "பெல்" என்று கூப்பிட்டார்.

குட்டையும், பருமனுமாக ஒரு கருப்புப் பெண் உள்ளே வந்தாள். அவள் கையிலே தண்ணீர் நிரப்பிய ஓர் அலுமினியப் பாத்திரம் இருந்தது. இவளை எங்கேயோ பார்த்தோமோ என்று அவன் நினைத்துக் கொண்டான். ஒரு நாள் கனவிலே இவள் அவன் முகத்தில் சாய்ந்து, உதடுகளில் தண்ணீர் கிளாசைப் பொருத்தினாள். அவன் தண்ணீரை மெல்ல உறிஞ்சினான்.

அந்த வெள்ளையர் கருப்புத் தோல் பையிலிருந்து ஏதோ எடுத்து அதை நீரில் கலக்கிக்கொண்டே, கருப்புப் பெண்ணிடம் ஏதோ கூறினார். அவள் குண்ட்டாவின் தலையை மெல்ல உயர்த்தி, அந்த மருந்தைக் குடிக்க வைத்தாள். பிறகு அவன் தலையை மெல்லத் தலையணையில் கிடத்தினாள்.

மருந்தைக் குடித்த அடுத்த விநாடி உறக்கத்தில் மூழ்கிவிட்டான் பாதி இரவில் விழிப்பு ஏற்பட்டுப் பார்த்தபோது வலது கால் தீயில் சுடுவது போல் இருந்தது. காலைச் சற்று அசைக்க முயன்றபோது வேதனை பொறுக்க இயலாமல் அவன் கதறிவிட்டான். மீண்டும் மனத்தில் இருள் கவிழ்ந்துவிட்டது. என்னென்னவோ தெளிவற்ற எண்ணங்கள் அதோ குண்ட்டாவின் அம்மா! அம்மா! எனக்குக் காயம் பட்டிருக்கு. நீ ஒண்ணும் கவலைப்படாதே கொஞ்சம் காயம் ஆறினதுமே வீட்டுக்கு வந்திடறேன்!

உடனே மனக்கண் எதிரே மற்றொரு காட்சி தோன்றியது. ஒரு தாய்ப் பறவையும், சில குட்டிப் பறவைகளும் விண்ணிலே மகிழ்ச்சி யாகப் பறந்துகொண்டிருக்கின்றன. திடீரென்று எங்கிருந்தோ வந்த ஓர் அம்பு ஒரு குட்டிப் பறவையைத் தாக்கிவிட்டது. குண்ட்டா அத்தனை உயரத்திலிருந்து கீழே கிடுகிடுவென்று விழுந்து கொண்டிருக்கிறான். ஐயோ கையில் பற்றிக்கொள்ள எதுவும் கிடைக்கவில்லையே! வெற்று வெளியிலே அவன் கைகள் அலைந்து கொண்டிருந்தன.

மறுபடியும் நினைவு திரும்பியபோது அந்த உயரமான வெள்ளைக் காரரும், குட்டையான கருப்புப் பெண்ணும் அறைக்குள் நுழைந்துக்

கொண்டிருந்தனர். அந்தப் பெண் குண்ட்டாவுக்கு என்னவோ உணர்த்த சைகைகள் புரிந்தாள். வெள்ளைக்காரர் மருந்து கலந்தார். அப்போதுதான் அவர் டாக்டர் என்று குண்ட்டாவுக்குப் புரிந்தது. அவள் அவனை மருந்து குடிக்கச் செய்தாள். அவளுடைய சிரிப்பு முகத்தைக் கண்டு குண்ட்டா வெறுப்படைந்தான். அவள் தரையில் சின்ன பள்ளம் செய்து அதிலே எரியும் மெழுகு வர்த்தியை வைத்தாள். அவள் உனக்கு ஏதாவது வேண்டுமா? எனச் சைகையால் கேட்டாள். குண்ட்டா அவளை முறைத்துப் பார்த்தான். அவள் பேசாமல் கதவை மூடிக்கொண்டு வெளியேறிவிட்டாள்.

மறுநாள் காலை பெல் வந்தபோது குண்ட்டா குளிரால் நடுங்கிக் கொடடணடும், முனகிக்கொண்டும் படுத்திருந்தான். சென்றவாரத்தை விட இப்போது மிகவும் இளைத்துவிட்டிருந்தான். அவன் கண்கள் மஞ்சள் நிறமாகமாறி உள்ளுக்குச் சென்று விட்டிருந்தன. காய்ச்சலால் நடுங்கிக்கொண்டிருந்த அவன் உடலைப் பார்த்ததும் பெல் பதைப்புடன் வெளியே ஓடினாள். ஒரு மணி ரேத்திறகுப்பின் அவள் ஏதோ பச்சிலையும், இரண்டு போர்வைகளும், இரண்டு மண்பாண்டங் களும் கொண்டு வந்தாள். குண்ட்டாவின் நெஞ்சிலே அந்தப் பச்சிலையைப் பூசினாள். அதன் எரிச்சலுக்குக் குண்ட்டா துடித்தலறி னான். அவனை அசையாமல் பெல் கெட்டியாக அமுக்கிப் பிடித்துக் கொண்டாள். பிறகு மண்பாண்டங்களில் இருந்த நீரைப் பச்சிலைமேல் தெளித்துப் போர்வைகளை மூடினாள். குண்ட்டாவின் உடலில் வியர்வை ஆறாக ஓடியது. நெற்றியிலிருந்து மூடிய கண்களைக் கடந்து பாயும் வேர்வையை அவள் முந்தானையால் துடைத்துக் கொண்டிருந் தாள். கடைசியில் குண்ட்டா களைப்புடன் படுக்கையில் சாய்ந்து விட்டதும், அவள் அவன் நெஞ்சின்மேல் பூசப்பட்ட பச்சிலையைச் சுத்தமாகத் துடைத்தெறிந்து விட்டாள். அவன்மீது போர்வைகளைக் கிடத்தி விட்டு நிசப்தமாக பெல் அறை-யிலிருந்து வெளியேறிவிட்டாள்.

பிறகு குண்ட்டாவுக்கு விழிப்பு வந்தபோது காய்ச்சல் மறைந்து விட்டிருந்ததை அவன் உணர்ந்தான். பலவீனம் மட்டும் மிகுந்திருந்தது. பெல் இந்த மருத்துவக் கலையை எங்கே கற்றாள் என்று வியந்தான். அல்லாவின் கிருபையால் இந்த மண்ணுலகில் முன்னோர்களிடமிருந்து பிந்தைய தலைமுறையினருக்குக் கிடைத்த பச்சிலைகளும், மூலிகை களும் தன் தாய்க்கும் தெரிந்திருந்ததைக் குண்ட்டா ஞாபகப்படுத்திக் கொண்டான். பெல் தனக்குச் செய்த வைத்தியம் வெள்ளையர் வைத்தியம் அல்லவென்பதும், அவள் தனக்குச் செய்த மருத்துவம் அந்த வெள்ளை டாக்டருக்குத்

தெரியக்கூடாதென்பதும் குண்ட்டா அறிவான் . அவன் உள்ளத்தில் பெல்லின் முகம் நிழலாடியது.

பெல்கூடத் தன் இனத்தைச் சேர்ந்தவளாகவே இருக்கலாமென்று அவன் விரும்பாமலேயே முடிவு செய்து கொண்டான். அவள் தன் கிராமம் ஜப்பூரில் விடியற்காலையில் எழுந்து சோளம் இடித்துக் கொண்டிருப்பவளாகவும், போலாங் ஆற்றில் படகு செலுத்திக் கொண்டிருப்பவளாகவும், நெல்லுக் கட்டைத் தலையில் வைத்து ஒய்யாரமாக நடந்து வருபவளாகவும் கற்பனை செய்துகொண்டான். அடுத்த விநாடி, தான் அப்படி எண்ணியதற்காகத் தன்னையே நொந்துகொண்டான். இங்கே, இந்த வெள்ளைக்கார மண்ணில், மதமும் மண்ணாங்கட்டியுமில்லாத இந்தக் கருப்பு மனிதர்களை எந்த விஷயத்திலும் தன் ஊர் மக்களுடன் சேர்த்து நினைப்பது அறிவீனமே என்றெண்ணினான் அவன்.

குண்ட்டா மெல்ல மெல்ல உடல் தேறிக்கொண்டிருந்தான். வலிகளும் சற்றுக் குறைந்தன. வெளியிலிருந்து வரும் சத்தங்களாலும், காதில் கேட்கும் கருப்பர்களின் பேச்சுகளாலும் தான் புதிய இடத்தில் இருப்பதை அவன் உணர்ந்தான். குடிசையில் படுக்கையில் கிடந்து அவர்களின் சமையல் வாசனையை உணர்ந்தான். இரவு நேரங்களில் அவர்கள் பேசிக்கொள்வதையும், பாடுவதையும், தொழுவதையும்கூட அவன் கேட்டுக்கொண்டிருந்தான்.

தினமும் காலையில் வெள்ளைக்காரர் வந்து போகிறார். அவன் கால் கட்டை மாற்றிக்கொண்டிருந்தார். பெல் மூன்று வேளையும் அவனுக்குச் சாப்பாடும், தண்ணீரும் தந்து வந்தாள். புன்முறுவலோடு அவன் நெற்றியில் கை வைத்தாள். குண்ட்டாவின் கை, கால்களைக் கட்டியிருந்த கயிறுகள் அவிழ்க்கப்பட்டுவிட்டன. சிறு முயற்சிக்குப் பிறகு அவன் கை, கால்கள் மாமூல் நிலைக்கு வந்தன. முழங்கைகளை ஊன்றி எழுந்து உட்காரவும் ஆரம்பித்தான். வலது பாதத்தில் கட்டப்பட்டிருந்த கட்டுமட்டும் பூசணிக்காய் போல் பெரிதாக இருந்தது.

பெல் தன் எதிரே காணப்பட்டதும் அவனுக்கு எதிரே அவள்மீது அடக்க முடியாத கோபம் வந்தது. அவள் தந்த மருந்தைக் குடித்து விட்டுக் கோப்பையைத் தரையிலே வீசி எறிந்தான். அவளைத் தன் மொழியான மாண்டிங்காவில் வாய்க்கு வந்தபடி திட்டினான். ஆனாலும் அவள் அவன்மேல் பாசமே பொழிந்தாள். இது குண்ட்டாவை மேலும் ஆத்திரமூட்டியது.

கால் கட்டு அவிழ்த்த மூன்றாம் நாள் வெள்ளை டாக்டர் இரண்டு ஊன்றுகோல்களைக் கொண்டு வந்து அவனுக்குத் தந்தார். அவற்றின்

உதவியால் வலது பாதம் தரையில் படாமல் எவ்வாறு நடக்கலாமென்பதையும் சற்று நேரம் பயிற்சியளித்தார். ஊன்றுகோலைக் கொண்டு நடப்பவர்களைத் தன் ஊரிலும் அவன் கண்டிருக்கிறான். பெல்லும், டாக்டரும் சென்றுவிட்ட பிறகு குண்ட்டா தன் குடிசைக்குள் ஊன்றுகோலால் நடக்கப் பழகிக் கொண்டான்.

பெல் சாப்பாடு கொண்டு வந்தபோது தரையில் பதிந்திருந்த ஊன்றுகோல் குறிகளைக் கவனித்துச் சந்தோஷப்பட்டாள். அதைப் பார்த்து அவனுக்கு அவள்மேலும் தன்மேலும்கூட ஆத்திரம் வந்தது. அந்த அறிகுறிகளை முன்னதாகவே துடைத்தெறியாமல் போனதற்காக வருந்தினான். பெல் குடிசையை விட்டுப் போகும்வரை சாப்பாட்டைத் தொடவில்லை. அவள் போனபின் விறுவிறுவென்று சாப்பிட்டு முடித்தான்.

சில நாட்களுக்குள் அவன் ஊன்றுகோல்களால் சுலபமாக நடக்கத் துவங்கிவிட்டான்.

25

ஊன்றுகோல்களை இடுக்கிக்கொண்டு குண்ட்டா வெளியே வந்து பார்த்தான். இதற்கு முந்தைய விவசாயப் பண்ணையைக் காட்டிலும் இது எவ்வளவோ நன்றாயிருந்தது. அங்கிருந்த குடிசைகளுக்கு மாறாக இங்குள்ள குடிசைகளுக்கு வெள்ளையும் அடித்திருந்தார்கள். சுற்றுப்புறங்களும் தூய்மையாக இருந்தன. எல்லாவற்றையும்விட வெள்ளை துரையின் பங்களாவுக்குப் பக்கத்திலிருந்த குடிசை அவன் கருத்தைக் கவர்ந்தது. அதன் முன்னே வட்டவடிவமான இடத்தில் மலர்ச்செடிகள் பூத்துக் குலுங்கின.

குடிசைக்குள் எவ்வாறு இருக்குமென்பதும் அவனுக்குத் தெரியும். அவன் சொந்த குடிசையே எடுத்துக்காட்டு! குடிசை யோரத்திலே ஒரு சிறு மேசை, சுவரில் ஓர் அலமாரி, அதில் ஒரு தட்டும், கரண்டியும், ஃபோர்க்கும்! படுக்க மக்காச்சோள உமி நிரப்பிய மெத்தென்ற படுக்கை!

மாலை வேளையில் வயல் வேலை முடித்துத் திரும்பி வரும் கருப்பு வேலையாட்களின் பின்னால் யாரும் காவல் இல்லை. குதிரையின்மீது கையில் சவுக்குடன் வரும் வெள்ளை ஓவர்சீர் இல்லை. மற்ற விவசாயப் பண்ணைகளில் இரவும் பகலும் பாடுபடும் அடிமைகளைக் காட்டிலும், இங்கே கொத்தடிமைகளாக வேலை செய்பவர்கள் இருந்தாலும், இவர்களுக்குத் தன்மான உணர்வே இல்லை. அந்த உணர்வே இல்லாமல் இந்த வெள்ளைக்காரர்கள் தம்மை மழுங்கடித்து விட்டார்களென்ற பிரக்ஞையே இல்லை. தம்மை மாடுகளைப்போல் அடித்து நொறுக்காமல் வேளா வேளைக்கு சோறு போட்டால் போதுமென்று நினைக்கும் அற்ப ஜீவிகள் இவர்கள்! தன் கருப்பின மக்களின் பரிதாபகரமான நிலையைப் பார்த்து வேதனையால் அவனுக்குப் பல இரவுகள் உறக்கமில்லாமலேயே கழிந்தன. தமக்கு அவ்வளவுதான் கொடுப்பினை என்று திருப்திப்பட்டுச் சும்மா கிடக்கும் இவர்கள் குறித்து, தான்மட்டும் ஏன் சிந்திக்க வேண்டுமாம்?

நாட்கள் கடந்துகொண்டிருந்தன. குண்ட்டா பூரணமாக உடல் நலம் பெற்றான். ஆனாலும் அவனை யாரும் வேலை செய்யச்

சொல்லவில்லை; அவன் இனத்தவரான கருப்பர் யாரும் அவனை நம்புவதில்லை; அவனுடன் பேசுவதுமில்லை; இரவு நேரங்களில் அவன் தனிமையில் மணிக்கணக்காக இருளில் ஏதோ ஒன்றைத் தேடுவதுபோல் மவுனமாக உட்கார்ந்திருப்பான். அவன் தனக்குத் தானே பெரும் சுமையாகி விட்டதுபோல் எண்ணிக் கொள்வான். இது ஒரு தீராத நோய்போல் அவனுள் வளர்ந்து கொண்டிருந்தது. அன்பிற்காகத் தான் ஏங்கிக் கொண்டிருப்பதை உணர்ந்தபோது அவன் ஆச்சரியமும். வெட்கமும் அடைந்தான்.

அடிமைகளின் சேரியில் கடைசிக் குடிசையிலிருக்கும் கோதுமை வண்ண மனிதரைப்பற்றி அறிந்துகொள்ள வேண்டும் எனும் ஆவல் அவன் மனத்தில் பெருகிவிட்டது. அவருக்கு ஐம்பது வயதாகலாம். அவர் குதிரை வண்டியிலிருந்து இறங்கிவருவதை அவன் பார்த்திருக் கிறான். அவர் வெள்ளைக் காரனுக்கும், கருப்பச்சிக்கும் பிறந்திருக்கக் கூடும். குண்ட்டா ஒரு நாள், காலை எத்தி எத்தி அவர் குடிசைவரை சென்றான். அந்த மனிதர் தன் குடிசையின் வாசலில் தோன்றினார். இருவரும் ஒருவரையொருவர் பார்த்துக் கொண்டார்கள். இவனைப் பார்த்து அவர் முகத்தில் எவ்வித பாவமும் காணப்படவில்லை.

“என்ன வேணும்?” என்று கேட்டார் அவர். அவருடைய கண் களையும், முகத்தையும்போலவே அவர் குரலும் மிகச் சாதாரணமாக இருந்தது. அவர் என்ன கேட்கிறார் என்பது குண்ட்டாவுக்குப் புரியவில்லை.

“நீ ஆப்பிரிக்கப் பன்றி”

குண்ட்டாவுக்கு இதுமட்டும் புரிந்தது. அவன் அப்படியே நின்றுவிட்டான்.

“சரி இனி நீ போ”

இந்தச் சொல் குண்ட்டாவுக்குக் கடுமையானதாகக் தோன்றியது. அவர் தன்னை விரட்டுகிறாரென்பது புரிந்தது. அவன் தடுமாறிக் கொண்டே கோபத்துடனும், கலவரத்துடனும் தன் குடிசைக்கு விரைவாக வந்துவிட்டான். தனக்கும் வெள்ளைக்காரர் மொழி மட்டும் தெரிந்திருந்தால், “யோவ் நான் கருப்பாக இருந்தாலும் உன்னைப் போல் கலப்பு நிறத்திலே இல்லையே!” என்று சொல்லி இருப்பான். அன்று முதல் அவன் அந்தச் குடிசைப் பக்கமே திரும்பிப் பார்க்க வில்லை.

இரவுச் சாப்பாடு முடிந்ததும் கருப்பர்கள் எல்லாரும் அந்தக் குடிசைக்கு ஏன் ஓடிப்போகிறார்களோ அவனுக்குப் புரிபடவில்லை. சரமாரியாக அவர் பேசும் பேச்சுக்கள் காதில் விழுகின்றன. இடை யிடையே கருப்பர்கள் விழுந்துவிழுந்து சிரிக்கிறார்கள். கேள்விகள்

கேட்கிறார்கள். அவர் யாரோ, என்ன செய்கிறாரோ தெரிந்துகொள்ள வேண்டுமென குண்ட்டா தவித்துப் போனான்.

இரண்டு வாரங்களுக்குப் பின்னர் ஒரு நாள் மத்தியான வேளையில் அந்த மனிதர் குண்ட்டாவுக்கு எதிர்ப்பட்டார். அதுவரை ஏதும் நடவாததுபோல் அவர் அவனைத் தன் குடிசைக்கு வரும்படி அழைத்தார். குண்ட்டா ஆச்சரியப்பட்டான். அவர் மீதிருந்த கோபம் அந்த விநாடியில் மறைந்துவிட்டது. ஏதும் பேசாமல் மவுனமாக அவரைப் பின் தொடர்ந்தான். குடிசைக்குள் இருவரும் இரண்டு ஸ்டுல்களில் உட்கார்ந்தனர்.

"உன்னைப்போல் முட்டாள் யாருமில்லைன்னு கேள்விப் பட்டேன். உன்னைக் கொல்லாம அவங்க விட்டது உன்னோட அதிர்ஷ்டம். கொன்னுப் போட்டாலும் சட்டப்படி குத்தமில்லே. தப்பிப்போற அடிமையைக் கொல்லலாமுன்னு சட்டம் சொல்லுது."

"தம்பீ! இந்த வெள்ளைக்காரங்க எங்கே போனாலும் முதல்லே கோர்ட்டுகளெ அமைப்பாங்க. எதுக்குத் தெரியுமா? சட்டங்கள் இயற்ற. அதுக்குப் பிறகு மாதா கோவில் கட்டுவாங்க. எதுக்கு தெரியுமோ? நாங்க கிருஸ்துவங்கன்னு சொல்லிக்க! ஆப்பிரிக்கக் கருப்பர்களை அடக்கியாளவே அவங்க இந்தச் சட்டங்களெல்லாம் இயற்றியிருக்காங்க."

"கருப்பன் துப்பாக்கி பிடிக்கிறது குத்தம். துப்பாக்கிபோல இருக்கிற மரக்கட்டையையும் கையில் பிடிக்கக்கூடாது. ஓர் ஊரிலிருந்து இன்னோர் ஊருக்குப் போகணும்னா, அனுமதிச்சீட்டு கையிலே இருக்கணும். அனுமதிச்சீட்டு இல்லைன்னா இருபது சவுக்கடி. வெள்ளையனை உற்றுப் பார்த்தா பத்துச் சவுக்கடி. வெள்ளையனை அடிக்கப் பார்த்தா முப்பது சவுக்கடி விழும்."

"நீ பொய் சொன்னேன்னு எவனாவது வெள்ளைக்காரன் சொன்னா, உன்னோட ஒரு காதை அறுத்திடலாமுன்னு சொல்லுது சட்டம். நீ ரெண்டு தடவை பொய் சொன்னேன்னு அவன் சொன்னா, உன் ரெண்டு காதுக்கும் வந்தது ஆபத்து! வெள்ளைக்காரனை நீ கொன்னா உனக்குத் தூக்கு நிச்சயம். ஒரு கருப்பனை வெள்ளையன் கொன்னா ஒண்ணும் முழுகிப் போயிடாது. சில கசையடி பட்டாப் போதும்."

"கருப்பன் படிக்கக் கத்துக்கிறது குத்தம். சக கருப்பன் ஒருவனுக்குப் புஸ்தகம் தந்தா மாபெரும் குத்தம். கருப்பன் யாராவது ஆப்பிரிக்கா விலே வாசிப்பதுபோல் மத்தளம் வாசித்தா அவனெ கொடுமையா தண்டிக்கணும்னு சொல்லுது சட்டம்!"

அந்த மனிதர் வெள்ளைக்கார பாஷையில் அருவிபோல் பேசிக் கொண்டிருக்கையில் குண்ட்டா குழப்பத்துடன் பார்த்துக் கொண்டி

ருந்தான். அவர் பேசுவது தனக்குப் புரியாதென்பது அவருக்குத் தெரியுமென்று குண்ட்டா அறிவான். ஆனாலும் அவர் பேசிக் கொண்டே இருந்தார். ஒரு மனிதன் மற்றொருவனுடன் மனம் விட்டுப் பேசுவதற்காக, அவனுக்குச் சிரிக்கவும் அழவும் வேண்டும் போலிருந்தது. இதுபோல் ஒரு மனிதன் எதிரே உட்கார்ந்து பேசி எவ்வளவு காலமாகிவிட்டது.

"தம்பீ! உன்னோட காலை வெட்டினாங்கன்னதும் எனக்கு ஒன்னு ஞாபகம் வருது. அந்த வெள்ளையனுங்க அதோட நிறுத்திட்டாங்க! சில கருப்புப் பெண்களோட முலைகளை அறுத்திட்டாங்க. சில கருப்பர் களோட ஆண் குறிய வெட்டிட்டாங்க. எலும்பை ஒட்டி-யிருக்கிற சதை பிய்ஞ்சு வர்றவரை அடித்ததை நான் பார்த்திருக்கேன். கர்ப்பமான கருப்புப் பெண்களை இடுப்புவரை குழியிலே நிக்கவெச்சு மூர்ச்சை யாகிற வரை சவுக்காலே அடிப்பார்கள். வெள்ளையனை எதிர்க்கிற கருப்பர்களெ தீக்கங்குகளிலே நாட்டியமாடச் செய்வாங்க."

அவர் கூறுவதைக் குண்ட்டா புரிந்துகொள்ள முயற்சித்தான். ஒரு சிறுவன் ஒரு தட்டில் சாப்பாடு கொண்டு வந்தான். அவன் குண்ட்டாவைப் பார்த்து ஓடிச்சென்று இன்னொரு தட்டு சாப்பாடு கொண்டு வந்தான். இருவரும் மவுனமாகச் சாப்பிட்டார்கள். மற்ற கருப்பர்கள் எல்லாரும் அங்கே வரும் நேரமாகிவிட்டதை உணர்ந்து குண்ட்டா புறப்பட எழுந்தான். ஆனால் அவர் அவனை உட்காருமாறு கையசைத்தார்.

சில விநாடிகளில் அந்தப் பட்டியிலுள்ள கருப்பர்கள் அனைவரும் வந்துவிட்டார்கள். கடைசியாக வந்த பெல் அங்கு குண்ட்டாவைப் பார்த்து வியந்தாள். பொழுது போக்கும் வம்பளப்பும் ஆரம்பமாகி விட்டது. அந்த மனிதரை மற்றவர்கள் கேள்வி கேட்டார்கள். விழுந்து விழுந்து சிரித்தார்கள். குண்ட்டாவுக்குச் சில சொற்களே புரிந்தன.

அவன் தன் குடிசைக்குத் திரும்பி வந்தபோது இரவு வெகு நேரமாகி விட்டிருந்தது. அவனுக்குத் தூக்கம் பிடிக்கவில்லை. அவனுள் ஒரே சிந்தனை.

ஒரு நாள் மாலை குண்ட்டா அந்த மனிதரின் குடிசையில் உட்கார்ந்து அவர் பேசுவதைக் கேட்டுக்கொண்டிருந்தான். பேச்சு வாக்கில் அவர் குண்ட்டாவை நோக்கி "யூ... யூ... டோபி" என்று சொல்லிவிட்டார். உடனே அவன் கோபமாக, "குண்ட்டா கிண்ட்டே" என்று கத்திவிட்டான். வெள்ளைக்கார மண்ணில் அடியெடுத்து வைத்தபிறகு அவன் வாயிலிருந்து வெளிப்பட்ட முதற் சொல்லே அதுதான்!

அந்த மனிதர் தலையைக் குறுக்காக ஆட்டினார்.

“நீ டோபியேதான்! அந்த ஆப்பிரிக்கக் குப்பையெல்லாம் இனி மறந்துவிடு! அதையே நீ பிடிச்சுத் தொங்குனா வெள்ளைக் காரங்களுக்கு ஆத்திரம்வரும். கருப்பர்கள் பயந்துடுவாங்க.”

அவர் அங்கிருந்த மரத்தாலான ஒரு பொருளைக் கொண்டுவந்து குண்ட்டாவுக்குக் காட்டி, “பிடில்” என்றார். உடனே குண்ட்டாவும் பிடில் என்றான். இதேபோல் அவர் அவனுக்கு வெள்ளைக்கார மொழி யில் பல சொற்களையும் கற்றுத்தந்தார். “நீ மேலுக்குத் தென்படுகிற அளவுக்கு ஊமை இல்லையே!” என பாராட்டினார் அவனை.

அவர் குண்ட்டாவுக்கு தினமும் வெள்ளைக்கார மொழியைக் கற்றுத் தந்தார். குண்ட்டா இப்போது அதைப் புரிந்துகொள்வது மட்டுமல்லாமல் பேசவும் செய்கிறான். அந்த மனிதர் ‘பிடில்’ வாசிப்பதால் அவரை ‘பிடிலர்’ என்கிறார்கள் என்பதும் அவனுக்குப் புரிந்தது.

ஒரு நாள் ‘கிடியன்’ என்னும் கருப்பன் குண்ட்டாவுக்காகப் ‘பூட்சுகள்’ செய்துகொண்டு வந்தான். வலது பூட்சுக்குள் பாதி உயரம்வரை பஞ்சு அடைத்திருந்தது. குண்ட்டா அவற்றை அணிந்து கொஞ்ச தூரம் நடந்து பார்த்தான். முதலில் வலது காலில் சற்று எரிச்சல் இருந்தாலும் பிறகு பழகிக்கொண்டு சகஜமாக நடக்கத் தொடங்கி னான்.

அதே வாரத்தில் ‘பிடிலர்’ குண்ட்டாவுக்கு ஒரு புதிய செய்தியைத் தெரிவித்தார். குண்ட்டாவின் காலுக்கு வைத்தியம் செய்வித்து குணமாக்கிய வெள்ளை முதலாளி வில்லியம் வாலர் குண்ட்டாவைத் தன் தம்பியிடமிருந்து விலைக்கு வாங்கிக் கொண்டதாக ‘பிடிலர்’ தெரிவித்தார். குண்ட்டாவை முதலில் விலைக்கு வாங்கிய வெள்ளை முதலாளி வாலரின் தம்பி ‘பிடிலர்’ இவற்றையெல்லாம் கூறும்போது குண்ட்டாவின் முகத்தில் எவ்வித மாறுதலுமில்லை. ஆனால் மனத்துக் குள்மட்டும் ஒரு விஷயத்தில் எள்ளும் கொள்ளுமாக வெடித்தான். யாரானாலும் தன்னை விலைக்கு வாங்கிக் கொண்டு பந்தாடலாம் போலும் என்றாலும் பழைய விவசாயப் பண்ணைக்குத் திருப்பி அனுப்பிடுவார்களோ என்கிற பயம் தொலைந்தது.

“இந்த வெள்ளை முதலாளி மாசா வில்லியம் மகா நல்லவரென்று கருப்பர்கள் எல்லாருமே புகழ்றாங்க. ஆனால் எவனும் நல்லவனில்லே. எல்லாருமே நம்மைக் கருப்படிமைங்களா செத்துத் தொலையுங்கன்னு சொல்றவங்களே! கருப்பர்களே அவங்க சேர்த்து வெச்ச சொத்து” என்றார் பிடிலர்.

26

ஆப்பிரிக்காவில் காலத்தைத் தெரிந்துகொள்ளக் காலண்டர்கள் இல்லை. சுரைக்காய்க் குடுவை ஒன்றே அவர்கள் அறிந்த காலண்டர். அதனுள் ஒவ்வொரு பவுர்ணமியன்றும் ஒரு சிறு கல்லைப் போட்டுக் கொண்டிருப்பர். அதிலே எத்தனை கற்கள் இருக்குமோ அத்தனை மாதங்கள் கடந்ததாகக் கணக்கிடுவர். அதேபோல் குண்ட்டாவும் ஒரு சுரைக்காய்க் குடுவையில் பன்னிரெண்டு வட்டவடிவமான வண்ணக் கற்களைப் போட்டிருந்தான். அதாவது அவன் முதலில் வேலை செய்த பண்ணையில் பன்னிரெண்டு மாதங்கள் கடந்ததாகக் கருதினான். பின்னர் இன்னொரு ஆறு கற்களைப் போட்டான். அதாவது அவன் வெள்ளைக்கார பூமியில் அடி எடுத்து வைத்து பதினெட்டு மாதங் களாகிவிட்டன. ஆப்பிரிக்காவில் அவன் வெள்ளையனிடம் சிக்கியபோது அவன் வயது பதினேழு! அத்துடன் ஒண்ணரையாண்டு சேர்த்தால் இப்போது அவனுக்குப் பத்தொம்பதாம் ஆண்டு நடக்கிறது.

அவன் இருபது வயதையும் எட்டாத சிறு பிராயத்திலேயே இருக்கிறான். ஆனால் கடந்து போகும் ஒவ்வொரு வருடத்துடனும் அவனது ஆசை அபிலாஷைகள், தான் ஒரு மனிதன் என்ற உணர்வே கொஞ்சம் கொஞ்சமாக அழிந்துகொண்டிருக்கும்போது, எஞ்சிய வாழ்க்கையை அவன் இங்கேயே கழித்துவிட வேண்டுமா? தனக்காக வென்று எதுவுமே இல்லாத இந்த அந்நிய மண்ணில் எதற்காக இப்படி வாழ்வது? இதை நினைத்ததுமே அவன் மனம் பயத்தால் நடுநடுங்கியது.

ஒரு நாள் மத்தியானம் குண்ட்டா, பிடிலய்யாவின் குடிசையில் பொழுதுபோக்காகப் பேசிக்கொண்டிருந்தபோது, தோட்ட வேலை செய்யும் கிழவர்கூட அங்கே வந்து சேர்ந்தார். குண்ட்டா அவரைப் பலமுறை பார்த்திருக்கிறானே தவிர அவருடன் அதிகப் பழக்கமில்லை. அவர் தன் முதலாளி துரைக்கு உழைத்துழைத்தே காலத்தைக் கடத்திவிட்டார். அவர் முடி நரைத்துவிட்டது. உடல் தளர்ந்துவிட்டது. அந்தப் படுகிழவரை ஏலத்தில் யாரும்

எடுத்துக்கொள்ள மாட்டார்கள். வேறு வழியில்லாமல் அந்த வெள்ளை முதலாளி கிழவருக்குக் கஞ்சி ஊற்றிக் கொண்டிருந்தான்.

"நாளையிலிருந்து நீ என்னோட தோட்ட வேலை செய்யணும்ணு பெல் சொன்னாளே!" என்றார் கிழவர்.

தனிமையில் உட்கார்ந்து பலவித சிந்தனைகளில் மூழ்கித் தத்தளித்துக்கொண்டிருப்பதைவிட, தோட்டத்தில் மண் பிசைவதே மேல் என்று நினைத்தான் குண்ட்டா. அடுத்த நாளிலிருந்து அவன் கிழவருடன் தோட்டத்திற்குச் சென்று, கிழவர், களை பறிக்கும்போது அவனும் களை பறித்தான். தக்காளி, உருளைக்கிழங்குச் செடிகளில் பிடித்திருந்த புழு பூச்சிகளைக் கிழவர் விரலால் பிடித்து, கால்களால் நசுக்கும்போது குண்ட்டாவும் அப்படியே செய்தான்.

காலைதோறும் பெல் காய்கறிகளுக்காகத் தோட்டத்திற்குக் கூடையைக் கொண்டு வருவாள். அப்போதுதான் அவள் துரையின் வீட்டில் சமையல்காரி என்பதைத் தெரிந்துகொண்டான். பெல் குண்ட்டாவைக் கண்ணெடுத்தும் பார்க்கமாட்டாள். வாய் திறந்து பேசமாட்டாள். குண்ட்டா உயிருக்குப் போராடிக் கொண்டிருந்த போது பெல் அவனுக்கு எவ்வளவோ அக்கறையாகப் பணிவிடை செய்தாள். அப்படிப்பட்டவள் இப்போது இவ்வளவு பாராமுகமாக இருக்கிறாளே என்று அவன் வருந்தினான். அப்படியே அவளை வெறுத்தான்.

குண்ட்டா தோட்ட வேலைக்குச் சேர்ந்த சில நாட்களிலேயே கிழவர் மிகவும் நோய்வாய்ப்பட்டார். அவர் தோட்டத்தில் இருந்தவரை பெல் வந்ததும் வேகமாகக் காய்கறிகளைப் பறித்துக் கூடையை நிரப்பி, பெல் மகாராணிபோல் முன்னே நடக்க, கிழவர் கூடையைச் சுமந்து பின்னாலேயே சென்று துரையின் சமையற்கட்டில் வைத்துத் திரும்பி வருவார். இப்போது அந்த வேலை குண்ட்டாவின் தலையில் விழுந்தது. பெல் பின்னால் கூடையைச் சுமந்து செல்வது அவனுக்கு அவமான கரமானதாக இருந்தது. அவள்மீது அவனுக்கு இதனால் கோபம் அதிகமாயிற்று.

குண்ட்டாவின் சுரைக்காய்க் குடுவையில் ஒரு நாள் காலை இருபத்திரெண்டாவது கல் விழுந்தபோது, அவனுக்கும் பெல்லுக்கும் இடையே இருந்த பனித்திரை கரைய ஆரம்பித்தது. அவன் காய்கறிக் கூடையைச் சமையலறையின் வாசலில் வைத்துவிட்டுத் திரும்பியதும் அவனை மீண்டும் அழைத்து பெல் அவனுக்கு 'சாண்ட்விச்' (தின்பண்டம்) தந்தாள். அவள் தினமும் அவனுக்கு ஏதாவதொன்று சாப்பிடத் தருவாள். அவள் சமைக்கும் உணவு வகைகளைப் பாராட்டி ஏதாவது சொல்ல அவன் நினைப்பான். ஆனால் தன்

மனக்கிடக்கையை வெள்ளையனின் மொழியில் சொல்ல அவனால் முடிவதில்லை. அதனால் மவுனமாகத் திரும்பிப் போய்விடுவான்.

மாதங்கள் மறைந்துகொண்டிருந்தன. காலச் சக்கரம் சுழன்று கொண்டிருந்தது. இரண்டு கிறிஸ்துமஸ் பண்டிகைகளும் வந்து போய்விட்டன. குண்ட்டாவின் சுரைக்காய்க் குடுவையில் நிறையவே கற்கள் சேர்ந்துவிட்டன.

ஒரு ஞாயிறு மதியம் குண்ட்டா, பிடிலய்யாவின் குடிசைக்குச் சென்றான். எப்போதும் வள... வள.. வென்று பேசிக்கொண்டிருக்கும் பிடிலய்யா, அன்று ஒன்றுமே பேசாமல் மவுனமாக இருந்தார். அன்று குண்ட்டாவே பேச்சைத் துவக்க வேண்டியதாயிற்று.

"பிடிலய்யா! டிரைவர் லூதர் துரையோடு எங்கே போனாலும், வெள்ளைக்காரங்க 'டாக்சுகள்' பத்தி பேசிக்கிட்டிருக்காங்களாம். 'டாக்சுகள்'னா என்ன?" என்று கேட்டான் குண்ட்டா.

"வெள்ளைக்காரங்க வாங்குகிற ஒவ்வொரு பொருளின்மீதும் கூடுதலா கொடுக்கிற பணத்த 'டாக்சு'ன்னு சொல்றாங்க. கடல் தாண்டி ஒரு வெள்ளைக்கார ராஜா இருக்கிறார். அவர் தான் செல்வந்தராவதற்கு இங்கேயுள்ள வெள்ளைக்காரங்கமேலே வரிகள் விதிக்கிறாரு" என்று பதில் கூறிப் பிடிலய்யா மவுனமாகிவிட்டார்.

நாம் ஏதாவதொன்றைக் கேட்டதுமே நிறுத்தாமல் பேசிக் கொண்டேயிருக்கும் பிடிலய்யா, அன்று சுருக்கமாகப் பதிலளித்து விட்டுப் பேசாமலிருந்துவிட்டது குண்ட்டாவுக்கு வியப்பளித்தது. அவருடைய மவுனத்தைப் பார்த்து குண்ட்டா ஏமாற்றமடைந்தான். மீண்டும் அவனே பிடிலய்யாவிடம் பேச்சுக்கொடுத்தான்.

"பிடிலய்யா! நீ இங்கே வர்றதுக்கு முன் எங்கே இருந்தே?"

பிடிலய்யா குண்ட்டாவை உற்றுப் பார்த்தார்.

"இங்கே இருக்கிற ஒவ்வொரு நீக்ரோவுக்கும்(ஆப்பிரிக்க கருப்ப னுக்கும்) என்னைப் பத்திய விஷயமே தேவை. நான் சொல்லமாட்டேன் போ!" என்று கடுமையாகக் கூறினார் அவர்.

"ஆனா உன்னோட சங்கதி வேறு!உனக்கு எதுவுமே தெரியாது. நீ வெள்ளைக்காரங்ககிட்டே பாதமும் இழந்தே! எத்தனையோ துன்பம் பட்டே! ஆனா நீ மட்டுமே கஷ்டப்படலே அப்பா! நான் உனக்கு இப்போ சொல்றதெ யார் கிட்டேயும் சொல்லக்கூடாது - ஜாக்கிரதை!" என்று எச்சரித்தார் பிடிலய்யா.

"யாருக்கும் சொல்லமாட்டேன்" என உறுதியளித்தான் அவன்.

"இதுக்கு முன்னே நான் வடக்குக் கரோலினாவில் இருந்தேன். நான் ஊழியம் செய்துகொண்டிருந்த வெள்ளை முதலாளி ஒரு நாள்

தண்ணீரில் மூழ்கிச் செத்துட்டார். அது எப்படி நடந்ததோ யாருக்கும் தெரியாது. அன்னிக்கு இரவே நான் அங்கிருந்து ஓடிவிட்டேன். என்மேலே உரிமை இருக்குண்ணு என்னைத் தடுக்க அவருக்குப் பெண்டு பிள்ளைங்க இல்லை. பலநாள் சிவப்பிந்தியர் கூடாரங்களிலே மறைஞ்சிருந்தேன். என்னைக் கைது செய்யற அபாயம் இல்லேன்னு உறுதியான பிறகு, அங்கிருந்து வெளிப்பட்டு இந்த வர்ஜீனியா வந்து சேர்ந்து பிடில் வாசித்துக் காலத்தைக் கடத்திட்டு வர்றேன்."

"வர்ஜீனியான்னா?"

"அடேய் அப்பாவி பயலே! நம்ம பிழைப்பும் ஒரு பிழைப்புன்னு கருதினா, இப்போ நாம பிழைத்துக் கொண்டிருப்பது 'வர்ஜீனியா' என்கின்ற காலனி."

"காலனின்னா?"

"நீ இவ்வளவு முட்டாளாயிருப்பேன்னு நினைக்கலே. இந்த நாட்டிலே மொத்தம் பதிமூணு இடங்கள் இருக்கு. நமக்கு இன்னும் தெக்கிலே ரெண்டு கரோலினாக்கள் இருக்கு. வடக்கே மேரிலாண்ட், பென்சில்வேனியா, நியூயார்க் இருக்கு. வடக்கே நான் போகா விட்டாலும், அங்கே, இங்கே உள்ள அளவு நீக்ரோக்கள் இல்லேன்னு சொல்றாங்க. அங்கே உள்ள வெள்ளைக்காரங்களுக்கு அடிமைத்தனம் பிடிக்காதாம். அவுங்க நம்ம ஜனங்களைச் சுதந்திரமா இருக்க விடறாங்களாம்."

பிடிலய்யா கூறியது தனக்குப் புரியாவிட்டாலும் எல்லாம் புரிந்ததைப்போல் குண்ட்டா நடித்தான். தான் ஏதாவது கேட்டால் அவர் மீண்டும் சீறுவார் என்று பயந்து மவுனமாக இருந்து விட்டான்.

"நீ எப்போதாவது சிவப்பிந்தியரைப் பார்த்தியா?" என்று கேட்டார் பிடிலய்யா.

குண்ட்டா, முதலில் தடுமாறினான். பிறகு சமாளித்துக் கொண்டு "ஊம்.. ஒருத்தர் ரெண்டு பேரைப் பார்த்தேன்" என்று சொல்லி வைத்தான்.

"வெள்ளைக்காரங்க இந்த மண்ணிலே அடியெடுத்து வைக்கிறதுக்கு முன்பிருந்தே சிவப்பிந்தியர் இங்கே இருந்தாங்க. யாரோ கொலம்பஸ் என்கிறவர் இந்த நாட்டைக் கண்டு பிடித்தாருன்னு வெள்ளைக்காரங்க தம்பட்டம் அடிக்கிறாங்க. அவர் வரும்போதே இங்கே சிவப்பிந்தியர் இருக்கும்போது புதுசா கண்டுபிடிச்சது என்னவாம்?"

"வெள்ளையரின் சுபாவமே அதுதான்! அவன் தனக்கு முன்னே இருந்தவங்களை மனுஷர்களாவே கருதறதில்லே. அதோடு அவங்களைக் காட்டுமிருகங்கன்னு சொல்றான்" என்றான் குண்ட்டா.

பிடிலய்யாவால் குண்ட்டாவின் பேச்சைப் பாராட்டாமல் இருக்க முடியவில்லை.

"அங்கே உங்க ஆப்பிரிக்கக்காரங்களும், இங்கே எங்க சிவப்பிந்தியரும் ஒரு விதமான தவறு செய்தாங்க. நீங்க இந்த வெள்ளைக் காரங்களை உங்க நாட்டுக்குள்ளே வரவிட்டீங்க. தின்னவிட்டீங்க. படுக்கவிட்டீங்க. பிறகு அவங்க உங்களைக் குனியவெச்சுக் குத்தும்போது, விலங்கு போட்டு இழுத்துப் போனபோதுதான் உங்களுக்குப் புரிய ஆரம்பித்தது."

பிடிலயய்யா சற்று நேரம் நிறுத்தி மீண்டும் பொரிந்து தள்ளினார்.

"உங்க ஆப்பிரிக்க நீக்ரோக்களை நான் ஏன் வெறுக்கிறேன் தெரியுமா?உன்னைப் போன்றவங்க நாலைந்து பேர் எனக்குத் தெரியும். உன்னை மட்டும்தான் எப்படி விரும்பினேனோ எனக்கே தெரியாது. நீங்க இந்த நாட்டுக்குள்ளே வந்ததுமே இங்கேயிருக்கிற நீக்ரோங்க எல்லாம் உங்களைப்போலவே இருக்கணும்னு விரும்புறீங்க. இங்கே இருக்கிற எங்களுக்கு எங்கோ தூரத்திலே இருக்கிற ஆப்பிரிக்காபத்தி தெரிஞ்சிருக்கணும்னு எப்படி நினைக்கிறீங்க? எங்க ஜன்மத்திலே நாங்க ஆப்பிரிக்காவுக்குப் போனதில்லே. இனி போகப் போவதும் இல்லே" என்றார் குண்ட்டாவை முறைத்துப் பார்த்து.

இனியும் அங்கே உட்கார்ந்திருந்தால் பிடிலய்யா இன்னும் எரிந்து விழுவாரென்று பயந்து குண்ட்டா அவசரமாக எழுந்து வந்துவிட்டான். தன் குடிசையை அடைந்த பிறகு மெத்தையில் படுத்து பிடிலய்யா கூறியவற்றை நினைவு கூர்ந்தான். அவன் உள்ளம் சற்றுத் தெளிவு பெற்றது. பிடிலய்யா, தான் போர்த்தியிருந்த போர்வையை உதறி எறிந்து விட்டுத் தன் உண்மை உருவத்தைத் காட்டினார். அதாவது அவர் தன்னை உளமார நம்பினார். வெள்ளையனின் பூமியில் தான் அடி யெடுத்து வைத்த இந்த மூன்றாண்டுகளில், தனக்கு அறிமுக மானவர்களில் முதன் முதலாகத் தான் ஒரு மனிதனைச் சரியாகப் புரிந்துகொள்ள ஆரம்பித்திருப்பதுபோல் குண்ட்டா உணர்ந்தான்.

27

குண்ட்டாவின் கை கால்கள் தோட்ட வேலையில் ஈடுபட்டிருந்தாலும், அவன் உள்ளத்தில்மட்டும் பிடிலய்யாவின் சிந்தனைகளே நெளிந்து கொண்டிருந்தன. அவரைப்பற்றி நானறிந்தது எவ்வளவு குறைவு என்பதைத் தெரிந்துகொள்ள எத்தனை நாள் பிடித்தது? இன்னும் தெரிந்துகொள்ள வேண்டியது எவ்வளவு இருக்கிறதோ! அவர் மட்டுமல்ல; தோட்டக்காரக் கிழவர் பற்றியோ, சமையற்காரி பெல் பற்றியோ தனக்கு என்ன தெரியும்? அவர்களுடைய ஆழமான மனத்திற்குள்ளே எட்டிப் பார்க்கும் வாய்ப்பே இதுவரை கிட்டவில்லை. அவர்களும் எப்போதுமே தன்னுடன் உள்ளம் திறந்து பேசவில்லை. அவர்கள் இருவரும் தன்னுடன் பேசும்போது ஏதோ சொல்ல வந்து மவுனமாகி விட்டதைக் குண்ட்டா இப்போது ஞாபகப்படுத்திக் கொண்டான்.

ஒரு மாலை வேளையில் ஓய்வு ஏற்படுத்திக்கொண்டு குண்ட்டா தோட்டக் கிழவரின் குடிசைக்குச் சென்று அவரை, "தாத்தா! உனக்கிப்போ எத்தனை வயது?" என்று கேட்டான்.

கிழவர் குண்ட்டாவைத் தலைமுதல் கால்வரை நுணுக்கமாகப் பார்த்தார்.

"நீ அல்லது இங்கேயுள்ள மத்தவங்க நினைக்கிறதைவிட அதிக வயது. என்னோட சிறு வயதிலே சிவப்பிந்தியரோட போர்க் குரலைக் கேட்டவன் நான்."

தலை சாய்ந்து கொஞ்ச நேரம் மவுனமாக இருந்துவிட்டு, அவர் குண்ட்டாவை நோக்கி ஒரு பாட்டுப் பாட ஆரம்பித்தார்.

"ஆ...மா... தேரே உம்பம். புவா-

தீ லே நீ தேனிக் வோலே..."

பாட்டை நிறுத்திவிட்டுக் கிழவர், "இந்தப் பாட்டை எங்க குழந்தைங்க பாடிக்கிட்டிருப்பாங்க. அவங்க, இந்தப் பாட்டைப் பாட்டியிடம் - அதாவது எங்க அம்மாவிடம் - கத்துகிட்டாங்களாம். எங்க பாட்டி உன்னைப்போலவே ஆப்பிரிக்காவிலிருந்து வந்தவங்க." குண்ட்டா இந்தப் பாட்டைக் கேட்டு "பாட்டி எங்கேயிருந்து வந்தாங்கன்னு உன்னாலே சொல்ல முடியுமா?" என்று ஆவலுடன் கேட்டார்.

“செரேரி இனத்தைச் சேர்ந்தவங்க பாடுற பாட்டுபோல் தோணுது. அந்த மொழி எனக்குத் தெரியாது. நான் ஆப்பிரிக்கா விலிருந்து வந்த கப்பலில் அந்த மொழியிலே பேசிக்கிட்டிருந்ததைக் கேட்டேன்” என்றான் குண்ட்டா.

தோட்டக் கிழவர் சுற்றிலும் ஜாக்கிரதையாக நோட்டம் விட்டு “இன்னும் நான் பாடினா எவனாவது ஒருவன் வெள்ளைத்துரைக்குச் சொல்லிவிடுவான். நீக்ரோக்கள் ஆப்பிரிக்காப் பாஷையிலே பேசிக்கிறது வெள்ளைக்காரங்களுக்குப் பிடிக்காது” என்றார்.

அவருடைய உயரமான மூக்கையும், சப்பை உதடுகளையும், கன்னங்கரேலென்ற நிறத்தையும் கவனித்த குண்ட்டா, ‘தாத்தா! நீங்க காண்ட்டியா இனத்தைச் சேர்ந்தவர்தான்!’ என்று சொல்ல வாயெடுத்து மவுனமாகிவிட்டான். கிழவர் கூறியவாறு அப்படிப் பட்ட விஷயங்களைப் பரஸ்பரம் பேசிக்கொள்வது நல்லதல்ல என்று குண்ட்டா பேச்சை மாற்றிவிட்டான்.

“தாத்தா! முதலில் நீ எங்கே இருந்தே? இங்கே எப்படி வந்து சேர்ந்தே? என்று கேட்டான் அவன்.

“அது ஒரு பெரிய கதை தம்பீ! எல்லா நீக்ரோக்களும் கஷ்டப்பட்டதைப்போலவே நானும் எவ்வளவோ கஷ்டப்பட்டேன். அந்தக் காலத்திலே நான் எப்படி இருந்தேன் தெரியுமா? கற்களை விழுங்கி செறிச்சுக்குவேன். ஒரு தானிய மூட்டையை அலாக்காத் தூக்கி எறிவேன். ஓர் ஆளை அவனோட ‘பெல்ட்’டைப் பிடித்தே உயரே எழுப்பிவிடுவேன். அப்படிப்பட்ட என்னை என்னோட பழைய முதலாளி எலும்பும் தோலுமாக ஆக்கிவிட்டு இப்போதைய முதலாளிக்கு வித்துப்போட்டார். இப்போ என்னோட உடம்பிலே துளி பலமும் இல்லே. வாய்ப்புக் கிடைச்சா ஓய்வெடுக்கலாம் போலிருக்கு தம்பீ!” என்று பரிதாபமாகக் கூறினார் அவர்.

குண்ட்டா துயரத்துடன் விடை பெற்றுக்கொண்டு தன் குடிசைக்குத் திரும்பினான். ஊமைகள்போல் காணப்படும் இவர்களின் உள்ளங்களிலே மறைந்துள்ள வேதனைத் தீயை அவன் புரிந்து கொண்டான்.

மறுநாள் பெல்லை பேச்சுவார்த்தையில் இறக்க வேண்டு மென்று முடிவு செய்துகொண்டான் குண்ட்டா. அவளுக்கு விருப்பமான விஷயம் வெள்ளை முதலாளி வாலர் பற்றியதென்பது அவனுக்குத் தெரியும். துரை ஏன் திருமணம் செய்துகொள்ளவில்லை என்று கேட்டாலே போதும், பெல் வள வள என்று பேசித் தீர்த்துவிடுவாள்.

“நான் இங்கே வேலை செய்ய வந்த வருடமே துரைக்குக் கல்யாணமாச்சு. துரைசானியின் பெயர் ‘விரிஸ்வில்லா’. அவங்க

எவ்வளவு அழகாயிருப்பாங்க தெரியுமா? ஓராண்டு முடியுமுன்பே கர்ப்பமானாங்க. அழகான பெண் குழந்தையைப் பெத்ததுமே இறந்துட்டாங்க. பிறகு அந்தக் குழந்தையும் இறந்துட்டது. அன்றி லிருந்து துரை மாறிப் போயிட்டார். அதுக்குப் பிறகு பழைய மனிதராகவே ஆகலே. வேலை செய்து செய்தே சாகிறவரைப்போல எப்போ பார்த்தாலும் வேலை.. வேலை.. யாருக்கு எந்த உதவி தேவையானாலும் சிறகு விரித்துப் பறந்து போவார். யாருக்குச் சுகமில்லைனாலும் ஓடிப்போய் மருந்து கொடுப்பார். உமக்கும், பிடிலய்யாவுக்கும் எவ்வளவு உதவினார்! அடிமைகளை வேட்டை யாடறவங்க உன் பாதத்தை வெட்டினாங்கன்னு கேள்விப் பட்டதும் எப்படிச் சீறினார் தெரியுமா? உடனே கூடப்பிறந்த தம்பியிடமிருந்து உன்னை விலைக்கு வாங்கிக்கொண்டு விட்டார்'' என்றாள் பெல்.

குண்ட்டா மவுனமாகக் கேட்டுகொண்டிருந்தான். கருப்பர்களின் உள்ளங்களையும், ஆழமான நெஞ்சங்களையும் தான் புரிதுகொள்ள ஆரம்பித்திருப்பதாக அவன் நினைத்துக் கொண்டு இருக்கையிலே, வெள்ளையர்களுக்கும் மனிதர்களுக்கும் உண்டான வேதனையும், வலியும் இருக்குமென்பது அவனுக்குத் தோன்றவே இல்லை. தன் உள்ளத்து எண்ணங்களை வெள்ளைக்கார மொழியில் பெல்லுக்குச் சொன்னால் நன்றாயிருக்குமென எண்ணினான் குண்ட்டா. தன் சிறு வயதில் நியோபோட்டோ பாட்டி கூறிய முதலைக் கதையைச் சொல்ல வேண்டும் போல் இருந்தது. அந்தக் கதையைப் பாட்டி எப்போது கூறினாலும், "நல்லதுக்குப் போனால் பெரும்பாலும் கெடுதல்தான் கிடைக்கும்'' என்று முடிப்பாள்.

தான் பிறந்த வீடும், வளர்ந்த ஊரும் ஞாபகம் வந்ததுமே பலநாட்களாகத் தன் மனத்தில் மறைந்திருந்த விஷயத்தைப் பெல்லிடம் சொல்ல, இதுவே தகுந்த சமயமென்று கருதினான் குண்ட்டா. நிறம் ஒன்றைத் தவிர அவள் அசல் மாண்டிங்கா பெண் போலவே இருக்கிறாள். இதையே அவன் பெருமையுன் கூறிவிட்டான். அதற்கு அவள் மகிழ்ந்தாளா அல்லது கோபித்துக்கொண்டாளா என்பது அடுத்த விநாடியே அவனுக்குத் தெரிந்துவிட்டது.

"சீ! நீயும், உன் முட்டாள்தனமான பேச்சும்! இந்த வெள்ளைக் காரங்க தினமும் கப்பல் கப்பலா உன்னனைப்போன்ற ஆப்பிரிக்கக் கருப்பர்களை ஏன்தான் இறக்குமதி செய்றாங்களோ புரியலே!'' என்று சீறி விழுந்தாள்.

இதன் பிறகு ஒரு மாதம்வரை பெல் அவனுடன் பேசவில்லை. குண்ட்டாவே காய்கறிக் கூடையையும் சமையலறைவரை சுமந்து போய் வைத்துவிட்டுத் திரும்பி கொண்டிருந்தான். ஆனால் ஒரு திங்கட்கிழமை யன்று விடிந்தும் விடியாததற்கும் முன்பே பெல்

தோட்டத்திற்கு இரைக்க இரைக்க ஓடி வந்தாள். அவள் கண்களில் ஏதோ விவரிக்க முடியாத ஆவல். அவள் தடுமாறியபடி கூறினாள:

"மாவட்ட துரை வந்து இப்போதுதான் நம்ம துரையிடம் சொல்லிட்டுப் போனார். வடக்கே போஸ்டன் என்னுமிடத்திலே பெரிய யுத்தம் நடக்குதாம்! கடலுக்கு அப்பாலுள்ள அரசர் வரி போட்டாருன்னு இங்குள்ள வெள்ளைக்காரங்களெல்லாம் சீறிக் கிட்டிருக்காங்களாம். லூதரைக் கூப்பிட்டு உடனே சாரட்டு வண்டிய கட்டச் சொல்லி நம்ம துரை பட்டணம் போனார். நம்ம துரை அதிர்ச்சி அடைஞ்சிட்டார்."

குண்ட்டாவுக்கு அவள் சொன்னது ஒன்றுமே புரியவில்லை. 1766 ஆம் ஆண்டில் பிரிட்டிஷ் பாராளுமன்றம் காலனி நாடுகளுக்கு எதிராக 'ஸ்டாம்பு சட்டம்' செய்ததென்பதும், தேயிலை, கண்ணாடி, காகிதம் முதலிய பொருட்களுக்குச் சுங்க வரி விதித்ததென்பதும் பாவம், அவனுக்கென்ன தெரியும்?

அன்றிரவு முன்னதாகவே அனைவரும் சாப்பாட்டை முடித்துக் கொண்டு பிடிலய்யாவின் குடிசையிலே குழுமினார்கள். போஸ்டன் என்ற நகரம் எங்கே இருக்கிறதென்று அவரைப் பிய்த்தெடுத்தார்கள்.

"மிக வேகமாப் பாய்ந்தோடுகிற குதிரைகள் பூட்டிய வண்டியில் போனா பத்து நாள் போஸ்டன் போய்ச் சேர பிடிக்குமுன்னு சொல்றாங்க" என்றார் பிடிலய்யா.

இரவு வெகு நேரமாகிய பிறகு துரையை அவருடைய வீட்டில் சேர்த்துவிட்டு, நேராகப் பிடிலய்யாவின் குடிசைக்குள் வந்தான் லூதர்.

"வரி விதித்த சேதி கேட்டதுமே வெள்ளைக்காரங்க, அரசரோட சிப்பாய்ங்களை தாக்கினாங்களாம்! அவங்க இவங்க மேலே துப்பாக்கியாலே சுட்டாங்களாம்! கிரின்பன் அடக்ஸ் என்கிற கருப்பன்தான் முதல்லே செத்தானாம். அதுக்குப் பிறகு வெள்ளைக் காரங்க பலபேர் செத்தாங்களாம்! அது போஸ்டன் கொலைத் தாண்டவமாம்" என்று துரையின் வண்டியோட்டி லூதர் விவரித்தான்.

இதன்பின் சில நாட்கள்வரை இதுபற்றியே பேசிக் கொண்டிருந் தார்கள். குண்ட்டாவுக்கோ எதுவுமே விளங்க வில்லை. எங்கோ யாரோ சண்டை போட்டுக் கொண்டிருந்தால், இங்கே இந்த வெள்ளையர் களுக்கும் கருப்பர்களும் என்ன வந்துவிட்டதாம்? வெள்ளையர் இருவர் எங்கே சந்தித்துக் கொண்டாலும், சாப்பாட்டு மேசையிலும், கடை வீதியிலும் அவர்கள் இதைக் குறித்தே பேசிக் கொண்டிருக்கிறார்கள் என்று அடிமைக் கருப்பர்கள் இடை விடாமல் சொல்லிக் கொண்டி ருந்தார்கள். குண்ட்டாவுக்கு எதுவுமே புரியவில்லை.

“வெள்ளைக்காரங்களுக்கு ரகசியம் எதையும் மறைத்து வைக்க வழியே இல்லை. அவர்களைச் சுற்றிலும் இருபத்திநாலு மணி நேரமும் கருப்பர்கள் இருக்காங்க. வெள்ளையருங்க சாப்பாட்டு மேசையிலே குசுகுசுத்துக் கொண்டாலும், அவர்களுக்கு பரிமாறுகிற கருப்புப் பெண் அதையெல்லாம் உன்னிப்பாகக் கேட்டுக்கொண்டே இருப்பாள். வெளியே வந்து தன் இனத்தவருக்கு விவரமாகச் சொல்லி விடுவாள்” என்று பிடிலய்யா குண்ட்டாவுக்கு விளக்கினார்.

வாலர் துரையுடன் ஊர்களைச் சுற்றி வரும் லூதர் தினமும் பல சேதிகளைச் சொல்லிக்கொண்டே இருக்கிறான். இந்த நாட்டைச் சேர்ந்த வெள்ளையருக்கெதிராகப் போராடும் நீக்ரோக்களுக்கும் விடுதலை அளிப்போமென்று இங்கிலாந்து அரசர் அறிவித்து விடுவாரோ என்று வெள்ளைக்காரர்கள் அஞ்சிக் கொண்டிருக் கிறார்களாம்! இரவு வேளைகளில் அவர்கள் தம் வீட்டு வாசல்களை நன்றாக அடைத்துக்கொண்டு, வீடுகளில் வேலை செய்யும் கருப்பர் களுக்குக் கேட்காமல் மெல்லப் பேசிக்கொண்டிருக் கிறார்களாம்!

இவற்றை எல்லாம் கேள்விப்பட்ட குண்ட்டா இரவில் படுக்கையில் படுத்துக்கொண்டு ‘சுதந்திரம்’ பற்றி சிந்திக்கத் தொடங்கினான். அவனுக்குத் தெரிந்த வரையில் ‘சுதந்திரம்’ என்றால் என்ன? தன்மீது அதிகாரம் செலுத்தும் துரை இல்லாமலிருப்பது. நம் விருப்பம்போல் எங்கும் செல்ல முடிவது! அப்படிப்பட்ட சுதந்திரம் சும்மாவே மடியிலே வந்து விழுமென்று எண்ணுவது எவ்வளவு முட்டாள்தனம்! அந்தச் சுதந்திரம் தந்து அனுப்பிவிடுவதற்காகவா எங்கோ இருக்கிற ஆப்பிரிக்காவிலிருந்து தன்னைப் போன்றவர்களை இந்த வெள்ளைக்காரர்கள் பிடித்து வந்திருப்பது? அது நடக்கக்கூடிய காரியமல்ல!

போர்ச் செய்திகள் அவ்வப்போது அடிமைகளின் சேரிக்கு வந்துகொண்டிருந்தன. எங்கேயோ ‘லெக்ஸிங்டன்’ என்னுமிடத்தில் நடைபெற்ற போரில் மன்னர் படையினர் இருநூறு பேர் இறந்து விட்டார்களாம்! ‘பங்கர்ஹில்’ லில்ஆயிரம் பேர் செத்து விட்டார் களாம்! போர்ச் செய்திகளுடன் ஆங்காங்கே அடிமைகளின் கலகங்கள் பற்றிய செய்திகளும் வந்துகொண்டிந்தன.

துரைமார்களின் விவசாயப் பண்ணைகளை விட்டுவிட்டு பிரிட்டிஷ் போர் கப்பல்களில் வேலை செய்ய வரும் அடிமைகளுக்கு விடுதலை அளிக்கப்படுமென்ற வர்ஜீனியா கவர்னர் லார்ட்டன் மோரின் அறிவிப்பு பெரும் பரபரப்பை ஏற்படுத்திவிட்டது. ஜார்ஜியா, தென் கரோலினா, வர்ஜீனியா மாநிலங்களில் ஆயிரக்கணக்கான கருப்பு அடிமைகள் வெள்ளைத் துரைமார்களின் விவசாயப் பண்ணைகளை விட்டுவிட்டு, லார்ட்டன் மோரின் கப்பற்படையிலே சேர்ந்து

கொண்டிருக்கிறார்கள் என்று வாலர் துரையின் வீட்டில் கூடும் வெள்ளையர் பேசிக் கொண்டிருந்ததை பெல் தன் காதால் கேட்டாள். பல அடிமைகள் வடக்கு நோக்கி ஓடிக் கொண்டிருக்கிறார்களாம்! அவர்களைப் பிடித்துவர ஆயிரக் கணக்கான வேட்டை நாய்களை வளர்க்க வேண்டுமென்றும் வெள்ளைத் துரைகள் முடிவு செய்து கொண்டார்களாம்!

ஒரு நாள் காலை வாலர் துரை பெல்லைத் தன் அறைக்கு அழைத்து, "வர்ஜீனியா கெஜட்" பத்திரிகையில் வந்த ஒரு விளம்பரத்தைப் பேனாவினால் குறியிட்டு, இருமுறை நிதானமாகப் பெல்லுக்குப் படித்துக் காட்டினார். பிறகு அந்த விளம்பரத்தை அவள் கையில் தந்து, அதை அடிமைப் பட்டியிலுள்ள அனைவருக்கும் படித்துக் காட்டும்படி பணித்தார். பெல்லும் அவ்வாறே எல்லாருக்கும் படித்துக் காட்டினாள்:

"நீக்ரோக்களே பேராசைப்பட்டு உங்களை நீங்களே அழித்துக் கொள்ளாதீர்கள்! நீங்கள் எங்களை விட்டுப்போனால் எங்களுக்கு நஷ்டம் நேர்ந்தாலும், நேராவிட்டாலும் நீங்கள் மட்டும் அழிவது நிச்சயம்!"

பத்திரிகையைத் திருப்பி வாலர் துரைக்கு தருவதற்கு முன்பு பெல் அதில் வெளியாகியிருந்த மற்றச் செய்திகளையும் கூட்டிக் கூட்டிப் படித்தறிந்து கொண்டாள். அவற்றில் ஏற்கனவே நடைபெற்ற அடிமைகளின் கலகங்கள்பற்றியும், இனி நடக்கவிருக்கும் கலகங்கள் குறித்தும் செய்திகள் இருந்தன. பத்திரிகையை விரைவாகத் திருப்பித் தராததற்கு வாலர் துரை பெல்லின்மேல் சீறி விழுந்தார். அவள் பாவம், துரையிடம் மன்னிக்கும்படி மன்றாடி, பத்திரிகையைத் திருப்பித் தந்து விட்டாள்.

1776 லிருந்து 1783 வரை ஏழாண்டுகள் பிரிட்டிஷ் படைக்கும், அமெரிக்கக் காலனி நாட்டுப் படைக்கும் யுத்தம் நடைபெற்றது. ஜார்ஜ் வாஷிங்டன் தலைமையில் அமெரிக்கப் படை வெற்றி பெற்றது. காரன் வாலிஸ் சரணாகதி அடைந்தார்.

பெல் அடிமைகளின் சேரிக்கு ஓடிச்சென்று கூறினாள்: "எல்லாரும் கேளுங்கோ! புதிய ஐக்கிய நாடுகளுக்கு 'பிலடெல்ஃபியா' முதல் தலைநகரம்! நம்ம துரை இப்போதுதான் சொன்னார்."

1783 நவம்பர் மாதத்தில் ஜெனரல் வாஷிங்டன் படையைக் கலைத்து விட்டார். அப்போதிருந்து அமைதி நிலவுமென்று துரை பெல்லுக்குச் சொன்னார். இந்தச் சேதியையும் அவள் உடனே கருப்பர்களுக்கு எல்லாம் ஒலி பரப்பிவிட்டாள்.

அதைக் கேட்டு பிடிலய்யா கேலியாகச் சிரித்தார்.

“வெள்ளைக்காரங்க இருக்கிறவரை அமைதி இருக்காது, ஏன்னா, அவங்களுக்குக் கொல்றதிலே இருக்கிற ஆனந்தம் வேறெதிலேயும் இருக்காது. நம்ம நீக்ரோக்களும் இப்போதையும்விட மோசமான காலம் வரப்போகுது. நான் சொல்றத நீங்களே உங்க கண்ணாலே பார்க்கப் போறீங்க! இது பொய்யானா என் பெயர் பிடிலய்யாவே இல்லே!” என்று அவர் தன்னைச் சுற்றிலும் உட்கார்ந்திருந்த கருப்பர்களின் கண்களுக்குள் ஊடுருவிப் பார்த்து, வருங்காலம்பற்றி ஆரூடம் கூறினார்.

குண்ட்டாவும், தோட்டக்காரரும் தனியாக உட்கார்ந்து பேசிக் கொண்டிருந்தார்கள். தோட்டக்காரர் திடீரென்று “நீ இங்கே வந்து எத்தனை வருஷமாச்சு?” என்று குண்ட்டாவைக் கேட்டார். எதிர்பாராத இந்தக் கேள்விக்கு உடனே பதில் கூற முடியாமல் அவன் திணறினான்.

அன்றிரவு குண்ட்டா தன் குடிசையில் , தனிமையில் சுரைக்காய்க் குடுவையில் போட்டிருந்த கற்களைப் பன்னிரெண்டு, பன்னிரெண் டாகக் கூறுகள் வைத்தான். மொத்தம் பதினேழு கூறுகளாயின. அதாவது தான் பெற்றோருடன் கழித்த காலத்தின் அளவு இது! தற்போது தனக்கு முப்பத்துநாலு வயது! ஓ அல்லா! நான் பதினே ழாண்டு இந்த வெள்ளைக் காரனோட நாட்டிலே கழிச்சுட்டேனே! நான் இப்போ இன்னும் ஆப்பிரிக்கக் கருப்பனா, இல்லே அமெரிக்க நீக்ரோவா? குறைந்தபட்சம் நான் இப்போ ஆண்தானா? கடைசியா நான் என்னோட அப்பாவைப் பார்த்தபோது அவருக்கு என்ன வயசோ, அதே வயசு இப்போ எனக்கு! ஆனா, எனக்கு யார் இருக்காங்க? என்ன இருக்கு?

பெண்டாட்டி இல்லே; பிள்ளைகளும் இல்லே!

குடும்பமில்லே; சொந்த ஜனமும் இல்லே!

சொந்த ஊர் இல்லே; சொந்த நாடும் இல்லே!

கடந்த காலம் இல்லே; எதிர்காலமும் இல்லே!

பல வருடங்களுக்கு முன்பு தான் வாழ்ந்த ‘காம்பியா’ இப்போது குண்ட்டாவுக்கு இல்லை. தன்னுடைய நாடு என்று பெருமைப்பட ‘காம்பியா’ இப்போது அவனுக்கு ஒரு கனவு மட்டுமே! அவன் இன்னும் உறக்கத்திலேயே இருக்கிறானா? என்றாவது அவன் விழித்துக் கொள்வானா?

28

குண்ட்டா தன் எதிர்காலம்பற்றி அதிகமாக அலட்டிக் கொள்ள வேண்டிய அவசியமே இல்லாமல் பரபரப்பு ஏற்படுத்திய ஒரு நிகழ்ச்சி நடந்துவிட்டது. தப்பியோடிய ஓர் அடிமை வேலைக்காரி பிடிபட்டு, கசை அடிகள் பொறுக்க இயலாமல் உண்மையைக் கக்கிவிட்டாள். அவள் தப்பியோடுவதற்குத் திட்டம் போட்டுத் தந்து உதவியும் செய்தவன் வேறு யாருமல்ல; சாட்சாத் வாலர் துரையின் வண்டி யோட்டி லூதர்தான்!

வாலர் துரை மாவட்ட நீதிபதி ஷெரீஃஃபை அழைத்துக் கொண்டு அடிமைகள் பட்டிக்குள் சூறாவளிபோல் வந்தார். லூதரைப் பிடித்துக்கொண்டு உண்மையைச் சொல்லும்படி வற்புறுத்தியபோது, அவன் தன் தவறை ஒப்புக்கொண்டுவிட்டான். துரைக்கு அடக்க முடியாத கோபம். லூதரை அடிக்க கை ஓங்கினார். ஆனால் லூதர் நடுங்கியவாறே தன்னை மன்னித்தருளும்படி துரையை வேண்டினான். ஓங்கிய கையை மெல்லக் கீழே இறக்கி லூதரின் விழிகளுக்குள் ஊடுருவிப் பார்த்தார் துரை.

“ஷெரீஃஃப்! இவனைக் கைது செய்து சிறையிலே அடையுங்கோ. நாளை இவனை ஏலத்தில் விற்றுத் தொலைக்கணும்” என்று கூறி, துரை பின்னால் திரும்பிப் பார்க்காமல் விறுவிறுவென்று சென்றுவிட்டார். துயரம் மேலிடக் கேவிக்கேவி அழுதுகொண்டிருந்த லூதரின் வேண்டுகோளை அலட்சியப்படுத்திவிட்டுப் போய்விட்டார் துரை.

துரையின் டிரைவர் பதவி, யாரை அடையுமோ என்று அடிமைகள் சேரியில் வதந்திகள் பரவுமுன்னே குண்ட்டாவுக்குத் துரையிடமிருந்து அழைப்பு வந்தது. அவன் நொண்டிக்கொண்டே பெல்லின் பின்னால் துரையைப் பார்க்கப் போனான். அவர் தன்னை எதற்காக அழைத்தாரென்பது தெரிந்திருந்தாலும், இதற்குமுன்பு எப்போதுமே அவர் எதிரிலே நேருக்கு நேர் நின்று பேசாததால் குண்ட்டாவின் இதயம் பட...பட.... வென்று அடித்துக்கொண்டிருந்தது.

துரை பங்களாவின் ஹாலை அடைந்ததும் குண்ட்டா திகைத்தான். வழவழப்பான தரையும், வெள்ளை வெளேரென்ற காகிதங்கள் ஒட்டிய உயரமான சுவர்களும் அவனை வியப்பிலாழ்த்தின. பெல் முன்னே சென்று மிருதுவாகவும், நாசூக்காகவும் துரையின் அறைக் கதவை மெல்லத் தட்டடினாள்.

“கமின்” - உள்ளேயிருந்து துரையின் குரல் கேட்டது.

குண்ட்டாவை தன் பின்னாலேயே வரும்படி சைகை செய்துவிட்டு பெல் உள்ளே நுழைந்தாள். கிடங்கைப்போல் விசாலமாக இருந்த துரையின் அறையைக் கண்டு குண்ட்டா வியப்படைந்தான். உயர்தர மான ஓக் மரப் பலகைகள் பதிந்த உயரமான சுவர்கள். ரத்தினக் கம்பளம் விரிக்கப்பட்ட தரை. சுவர்களில் பெரிய பெரிய வண்ண ஓவியங்கள். வாசலிலும், கதவுகளிலும் அழகான வண்ணத் திரைகள் கண்ணைப் பறிக்கும் மேசைகளும், நாற்காலிகளும், சோபாக்களும், அலமாரிகளில் வரிசையாக அடுக்கப்பட்டிருந்த புத்தகங்கள். துரை நாற்காலியில் அமர்ந்து வட்டமான வண்ண விளக்கின் எதிரே ஏதோ புத்தகம் படித்துக்கொண்டிருந்தவர், தலையெடுத்து குண்டடாவைப் பார்த்தார்.

"டோபி, எனக்கு இப்போ ஒரு டிரைவர் தேவைப்படறான். நீ இங்கேயே வளர்ந்து பெரியவன் ஆனாய். உன்னை நம்பலாம் என்கிற நம்பிக்கை எனக்கிருக்கு. உனக்குக் குடிப் பழக்கம் இல்லென்னு பெல் சொன்னா, அது எனக்கு ரொம்ப சந்தோஷமளித்தது. உன் நடத்தையும் நான் கவனிச்சுட்டுதான் வர்றேன்...''..

துரை ஒரு விநாடி பேசுவதை நிறுத்தினார். பெல் குண்ட்டாவின் மேல் ஒரு பார்வையை வீசினாள்.

"எஸ் ஸார் மாஸா!" என்றான் உடனே குண்ட்டா.

"லூதரின் கதி என்னாச்சோ பார்த்தாயில்லையா?"

"எஸ் ஸார்!"

துரை அவன் விழிகளைக் கூர்ந்து பார்த்தார் "உன்னை ஒரு விநாடியில் வித்துத் தொலைச்சுடுவேன் ஜாக்கிரதை! நீங்க ரெண்டு பேரும் வாலாட்டினா பெல்லுக்கும் அதே கதிதான்!"

இருவரும் மவுனமாக நின்றார்கள். துரை படித்துக் கொண்டிருந்த புத்தகம் திறந்து, "சரி நீ நாளையிலிருந்து என் சாரட்டு வண்டிய ஓட்டு! நாளைக்காலை நியூ போர்ட் போகணும். பாதைகள் தெரியும் வரை நானே வழி காட்டுறேன்" என்று குண்ட்டாவுக்குச் சொல்லி, பெல்லைப் பார்த்து "நல்ல துணிமணிகளை இவனுக்குக் கொடு! டோபிக்குப் பதிலாகத் தோட்ட வேலை செய்யும்படி பிடில்காரனிடம் சொல்லு" என்றார்.

"எஸ் ஸார் மாஸா" என்றாள் பெல் அடக்கமாக.

இருவரும் துரையின் அறையிலிருந்து வெளியே வந்தனர்.

பெல் துணிகளைக் கொண்டு வந்து குண்ட்டாவின் எதிரே வைத் தாள். அவற்றை எவ்வாறு அணிந்துகொள்ள வேண்டு மென்பதைத் தோட்டக்காரக் கிழவரும், பிடிலய்யாவும் கற்றுத் தந்தனர். கஞ்சி வைத்துத் தேய்த்த சணல் காலுறையும், நூல் சட்டையும்

பரவாயில்லை என்று தோன்றினாலும், கழுத்தில் கட்டிய டை தான் சற்று உறுத்தியது. நியுபோர்ட் எங்கிருக்கிறதென்பதைக் கிழவர் சொன்னார். அங்கு துரையின் முன்னோர்களின் பெரிய மாளிகை இருப்பதையும் அவரே தெரிவித்தார்.

பிடிலய்யா குண்ட்டாவைச் சுற்றி வந்து அவனுடைய உடை களைப் பார்த்து மகிழ்ந்தார். சற்றுப் பொறாமையும் அடைந்தார்.

"நீ இன்னிலிருந்து துரையின் தனி நீக்ரோ என்பதிலே சந்தேக மில்லே. ஆனா அதனாலே மண்டைக்கனம் வராமே பார்த்துக்கோ!" என்றார் பிடிலய்யா.

குண்ட்டாவுக்கு இதைச் சொல்ல வேண்டியதே இல்லை. ஏனெனில் அவன் வெள்ளைக்காரனுக்குச் சேவகம் புரிவதில் பெருமை காண்பவன் அல்ல. ஆனால் வெளி உலகத்தைக் காணப் போகிறோமென்கிற மகிழ்ச்சி அவனுக்கு ஏற்பட்டது உண்மைதான் என்றாலும், செய்ய வேண்டிய வேலைப்பளுவை நினைத்தபோது அந்த மகிழ்ச்சி புஸ்ஸென்று மறைந்துவிட்டது.

நோயாளிகளின் அழைப்புகளுக்கு இரவு, பகலென்னும் வித்தியாசமில்லை. எப்போதும் அவர்களுக்காக விரைந்து செல்லும் துரையுடன் குண்ட்டாவும் ஓட வேண்டியிருந்தது. கரடுமுரடான குறுகலான பாதைகளிலும் குதிரைகளை விரைவாக ஓட்ட வேண்டியிருந்தது.

ஒரு நாள் காலையில் துரையின் தம்பி ஜான் வாலர் தன் சாரட்டு வண்டியில் மிக வேகமாக வந்திறங்கினார். அவர் மனைவி பிரசவ வேதனைப்படுகிறாளாம். அவள் இனி ஓரடியும் எடுத்து வைக்கிற நிலையில் இல்லை. குண்ட்டா துரைமார்கள் இருவரையும் தன் வண்டியில் மிக வேகமாகச் சென்று மாஸா ஜான் பண்ணையில் சேர்த்தான். குதிரைகள் களைப்புத் தீர்ந்து தண்ணீர்த் தொட்டியில் வாய் வைக்கும்போது, பிரசவ அறையிலிருந்து "கேர்ல்" என்னும் சத்தம் கேட்டது. துரையின் தம்பிக்குப் பெண் மகவு பிறந்தாள். அப்போதே அதற்கு ஆனி என்று பெயர் வைத்துவிட்டனர்.

அந்தக் கோடையிலேயே மாவட்டம் பூராவும் வாந்தியும் பேதியும் தொத்து நோய்களாகப் பரவிவிட்டன. குண்ட்டாவுக்கும், துரைக்கும் ஒரு விநாடியும் ஓய்வில்லை. நோய்வாய்ப்பட்ட உயிர்களைக் காப்பாற்ற அவர்களிருவரும் ஓட்டம் பிடித்துக் கொண்டிருந்தனர். போன உயிர்களை விடக் காப்பாற்றிய உயிர்களே அதிகம். அவர்கள் மாட மாளிகைகளில் நுழைந்தார்கள். ஏழை குடிசைகளுக்கும் சென்றார்கள். எல்லா இடங்களிலும் துரை உள்ளே வைத்தியம் செய்து கொண்டிருப்பார், குண்ட்டா வெளியே சாரட்டு

வண்டியில் அவருடைய வருகைக்காக மணிக்கணக்காக எதிர்பார்த்துக் காத்துக்கொண்டிருப்பான்.

ஆனால் இப்படிப்பட்ட தொல்லைகள் வருடம் முழுவதும் இருக்காது. சில சமயம் பல வாரங்கள்வரைகூட மருத்துவ வேலை இருக்காது. அப்போதெல்லாம் துரை சுற்றுப்பக்கத்திலுள்ள உறவினர்கள் வீடுகளுக்குச் சென்று வருவார். அவர் அடிக்கடி தன் பெற்றோர்களைப் பார்த்து வர என்ஃபீல்ட் சென்று வருவார். அங்கேயே சமையல்காரி ஹாட்டிமே அறிமுகமானாள். ஓராண்டுக் காலத்தில் மாட மாளிகைகளில் உள்ள சமையல்காரிகளுடன் எல்லாம் குண்ட்டாவுக்கு அறிமுகம் ஏற்பட்டது. அவன் அங்கெல்லாம் துரையுடன் செல்லும்போதெல்லாம் சமையற் கட்டிலேயே துரையின் டிரைவருக்குச் சாப்பாடு பரிமாறுவார்கள். தோள்பட்டைக்குள் சாவிக்கொத்தைச் சொருகிக்கொண்டு கம்பீரமாக நடைபோடும் சமையல் காரிகளும், அவர்களுடைய சாவிகளின் சத்தமும் குண்ட்டாவுக்கு அத்துப்படி!

அப்படித் திரியும்போது அவன் பல புதிய விஷயங்களைத் தெரிந்து கொண்டான். பல காட்சிகளைப் பார்த்தான். ஒரு நீக்ரோப் பெண்ணிடம் ஒரு வெள்ளைக்காரக் குழந்தை பால் குடித்துக் கொண்டிருந்தான். வர்ஜீனியா மாநிலம் பூராவிலும் நீக்ரோப் பெண்ணிடம் பால் குடிக்காத வெள்ளைத் துரையே இல்லை என்று கூறியபோது அவன் வியப்பிலாழ்ந்தான்.

அவன் துரைமார்கள் செய்து கொள்கிற பல விருந்துகளைப் பார்த்தான். அவர்கள் ஆடம்பரமான பொழுதுபோக்குகளைக் கவனித்தான். வெள்ளை சூட் களை அணிந்து, வட்டமாக நின்று, ஒரு கையில் சுருட்டும், மறுகையில் மதுக்கிண்ணமும் பிடித்துக்கொண்டு, வண்ண வண்ண விளக்குகளின் கீழே மணிக்கணக்கில் பேசிக் கொண்டிருக்கும் துரைமார்களையும்; மிருதுவான பட்டு கவுன்களை அணிந்து, ஒரு கையில் சில்க் கைகுட்டையும், இன்னொரு கையில் வண்ண விசிறியும் வைத்துக்கொண்டு அதன் மறைவில் கள்ளச் சிரிப்பு சிரித்துத் திரியும் துரைசானிமார்களையும் குண்ட்டா பார்த்தான். அவர்களைப் பார்த்ததும் அவனுக்கு வியப்பும், பரவசமும், கோபமும், பொறாமையும், துவேஷமும் எல்லாமும் ஒரே சமயத்தில் ஏற்பட்டன. அவர்கள் அனுபவிக்கும் அத்தனை செல்வமும் உண்மையில் இருக்கிறதா என்கிற சந்தேகம் அவனுள் தோன்றியது. இதெல்லாம் ஒரு நாடகம்! அவர்கள் காணும் ஓர் அழகான கனவு! இது அவர்கள் தமக்குத் தாமே சொல்லிக் கொள்ளும் ஒரு பொய்! இதுவெல்லாம் தெரிவதற்கு அவனுக்கு நீண்ட காலம் பிடித்தது. தீமையிலிருந்து நன்மையைக் கறந்து கொள்ளலாமென்றும், யாருடைய ரத்தத்தையும், வியர்வையையும், எந்தத் தாய்மார்களின்

பாலையும் பருகியதால்தாம் இப்படிப்பட்ட ஆடம்பரமான வாழ்க்கையை அனுபவித்துக் கொண்டி ருக்கிறோமோ, அந்தக் கருப்பர்களை மனிதர்களாகவே கருதாமல், நாகரிகமாக வாழ்வது சாத்தியமே என்று வெள்ளையர்கள் தமக்குத் தாமே கூறிக்கொள்ளும் கொடூரமான பொய் என்பது குண்ட்டாவுக்குப் புரிந்துவிட்டது.

தனக்குள் தோன்றும் இந்த எண்ணங்களை பெல்லுடனும், தோட்டக்காரத் தாத்தாவுடனும் பகிர்ந்துகொள்ள அவன் விரும்பினான். ஆனால் அந்த எண்ணங்களைத் தெளிவாக எடுத்துச் சொல்லக்கூடிய வெள்ளைக்கார மொழி அவனுக்கு வராததால் குண்ட்டா அந்த முயற்சியைக் கைவிட்டான். அதுவுமில்லாமல் அவர்களிருவரும் இங்கேயே பிறந்து வளர்ந்தவர்கள். ஆகவே சுதந்திர மனிதனாகப் பிறந்து வளர்ந்த தன் போன்றவனின் கண்களால் இவற்றையெல்லாம் பாருங்கள் என்றால் அவர்களால் முடியாதுதான்! அதனால் குண்ட்டா வழக்கம்போல் தன் எண்ணங்களைத் தனக்குள்ளேயே மறைத்துக்கொண்டு விட்டான்.

சாரட்டு வண்டி ஓட்டும் வேலையில் மூழ்கி மூன்றாண்டுகள் உருண்டோடிவிட்டன. இந்த மூன்றாண்டுகளில் அவன் ஆப்பிரிக்கக் காரர்களை - குறிப்பாக மாண்டிங்கா இனத்தைச் சேர்ந்தவர்களை - எத்தனையோ பேரைப் பார்த்தான். அவர்களுடன் பேச்சுக் கொடுப்பது இருக்கட்டும், குறைந்தது தலையசைக்கவும் அவனால் முடியவில்லை. அவர்கள் எல்லாருமே சனிக்கிழமைதோறும் நடைபெறும் அடிமைகளின் சந்தையிலே எதிர்ப்பட்டவர்களே! அந்தப் பக்கம் செல்ல வேண்டுமென்றாலே அவனுக்கு அச்சம்!

ஒரு நாள் அவன் வண்டி ஓட்டிக்கொண்டு போய்க் கொண்டி ருந்தான். விலங்குகள் பூட்டப்பட்ட 'ஜோலா' இனப் பெண்ணொருத்தி நெஞ்சத்தைப் பிழிவதுபோல் அழுது புலம்பிக் கொண்டிருந்தாள். குண்ட்டா தலையைத் திருப்பி அவளைப் பார்த்த விநாடியில் அப்பெண்ணின் விழிகள் அவன்மீதே குத்திட்டு நின்றன. தன்னைக் காப்பாற்றச் சொல்லி அவள் எழுப்பிய பரிதாபக் குரல் குண்ட்டாவின் இதயத்தைச் சுக்கு நூறாக்கிவிட்டது. பெருக்கெடுத்த வெட்கத்தைப் பொறுக்க முடியாமல் அவன் தன் இயலாமையைச் சாட்டையடிகள் மூலம் குதிரைகள்மேல் காட்டினான். அவை வண்டியைக் கவிழ்த்து விடுபவைபோல் நாலு கால் பாய்ச்சலில் பாய்ந்தோடின. அந்த வேகத்திற்குத் துரை பின்னால் சாய்ந்துவிட்டார். குண்ட்டா பயந்து விட்டான். துரை மவுனமாக இருந்துவிட்டார்.

29

ஆப்பிரிக்காவில் ஜப்பூரில் குண்ட்டா இருந்திருந்தால் தற்போது அவனுக்கு மூன்று நான்கு குழந்தைகள் இருந்திருப்பார்கள். இதமான சுகமளிக்கும் மனைவி எப்போதும் துணையாக இருந்திருப்பபாள். இதை நினைக்கும்போதெல்லாம் அவனுக்குத் தற்போதைய தன் வாழ்க்கை சாரமற்றதாகத் தோன்றும். சமீப காலமாக அவன் உள்ளத்தில் அடிக்கடி இந்த எண்ணமே தோன்றிக் கொண்டிருந்தது. மாதத்தில் ஒரு முறையாவது உறக்கத்தில் இன்பக்கனவு வந்து, உள்ளாடை நனைந்து கொண்டிருந்தது. அப்போதெல்லாம் படுக்கை யில் எழுந்து உட்கார்ந்து கலவரம் அடைந்து கொண்டிருந்தான்.

யாரையாவது ஒருத்தியைத் திருமணம் செய்து கொள்ளலா மென்றால், மாண்டிங்கா இனத்தில் மணமகளின் வயது 14 இல் இருந்து 16 வருடங்கள் மட்டுமே இருக்க வேண்டும். அந்த வயது கன்னிப்பெண் அவனுக்குத் தென்படவில்லை. அவனுக்குத் தெரிந்த இருபது இருபத்தைந்து பேரில் பெரும்பாலானவர்கள் வயது முதிர்ந்த சமையல் காரிகளே! என்ஃபீல்ட் சமையல்காரி 'லஜா' தன்னை விரும்புகிறா ளென்பது அவனுக்குத் தெரியும். அவள் தன்னிடம் அன்பு காட்டுகிறாள் என்பதையும் அவன் அறிவான். அவளையே மனைவியாக ஏற்றுக் கொண்டால் என்ன என்றும் அவன் எண்ணினான். அப்போதுதான் குண்ட்டாவுக்கு அதிலுள்ள சங்கடம் புரிந்தது. அவர்களிருவரும் வெவ்வேறு துரைமார்களிடம் வேலை செய்துகொண்டிருக்கின்றனர். எந்தத் துரை யாரை விட்டுவிடுவார்? ஒருவேளை கல்யாணமானாலும் அவனுக்குத் தனிமை வாழ்க்கை தப்பாது.

ஊம்.... வேறு யார் இருக்கிறார்கள்? எவ்வளவுதான் சிந்தித்தாலும் அவனுக்கு எந்தப் பெண்ணும் ஞாபகத்துக்கு வரவில்லை. தூக்கம் வராமல் அவன் படுக்கையில் அப்படியும் இப்படியும் புரண்டான். அப்போது குண்ட்டாவுக்குத் திடீரென்று பெல்லின் நினைவு வந்தது.

தனக்கென்ன பைத்தியம் பிடித்துவிட்டதா? பெல் தன்னைவிடப் பெரியவள். நாற்பது வயதிருக்கும். அவளைப்பற்றிய சிந்தனையே வீண்!

பெல்... பெல்...

அவளைத் தன் மனத்திலிருந்து பிடுங்கி எறிந்துவிட வேண்டுமென அவன் எவ்வளவோ முயற்சி செய்தான். அவளைப் பற்றிய கனவு, தான் என்றும் காணவில்லையே! மேலும் அவளுக்குத் தான் என்றால் எவ்வளவு இளக்காரம்? அவள் தோட்டத்திலிருந்து மகாராணிபோல் நடந்துச் செல்ல, என்னைத் தன் பின்னால் வேலைக்காரனைப்போல் காய்கறிக் கூடையைச் சுமக்கக் செய்கிறாளே! அவளைத் தான் 'மாண்டிங்கா' அழகிபோல் இருக்கிறாய் என்று புகழ்ந்தபோது எப்படிச் சீறி விழுந்தாள்? எத்தனை அலட்சியமாக என்னைப் பார்த்தாள்? எவ்வளவு காரமாகப் பேசினாள்? பெல்லுக்கு வாய்த் துடுக்கு அதிகம்... மற்றவர்களை அதட்டும் சுபாவம்!

ஆனால் அவன் பாதம் வெட்டப்பட்டு வாழ்வுக்கும், சாவுக்கு மிடையே ஊசலாடிக் கொண்டிருந்தபோது அவனுக்குப் பணிவிடைகள் செய்தது யார்? பெல் அல்லவா!அவனுக்கு மருந்து கொடுத்தது, உணவூட்டியது,வெந்நீரால்உடம்பையெல்லாம் கழுவியது, அவனுடைய அழுக்குத் துணிகளைத் துவைத்தது, துரைக்குத் தெரியாமல் பெல் பச்சிலை வைத்தியம் செய்யாதிருந்தால் அவன் இன்று பிழைத் திருப்பானா?

அவள் நிறைவான உடல் நலத்துடன் விளங்குபவள்!

அவளுக்குத் தெரியாத சமையலே இல்லை. அவள் கைச் சமையல் அமுதம்!

அவள் தன்னை அன்பாகப் பார்த்தபோதெல்லாம் அவன்தானே முரட்டுத்தனமாக நடந்துகொண்டான்!

அவன் உள்ளத்தில் அவள் உருவம் காட்சியளித்தது.

ஒருநாள் பிடிலய்யாவுடனும், தோட்டக்காரத் தாத்தா வுடனும் பேசிக்கொண்டிருந்தபோது பெல் பற்றிய பேச்சு வந்தது.

“பெல் இங்கே வருவதற்கு முன் எங்கே இருந்தாள்?” என்று குண்ட்டா சாதாரணமாக் கேட்டான்.

அவர்களிருவரும் உடனே தலை நிமிர்ந்து உட்கார்ந்து அவனைத் தீட்சண்யமாகப் பார்க்கத் தொடங்கியதும் குண்ட்டா பயந்து விட்டான்.

“அவ எந்த விஷயமும் சொல்ல மாட்டாளய்யா! அவ உன்னைவிட ரெண்டு வருஷம் முன்னே இங்கே வந்து சேர்ந்தா. உன்னைபோலவே எங்களுக்கும் அவளைப்பத்தி ஒண்ணும் தெரியாது” என்றார் தோட்டக்கா்ரத் தாத்தா. பிடிலய்யாவும் அதையே கூறினார். குண்ட்டா அவர்கள் தெரியாதென்று சொன்னதற்காக வருந்தவில்லை. ஆனால் அவர்கள் பதில் கூறிய விதம் அவனுக்கு வருத்தமளித்தது.

பிடிலய்யா ஒரு குறும்புப் பார்வை வீசி, "அவளோட பலமான தொடைகளைப் பார்த்து ஆம்பிளைங்க பல பேர் பயந்து ஓடிட்டாங்க" என்றார்.

குண்ட்டா வேகமாக எதிர்த்துப் பேசப்போனான். பிடிலய்யா குரலை உயர்த்தி, "நீ பொம்பளையைத் தொட்டு எத்தனை வருஷ மாயிருக்கும்?" என்று கேட்டார்.

குண்ட்டாவின் விழிகளில் கோபம் கொப்புளித்தது.

"இருவது வருஷமாயிருக்கும். சரிதானே?" என்று பிடிலய்யா பதிலும் சொன்னார்.

"ஓ, லார்ட்! ஓ, காட்! ஒடம்பிலே சூடு தணியறதுக்கு முன்னே யாரையாவது ஒருத்தியைக் கட்டிக்கோப்பா!" என்றார் தோட்டக்காரக் கிழவர்.

"இன்னும் தணியலேங்கிறியா?" என்று பிடிலய்யா ஆத்திர மூட்டினாலும்,குண்ட்டா ஆத்திரப்படாமல் திடீரென்று எழுந்து வெளியே சென்றுவிட்டான்.

"கவலைப்படாதே! படுக்கையிலே அவளிருந்தா சூடு தணியாது" என்று கத்தினார் பிடிலய்யா.

30

தூற்போது சில காலமாக மாஸா வாலர் வீட்டை விட்டு வெளியே போகவில்லை. அதனால் குண்ட்டாவுக்குப் போதிய ஓய்வு கிடைத்தது. அவன் முன்னை போல் பிடிலய்யாவின் குடிசைக்குச் சென்று பொழுதுபோக்குவதை நிறுத்திவிட்டான். மற்றொரு நாள் பெல் பற்றி அவரும், தோட்டக்காரத் தாத்தாவும் பேசிய குறும்புப் பேச்சுகளால் அவனுடைய கோபம் இன்னும் அடங்கவில்லை.

நிறைய ஓய்வு கிடைத்ததால் குண்ட்டா தன் உள்ளத்தில் பெல் குறித்த எண்ணங்களைத் தனியாக வைத்து எடை போட்டுக் கொண்டிருந்தான். அவளைப் பிடிக்காதது ஏதாவது மனத்திற்குள் தோன்றியதுமே அவன் செய்துகொண்டிருக்கும் வேலை சட்டென்னு நின்றுவிடும். அவளுடைய நல்ல தன்மைகள் பற்றி எண்ணும்போது வேலையைச் சிறப்பாக நடத்த முடியும். அவளிடம் எத்தனையோ குறை பாடுகள் இருந்தபோதிலும், அவள் தனக்காக எத்தனையோ செய்தாள்! துரை தன்னை வண்டியோட்டியாகத் தேர்ந்தெடுத்துக் கொண்டதற்கும் அவள்தான் முக்கிய காரணமென குண்ட்டா நம்பினான்.

பெல்லின் நல்ல குணங்களுக்கு வாழ்த்துகள்! அவள் செய்த உதவிகளுக்கு நன்றி! ஆனால் அவளுடைய சில பழக்கங்கள் அவனுக்குக் கொஞ்சமும் பிடிக்கவில்லை. அவள் புகைபிடிப்பது அவனுக்கு அருவருப்பூட்டுகிறது. பண்டிகைகளின்போது கருப்பர்கள் செய்யும் விழாக்களில் அவள் இடுப்பையும், தொடைகளையும் குலுக்கி ஆட்டி விகாரமாக நாட்டியமாடுவதும் குண்ட்டாவுக்குப் பிடிக்க வில்லை. பிடிலய்யாவும், தோட்டக்காரத் தாத்தாவும் அவளைப்பற்றித் தரக்குறைவாக இதனால்தான் பேசினார்கள் போலும்! அவளுடைய தொடைகள் பலமாக இருப்பதால் தனக்கு ஏற்படும் நஷ்டமேதும் இல்லை. ஆனால் கண்ணியமாக நடந்து கொள்வது அவளுக்கே நல்லது. பெண்கள் மத்தியில் உட்காந்திருக்கும் போது அப்படிப் பேசினாலும் பரவாயில்லை; ஆனால் எல்லார் முன்பும் அப்படிப் பேசினால் அவளை மோசமானவர்களாகத் தான் கருதுவார்கள்.

சாரட்டு வண்டியின் சக்கரங்களுக்குத் தார் போட்டு, எண்ணெயில் தோய்த்த கந்தல் துணியால் வண்டி பூராவும் பளபளக்கும் படி நன்கு துடைத்துவிட்டு குண்ட்டா அங்கிருந்து ஒரு மரத்துண்டின் மேல் உட்கார்ந்தான். வண்டியோட்டுவதை அவன் தொடங்கியதிலிருந்து அந்த மரத்துண்டின்மேல் உட்காருவது அவனுக்கு வழக்கமாகி விட்டது. அது முழங்கால் உயரத்திற்கு இருக்கும். பெல் பற்றிய எண்ணங்கள் முடிந்தபிறகு திடீரென்று அவனுக்கொரு யோசனை தோன்றியது. தன் சொந்த ஊர் ஜப்பூரில் இவ்வளவு பெரிய மரத்துண்டு இருந்திருந்தால், அதை யாரும் இப்படி வெறுமனே விட்டு வைத்திருக்க மாட்டார்கள். அவன் தந்தை உமரோ, தாய் பிண்ட்டாவுக்கு இப்படிப் பட்ட மரத்துண்டைக் கொண்டு அழகான மர உரலைச் செதுக்கித் தந்தது அவனுக்கு ஞாபகம் வந்தது. உடனே அவன் சுற்று முற்றும் நோட்டம் விட்டு, யாரும் பார்க்கவில்லை என்று உறுதி செய்து கொண்ட பிறகு அந்த மரத்துண்டைத் தன் குடிசைகுள் உருட்டிச் சென்று மறைத்து விட்டான். மேசைமேல் எரிந்து கொண்டிருந்த மெழுகு வர்த்தியின் வெளிச்சத்தில் அதை உன்னிப்பாகப் பரிசீலனை யுடன் பார்த்தான். அவன் உள்ளம் மகிழ்ச்சியால் நிறைந்துவிட்டது.

மறுநாளிலிருந்தே வேலையை ஆரம்பித்துவிட்டான். பகலில் ஓய்வு கிடைத்தபோதும், இரவில் சாப்பாடு முடிந்த பிறகும் குண்ட்டா சிறு கோடரியைக் கொண்டு மரத்துண்டை நிதானமாகச் செதுக்கி, அதை உரலாக மாற்றினான். உளியாலும், சுத்தியாலும் அதில்' ஆழமான குழியை உருவாக்கினான். கல்லிலே அழகான சிற்பத்தை உருவாக்கும் சிற்பியின் விரல்கள்போல் அவன் விரல்கள் அந்த உரலைப் பளபளக்கும் படி மிருதுவாக்கிவிட்டன. பின்னர் ஒரு நீண்ட மரக்கட்டையை எடுத்து உலக்கை செதுக்கினான். இரண்டு வாரங்கள்வரை அதை யாருக்குத் தரவேண்டுமென்கிற எண்ணமே இல்லாமல் அந்த உரல், உலக்கையை அவன் தயார் செய்தான். ஒரு நாள் காலைவேளையில் அவன் துரையின் வீட்டிற்குச் சென்று வெளியில் நின்றவாறே பெல்லை அழைத்தான்.துரைக்கு எங்காவது போக வண்டி கட்ட வேண்டுமா என்று பெல்லைக் கேட்டான். வண்டி தேவையில்லை என்று அவள் உள்ளேயிருந்தே அலட்சியமாகப் பதில் சொன்னாள். குண்ட்டா தான் சுமந்து சென்ற உரல், உலக்கைகளைச் சமையல்கட்டின் வெளியே வைத்துவிட்டு மவுனமாகத் திரும்பி விட்டான். அவன் அவற்றைத் திண்ணையில் வைத்த சத்தத்தைக் கேட்டு பெல் வெளியே வந்தாள். அங்கிருந்த உரல், உலக்கைகளின் அழகான வேலைப்பாட்டைப் பார்த்து சொக்கினாள். தலையெடுத்துப் பார்த்தபோது குண்ட்டா தூரத்தில் சென்று கொண்டிருந்ததைக்

கவனித்தாள். அவள் கண்களில் கண்ணீர் சுரந்தது. அவன் அவள் பார்வையிலிருந்து மறைந்துவிட்டான். அவள் இந்த வாலர் துரையின் பண்ணைக்கு வந்து சேர்ந்த இருபத்திரெண்டு வருடங்களில் எந்த ஓர் ஆண் மகனும் இத்தனை அழகான ஒரு பொருளைத் தானே தயாரித்து அவளுக்கு அன்பாகத் தந்ததில்லை. ஆனால் அவள் குண்ட்டாவை எப்படி அலட்சியப்படுத்தி இருக்கிறாள்? எப்படி அவமானப்படுத்தி இருக்கிறாள்? பெல் பச்சாதாபத்தால் குன்றிப் போனாள். தன்மீது அவன் வைத்திருந்த இத்தனை அன்பையும் புரிந்துகொள்ளாத குருடி என்று தன்னையே வைது கொண்டாள். உண்மையில் அவனுக்கு அவளைப்பற்றித் தெரியும்போலும்! ஆனாலும் அவன் எதையுமே வெளிக்காட்டிக் கொள்ள மாட்டான். எல்லாமும் தனக்குள்ளேயே புதைத்துக் கொள்வான். இந்த முறை குண்ட்டா தென்பட்டால், தான் எவ்வாறு நடந்துகொள்ள வேண்டுமென்று சிந்தித்தாள் பெல்.

குண்ட்டா குடிசைக்குத் திரும்பியபின் பல்வேறு எண்ணங்களில் சிக்கித் தத்தளித்தான். ஒருபுறம், தான் முட்டாள் தனமான காரியம் செய்து நகைப்புக்கிடமானோம் என்றும்; மறுபுறம், இல்லை, தான் பெருமைப் படத்தக்க காரியமே செய்தோமென்றும் மகிழ்ந்தான். எதனால் தான் அதைச் செய்தோம் என்று மூளையைப் போட்டுக் குழப்பினான். பெல் தன்னைக் குறித்து என்ன எண்ணுவாள். மத்தியான சாப்பாடு முடிந்தபிறகு அந்தப் பக்கம் செல்வதற்கே அவனுக்கு அச்சமாக இருந்தது.

துரைக்கு வண்டி தேவையா இல்லையா என்பதைத் தெரிந்து கொண்டாகவேண்டும். அதைத் தெரிந்துகொள்ளப் போனால் பெல்லைச் சந்தித்தாக வேண்டும். குண்ட்டா தூக்கு மேடையை நோக்கிச் செல்லும் கைதியைப்போல் நொண்டிக்கொண்டே போனான். சமையல்கட்டுத் திண்ணையிலே அவன் வைத்துச் சென்ற உரலும், உலக்கையும் காணோம். அவன் ஒரே சமயத்தில் மகிழ்ச்சியும், வேதனையும் அடைந்தான். அவை இரண்டும் உள்ளே பத்திரமாக இருந்தன. அவன் விரல்களால் கதவை மெல்லத் தட்டினான். முகத்தில் எவ்வித பாவமும் பிரதிபலிக்காமல் பெல் கதவைத் திறந்து ஓரமாக நின்றாள். அவனை உள்ளே வரச்சொல்லி வாயால் கூறாமல் சைகை செய்தாள். அவனுக்கும் அறைக்குள் செல்லவேண்டுமென்றே இருந்தது. ஆனால் அவன் அசையவில்லை. 'துரைக்குச் சாரட்டு வண்டியைத் தயார் செய்ய வேண்டுமா!' என்று கேட்டான். அதுவும் ஏதோ கடனுக்குக் கேட்பதைப்போலக் கேட்டான். தான் அவமானப்படுத்தப் பட்டதைப் போல் உணர்ந்தாள். ஆனால் சமாளித்துக்கொண்டு பதில் கூறினாள். அவன் திரும்பி படிக்கட்டுகளில் இறங்கவிருந்தான். "அவர் ரொம்ப நேரமாகக்

கடுதாசிகள் எழுதிக்கிட்டிருக்கிறார்'' என்றாள் பெல். அப்படியாவது குண்ட்டா நிற்பானோ என்று எதிர்ப்பார்த்தாள். அவள், அவன் எதிர்ப்பட்டால் என்ன என்ன பேசவேண்டுமென்று காலை யிலிருந்து எண்ணிக்கொண்டிருந்தாளோ, அவற்றிலே ஒன்றுகூட அவளுக்கு இப்போது ஞாபகத்துக்கு வரவில்லை. குண்ட்டா மீண்டும் படிக்கட்டுகளில் இறங்கிக்கொண்டிருந்தான். சமையலறையில் ஒரு மூலையில் வைக்கப்பட்டடிருந்த உரல், உலக்கைகளைச் சுட்டி, "இவை என்ன?'' என்றாள் பெல். "நீ மாவு இடிக்க'' என்று சொல்லிவிட்டு அங்கிருந்து போய்விட்டான் அவன்.

அதன் பின்னர் இரண்டு வாரங்கள் வரை அவர்கள் ஏதும் பேசிக்கொள்ளவில்லை. ஒரு நாள் குண்ட்டா சமையல் அறை வாசலில் நின்றுகொண்டிருந்தபோது பெல் நெய்யினால் சுட்ட சோள ரொட்டியை அவனுக்குச் சாப்பிடத் தந்தாள். அவன் அதைப் பெற்றுக் கொண்டு நன்றி தெரிவித்தான். அவன் நெஞ்சம் பெல்லின் அன்பில் கரைந்தது. தான் தயார் செய்து தந்த உரல், உலக்கையால் இடித்த மாவைக் கொண்டு சுட்ட ரொட்டி அது என்று அவன் மகிழ்ந்தான். அங்கிருந்து புறப்படும்போது குண்ட்டா, "இரவு சாப்பாட்டுக்குப் பிறகு உன்னோட கொஞ்சம் பேசணும்'' என்றான். இதைச் சொல்ல அவன் காலையிலிருந்து பழகினான். "நான் ஒண்ணும் சந்தோஷப்பட்டுடலே!'' என்றாள் பெல் உடனே நாக்கைக் கடித்துக்கொண்டாள்.

இரவுச் சாப்பாடனாதும் குண்ட்டா லாயத்திற்குச் சென்று குதிரை வாரைத் தோளில் போட்டுக்கொண்டான். நோயாளிகளைப் பார்க்க பகல், இரவில் எந்த நேரத்திலும் போவார்கள் ஆதலால், குண்ட்டா துரைக்காக வண்டியைத் தயார் பண்ணுகிறான் என்று பார்ப்பவர்கள் கருதிக் கொள்வார்கள். அவன் மெல்ல மெல்ல பெல்லின் குடிசைப் பக்கம் சென்று கதவை விரல்களால் தட்டினான். கதவைத் திறந்த பெல் அவனையும், தோளில் இருந்த குதிரை வாரையும் பார்த்து மவுனமாக அவனைத் தொடர்ந்து வேலிக்குப் பின்புறம் சென்றாள். அப்போதுதான் வானத்திலே பாதி நிலா உதயமாகிக் கொண்டிருந்தது. அந்த மந்தமான நிலவொளியில் அவர்களிருவரும் சற்று தூரம் ஒன்றும் பேசாமல் நடந்தார்கள். வழியில் ஒரு கொடி குண்ட்டாவின் காலைச் சுற்றிக் கொண்டதால் அவன் பெல்லின் தோளை உரசி சமாளித்துக்கொண் டான். அந்த நேரத்தில் அவளிடம் என்ன பேச வேண்டுமோ, அவனுக்குப் புரியவே இல்லை. கடைசியில் அவளே வாய் திறக்க வேண்டியதாயிற்று.

“இந்த வெள்ளைக்காரங்கஊெல்லாம் ஜெனரல் வாஷிங்டனை ஜனாதிபதியா வெச்சுக்கிட்டாங்களாம்! ஜான் ஆடம்ஸ் என்கிற வெள்ளைத் துரையை உதவி ஜனாதிபதி ஆக்கப் போறாங்களாம்.”

அவர்கள் எல்லாம் யாரோ, அது என்ன ஜனாதிபதியோ குண்ட்டாவுக்கு ஒன்றுமே புரியவில்லை. தானும் ஏதும் சொல்ல வேண்டுமே என்பதற்காக “நேத்து துரையை அவரோட தம்பி வீட்டுக்கு ஓட்டிப் போனேன்” என்றான்.

“அம்மாடியோவ்! துரைக்கு அந்தப் பெண் என்றால் எவ்வளவு இஷ்டமோ!” என்றால் பெல். மாஸா வாலரின் தம்பி ஜான் வாலரின் பெண் குழந்தை ‘மிஸ்ஸி ஆனி’ பற்றிப் பேசும்போதெல்லாம் பெல் இதையே சொல்கிறாள். அவள் மேலும் கூறினாள்:

“இந்தச் சேதி ஒனக்குத் தெரியுமோ இல்லையோ! நம்ம துரை ‘வில்’ எழுதினாராம்! அவர் மறுபடியும் கல்யாணம் செய்துக்காம இறந்துட்டா, தன்னோட அடிமைகஊெல்லாம் மிஸ்ஸி ஆனியின் சொத்தாவார்களாம் கல்யாணம் செய்துகிட்டா நாமெல்லாரும் அவரோட மனைவியின் சொத்தாவோமாம்! துரை மேலே ஆசைப்படற துரைசானிங்க எத்தனையோ பேர் இருக்காங்க. ஆனா நான் மறுபடியும் கல்யாணம் கட்டிக்காததுபோல் துரையும் மீண்டும் கல்யாணம் செய்துக்க மாட்டார்.”

குண்ட்டா கதி கலங்கிப் போனான். பெல் கூறியதைத் தான் சரியாகவே கேட்டானா? பெல்லுக்கு ஏற்கனவே மணமாயிற்றா? இவள் முகர்ந்து பார்க்கப்பட்ட பூ தானா? மணமகள் என்றால் கன்னியாக இருக்க வேண்டுமல்லவா? அவனுக்குத் தலையைச் சுற்றியது. இருவரும் மவுனமாகத் திரும்பி வந்தார்கள்.

இரண்டு வாரம் கழித்த பிறகு ஒரு நாள் பெல், குண்ட்டாவைத் தன் வீட்டிற்குச் சாப்பிட அழைத்தாள். அவன் திகைத்தான். அவனுக்கு என்ன சொல்லவேண்டுமோ தோன்றவில்லை. அதற்குள் பெல்லே அவன் எத்தனை மணிக்கு வரவேண்டும் என்பதையும் கூறினாள்.

குண்ட்டா அன்று மாலை தகரத் தொட்டியில் உட்கார்ந்து குளித்தான். ஒன்றுக்கு மூன்றுதடவை சோப்புப்போட்டு உடலைக் கழுவினான். இருப்பதில் நல்ல துணிகளை உடுத்தினான். “மாண்டும்பே, நீண்ட உன் கழுத்து என்ன அழகு!” என்கிற நாட்டுப்புறக் பாடல் அவன் உதடுகளில் தானாகவே மலர்ந்தது. பெல்லைப் பொறுத்தவரை அவளுக்கு நீண்ட கழுத்தும் கிடையாது; அவள் அழகியுமல்ல என்றா லும் குண்ட்டாவின் மனத்தில் ஓர் இனிமையான உணர்வு விழித்துக் கொண்டது. பெல்லுக்கும் அப்படிப் பட்ட உணர்வே தோன்றியிருக்க வேண்டும்.

அடிமைகளின் சேரியிலுள்ள வீடுகளில் பெல் வீடே பெரியது. அது துரையின் பங்களாவுக்கு அருகிலிருக்கிறது. வீட்டின் முன்னால் அழகிய சிறு பூந்தோட்டம் கண்ணுக்கு விருந்தாக இருக்கிறது. பெல் சமையலறையை எவ்வளவு சுத்தமாக வைத்திருக்கிறாள் என்பதை குண்ட்டா பார்த்து வருகிறான். அதனால் பெல்லின் வீடு தூய்மையாக, சீராக, நேர்த்தியாக இருப்பதைக் கண்டு அவன் வியப்படையவில்லை. அந்த வீட்டுக்குள் நுழைந்ததும் குண்ட்டாவுக்கு ஆனந்தமாக இருந்தது. மற்றக் குடிசைகள் போலல்லாமல் பெல்லின் குடிசையில் இரண்டு அறைகள் உள்ளன. இரண்டு கதவுகளுக்கும், இரண்டு சன்னல்களும் திரைச்சீலைகள் தொங்கிக் கொண்டிருந்தன. பெரிய அறையின் மத்தியில் மேசையின்மேல் ஒரு ஜாடியில் சாப்பாட்டு முட்களும், கரண்டிகளும் அமரிக்கையாக வைக்கப் பட்டிருந்தன. மேசையின் நடுவே மெழுகு வர்த்திகள் எரிந்துகொண்டிருந்தன. மேசைக்கு இருபுறமும் மூங்கில் நாற்காலிகள் போடப்பட்டிருந்தன.

“ஐய்யோ! வேலைத் தொந்தரவாலே இன்னும் நான் குளிர் காயும் அடுப்பு மூட்டவே இல்லை!” என்று சமையலறையிலிருந்தே கத்தினாள் பெல்.

குண்ட்டா எழுந்து குளிர்காயும் அடுப்பைப் பற்ற வைத்தான். சற்று நேரத்திலேயே அது நன்றாக எரியத் தொடங்கியது. “இன்னும் சமையல் முடியவில்லையே!” என்று நொந்துகொண்டாள் பெல்.

“எனக்கொண்ணும்அவசரமில்லை!” என்று சமையலறைக்குக் கேட்கும்படி கத்தினான் குண்ட்டா. உண்மையில் சமையல் ஏறக்குறைய முடிந்துவிட்டது. அவனுக்கு விருப்பமானவை என்று பெல் கோழிக்கறி சமைத்து ஸமோஸாக்கள் பொரித்திருந்தாள்.அவள் குண்ட்டாவுக்கு வற்புறுத்தி வற்புறுத்திப் பரிமாறினாள். அவனும் வயிறு புடைக்கச் சாப்பிட்டான். சாப்பிட்டு முடித்ததும் சற்று நேரம் ஏதேதோ பேசிக் கொண்டிருந்துவிட்டு அவன் பெல்லிடம் விடை பெற்றுக் கொண்டான். ஆனால் இருவரும் ஒன்றுமே பேசவில்லை. குண்ட்டா நொண்டிக்கொண்டே தன் குடிசைக்குச் சென்றுவிட்டான்.

மறுநாள் காலை உறங்கி எழுந்தபோது குண்ட்டாவின் உள்ளம் மிகவும் உல்லாசமாக இருந்தது. ஆப்பிரிக்காவிலிருந்து வந்த பிறகு அவன் என்றுமே இவ்வளவு மகிழ்ச்சியாக இருந்ததில்லை. தன் மகிழ்ச்சிக்குக் காரணம் அவன் எவருக்கும் சொல்லவில்லை. சொல்ல வேண்டிய அவசியம் அவனுக்கு இருக்கவில்லை. குண்ட்டா சமைய லறையில் பெல்லுடன் சிரித்துச் சிரித்துப் பேசிக் கொகண்டிருக்கிறான் என்கிற செய்தி அடிமைகள் பேட்டை முழுதும் பரவிவிட்டது. ஒவ்வொரு வாரமும் பெல்லின் குடிசையில் குண்ட்டா விருந்துச் சாப்பாடு சாப்பிட்டுக் கொண்டிருக்கிறான். ஓரோர் தடவை வாரத்தில்

இரண்டு முறைகூட சாப்பிட வருகிறான். அப்போதெல்லாம் பெல் சொல்லுவதையெல்லாம் அவன் பொறுமையுடன் கேட்கிறான். ஆனால் தன் உள்ளக்கிடக்கையை மட்டும் அவனால் வெளியில் கூற முடியவில்லை.

பெல்லின் முன்னறையில் மாட்டப்பட்டிருந்த ஏசுவின் படத்தைப் பார்க்கும்போதெல்லாம் குண்ட்டாவுக்கு பல ஐயங்கள் தோன்றும். அவர்கள் எல்லாரும் வணங்கும் ஓ லார்டுக்கு ஏசு உறவினராக்கும் என நினைத்தான். ஒரு தடவை அவன் இது குறித்து பெல்லைக் கேட்டே விட்டான். “ஒவ்வொரு மனுஷனும் செத்த பின் போக ரெண்டே உலகங்கள் இருக்கில்லையா! ஒண்ணு சொர்க்கம்; ரெண்டாவது நரகம். நீ எந்த உலகத்துக்குப் போக விரும்பிறே என்பது உன் சொந்த விஷயம்” என்றாள் அவள். இதைத் தவிர அவள் வேறெதுவும் சொல்லவில்லை. ‘அவள் நம்பிக்கைகள் அவளுக்கு தன் நம்பிக்கைகள் தனக்கு!’ என்று அவன் தன் மனத்துக்குச் சொல்லிக் கொண்டான். தன்னைப் பொறுத்தவரையில் தான் அல்லாவுடனேயே பிறந்தான்; அல்லாவுடனே போவான். பெல்லுடன் நட்பு வளர்ந்ததிலிருந்து அவன் தொழுகை நடத்துவதில்லை; இனி அவன் தன் தவறைத் திருத்திக்கொள்வான். அல்லா தன்னை நிச்சயமாக மன்னிப்பாரென்று அவன் நம்பினான்.

ஒரு நாள் குண்ட்டா சாரட்டு வண்டி ஓட்டிச் சென்றபோது, மாஸா ஜான் வாலர் ஊருக்கு போகும் வழியில் செழிப்பாக வளர்ந் திருந்த கோரையைப் பார்த்தான். அதில் கொஞ்சம் பறித்து வண்டியில் போட்டுக்கொண்டான். வீட்டுக்குத் திரும்பியதும் கோரைப் பாயை அழகாக முடைந்தான். பாயின் மத்தியில் கவர்ச்சிகரமான மாண்டிங்கா ஓவியம் அமைத்தான். அது முழுமை பெறுவதற்குப் பல நாட்கள் பிடித்தன. அந்தக் கோரைப்பாய் மிக நேர்த்தியாக இருந்தது. ஒரு நாளிரவு பெல் வீட்டு விருந்துக்குச் சென்று குண்ட்டா அதை அவளுக்குப் பரிசாகத் தந்தான். பாயின் அழகைக் கண்டு பெல் மகிழ்ச்சியால் துள்ளினாள். “இவ்வளவு அழகான பாயைக் காலால் மிதிக்கக்கூடாதில்லையா?” என்று கூறி, அதை உள்ளறையில் வைத்து விட்டுத் திரும்பும்போது தன் இரு கைகளையும் பின்னால் மறைத்துக் கொண்டு வந்தாள். “உனக்காக ஒன்றை தயார் செய்தேன். அது என்னான்னு சொல் பார்ப்போம்” என்றாள் பெல்.

அவள் கைகளை முன்னே நீட்டினாள். தளதளவென்று மின்னிய ஒரு ஜோடி உல்லன் காலுறைகள்! இருவரும் பேச மறந்தார்கள். ஒருவரை யொருவர் விழிகளாலேயே பருகியவாறு நின்றனர். திடீரென்று பெல் குண்ட்டாவின் கையைப் பற்றிக் கொண்டாள். மெழுகுவர்த்திகளை வாயால் ஊதி அணைத்து விட்டாள்.

வெள்ளத்திலே அடித்துச் செல்லும் இலையைப் போல் குண்ட்டா அவள் கையைப் பிடித்துக்கொண்டு உள் அறைக்குள் ஓடினான். இருவரும் படுக்கையில் விழுந்தார்கள். பெல் அவனுடைய கண்களுக்குள் பார்த்துக்கொண்டே அவனை இறுக அணைத்துக் கொண்டாள். குண்ட்டா தன் முப்பது வருட வாழ்க்கையில் முதன் முறையாக ஒரு பெண்ணைத் தன் கரங்களால் அணைத்துக் கொண்டான்.

31

குண்ட்டா, பெல் ஆகியோரின் திருமணம் நிச்சயமாயிற்று. வாலர் துரையின் அனுமதியும் கிடைத்துவிட்டது. கிருஸ்துமஸ் பண்டிகைக்கு முந்தைய ஞாயிறன்று மணவிழா. இந்தச் செய்தி மிகவேகமாக அடிமைகளின் பட்டியெல்லாம் பரவிவிட்டது. அனைவரும் மண மக்களை வாழ்த்தினர். குண்ட்டா, பாவம், வெட்கப் பட்டான். சிறுமி மிஸ்ஸி ஆனிகூட "பெல் கல்யாணப் பொண்ணாயிட்டா... பெல் கல்யாணப்பொண்ணாயிட்டா..." என்று கைகொட்டிச் சிரிக்கும் போதெல்லாம் குண்ட்டா பெல்லின்மேல் செயற்கைக் கோபம் காட்டினான்.

ஞாயிற்றுக்கிழமை வந்துவிட்டது. அடிமைகள் சேரியிலுள்ள எல்லாரும் நல்ல துணிகளை உடுத்தி பெல் வீட்டின் எதிரே குழுமினர். மாஸா வாலருடன் அவர் தம்பியும், மைத்துனியும், மிஸ்ஸி ஆனியும் கூட வந்தனர். பெல்லின் சினேகிதி 'சுகி ஆண்ட்டி' திருமணத்தை நடத்த முன் வந்து, எல்லாரையும் அருகிலே வந்து நிற்கும்படி கத்தினாள்.

"தேவன் சேர்த்து வைக்கிற இந்த ஜோடி நூறாண்டு காலம் சேர்ந்து வாழணும்னு வேண்டிக்குங்க!" என்ற சுகி சற்று நிறுத்தி, ஒருவரிட மிருந்து "ஒருவரைப் பிரித்து இவர்களைச் சந்தையில் வித்துத் தொலைகிற நிலைமை வரக்கூடாதுண்ணு எல்லாரும் பிரார்த்தனை செய்யுங்க!" என்றும் சற்று சங்கோஜத்துடனே உரக்கக் கூறினாள்,

பிறகு குண்ட்டாவுக்கும், பெல்லுக்கும் எதிரே தரையில் ஒரு விளக்குமாற்றை வைத்து, "இந்தக் கல்யாணம் உங்க ரெண்டுபேருக்கும் விருப்பம்தானே?" என்றுகேட்டாள். "எனக்கு விருப்பம்தான்" என்றாள் பெல். சுகி ஆண்ட்டி குண்ட்டாவின் கண்களுக்குள் பார்த்தாள். பெல் அவனது உள்ளங்கையைப் பலமாக அழுத்தினாள். "எனக்கும் இஷ்டம்தான்" என்றான் அவனும்.

"இப்போ நீங்க ரெண்டு பேரும் ஏசுபிரானின் பார்வையில் புனிதமான திருமண வாழ்க்கைக்குள் குதிக்கிறீங்க!" என்றாள் சுகி.

மணமக்கள் இருவரும் தம் எதிரே இருந்த விளக்குமாற்றைத் தாண்டி அந்தப் பக்கம் குதித்தனர். முந்தைய நாள் பெல் அதை

எப்படித் தாண்டுவ தென்பதை குண்ட்டாவுக்குப் பலமுறை பயிற்சி தந்தாள். அவனுக்கு இந்தச் சடங்கு கொஞ்சமும் பிடிக்காவிட்டாலும் பெல் சமாதானப்படுத்தியதால் ஒப்புக்கொண்டான். இருவரில் யார் அந்த விளக்குமாற்றைத் தொடுவார்களோ அவர்கள் முன்னதாக இறந்து விடுவார்களாம்!

சுகி ஆண்ட்டி தரையைப் பார்த்து "துரை ஐயா! இந்த சுப வேளையில் நீங்க ஏதாவது பேசறீங்களா?" என்று அடக்கத்துடன் கேட்டாள்.

தான் சொல்வதற்கு எதுவுமில்லை என்றவர், அடுத்த விநாடியே சற்று முன்னே வந்து, "பெல் இவனுக்குத் தகுந்த மனைவி! இவன் பெல்லுக்குத் தகுந்த கணவன். இவங்க இருவரும் சுகமா இருக்கணும்னு நானும், என் குடும்பத்தாரும் ஆசீர்வதிக்கிறோம்" என்றார் வாலர் துரை மிருதுவான குரலில். எல்லாரும் பலமாக மகிழ்ச்சி ஆரவாரம் செய்தனர். மிஸ்ஸி ஆனி செய்த கலாட்டா கொஞ்சமல்ல. துரைமார்கள் தம்பதி யரை வாழ்த்திவிட்டுப் போய்விட்டனர்.

கருப்பர்களின் விருந்து தொடங்கியது. விருந்தினர்களுக்காகச் சமைத்த உணவு வகைகள் மேசைமேல் வைக்கப்பட்டன. துரை பரிசாக அனுப்பிய பிராந்தியும், வைனும் விருந்தினர்களுக்குப் பரிமாறப் பட்டன. எல்லாரும் மகிழ்ச்சி வெள்ளத்தில் திளைத்துக் கொண்டி ருந்தனர். ஆனால் குண்ட்டா மட்டும் தூரமாக விலகி நின்றான். பிடிலய்யா பிடிலை இனிமையாக வாசித்துக் கொண்டிருந்தார். இடையிடையே மதுவையும் ருசிபார்த்துக் கொண்டிருந்தார். பெல் தொடர்ந்து குடித்துக்கொண்டே இருந்தாள். அவளுக்குப் போதை தலைக்கேறிவிட்டது. குண்ட்டாவுக்கு இதுவெல்லாம் பிடிக்கவில்லை. பெல், "குண்ட்டாவின்மேல் பத்து வருஷமா ஒரு கண் வைச்சிருந்தேன்" என்று தன் தோழி ஒருத்தியிடம் சொல்லிக் கொண்டு, எல்லார் முன்னேயும் அவனை அணைத்துக் கொண்டு அவன் உதட்டிலே பல மாக முத்தமிட்டாள். அங்கே இருந்த நீக்ரோ ஆண்களும், பெண்களும் ஒருவர்மேல் ஒருவர் விழுந்து இடித்துக் கொண்டனர். கிள்ளிக் கொண்டனர் அருவருப்பாக நடந்துகொண்டனர். மகிழ்ச்சியாகத் துள்ளிக் குதித்தனர். குண்ட்டா இதுவெல்லாம் பிடிக்காமல் திகைத்து நின்றான். விருந்து முடிந்து ஒவ்வொருவராகச் சென்றுவிட்டனர். இப்போது பெல்லும், குண்ட்டாவும் மட்டுமே எஞ்சி நின்றனர்; அவளுக்கு இன்னும் போதை இறங்கவில்லை. அவள் ஏதோ உளறினாள். "நீ இப்போ பசு மாட்டை விலைக்கு வாங்கிக்கிட்டே! இனி உனக்கு வேண்டிய

பாலைக் கறந்துக்கோ!" என்றாள். குண்ட்டா இதைக் கேட்டுத் திகைத்துவிட்டான்.

அவள் சொன்னது பச்சை நிஜமென்பதைச் சற்று நேரத்திலேயே தெரிந்துகொண்டு விட்டான். பெல்லின் உருண்டு திரண்ட உடலை அவன் ஆசைதீர அனுபவித்தான். இருட்டில் அவன் கைகள் அவளுடைய ஒவ்வோர் அங்கத்தையும் தொட்டு தடவின. அவளுடைய வலுவான தொடைகள் இனி தனக்கே சொந்தமென குண்ட்டா பூரித்தான். அந்த இருட்டில் அவளை முழுதும் நிர்வாணமாகப் பார்க்க முடியாவிட்டாலும், பெல்லின் பெரிய பெரிய மார்பகங்களைப் பார்த்துத் தொட்டு மகிழ்ந்தான். தனக்குப் பிறக்கவிருக்கும் ஆண் குழந்தைக்குத் தாய்ப்பாலுக்குப் பஞ்சமிருக்காதென மன நிறைவடைந் தான். அவள் முதுகில் ஆழமாகப் படிந்த கசையடித் தழும்புகளைப் பார்த்து குண்ட்டா அதிர்ச்சியடைந்தான். என் அம்மாவைப் போலவே நானும் இந்தத் தழும்புகளை மயானத்துக்குக் கொண்டு போவேன். ஆனா உன் முதுகைவிட என் முதுகே மேல் என்றாள் பெல். குண்ட்டா வியப்படைந்தான். தன் முதுகை அவனால் பார்க்க முடியாதல்லவா? அந்தக் கசையடிகளை மறந்துபோய் இருபதாண்டுகள் முடிந்து விட்டன. கால்களை நீட்டிப் படுக்கக் கூடிய நீண்ட கட்டிலில், பஞ் சடைத்த மெத்தென்ற படுக்கையில், அணைப்பிலுள்ள பெல்லின் இதமான வெப்பத்தில் குண்ட்டாவுக்குச் சொர்க்கமே தென்பட்டது. பெல்லுக்கு வெள்ளைக்காரனின் மொழியைப் படிக்கத் தெரியும் என்பதையறிந்தபோது அவன் ஆச்சரியப்பட்டான். அவள் தன் தலையணையின் அடியில் பல ஆங்கிலப் பத்திரிகைகளை மறைத்து வைத்திருந்தாள். கருப்பர்கள் பலரைப் போலவே பெல்லுக்கும் பத்திரிகைகளின் பக்கங்களைப் புரட்ட முடியுமே தவிர அவளுக்குப் படிக்க வராதென்று அவன் நினைத்திருநதான். ஆனால் அவள் உண்மையாகவே பல பத்திரிகைச் செய்திகளைப் படித்துக் காட்டியபோது அவனது சந்தேகம் பறந்துவிட்டது.

"எனக்குப் படிக்க வரும் என்பது துரைக்குத் தெரிந்தால் அடுத்த நாள் என்னைச் சந்தையில் வித்துப்போடுவார்" என்றாள் பெல் பயத்துடன்.

பாக்கெட்டிலிருந்த பென்சிலை எடுத்து, கசங்கிய தாளைச் சரியாக்கி அதன்மீது தன் பெயரை எழுதி குண்ட்டாவுக்குக் காட்டினாள் பெல்.

"நான் என்ன எழுதினேன், சொல்லு பார்க்கலாம்!" என்று கேட்ட பெல் தனக்குத் தெரியாதென்று குண்ட்டா பதிலளிப்பதற்கு முன்பே, "அது என் பேர். க்ஷ-நு-டு-டு "என்றால். அவன் அந்த

எழுத்துக்களையே சற்று நேரம் உற்றுப் பார்த்தான். அதில் அவனுக்குத் தனக்கு ஆபத்து உண்டாக்கும் விஷயமேதோ தென்பட்டது. பெல் காகிதத்தில் வேறு சில எழுத்துக்களை எழுதி, "இது உன் பெயர். மு-ரு-சூ-கூ-ஹ" என்றாள். அவன் மீண்டும் அந்த எழுத்துக்களை உற்றுப் பார்த்தான். பெல் அந்தக் காகிதத்தை உருண்டையாக உருட்டிக் குளிர்காயும் அடுப்பில் வீசியெறிந்தாள்.

குண்ட்டாவுக்கும் தன்னுடைய அரேபிய மொழியறிவை பெல்லுக்குக் காட்ட வேண்டுமென்று ஆவலாக இருந்தது. ஆனால் இங்குள்ள வெள்ளையருக்கும், அவர்களின் பண்ணைகளில் வேலை செய்யும் கருப்பர்களுக்கும் ஆப்பிரிக்கா என்றாலும், ஆப்பிரிக்கர் என்றாலும் தாழ்வான எண்ணம்தான்! ஆப்பிரிக்கர்கள் குரங்குகள் போல் மரங்களில் தாவித் திரிபவர்கள் என்றும், அவர்களுக்குக் கல்வி வாசனையே இருக்காதென்றும் கருதுகின்றனர். அதனால் ஒரு நாளிரவு குண்ட்டா வீட்டிற்குள் சாம்பலைத் தரையில் பரப்பி, அதன்மீது தன் பெயரை அரபு மொழியில் எழுதிக் காட்டினான். தான் பிறந்த மண்ணில் சிறுவர்கள் எவ்வாறு கல்வி கற்கின்றனரென்பதை பெல்லுக்கு விவரித்தான். இப்போது அவன் சொல்வதில் அவளுக்கு ஆர்வம் உண்டாயிற்று.

பெல் மேஜையை விரலால் தட்டி,"மேஜையை உங்க ஆப்பிரிக்க காரங்க எப்படிச் சொல்றாங்க?" என்று கேட்டாள்.

"மெஸோ" என்றான் குண்ட்டா.

நாற்காலியைச் சுட்டிக்காட்டிக் கேட்டாள் பெல். "சிராங்கோ" என்றான் குண்ட்டா; அடுப்பின் மேலுள்ள கருப்பு அண்டாவைக் காட்டினாள். "கலேரோ" என்றான்; மேஜையின் மேலிருந்த மெழுகு வர்த்தியைக் காட்டினாள். "காண்டியா" என்றான்; பெல்லின் ஆர்வம் கரை புரண்டோடியது. குண்ட்டா எழுந்து அறை பூராவும் சுற்றிக்கொண்டே பூட்ஸ் காலால் சாக்குப் பையைத் தொட்டு, "போட்டோ" என்று சொன்னான் சுரைக்காய்க் குடுவையைக் காட்டி "மிராங்கோ" என்று கூறினான் தோட்டக்காரக் கிழவர் முடைந்த கூடையை "ஸின்ஸிங்கோ" என்றான் பெல்லைப் படுக்கை அறைக்குள இட்டுச் சென்று படுக்கையைச் சுட்டி "லராங்கோ" என்றான் தலையணையைச் சுட்டி "குங்லராங்கோ" என்றான் சன்னலை "ஜானேராங்கோ" என்றான் மேல் கூரையை "காங்கராங்கோ "என்றான்.

"ஓ, லார்ட்! என்மீது கிருபை புரியும்!" என்றாள் பெல்.

"குங்லராங் மேல் நாம் தலைவைக்கும் நேரமாயிட்டுது" என்றான் படுக்கை விளம்பில் உட்கார்ந்துகொண்டே குண்ட்டா. நிதானமாக

அவன் தன் உடைகளை அவிழ்க்கத் தொடங்கியதுமே, பெல் சிரித்துக் கொண்டே வந்து அவனை அணைத்துக் கொண்டாள். குண்ட்டா என்றுமே இவ்வளவு மகிழ்ச்சியை அடைந்ததில்லை.

ஒரு நாள் இரவு மெழுகுவர்த்தியை அணைத்துவிட்டு இருவரும் படுக்கையில் சாய்ந்ததும் பெல் குண்ட்டாவின் கையைத் தன் அடிவயிற்றில் வைத்துக் கொண்டாள். தன் விரல்களுக்கடியில் ஏதோ அசைவதுபோல் அவனுக்கு தோன்றியது. அவன் சந்தோஷ மிகுதியால் ஒரே தாவாகத் தரையில் குதித்தான். அதன் பிறகு சில நாட்கள்வரை குண்ட்டாவின் மனம் எங்கெங்கோ அலைந்து கொண்டிருந்தது. சாரட்டு வண்டியை எந்தப் பக்கம் ஓட்டுகிறோமென்றுகூட அவனுக்குப் புரியவில்லை. தனக்குப் பிறக்கப் போகும் ஆண் குழந்தையை பற்றியே கனவுகண்டு கொண்டிருந்தான். அவன் தன்னைப் போலவே கருப்பாக இருக்க வேண்டுமென விரும்பினான். கருப்பும், வெள்ளையுமல்லாத கலப்பட வண்ணம் என்றால் அவனுக்கு அறவே பிடிக்காது.

1790 செப்டம்பர் மாதத்தில் ஒரு நாள் இரவு, பெல்லுக்குப் பிரசவ வேதனை ஆரம்பமாயிற்று. குண்ட்டா துரையை அழைத்துவர ஓடத் தயாரானான். வேர்வையால் நனைந்துவிட்ட முகத்துடன் பெல் குண்ட்டாவைத் தடுத்து நிறுத்தினாள். "உனக்கு ஒரு விஷயம் சொல்லணும்னு ரொம்ப நாளா நெனைச்சுக்கிட்டிருக்கிறேன். நான் அதை எப்பவோ சொல்லியிருக்கணும். நான் இங்கே வர்றதுக்கு முன்னே எனக்குப் பதினாறு வயசாறதுக்கு முன்னேயே ரெண்டு பிள்ளை களுக்குத் தாயாயிட்டேன்" என்றாள் வேதனையோடு பெல்.

குண்ட்டா திடுக்கிட்டான். தனக்கு இந்த விஷயம் முன்பே தெரிந்திருந்தாலும் அவன் பெல்லை மணந்திருப்பான். அவள் தனக்கு இதுவரை இதைச் சொல்லவில்லையே என்று அவன் வருந்தினான். பிரசவ வேதனையிடையேயும், விக்கல்களுக்கிடையேயும் மேலும் பல விஷயங்களைத் தெரிவித்தாள். தன்னைத் தன் இரண்டு பெண் குழந்தைகளிடமிருந்து சற்றும் ஈவிரக்கமின்றிப் பிரித்து வெள்ளைத் துரைமார்கள் எவ்வாறு விற்றுவிட்டார்களென்பதை அவள் அழுத வாறே விவரித்தாள். "அப்போ பெரியவளுக்கு நடக்கற வயசு, சிறியவளுக்கு ஒரு வயசுகூட ஆகலே."

பிரசவ வேதனையால் அவள் பேச்சு நின்றுவிட்டது. அவள் கைகளில் குண்ட்டாவின் கை சிக்கிக்கொண்டது. பிறகு வேதனை குறைந்தாலும் பெல் அவனது கையை விடவில்லை. நீர் நிறைந்த கண்களை மேலே உயர்த்தி, குண்ட்டாவின் உள்ளத்து உணர்ச்சிகளைப் புரிந்து கொண்டு, "அந்தக் குழந்தைகளின் தகப்பன் எந்த வெள்ளைக் காரனோ என்று நினைக்க வேண்டாம்; என்னுடன் தோட்டத்தில்

வேலை செய்து கொண்டிருந்த கருப்பன்தான்; என் வயசுடையவன்" என்றாள் அவள்.

மீண்டும் வலி கண்டது. இந்தத் தடவை வலிபொறுக்க முடியாததாக இருந்தது. அவளுடைய நகங்கள் குண்ட்டாவின் உள்ளங்கையில் குத்தி விட்டன. அவன் வெளியே ஓடிப்போய் துரையை எழுப்பினான். பெல்லின் கூக்குரல்கள் பலமாகக் கேட்டுக்கொண்டிருந்தன. மாண்டியும் துரையும் வந்து சேர்ந்தனர். குண்ட்டா தனியாக வெளியே நின்றுவிட்டான். அவன் மனம் ஆப்பிரிக்க கண்டத்துக்குப் பறந்து போயிற்று. அவனுடைய தாய் தந்தையரும், பாட்டி பாட்டனாரும், கொள்ளுப்பாட்டி, கொள்ளுத் தாத்தா கூட ஆகிவிட்டிருப்பர். இதோ, இங்கே சற்று நேரத்தில் பிறக்கப்போகும் தன்னுடைய ஆண் மகவை அவர்களால் பார்க்க முடியாதே என்ற கவலை ஒருபுறமிருக்கட்டும் தனக்குக் குழந்தை பிறந்திருக்கும் செய்தியே அவர்களுக்குத் தெரியாதே என்று குண்ட்டா வேதனை அடைந்தான்.

உள்ளேயிருந்து "வீல்..." என்னும் சத்தம் கேட்டதுமே குண்ட்டா அதிர்ச்சியடைந்தான். வெளியே வந்த துரை மிகவும் களைத்திருந்தார்.

"பிரசவம் ரொம்பவும் சிரமமாயிட்டது. மேலும் பெல்லுக்கு வயசு நாப்பத்தி மூணு...." துரை ஒரு விநாடி நிறுத்தினார்.

"மாண்டி உள்ளே சுத்தம் செய்த பிறகு நீ போய் உன்னோட மகளைப் பார்த்துக்கோ" என்று சொல்லி துரை சென்றுவிட்டார்.

"என்னது! பெண் குழந்தையா?" குண்ட்டா குன்றிப்போய் விட்டான். சகோதரி மாண்டி வாசலில் நின்று அவனை அழைத்தாள். குண்ட்டா நொண்டியவாறே உள்ளே சென்றான். அவனைப் பார்த்து பெல் உற்சாகமின்றிச் சிரித்தாள். அவன் எதையோ சிந்தித்துக் கொண்டே பெல்லின் கையை அழுத்தினான். பக்கத்திலிருந்த பெண் சிசுவைப் பார்த்தான். அந்தச் சிசு கன்னங்கரேலென்று விழிகளை மூடியிருந்தாள். அதன் நிறம் சரியாகக் குண்ட்டாவின் அப்பட்டமான கருமை நிறமே! அதன் முகச்சாயல் எல்லாம் 'மாண்டிங்கா' இனத்தின் முகச்சாயலே! பெண் குழதையானாலும் அது அல்லாவின் வரப் பிரசாதம் தானே! பெண் ஆனாலும், ஆண் ஆனாலும் குழந்தை குழந்தைதானே! ஜீவநதிபோல் அடுத்தடுத்த தலைமுறைகளுக்குள் பிரசவிக்கும் 'கிண்ட்டே இன ரத்தம் மறைந்து போகாமல் அடுத்த தலைமுறைக்குள்ளும் வெள்ளமெடுக்கிற தென்னும் பெருமையுடன் குண்ட்டா புளகாங்கிதமடைந்தான்.

குண்ட்டா மகளுக்கு என்ன பெயர் வைக்கலாம் என்பதைக் குறித்துச் சிந்திக்கத் தொடங்கிவிட்டான். அவன் சொந்த ஊரான ஜப்பூரில் பெயர் சூட்டுவிழா எவ்வளவு அமர்க்களமாக நடக்கு

மென்பது அவன் அறிவான். ஆனால் இங்குள்ள நிலைமை வேறு. இது ஆப்பிரிக்கா அல்ல. என்றாலும் மகளுக்கு நல்ல பெயர் வைக்க வேண்டும். அது கனப்பொருத்தமானதாக அமைய வேண்டும். அந்தப் பெயர் பெண்ணையும் கவர்வதாக இருக்க வேண்டும். எந்தப் பெயர் வைத்தாலும், அந்தப் பெயரின் இறுதியில் முதலாளியின் பெயரும் வால்போல் வருமென்பதை நினைத்தபோது அவனுக்கு ஆத்திரம் ஆத்திரமாக வந்தது. குண்ட்டாவின் ரத்தம் கொதித்தது. ஆறு நூறானாலும் தன் மகள் சொந்தப் பெயருடன் மட்டுமே வளரப் போகிறாள் என்று அவன் அல்லாவின் பேரால் சபதம் செய்தான்.

குண்ட்டா திடீரென்று எழுந்து வெளியே வந்தான். கிழக்குத் திசை 'பொல பொல' வென்ற வெளுத்துக்கொண்டிருந்தது. அவனும், பெல்லும் முதன் முதலாகக் காதல் வயப்பட்ட வேலியோரத்தில் நின்று மகளின் பெயரைப் பற்றி யோசிக்க ஆரம்பித்தான். பெல்லை எண்ணியதும் குண்ட்டாவின் உள்ளம் பரிதாபத்தால் நிறைந்து விட்டது. பாவம், அவள், தான் பெற்ற இரு குழந்தைகளைப் பறி கொடுத்துவிட்டாள். அடிமைகள் சந்தையில் அம்மூவரும் மாடுகளைப் போல் விற்கப்பட்டு திசைக்கொருவராகப் பிரிந்து விட்டனர். பெல் இனி அப்படிப்பட்ட பரிதாப நிலைக்கு ஆளாகக் கூடாது. அதைக் குறிக்கும் பெயராக இருக்கவேண்டும். குண்ட்டா பெயருக்காக மண்டையைப் போட்டுக் கசக்கினான். திடீரென்று அவனுக்கு ஒரு பெயர் தோன்றியது.அதை உரக்கச் சொல்ல வேண்டும்போல் அவனுக்கிருந்தாலும், மனத்தைக் கட்டுப்படுத்திக் கொண்டான்.ஆம்! அந்தப் பெயரே சூட்ட வேண்டும். இனி வேறு பெயர் தேவை இல்லை. அந்தப் பெயரே முடிவு செய்யப்பட்டு விட்டது.

குண்ட்டா வீட்டுக்குத் திரும்பி வந்து பெல் முன்னால் பெயர் சூட்டும் பிரச்சனையை எழுப்பினான். இப்போதே அதற்குள் என்ன அவசரமென்று அவள் கடிந்துகொண்டாள். அவன் ஆப்பிரிக்காவில், தன் சொந்த இனத்தில் குழந்தைக்குப் பெயர் வைப்பதன் முக்கியத்துவத்தை விளக்கினான். இதைப்பற்றி இருவரும் சச்சரவிட்டுக் கொண்டனர். குண்ட்டா மனைவியின் மீது கோபித்துக் கொண்டு வெளியே சென்றுவிட்டான். காலையில் சென்றவன் மாலையில்தான் வீட்டுக்குத் திரும்பினான். அப்போது வீடு முழுவதும் நிசப்தமாக இருந்தது. பெல் தூங்கிக் கொண்டிருக்கலாம் என அவன் எண்ணி னான். மேசைமேல் குனிந்து மெழுகுவர்த்தியை ஏற்றிக் கொண்டிருந்த போது, உள் அறையிலிருந்து பெல் அவனை அழைக்கும் குரல் கேட் டது. அவன் மவுனமாகச் சென்று மனைவியின் கட்டிலருகே நின்றான்.

“குண்ட்டா! துரையைப் பத்தி உன்னைவிட எனக்கு அதிகம் தெரியும். நீ இப்போ அந்த ஆப்பிரிக்க சங்கதியைக் கிளப்பினா, நம்ம மூணு பேரையும் நாளைக்கே சந்தையிலே வித்துப்போடுவார். என் பேச்சைக் கேள்!” என்றாள் மெல்லிய குரலில் பெல்.

குண்ட்டா தன் கோபத்தை மறைத்துக்கொண்டான். தன் முடிவை மாற்றிக்கொள்ள இயலாது என்பதை அவளுக்கு எப்படிப் புரிய வைப்பதோ அவனுக்குத் தெரியவில்லை. ஆனால் குண்ட்டாவின் பிடிவாதமான முடிவை பெல் புரிந்துகொண்டாள். பெயர் சூட்டும் ஆப்பிரிக்கச் சடங்கைப்பற்றி அவள் அவனை அன்புடன் கேட்டாள். அவன் விவரித்துக்கொண்டிருந்தபோது பெல் அவற்றை மவுனமாகக் கேட்டுக் கொண்டிருந்தாள்.ஏறக்குறைய பாதி இரவு நேரம், குண்ட்டா குழந்தையைப் போர்வையில் வைத்து எடுத்துக்கொண்டு அடிமை களின் குடியிருப்புக்கு வெளியே சென்றான். அங்கே சந்திரன், நட்சத்திரங்களின் குளிர்ந்த பார்வையில் குழந்தையை மேலே உயர்த்திப் பிடித்துக்கொண்டு, அதன் வலது காதில் தன் உதடுகளைப் பதித்து, “உன் பேர் கிஜ்ஜி! உன் பேர் கிஜ்ஜி! உன் பேர் கிஜ்ஜி!” என்று மூன்று முறை தெளிவாகச் சொல்லி ஊதினான்.

குண்ட்டாவின் ஒவ்வொரு நரம்பிலும் ஆப்பிரிக்க ரத்தம் வெள்ளமாக பாய்ந்தது. ஆப்பிரிக்க ஆவேசம் அவனை ஆட்கொண்டு விட்டது. சிசுவை எடுத்துக்கொண்டு மேலும் சற்று தூரம் நடந்தான். மீண்டும் ஓரிடத்தில் நின்று. சிசுவின் முகத்தின் மேலிருந்த போர்வையை விலக்கி, அதன் கருமுகத்தை நீல வானத்தின் பக்கம் திருப்பி, “அங்கேபார் உன்னைவிட மகோன்னதமான சக்தி அங்கே இருக்கு பார்!” என்று ‘மாண்டிங்கா’ மொழியில் பெருங்குரலில் கூறினான் அவன்!

குண்ட்டா வீட்டுக்குத் திரும்பி வந்து மகளுக்கு வைத்த பெயரை பெல்லுக்குத் தெரிவித்தான்.

“கிஜ்ஜியா? இப்படிப்பட்ட பேரை எங்குமே கேட்டதில்லே!” என்றாள் வியப்பாக அவள்.

“கிஜ்ஜி என்று சொன்னா, நீ இங்கேயே இருப்பே வேறெங்குமே போகமாட்டே ன்னு அர்த்தம். உன்னோட முதல் ரெண்டு குழந்தைகளைப் போல இது உன்னை விட்டுப்போகாது,” என்றான் குண்ட்டா.

மறுநாள் பெல்லைப் பார்த்துப் போக துரை வந்தபோது அவள் குழந்தையின் பெயரைக் கூறினாள். அவர் ‘இது எங்குமே கேள்விப் படாதப் பெயராக இருக்கிறதே!’ என்பதைத் தவிர வேறெதுவுமே

பேசவில்லை. பெல் நிம்மதிப் பெருமூச்சு விட்டாள். ஆபத்து கடந்துவிட்டதைப்போல் ஆசுவாச மடைந்தாள்.

வாலர் துரை வீட்டிற்கு வந்ததும் பெட்டியிலிருந்த பைபிளை வெளியே எடுத்து, வயல்களில் வேலை செய்யும் அடிமைகளுக்காக ஒதுக்கிய பக்கத்தில் "கிஜ்ஜி வாலர் பிறந்த தேதி 12, செப்டம்பர் 1790" என்று மைக்கூட்டில் பேனாவைத் தொட்டு முத்துக்களைப்போன்று அழகாக எழுதினார்.

32

மிஸ்ஸி ஆனி, கிஜ்ஜியை முதன் முதலாகப் பார்த்தபோது, "அசல் நீக்ரோ பொம்மைத்தான்!" என்று மகிழ்ச்சி மிகுதியால் கீச்சுக் குரலில் கத்தினாள். "இந்தப் பொம்மையை நான் எடுத்துக் கொள்ளட்டுமா?" என்று பெல்லை அந்த வெள்ளைக்காரச் சிறுமி கேட்டாள்.

பெல் பூரித்துப் போய்விட்டாள். "இது என்னுடையது மட்டு மல்ல; அதன் அப்பாவினுடையதும்கூட!இது கொஞ்சம் வளர்ந்ததும் உன் இஷ்டம்போல் இதனுடன் விளையாடிக் கொள்ளலாம்" என்றாள் பெல்.

கிஜ்ஜி என்றால் மிஸ்ஸி ஆனிக்கு உயிர்! அவள் தன் பெரியப்பா வீட்டுக்கு வரும்போதெல்லாம் கிஜ்ஜியை ஒரு விநாடிகூடப் பிரிந்திருக்க மாட்டாள். சின்ன துரைசானி இப்படித் தன் குழந்தையைக் கொஞ்சு வதைக் கண்டு பெல்லுக்கு அபரிமித ஆனந்தம். ஆனால் குண்ட்டாவுக்கு இது பிடிக்கவில்லை. தன்னைச் சந்தையிலே பசுமாட்டைப் போல் விலைக்கு வாங்கியவரின் மகள் தன் குழந்தையை வெறும் பொழுது போக்குப் பொம்மையாகக் கருதுவதை அவனால் சகித்துக்கொள்ள முடியவில்லை. அந்த வெள்ளைக்காரச் சிறுமி விளையாடுவதற்கென்றே தன் கிஜ்ஜி பிறந்திருப்பதுபோல் மிஸ்ஸி ஆனி நடந்துகொள்வதைக் கண்டு குண்ட்டாவின் நெஞ்சு எரிந்து கொண்டிருந்தது.

மாதங்கள் உருண்டோடிக் கொண்டிருந்தன. குண்ட்டா ஒவ் வொரு மாதப் பிறப்பன்றும் சுரைக்காய்க் குடுவையில் ஒவ்வொரு கல் போட்டுக் கொண்டே இருக்கிறான். கிஜ்ஜி தரையில் ஊர்ந்துகொண்டி ருக்கிறாள். 1790 ஆம் ஆண்டு முடிந்துவிட்டது. கோடைக்காலமும் வந்துவிட்டது. அடிமைகளின் கலகங்களைப் பற்றிச் செய்திகள் வந்த வண்ணமிருந்தன. ஹைத்தி தீவில் கருப்பு அடிமைகள் கலகம் செய்து வெள்ளைக்காரர்களைக் கொன்று குவித்ததாகச் செய்திகள் வந்தன. கலகக்காரர்கள் வெள்ளைக்காரர் தலைகளை வெட்டி எறிந்தார்களாம்! சிறுவர்களையும் கொன்று போட்டார்களாம்! பெண்களைக் கற்பழித்தார்களாம் வெள்ளைக் காரர்களின் சொத்துக்களை எல்லாம் நாசப்படுத்தி விட்டார்களாம்!

இதன் எதிரொலி 'ஸ்பாட் ஸில்வேனியா' மாவட்டத்திலும் பலமாகக் கேட்டது. வெள்ளையரின் கோபத்தைக் குண்ட்டா நேரிலே கண்டான். அக்கம் பக்கத்து ஊர்களுக்குச் சாரட்டு வண்டியை அவன் ஓட்டிச் சென்ற போதெல்லாம் வெள்ளைக்காரர்கள் கடைத்தெரு முனைகளிலும், ஓட்டல்களிலும் பக்கத்தில் இருந்த கருப்பர்களைப் பார்த்து வாய்க்கு வந்தபடி ஏசுவதைப் பார்த்தான். எங்கே போகவேண்டு மென்று ஒன்றிரண்டு வார்த்தைகளே பேசும் துரைகூட அவற்றை மிகச் சூடாகச் சொல்கிறார். மாவட்டப் பாதுகாப்புப் படைகள் சாலைகளில் ரோந்து சுற்றிக் கொண்டிருந்தன. கண்ணில் பட்ட ஒவ்வொரு கருப்பனையும் தடுத்து நிறுத்தி பயணப் பத்திரங்களைக் காட்டுமாறு நிர்ப்பந்திக்கிறார்கள். ஒவ்வோர் ஆண்டும் நீக்ரோக்கள் கொண்டாடும் மகசூல் திருவிழாவும் இவ்வாண்டு ரத்தாகிவிட்டது. அடிமைக் குழுக்களின் நாட்டியங்களையும் வழிபாட்டுக் கூடங்களையும் வெள்ளைக்கார ஒற்றர்கள் கண்காணிப்பது தொடங்கிவிட்டது.

'ஹைத்தி' செய்திகளின் வெள்ளம் சற்றுக் குறைந்தது. இதனால் வெள்ளையர் - கருப்பரிடையே பதற்ற நிலையும் கொஞ்சம் குறைந்தது. தென் மாநிலங்களில் நீக்ரோக்கள்மீது விதிக்கப்பட்ட தடையுத்தரவுகள் தளர்த்தப்பட்டன. பருத்தி அறுவடை ஆரம்பமாயிற்று. அந்த வருடம் பருத்தி நன்றாக விளைந்தது. அதன் விலையும் கூடியது. எங்கே பார்த்தாலும் நிலச்சுவான் துரைமார்கள் விருந்துக் கேளிக்கைகளில் மூழ்கித் திளைத்தார்கள். பிடிலய்யாவுக்கு ஓய்வே இல்லை.

இந்த மகிழ்ச்சி ஆரவாரத்தின் தடைக்கற்களாக அடிமை எதிர்ப்புச் சங்கங்கள் தலையெடுத்தன; வெள்ளைக்காரத் துரோகிகள் அவற்றை ஊக்கமளித்து வளர்க்கிறார்களாம்!

அண்மைக் காலமாக வாலர் துரையைக் கொழுத்த வெள்ளைத் துரைமார்களும், அரசியல் தலைவர்களும், வக்கீல்களும் மொய்த்துக் கொண்டிருக்கிறார்கள். அவர்கள் குண்ட்டா ஓட்டும் சாரட்டு வண்டியில் அமர்ந்து பேசிக்கொண்டிருக்கும்போது அவனுக்கு உடம் பெரியும். ஆப்பிரிக்காவில் கருப்பர்கள் காடுகளில் மிருகங்களுடன் சேர்ந்து வாழ்வதால் அவர்கள் முட்டாள்களாகவும், சோம்பேறிகளாக வும், அழுக்கானவர்களாகவும் இருக்கிறார்களாம். வெள்ளைக்காரர் களுக்குக் கடவுளே பெருமையையும், ஆதிக்கம் செலுத்தும் தன்மையை யும் அள்ளித் தந்தாராம். நீசப் பிறவிகளான நீக்ரோக்களுக்குக் கட்டுப்பாடும், நீதியும், வேலை செய்வதிலுள்ள கவுரவமும் கற்றுத் தருவதுதான் வெள்ளைக்காரர்களின் கிருஸ்துவ தர்மமாம்! சட்டங் களும், தண்டனைகளும் எவ்வாறு அவசிய

மானவையோ, அவ்வாறே கருப்பர்களுக்கு ஊக்கமும், பரிசுகளும் வழங்கவேண்டுமாம்!

இது தவிர அடிமைத்தனத்திற்கு எதிரான சங்கங்களை நடத்தும் வெள்ளையர்களை அவர்கள் ஏசியதற்கு எல்லையே இல்லை. இதை எல்லாம் கேட்டுக் குண்ட்டாவின் காதுகள் மரத்துப்போய்விட்ட கொஞ்ச நாட்களுக்குப் பிறகு, அவன் அவர்கள் பேச்சைச் செவி மடுத்துக் கேட்பதே இல்லை.

ஒரு நாள் குண்ட்டா சாரட்டு வண்டியை ஓட்டிக்கொண்டு வீட்டுக்கு வந்ததும், தோட்டக்காரக் கிழவர் இறந்துவிட்டாரென்ற துயரச் செய்தியை கேள்விப்பட்டான். அவனுக்கு மிகவும் வருத்தமாக இருந்தது. அவர் காலமாகிவிட்டாரென்னும் வருத்தத்தைவிட சமீப காலமாக அவரைத் தான் அடிக்கடி பார்க்க முடியவில்லையே என்னும் வருத்தம்தான் அவனை அதிகமாக வருத்தியது. தோட்டக்காரக் கிழவரின் ஆத்ம சாந்திக்காகப் பிரார்த்தனை நடைபெற்றது. வேதாகம வாசிப்புடன் சடலத்தை மயானத்துக்கு எடுத்துச் சென்றார்கள். வாலர் துரையும் கருப்பு அடிமைகளுடன் சேர்ந்து இறுதி ஊர்வலத்தில் கலந்துகொண்டார். கிழவரின் ஆத்ம சாந்திக்காகத் தொழுதார். இறுதிச் சடங்குக்குப் பிறகு நல்லடக்கம் செய்யப்பட்டது. குண்ட்டாவின் கண்கள் கண்ணீரில் மிதந்தன. சுற்றியிருந்த பெண்களெல்லாரும் பெருஞ்சத்தத்துடன் அழுதார்கள். ஆண்கள் மூக்குகளைச் சிந்தினார்கள்.

. இதன் பிறகு சில நாட்கள்வரை குண்ட்டா இந்தத் துயரத்திலேயே மூழ்கியிருந்தான். அடுத்த ஞாயிறு கிஜ்ஜியின் இரண்டாவது பிறந்த நாள் என்று பெல் அவனுக்கு ஞாபகப்படுத்திய பிறகுதான், அவன் சாதாரண நிலைக்குவந்தான்.

கிஜ்ஜியின் பிறந்தநாள் இன்னும் ஐந்துநாட்கள் இருக்கும் போது அவன் மகளுக்கு ஏதாவதோர் அபூர்வமான பரிசளிக்க விரும்பினான். தேவதாரு மரத்தில் அழகான ஒரு மாண்டிங்கா பொம்மையைச் செய்து தரவேண்டுமென எண்ணினான். உடனே வேலையில் இறங்கிவிட்டான். வியாழன் மாலைக்கே, பொம்மை தயாராகிவிட்டது. அதற்கு அவித்தி எண்ணெயும், கரியும் பூசி நன்றாக அழுத்தித் தேய்த்தான். அது கன்னங்கரேலென்று தகதகத்தது. அந்த அழகான பொம்மையைக் கண்டு குண்ட்டா மனநிறைவு கொண்டான். பெல் இரவு பூராவும் விழித்திருந்து மகளுக்காக அழகான கவுன் தைத்தாள்; சாக்லெட், கேக் தயார் செய்தாள்.

ஞாயிற்றுக்கிழமை மிஸ்ஸி ஆனிகூட வந்துவிட்டாள். கிஜ்ஜியும், ஆனியும் இருவரே விழாவைக் கொண்டாடப் போகிறார்கள்

என்றும், ஆகவே கேக் வகையறாக்களைத் தயார் செய்யுமாறு துரை பெல்லுக்குச் சொல்லியிருந்தார். குண்ட்டா இதனால் ஏமாற்றமும், ஆத்திரமும், அடைந்தான். தன் சொந்த மகளின் பிறந்த நாள் விழாவைக்கூடத் தன் குடிசையில் கொண்டாட முடியவில்லையே என்று அவன் வருத்தம் அடைந்தான்.

மிஸ்ஸி ஆனி கிஜ்ஜியை நினைத்துக்கொண்டே அன்று குண்ட்டா தன் மகளைக் கொண்டு போய் அங்கு விட்டு வர வேண்டும். அதாவது கிஜ்ஜி மிஸ்ஸி ஆனிக்குத் தன் மடியில் வைத்து விளையாடும் நாய்க் குட்டி!

கிஜ்ஜி இப்போது மழலை பேசிக்கொண்டிருக்கிறாள். குண்ட்டா மகளைத் தன் மடியில் உட்கார வைத்துக்கொண்டு பேசக் கற்றுத் தருகிறான். குழந்தை அவன் நெஞ்சை விரலால் சுட்டி 'ஃபா' என்கிறாள். அதைக் கேட்டதுமே குண்ட்டாவுக்கு எல்லையில்லா ஆனந்தம்

"யே டோ மூ கிஜ்ஜிலே!" அவன் மகளின் விரலை அவள் பக்கமே சுட்டிக்காட்டி, "உன் பேர் கிஜ்ஜி" என்று 'மாண்டிங்கா' பாஷையில் கூறினான். விரலால் தன்னைச் சுட்டி, "குண்ட்டா கிண்ட்டே" என்றான்,

கிஜ்ஜி இதுவொன்றும் புரியாமல் அப்பாவின் கை விரலைச் சுட்டிக்காட்டி "ஃபா" என்றதும் இருவரும் கலகலவெனச் சிரித்தார்கள்.

கிஜ்ஜி வெகு வேகமாக மாண்டிங்கா சொற்களைக் கற்றுக் கொண்டுவிட்டாள். குண்ட்டா ஆப்பிரிக்கக் குப்பைகளை மகளின் மூளையில் நிரப்பிக் கொண்டிருக்கிறான் என்று பெல்லுக்குக் கோபம்! வெள்ளைத் துரைகளுக்கு இந்த விஷயம் தெரிந்தால் தோலை உரித்து விடுவார்களென்று அவளுக்குப் பயம்! குண்ட்டா ஒவ்வோர் அமாவாசை அன்றும் சுரைக்காய்க் குடுவையில் கற்களை போட்டுக் கொண்டிருக்கிறான். இந்த விஷயம் வாலர் துரைக்குத் தெரிந்து விட்டது. முதலில் அவர் அதை ஏதோ மாந்தரீக வேலை என்று தவறாகக் கருதிக்கொண்டு குண்ட்டாவின்மேல் சீறி விழுந்தார். அவன்தன் வயதை அறிந்துகொள்ள மட்டுமே அப்படிச் செய்து வருகிறான் என்று பெல் எடுத்துச் சொன்ன பிறகே துரை அமைதியானார். வீட்டுக்குத் திரும்பி யதும் கணவன் மனைவி இடையே பெருஞ்சண்டை ஏற்பட்டது.

மீண்டும் இருவரிடையே மனக்கசப்பு மறைந்து நெருக்கம் ஏற்பட இரண்டு வாரங்களாயிற்று. ஜூலை மாதத்தில் குண்ட்டாவை எப்படியோ சம்மதிக்க வைத்து பெல் மகளை கிருஸ்துவ மதத்தில்

சேர்த்தாள். வெள்ளைத் துரையின் கீழே, வெள்ளையர்களின் நடுவே வாழ்வது மிகவும் கஷ்டமானதாகையால் குண்ட்டாவும் விருப்பம் இல்லாவிட்டாலும், சீறி வரும் கோபத்தை அடக்கிக்கொண்டு மகளைக் கிருஸ்துவ மதத்தில் சேர்த்தபோது மவுனமாக இருந்து விட்டான்.

கிஜ்ஜியின் வயது இப்போது ஏழு. அவளையொத்த சிறுமிகள் எல்லாம் வயல்களிலும், தோட்டங்களிலும் வேலை செய்து கொண்டிருக்கிறார்கள். பெல் கிஜ்ஜியைத் துரையின் வீட்டில் வேலைக்கு அமர்த்தினாள். அங்கே எவ்வாறு சுத்தமாகவும், நேர்த்தியாகவும் வேலை செய்ய வேண்டுமென்பதை மகளுக்குச் சொல்லித் தந்தாள். ஒவ்வோர் இரவும் கிஜ்ஜியைத் தன் எதிரே உட்காரவைத்துக்கொண்டு பாடம் நடத்தினாள்.

கிஜ்ஜி துரையின் பங்களாவைச் சுத்தமாகப் பெருக்குகிறாள். சாமான்கள், பாத்திரங்கள் தகதக என்று மின்னும்படி தேய்க்கிறாள். துரையின் படுக்கை அறையைச் சீராக வைத்திருக்கிறாள். அவருடைய பேன்ட் - சட்டைகளில் தூசி படியாமல் தட்டி விடுகிறாள். ஆனால் மிஸ்ஸி ஆனி அங்கே வரும்போதுமட்டும் கிஜ்ஜிக்கு இந்த வேலைகளிலிருந்து விடுப்புக் கிடைக்கும்.

மிஸ்ஸி ஆனி கிஜ்ஜியைப் பார்க்க விரும்பும்போதெல்லாம் குண்ட்டா கிஜ்ஜியைச் சாரட்டு வண்டியில் மாஸா ஜான் விவசாயப் பண்ணைக்கு அழைத்துப் போவான். அந்நேரம்தான் வேறு யாருமில்லாமல் அப்பனும் மகளும் தனிமையில் பேசிக்கொள்ளும் அரிய சந்தர்ப்பங்கள்! தாம் பேசிக்கொள்ளும் விஷயங்களைத் தாய்க்கும் தெரிவிக்கக் கூடாதென்பதைக் கிஜ்ஜி புரிந்துகொண்டாள். அந்த நேரங்களில்தான் குண்ட்டா தன் மகளுக்குக் காம்பியாவைப் பற்றியும், ஜப்பூர் குறித்தும் ஜப்பூருக்குப் பக்கத்திலே பாய்ந்தோடும் ஆற்றைப் பற்றியும் கூறினான். ஆப்பிரிக்காவில் நிலாவைக் கொண்டு மாதங் களையும் கார் காலத்தைக் கொண்டு வருடங்களையும் கணக்கிடுகிறார் களென்று கிஜ்ஜி கேள்விப்பட்டாள். வெள்ளையர்கள் தன்னைச் சங்கிலிகளால் பிணைத்து ஆப்பிரிக்காவிலிருந்து கப்பலில் கொண்டு வந்த சேதியையும், அவர்கள் தன்னைச் செய்த சித்திரவதைகளையும் குண்ட்டா மகளுக்கு விவரித்தான். இப்போது கிஜ்ஜிக்குத் தன் தந்தையின் வரலாறு முழுவதும்தெரியும். ஆனாலும் அவள் மிஸ்ஸி ஆனிக்கோ, தாய்க்கோகூட எதுவுமே கூறவில்லை. அப்பா சொன்னதை யெல்லாம் தனக்குள்ளேயே மறைத்துக்கொண்டு விட்டாள்.

33

ஜூலை, *1800.*

மாஸா வாலர் ஃபெடரிக்ஸ்பர்க் பயணமானார். அவருடைய பிரயாணத்திற்காக குண்ட்டா சாரட்டு வண்டியைத் தயார் செய்தான். துரை அங்கிருந்து திரும்பி வர ஒரு வாரமாகலாம். அதுவரை இந்த விவசாயப் பண்ணையைப் பார்த்துக்கொள்ளவும், வேலைக் காரர்களைக் கட்டுப்படுத்தவும் மாஸா வாலர் துரையின் தம்பி ஜான் வாலர் வரப்போகிறார்.

ஜான் வாலர் என்றால் அடிமைகளுக்கெல்லாம் சிம்ம சொப்பனம்! அவர் தன் அண்ணனைப் போன்றவரல்ல. கொடுங் கோலர், சர்வாதிகாரி. அடிமைகள் சின்ன தவறு செய்தாலும் அவர்களைக் குதறிவிடுவார். அவர் இங்கே இருந்த நாட்களெல்லாம் பெல் பயத்துடனேயே கழித்தாள்.

துரை ஊர் சென்ற இரண்டு நாட்கள் எல்லாம் சரியாகவே நடந்தேறின. ஆனால் மூன்றாம் நாள் காலை ஒரு வெள்ளைக்காரன் வேக மாகக் குதிரைமேல் ஏறி வந்தான். அவன் ஓடிச்சென்று அறை-யிலிருந்த வாலர் துரையுடன் ஒரு பத்து நிமிடம் பேசிவிட்டுத் திரும்பிப் போய்விட்டான். உடனே வாலர் துரை, "பெல்" என்று காட்டுக் கூச்சல் போட்டார். பெல் நடுங்கிக்கொண்டே அறைக்குள் போனாள். துரை கோபத்தினால் நடுங்கிக் கொண்டிருந்தார். பெல் ஏதோ ஆபத்தை எதிர்பார்த்தாள். அடிமைகள் அனைவரையும் உடனே ஆஜர்படுத்து மாறு ஆனையிட்டார். பெல் அடிமைகளின் சேரிக்கு ஓடினாள். சில நிமிடங்களில் எல்லாரும் பங்களாவின் பின்புற வாசலில் பயத்தால் வெடவெடவென்று நடுங்கியவாறு நின்றனர்.

ஜான் வாலர் இடுப்புப் பெல்டில் ரிவால்வரைச் செருகி வந்து அவர்களையெல்லாம் தீ கக்கும் விழிகளால் பார்த்துக்கொண்டே கத்தினார்.

"ரிச்மாண்ட் நீக்ரோக்கள் கவர்னரைக் கடத்திப் போகவும் வெள்ளையர்களைக் கொன்று குவிக்கவும், நகரைக் கொளுத்தவும் சதி செய்ததாக எனக்கு இப்போதுதான் செய்தி கிடைத்தது. கடவுள் கிருபையால் கருப்பர்களில் உள்ள சிலநல்லவர்கள் இதை துரைமார் களுக்கு முன்னதாகவே தெரிவிச்சுட்டாங்க. இதனால் சதிகாரர்கள்

திட்டம் நிறைவேறல. அவங்கள எல்லாம் பிடிச்சுட்டாங்க. ரோடுகளில் எல்லாம் காவல் படைகள் ரோந்து சுற்றிக்கிட்டிருக்கு. நான் உங்களை எச்சரிக்கிறேன். உங்களில் யாருக்காவது அப்படிப்பட்ட எண்ணங்கள் இருந்தா ஒவ்வொரு வரையும் கொன்னு போடுவேன். நீங்க யாருமே நம்ம பண்ணையைத் தாண்டிப் போகக் கூடாது. எந்தவிதக் கூட்டங் களையும் நடத்தக்கூடாது. இருண்டால் யாருமே குடிசைகளை விட்டு வெளியே வரக்ககூடாது. தெரிஞ்சதா? நான் என் அண்ணனைப்போல் மிருதுவானவன் அல்ல. நீங்க கொஞ்சம் வாலையாட்டினாலும் உங்க தலைகள் உருளும். ஜாக்கிரதை! என்று கர்ஜித்தார்.

சொன்னதை போலவே ஜான் வாலர் கொடூரமாக நடந்து கொண்டார். அவருக்காகப் பிளேட்டில் பரிமாறிய சாப்பாட்டை கிஜ்ஜி ருசி பார்த்த பிறகே சாபிட்டார். பகலெல்லாம் குதிரை மீதேறிப் பண்ணை முழுதும் வலம் வந்தார். இரவில் பங்களாவின் வாசலில் உட்கார்ந்து மடியில் துப்பாக்கியுடன் விழித்திருந்தார். இதனால் கருப்பர்கள் கலகம் செய்வதிருக்கட்டும் ஒருவருக்கொருவர் பேசிக்கொள்ளவே பயந்தனர். செய்திப் பத்திரிகை வந்ததுமே வாலர் துரை அதைப் படித்துவிட்டு எரித்துவிட்டார். அவருடன் பேசுவதற்காக யாரோ வெள்ளைக்காரர் வந்தார், அறையிலிருந்த பெல்லை வெளியே அனுப்பிவிட்டு, அறையின் கதவுகளை யெல்லாம் மூடிக்கொண்டு அவருடன் ரகசியமாகப் பேசினார். அமைதியாக இருக்கும் இந்தப் பகுதியிலேயே நிலைமை இப்படி இருந்தால், ரிச்மாண்டில் ஆத்திரத் துடன் இருக்கும் வெள்ளையர் அங்கிருக்கும் அப்பாவி நீக்ரோக்களை என்ன பாடுபடுத்திக் கொண்டிருப்பார்கள் என்று இங்குள்ள நீக்ரோக்கள் ஊகிக்க முடியும்.

ஒரு வாரத்திற்குப்பிறகே திரும்புவார்களென்று கருதப்பட்ட துரையும், குண்ட்டாவும் மூன்று நாட்களுக்கு முன்பே திரும்பி விட்டனர். ரிச்மாண்ட் கலகத்தால் துரை தனது பயணத் திட்டத்தை ரத்து செய்துகொண்டு உடனுக்குடன் வந்துவிட்டார்.

குண்ட்டா வீட்டுக்குத் திரும்பி வந்தபின் ஃபிரடரிக்ஸ்பர்கில் தான் கேள்விப்பட்ட விஷயங்களையெல்லாம் பெல்லுக்குத் தெரிவித்தான். ரிச்மாண்டில் பிடிபட்ட கருப்பர்கள் வெள்ளையர்கள் செய்த சித்திர வதைகளைப் பொறுக்காமல், உண்மைகளைக் கக்கிவிட்டனர். சொந்த மாகக் கருமான்வேலை செய்து வந்த கேப்ரில் பிராஸ்ஸர் என்னும் நீக்ரோதான் கலகக்காரர்களின் தலைவன். சமையற்காரர்களாகவும், தோட்டக்கூலிகளாகவும், கயிறு திரிப்பவர்களாகவும், கப்பல் மாலுமிகளாகவும் இருக்கும் சுறுசுறுப் பான இருநூறு கருப்பர்களை ஒன்று திரட்டி கேப்ரியல்

ஓராண்டு பயிற்சியளித்தான். ஆனால் எஜமான பக்தர்களான சில கருப்பர்களால் கலகச் செய்தி முன்னதாகவே வெளிப்பட்டுப் பலர் கைது செய்யப்பட்டனர். பலர் தலைமறை வாயினர். காவல் படைகள், அவர்களைத் தேடிக் கிராமங்களில் அட்டகாசம் புரிந்து கொண்டிருக்கின்றன. வெள்ளைத் துரைமார்கள் இந்த சாக்கில் நீக்ரோக்களைச் சித்திரவதை செய்து கொண்டிருக் கிறார்கள் என்ற செய்திகளும் வந்துகொண்டிருக்கின்றன.

“போகட்டும் அவங்க நம்மையெல்லாம் கொன்று போட்டுட்டா, அடிமைகளே இருக்கமாட்டாங்க இல்லையா?” என்றாள் பெல்.

“பிடிலய்யா திரும்பி வந்தாரா?” எனக் கேட்டான் குண்ட்டா.

“இல்லை” என்று பெல் தலையைக் குறுக்காக ஆட்டினாள். “அவரைப் பத்தியே நாங்களெல்லாம் கவலையா இருக்கோம். ஆனாலும் அவர் குள்ள நரி போன்றவர். எப்படியும் வந்துடுவார்” என்றாள்.

குண்ட்டாவுக்குப் பெல் கூறியது பிடிக்கவில்லை. “அவர் இன்னும் வீடு வந்து சேரவில்லையா?” என்று கேட்டான்.

அடுத்த நாளும் பிடிலய்யா வரக்காணோம். துரை குண்ட்டாவிடம் ஒரு கடிதம் தந்து ஷெரீஃப்பிடம் கொடுத்துவிட்டு வரச் சொன்னார். திரும்பும் போது அவன் பிடிலய்யா சாலையில் நடந்து வருவதைப் பார்த்தான். அவருடைய உடைகள் கிழிந்திருந்தன. உடம்பெல்லாம் காயங்கள், அவரது பிடில் பெட்டியும் நொறுக்கப் பட்டிருந்தது. முகமெல்லாம் தூசி படிந்து அழுக்காயிருந்தது. ஆனாலும் குண்ட்டாவைக் கண்டதும் வாயெல்லாம் பல்லாகச் சிரித்தான்.

குண்ட்டா உடனே சாரட்டு வண்டியிலிருந்து குதித்து பிடிலய்யாவை அணைத்தக்கொண்டான்.அவரது பிடில்பெட்டியுடன் வண்டிக்குள் உட்காரவைத்தான். அவர் வெள்ளைக்காரர்கள் தன்னை செய்த சித்திரவதைகளையும், எப்படியோ அவர்கள் பிடியிலிருந்து உயிரோடு தப்பி வந்ததையும் விவரித்தார்.

சாரட்டுவண்டி துரை பங்களாவின்எதிரே நின்றதும், அடிமைகள் சேரியிலிருந்தவர்களெல்லாம் ஓடிவந்து பிடிலய்யாவை வரவேற்றனர். அவர் திரும்பி வந்ததற்கு அவர்கள் அனைவரும் மகிழ்ந்தனர்.

34

பஞ்சிலிருந்து விதைகைளப் பொறுக்கியெடுக்கும் இயந்திரம் வந்த பிறகு தென் பகுதியில் பெரும் மாறுதல்கள் நிகழ்ந்தன. பருத்தித் தோட்ட முதலாளிகளின் பாடு படுகொண்டாட்டமாக இருந்தது. அடிமை களுக்குக் கிராக்கி அதிகரித்துவிட்டது. அடிமை வியாபாரிகள் சாலைகளில் எல்லாம் எங்காவது அடிமைகள் விலைக்குக் கிடைக் கிறார்களா என்று வலைபோட்டுத் தேடினார்கள். மிஸிஸிபி, அலபாமா மாநிலங்களுக்குச் செல்லும் ரயில்கள் அடிமைகளால் நிறைந்திருந்தன.

ஒரு நாள் வாலர் துரை தனது உறவுக்காரப் பையனுடன் சாரட்டு வண்டியில் பேசியதையெல்லாம் குண்ட்டா செவி மடுத்து அக்கறையுடன் கேட்டான்.

“சில நாளுக்கு முன்பு அடிமைகள் சந்தைக்குப் போனேன். அடிமைகளின் விலைகள் எவ்வளவு அதிகரித்துவிட்டது தெரியுமோ! தோட்ட வேலை தெரிந்த அடிமைகளின் விலை ரெண்டு மூணு வருஷத்துக்கு முன்பிருந்ததைவிட ரெட்டிப்பாயிருக்கு. ‘கெஜட்’ பத்திரிகையில் வரும் விளம்பரங்களைப் பார்த்தால் தலை சுற்றுது. ஏதோ ஒரு தொழில் பயிற்சி உள்ள அடிமைக்கு ரெண்டரை ஆயிரம் வரை விலை இருக்கு” என்றார் வாலர் துரை.

“புதுசா பருத்தி எந்திரம் வந்த பிறகு எல்லா ஊர்களிலும் அப்படித்தான் இருக்கு. நாட்டிலே இப்போதே பத்துலட்சம் அடிமைங்க இருக்காங்க. ஆனாலும் போதவில்லையாம்! அடிமைங் களை வேகமா இறக்குமதி செய்யக் கப்பல்களாலேகூட முடிய வில்லையாம்! என்றான் உறவுக்காரப் பையன்.

“வெள்ளைத் துரைமார் சிலர் கொள்ளைப் பணம் கைக்கு வருதுன்னு அடிமைங்களே யோசனை செய்யாமெ வித்துக்கிட்டிருக் காங்க. நம்ம வர்ஜினியா மாநிலத்திலிருந்து நல்ல சரக்கையெல்லாம் வித்துத் தொலைப்பது எனக்குப் பிடிக்கலே. பிள்ளை பெறும் வயசிலே உள்ளவங்களைக்கூட வித்துப் போடுவது முட்டாள்தனம்!”

“முட்டாள்தனமுன்னு சொல்றீங்களா? இப்போ இங்கே அடிமைங்க அதிகமாத்தானே இருக்காங்க.”

“இப்போ அதிகமா இருக்கலாம். அஞ்சு, பத்து வருஷங்களுக்குப் பிறகு நம்ம தேவை எப்படி இருக்குமோ! பருத்திக்கு இவ்வளவு கிராக்கி வருமுன்னு பத்து வருஷங்களுக்கு முன்னே கனவு கண்டோமா? கருப்புப் பெண்கள் ஒவ்வொரு வருஷமும் குந்தையைப் பெத்துத் தள்றாங்க. இது நமக்கு எவ்வளவு லாபம்? அவங்களுக்குத் தொழில் பயிற்சி தந்தா நமக்குப் பலவிதத்திலும் பயன்படுவாங்க; அவங்க விலையும் உயரும். இப்போ நிலத்தின்மீதும், அடிமைங்க மீதும் வைக்கிற முதலீட்டுக்குத் தான் அதிக மதிப்பு. நான் மட்டும் ஓர் அடிமையைக்கூட விற்க மாட்டேன். அவங்கதான் நம்ம அமைப்புக்கே அஸ்திவாரம்!”

“பல பேருக்குத் தெரியாமலே நம்ம அமைப்பு மாற ஆரம்பிச்சிருக்கலாம். படிப்பு வாசனையில்லாத நம்ம வெள்ளைக்காரக் கூலியாட் களையே எடுத்துக்குங்களேன்! ஒருத்தரோ, ரெண்டு பேரோ அடிமைங்களை விலைக்கு வாங்கி, ஒரு பொதியோ, ரெண்டு பொதியோ பருத்தி விளைந்ததுமே இறுமாப்புடன் திரியுறாங்க. இந்தக் குடிகேடிங்க அதிகமாயிட்டு வர்றாங்க. வெறும் எண்ணிக்கையாலேயே அவங்க நம்ம வயல்களையும், அடிமைங்களையும் பறிச்சிக்கிற நாள் வெகு தூரத்திலே இல்லே.”

உறவுக்காரப் பையனின் பேச்சைக் கேட்டு வாலர் துரை மந்தகாசம் புரிந்தார்.

“சுதந்திரம் பெற்ற நீக்ரோக்கள் நகரங்களிலே இரவு பகலாக வேலை செய்து பணத்தைச் சேமித்துத் தம்மோட உறவுக்காரங்களை விலைக்குவாங்கிஅவங்களை விடுதலை செய்துகிட்டிருக்காங்களாம்!” என்றான் வெள்ளைக்காரப் பையன்.

“அதனாலேயே நம்ம தென் பகுதியிலே சுதந்திரம் பெற்ற நீக்ரோக்கள் அதிகம் பேர் இருக்காங்க” என்றார் வாலர் துரை.

“வர்ஜீனியாவில் நாம் அதிக தாராளமாக நடந்துக்கிறோம். விடுதலை பெற்றவங்க அதிகமாக அதிகமாக நமக்குப் போதுமான கூலியாட்கள்கூடக் கிடைக்கப் போறதில்லே. அது மட்டுமல்லாம அவங்களே இந்தக் கலகங்களையும் உண்டாக்கிக்கிட்டிருக்காங்க. ரிச்மாண்டில் அந்தக் கருமான் நீக்ரோவை மறக்க முடியுமா?”

“உண்மைதான்! யார் எங்கே இருக்கணுமோ, அந்தச் சட்டங்களும் செய்து, கலகக்காரங்களைக் கடுமையா அடக்கிட்டா, நகரங்களில் உள்ள நீக்ரோக்களில் பலரும் நல்லாவே நமக்குப் பயன்படுவாங்க. பல தொழில்களிலேயும் நீக்ரோக்களே அதிகமா இருக்காங்கன்னு ஏற்கனவே கேள்விப்பட்டிருக்கேன்” என்று கூறினார் வாலர் துரை.

“என் பயணங்களின்போது நான் கவனிக்கிறேன் இல்லையா! எங்கே பார்த்தாலும் அவங்கதான் இருக்காங்க. துறைமுகத்திலே பார்த்தாலும் அவங்களே! கிடங்குகளில் பார்த்தாலும் அவங்களே! வியாபாரத்திலும் அவங்களே! தோட்ட வேலையிலும் அவங்களே! சவப்பெட்டிகளைச் சுமப்பவங்க, சமையல் செய்றவங்க, பாட்டுப் பாடறவங்களும் அவங்களே! ரிச்பர்க் நகரம் பூராவுக்கும் வெள்ளை நாவிதன் ஒருவன்கூட இல்லே. நான் தாடியாவது வளர்ப்பேனே தவிர, கருப்பு நாவிதனுக்கு மட்டும் கழுத்தை ஒப்படைக்கமாட்டேன்.”

இருவரும் கலகலவென்று சிரித்தனர். வாலர் துரை உடனே கம்பீரமாகிவிட்டார். “இந்த நகரங்களில் கருப்பர்களின் குழப்பங் களோடு வேறுவிதமான சமூகப் பிரச்சினைகளும் இருக்கு. சமீபகால மாக இனிப்பாய் பேசி குல்லா போடுற அடிமை வியாபாரிங்க அதிக மாயிட்டு வராங்க. என்னிடம் கூட மூணு, நாலுபேர் வந்தாங்க. அவங் களுக்கு என்னோட அடிமைகளை விக்கணுமாம்! அவங்ககேட்ட விலை எவ்வளவு அதிகமாயிருக்கு தெரியுமா? அவங்கள்லே ஒருவன் தன்னோட விசிட்டிங் கார்டைக் கூட மேசைமேலே விட்டுப் போனான். இவங்கல்லாம் நீதி, நெறி இல்லாத வல்லூறுங்க!” என்றார் வாலர் துரை ஆவேசமாக.

சாரட்டு வண்டி துரையின் பங்களாவின் முன்னே நின்றது. வெள்ளையர் இருவரும் வண்டியிலிருந்து இறங்கி வேகமாக உள்ளே சென்றுவிட்டனர். அடிமைகளின் பட்டியிலுள்ள அனைவருக்கும் குண்ட்டா, துரைமார்களின் பேச்சையெல்லாம் தெரிவித்தான். அவர்கள் இதையெல்லாம் உற்சாகமாகக் கேட்டனர்.

சகோதரி மாண்டிக்கு ஒரு சிறு சந்தேகம் தோன்றியது. “சுதந்திரமா வாழற நீக்ரோக்கள் பணம் சேர்த்து வைத்துத் தம்மோட நெருங்கிய உறவுக்காரங்களை விலை கொடுத்து வாங்கி, பிறகு அவங்களுக்கு விடுதலை தந்துடறாங்கண்ணு சொல்றியே! சுதந்திரமா வாழற அந்த நீக்ரோக்கள் முதல்லே எப்படி அடிமைத்தனத்திலிருந்து வெளிப் பட்டாங்க?”

அதற்குப் பதில் சொல்லக்கூடிய அறிவும் ஆற்றலும் உள்ள ஒரே ஒருவர் பிடிலய்யா மட்டும்தான்! அவரே கூறினார்: “நகரங்களிலே உள்ள துரைமார்கள் என்ன செய்யறாங்கன்னா, தம்மிடம் இருக்கிற கருப்பர்களுக்கு ஏதாவது ஒரு தொழில்லே பயிற்சி தர்றாங்க. பிறகு அவங்களைச் சம்பளம் கொடுத்துத் தம்மிடமே வெச்சுக்கிறாங்க. அந்த நீக்ரோக்கள் பத்துப் பதினைஞ்சு வருஷம்பாடுபட்டு, ஒவ்வொரு மாசமும் கொஞ்சம் பணம் சேமிச்சுக்கிட்டேவந்து, கடைசியிலே அந்தப் பணத்தைக் கொண்டு சுதந்திர மாயிடறாங்க. நான்கூட இப்போ அப்படித்தானே செய்துகிட்டிருக்கேன்.”

“ஓகோ! அதுக்காகத்தான் நீ அந்த பிடிலை ராவும் பகலுமா அறுத்துக்கிட்டிருக்கியாக்கும்!” என்றான் இளக்காரமாக காட்டோ என்னும் அடிமை.

“இல்லாட்டி வெள்ளைக்காரனோட கூத்துக்கு மெச்சியா?” என்று கேள்வி கேட்டார் பிடிலய்யா.

“பின்னே இன்னும் நீ அவவளவு பணம் சேர்க்லையா?”

“அவ்வளவு பணம் சேர்த்திருந்தா நீ இந்த கேள்வி கேட்கிறவரை நான் இங்கே இருந்திருக்கவே மாட்டேன்.”

“பின்னே நெருங்கி வந்திருக்கியா?”

“போனவாரத்தைக் காட்டிலும் இந்த வாரம் இன்னும் கொஞ்சம் நெருங்கி வந்திருக்கேனே தவிர, அடுத்த வாரமே பறந்துபோகிற அளவுக்கு நெருங்கலே!”

“சரி அவவ்ளவு பணம் சேர்ந்த பிறகு நீ என்ன செய்வே?”

“வட நாட்டுக்கு ஓடிடுவேன் தம்பி! அங்கே சுதந்திரமா வாழுற நீக்ரோக்கள் இங்கேயிருக்கிற வெள்ளையரைவிட நல்லா வாழுறாங் களாம். சுகமா வாழுற கலப்பினப் பெரிய மனுஷங்களோட பங்களாக்களுக்குப் பக்கத்திலே வீடு வாங்கிக்குவேன். அவங்களோட ஆடம்பரமா வாழ்வேன். அவங்க போலவே பட்டாடை உடுத்துவேன். வீணை வாசிப்பேன். பூச்செடிகளை வளர்ப்பேன். புத்தகங்கள்பற்றி பேசுவேன்.”

பிடிலய்யாவின் பேச்சைக்கேட்டுக் கருப்பர்களெல்லாம் விழுந்து விழுந்து சிரித்தனர். வெள்ளைக்காரனுக்கும், கருப்பச்சிக்கும் பிறந்த கலப்பின மக்களைப் பற்றிச் ‘சுகே’ அத்தை கூறினாள். அப்படிப் பட்டவர்களை ‘முலாட்டோக்கள்’ என்கின்றனர்.

“முலாட்டோக்களின் உடலில் வெள்ளைக்காரங்க ரத்தம் ஓடுறதாலேதான் அவங்க அவ்வளவு புத்திசாலிகளா இருக்காங்கன்னு வெள்ளைக்காரங்க சொல்றதுக்கு நீ என்ன சொல்றே பிடிலய்யா?” என்று சுகே அத்தை கேட்டாள்.

“வெள்ளையரோட ரத்தம் கொஞ்சம் நஞ்சம் கலந்தவங்க நம்ம மத்தியிலேயும் இருக்காங்க” என்று பட்டும் படாமல் சொன்னாள் பெல்.

பிடிலய்யா அவமானப்பட்டவரைபோல் நடித்து, இதோ பார் ஓவர்சீர் மகனைப் பத்தி ஜாக்கிரதையா பேசம்மா என்றார்.

காட்டோ விழுந்து விழுந்து சிரித்தான்.

பிடிலய்யா கம்பீரமாகி கலப்பினத்தவர்களில் புகழ் பெற்றவர் களின் பெயர்களையெல்லாம் பட்டடியல் போட்டுச் சொல்லி,

ஆப்பிரிக்க ரத்தத்தைத் தவிர, வெள்ளை ரத்தம் சற்றும் கலக்காத கருப்பு நீக்ரோக்களையும் தமாஷாகக் கிண்டல் செய்தார்.

"சிரிங்க! சிரிங்க! வெள்ளையர்களுக்கு நீக்ரோக்கள் எல்லாமே ஒண்ணுதான்! நீ அவங்களைக் காட்டிலும் வெள்ளையாயிருந்தாலும், உன்னோட உடம்பிலே ஒரு சொட்டு கருப்பு ரத்தம் இருந்தாலும் சரி, அவங்க பார்வையிலே நீ நீக்ரோதான்!" என்றான் குண்ட்டா.

அப்போதைக்கே இரவு வெகு நேரமாகிவிட்டது. எல்லாரும் தத்தமது குடிசைகளுக்குச் சென்றனர். இதன் பிறகு ஒரு மாதம் கழிந்த பின்னர் பிடிலய்யா எங்கெங்கோ கச்சேரிகள் செய்துவிட்டு அடிமைகளின் சேரிக்கு வந்து சேர்ந்தார். அவர் உடனே குண்ட்டாவைத் தன் குடிசைக்குப் பரபரவென்று இழுத்துப்போனார். அவர் முகம் மகிழ்ச்சியால் பிரகாசித்துக் கொண்டிருந்தது.

"சாதிச்சுட்டேன் கருப்பா, சாதிச்சுட்டே!எவ்வளவு பணம் சேர்த்து வெச்சிருக்கேன்னு போனமாசம் காட்டோ கேட்டான் இல்லையா? அப்போதைக்குக் கொஞ்சம் குறைவாயிருந்தது. இந்தப் பயணத்திலே குறையை நிறைவு செய்துட்டேன். நான் விடுதலை பெற எவ்வளவு பணம் சேர்க்கணும்னு ஒரு முறை துரையைக் கேட்டேன். எழுநூறு டாலர் போதுமென்றார் அவர்."

குண்ட்டா அதிர்ந்துவிட்டான்.

"இதோ அந்தப் பணம்! என்று பிடிலய்யா படுக்கையைக் கிழித்துப் பணத்தைத் தரையில் பரப்பினார். நூறு டாலர் நோட்டுக்கள் அவர்கள் கால்களின் முன்னே படபடத்தன. "இதைப் பார்!" என்று படுக்கையின் அடியில் இருந்த கோணிப்பையை அவிழ்த்து பிடிலய்யா தரையிலே கொட்டினார். நூற்றுகணக்கான நாணயங்கள் 'கலகல' வென்று கொட்டின.

"ஆயிரம் தடவை கணக்கிட்டேன். துரைக்குக் கொடுத்தது போக இன்னும் கொஞ்சம் பணம் மிஞ்சும்" என்று சந்தோஷமுடன் கூறினார் பிடிலய்யா.

குண்ட்டா மனப்பூர்வமாக அவரை வாழ்த்தினான். இது கனவல்ல பச்சையான எதார்த்தம். குண்ட்டாவுக்குச் சிரிக்கவும், பெருத்த குரலில் கத்தவும் வேண்டும்போலிருந்தது.

"கொஞ்ச நாள் பொறுத்துக்கோ! உன்னையும் இந்த அடிமைத் தனத்தலிருந்து மீட்கிறேன். இன்றைய விடுதலைக்காக முப்பத்திமூணு வருஷம் பிடில் வாசிச்சிட்டுத் திரிஞ்சேன்" என்றார் வேதனையுடன் பிடிலய்யா.

குண்ட்டா வீடு திரும்பினான். அவன் உள்ளம் ஏதோ சூனியமாக இருந்தது. இனி பிடிலய்யாவைப் பார்க்க முடியாதே என அவன் வருத்தப்பட்டான்.

மறுநாள் காலை குண்ட்டா குதிரைகளுக்குத் தீனியும், தண்ணீரும் வைத்துவிட்டுப் பிடிலய்யாவின் குடிசைக்குச் சென்றான். அது வெறிச்சோடி இருந்தது. அவன் ஓடிப்போய் பெல்லிடம் பிடிலய்யா பற்றிக் கேட்டான்.

"துரையுடன் பேசிவிட்டுப் போய்விட்டார். அரை மணி நேரமாகுது. அவர் மிகவும் வருத்தமாகக் காணப்பட்டார்" என்றாள் பெல்.

குண்ட்டா அடிமைகளின் சேரி பூராவும் தேடினான். கிடங்கு பக்கத்திலே பார்த்தான். வேலிக்கு அந்தப்பக்கம் சென்று தேடினான். துயரம் நிறைந்த பிடில் ராகங்கள் கேட்டன. குண்ட்டா முன்னே சென்று பார்த்தான். தூரத்தில் 'ஓக்' மரத்தில் சாய்ந்துகொண்டு பிடிலய்யா வேதனையே உருக்கொண்டாற்போல் காணப்பட்டார். கன்னங்களில் கண்ணீர்த் துளிகள் உருண்டோடின. கோபமாகத் துடைத்துக் கொண்டார். அவர் வாயிலிருந்து நீர் வீழ்ச்சிபோல் சொற்கள் பாய்ந் தோடின.

"உங்களிடமிருந்து விடுதலை பெறப் போதுமான பணம் கொண்டு வந்திருக்கேன்னு துரைகிட்டே போய்ச் சொன்னேன். அவர் எனக்கு வாழ்த்துத் தெரிவித்தார். ரொம்பச் சந்தோஷப்பட்டேன். ஆனா பிறகு துரை என்ன சொன்னார் தெரியுமா? எழுநூறு டாலர் என்பது அப்போதைய விலையாம்! இப்போதய விலை ஆயிரத்து ஐநூறு டாலராம்! சொல்லப் போனா வெளியாளுக்கு என்னை வித்தா ரெண்டாயிரத்து ஐநூறு டாலர் கிடைக்குமாம்!"

பிடிலய்யா 'ஓ' வென்று கதறி அழுதுவிட்டார்.

"நான் வெளியே வரும்போது பெல்லை காப்பி கொண்டுவரச் சொல்லட்டுமா?" என்றும் கேட்டார் துரை.

இதன் பிறகு பிடிலய்யா மவுனமாக இருதுவிட்டார். குண்ட்டா அவர் எதிரில் சிலையாகிவிட்டான்.

"அவன் ஒரு தேவடியா மகன். தூ..." என்று பிடிலய்யா காறித் துப்பிவிட்டு, தன் கையிலிருந்த பிடிலை ஆற்றில் வீசி எறிந்தார்.

குண்ட்டா உடனே ஆற்றுக்குள் குதித்துப் பிடிலை மீட்க வீண் முயற்சி செய்தான். அது முன்பே உடைபட்டுச் சுக்குநூறாகி விட்டிருந்தது.

35

மாஸா வாலரும், குண்ட்டாவும் ஓய்வில்லாமல் பகல் பூராவும் எங்கெங்கோ சுற்றிவிட்டு, இரவு வெகு நேரமான பிறகு களைப்புடன் வீடு வந்துகொண்டிருந்தார்கள். வர்ஜீனியா முழுதும் இதற்குமுன் எப்போது மில்லாத ஒரு விசித்திர நோய் பரவியிருந்தது. ஒருநாள் இரவு குண்ட்டா வீடு திரும்பியதுமே படுக்கையில் விழுந்துவிட்டான். உடல் காய்ச்சலால் கொதித்துக் கொண்டிருந்தது. பெல் மிகவும் கலவர மடைந்தாள். ஆனால் குண்ட்டா, “தூங்கி எழுந்தால் எல்லாம் சரியாய்ப் போய்விடும்” என்று தைரியம் கூறினான். எனினும் பெல்லுக்கு நம்பிக்கை இல்லை.

மறுநாள் காலை பெல் துரைக்கு சிற்றுண்டி பரிமாறும்போது விஷயம் சொன்னாள். துரை அலுத்துக்கொண்டாலும் வெளியில் காட்டிக் கொள்ளவில்லை. “அநேகமாகக் காய்ச்சலா இருக்கலாம். என்ன செய்ய வேண்டுமோ உனக்குத் தெரியும். குண்ட்டாவுக்கு உடம்பு தேறுகிறவரைக்கும் சாரட் வண்டியை ஓட்டக்கூடிய ஒருவன் தேவை “என்றார் துரை.

பெல் ஒரு நிமிடம் சிந்தித்தாள்.

“நம்ம வயல் வேலை செய்ற நோவாவுக்குக் கோவேறு குழுதைகளை ஓட்டுவது நல்லாத் தெரியும். இப்போ அவன் வளர்ந்தும் இருக்கான். அவனை அனுப்பட்டுமா?” என்று கேட்டாள் பெல்.

“இப்போ அவனுக்கென்ன வயது?”

“கிஜ்ஜியைக் காட்டிலும் ரெண்டு வருஷம் பெரியவன். அதாவது பதினாலு வயசிருக்கலாம்.”

“பிரயோசனமில்லே, ரொம்பச் சின்ன வயசு. பிடிலய்யா வேலை வெட்டி இல்லாம சுத்திட்டுத்தானே இருக்கான். அவனுக்குச் சொல்லு!”.

பிடிலய்யா முனகிக்கொண்டே வேலையிலே சேர்ந்தார். பகலெல்லாம் மாஸா வாலருடன் ஊர் ஊராகச் சுற்றிக்கொண்டே இருக்கிறார். நோய் குறைவதற்குப் பதிலாக அதிகரித்துக் கொண்டிருந்தது. துரை சாரட்டு வண்டியில் சென்று வைத்தியம் செய்துகொண்டிருக்கையில் பெல்லும் நோவாவும் கோவேறு கழுதை வண்டியில் அடிமைகளின் சேரிகளில் மருத்துவம் பார்த்தார்கள்.

குண்ட்டாவுக்கு ஜுரம் மேலும் அதிகமாயிற்று. மிஸ்ஸி ஆனி விடுமுறையைக் கழிக்க வந்து அவன் நிலையைக் கண்டு வருந்தி, பக்கத்தில் அமர்ந்து பைபிள் படித்தாள். பெல் அவனுக்கு நாட்டு

மருந்துகளைப் பயன்படுத்தினாள். காய்கறி வைத்தியம் செய்தாள். கடைசியில் காய்ச்சல் நின்று குண்ட்டா படுக்கையில் உட்காரும் நிலையை அடைந்தான்.

மிஸ்ஸி ஆனி பொழுது போகாமல் கிஜ்ஜிக்கு எழுத்துகளைக் கற்பித்தாள். கிஜ்ஜி நன்றாகக் கற்றுக்கொண்டு சின்னச் சின்ன சொற்களை எழுதவும்,படிக்கவும் செய்தாள். இரவில் விளக்கொளியில் புத்தகங்களை எதிரே போட்டுக்கொண்டு அக்கறையாகப் படிப்பதைக் கண்டு குண்ட்டா மனத்துக்குள் சந்தோஷப்பட்டாலும், இதனால் ஏற்படப்போகும் விளைவுகளை நினைத்துக் கலங்கினான். நீக்ரோக்கள் கல்வியறிவு பெறுவதை வெள்ளையர் விரும்புவதில்லை. பெல் கூட பயந்தாள்.

இந்த சமயத்திலேயே மிஸ்ஸி ஆனியின் பதினாறாவது பிறந்த நாள் விழா மாஸா வாலர் துரையின் மாளிகையிலே வெகு கோலாகலமாகக் கொண்டாடப்பட்டது. கிஜ்ஜி கஞ்சி வைத்து இஸ்திரி செய்த கவுனை உடுத்தித் தட்டில் பலகாரங்களும், பழங்களும் வைத்து விருந்தினர் களுக்கு இடைவிடாமல் தந்து உபசரித்தாள். ஆனால் சிறுவயதிலிருந்து தன்னைக் கொஞ்சி விளையாடிய மிஸ்ஸி ஆனி தன்னைச் சற்றும் கண்டு கொள்ளாமலேயே பாராமுகமாக இருந்தது கிஜ்ஜியின் மனத்தை வருத்தி விட்டது. அவள் பாவம், ஓடி வந்து படுக்கையில் குப்புற விழுந்து தேம்பித் தேம்பி அழுதாள். அந்த விநாடியில் கிஜ்ஜிக்கும் ஆனிக்கும் இடையே இத்தனை காலம் இருந்து வந்த நட்பு முறிந்துவிட்டது. ஆனால் குண்ட்டாவுக்கு இது மிகவும் மகிழ்ச்சியளித்தது.

நாடு பூராவும் பரவி இருந்த தொத்து வியாதி மறைந்து விட்டது. குண்ட்டா தன் வேலைகளை வழக்கம்போல் செய்து கொண்டிருந்தான். மாஸா வாலர் ஊர் சுற்றுவதும் குறைந்துவிட்டது. குளிர்காலம் வந்துவிட்டது. சாலைகளெல்லாம் பனி பெய்து பிரயாணங்களுக்கு வசதியாக இல்லை. தவறாமல் வந்து கொண்டிருந்த வர்ஜீனியா கெஜட் பத்திரிகையும் வருவது நின்றுவிட்டது.

பண்ணைச் சாலைகளை மூடியிருக்கும் பனிக்கட்டிகளைப் பிடிலய்யாவும், குண்ட்டாவும், காட்டோவும், நோவாவும் மண்வெட்டி களால் அப்புறப்படுத்திக் கொண்டிருந்தார்கள். அப்போதுதான் குண்ட்டா நோவாவைப் பிரத்தியேகமாகக் கவனித்தான். அவன்மேல் குண்ட்டாவுக்கு ஏதோ வாஞ்சை ஏற்பட்டது. அந்த வயதில் தானும் அவனைப் போலவே இருந்ததை நினைவுபடுத்திக் கொண்டான். நோவாவின் கன்னங்கரேலென்ற உறுதியான உடல் வாகு குண்ட்டாவைக் கவர்ந்து விட்டது. நோவா தன் மகளைக் கட்டிக் கொண்டால் நன்றாயிருக்குமே என எண்ணினான்.

"முன்னே நீங்க பல தடவை தப்பியோடி பிடிபட்டீங்கன்னு கிஜ்ஜி சொன்னா, நிஜந்தானா?" என்று நோவா ஒரு நாள் கேட்டாள்.

திடீரெனக் கேட்ட அந்தக் கேள்வி குண்ட்டாவை அதிர்ச்சி யடையும்படி செய்தது. "ஒரு நிலையில் எல்லாருக்கும் தப்பியோடத் தோணும்" என்றான் குண்ட்டா.

"எனக்கும் அப்படித்தான் தோணுது. இந்த மோசமான பொழப்பு எனக்குப் பிடிக்கலே" என்றான் நோவா.

"தப்பியோடுன்னும், ஓடவேண்டாமுன்னும் நான் சொல்ல மாட்டேன். ஆனா பிடிப்பட்டா உயிர்மேல் ஆசையை விட்டுட வேண்டியது தான்!" என்றான் குண்ட்டா கம்பீரமாக.

"பிடிபடாம இருக்க முயற்சிப்பேன். விடி வெள்ளியை நோக்கிப் போகணும், பகலில் மறைந்துகொள்ள கிவோக்கர் சங்கத்துக்காரங் களும்* சுதந்திரமா வாழுற கருப்பர்களும் உதவுவாங்க. எப்படியாவது ஒஹியோவரை போயிட்டா விடுதலை கிடைச்சாப்பலேதான்" என்றான் நோவா.

தப்பியோடுவதிலுள்ள ஆபத்து சிறு பையனுக்கு என்ன தெரியும் என்று எண்ணினான் குண்ட்டா. மேல் மூச்சு வாங்க ஓடுவது, வேட்டை நாய்கள், துப்பாக்கிகள், கசையடிகள், கோடாரிகள் - எல்லாமே அவனது நினைவுத் திரையிலே ஓடி மறைந்தன.

அன்றிரவு முன் அறையில் குண்ட்டா உட்கார்ந்து எங்கோ மோன நிலையில் ஆழ்ந்துவிட்டான். அவன் அடிக்கடி அவ்வாறு மாறி-விடுவது பெல்லுக்கும், கிஜ்ஜிக்கும் நன்கு தெரியுமாதலால், அவர்கள் பேசாமல் இருந்துவிட்டார்கள்.

காலையில் எழுந்ததும் நோவாவின் முயற்சியை வெற்றிபெறச் செய்யுமாறு அல்லாவைத் தொழவேண்டுமென்று குண்ட்டா முடிவு செய்து கொண்டான். மிஸ்ஸி ஆனியின் அலட்சியத்தால் நொந்து போயிருக்கும் கிஜ்ஜி, நோவா இங்கிருந்து சென்றுவிட்டால் மேலும் குன்றிப்போவாளே என்று அவன் வருந்தினான். ஏதோ ஒரு புத்தகத்தை ஆழ்ந்த அக்கறையுடன் படித்துக்கொண்டிருந்த மகளைப் பார்த்தான் அவன். இந்த வெள்ளையர் நாட்டில் கருப்பர்களின் வாழ்வெல்லாம் வேதனை மயம்தான்! குறைந்தது கிஜ்ஜிக்காவது அந்த வேதனையை இல்லாமல் செய்தால் நன்றாயிருக்கும் என்றெண்ணினான் குண்ட்டா.

---

*கிவோக்கர் சங்கம்: 1648-50 ஆம் ஆண்டுகளில் ஜார்ஜ் ஃபாக்ஸ் அமைத்த கிருஸ்துவ நிறுவனம். இது அமெரிக்காவில் பல அடிமை எதிர்ப்பு இயக்கங்களை நடத்தியது.

36

கிஜ்ஜியின் பதினாறாவது பிந்த நாளுக்குப் பிறகு, அக்டோபர் மாத முதல் திங்களன்று விடியற்காலை அடிமைகள் சேரியைச் சேர்ந்த கூலி ஆட்கள் அனைவரும் வயல்களுக்குப் போவதற்குக் குழுமினர். எல்லாருக்கும் முன்னதாக வந்து சேரும் நோவா மட்டும் காணப்பட வில்லை. எங்கே, நோவா எங்கே என்று ஒருவரையொருவர் கேட்டுக் கொண்டனர். காட்டோ வின் பக்கத்தில் நின்றிருந்த குண்ட்டா பறவை பறந்து விட்டதென்பதைப் புரிந்துகொண்டான்.

சமீபத்தில்தான் நோவாவுக்குப் பதினெட்டு வயது வந்ததும் தோட்டக் கிழவரின் குடிசை அவனுக்காக ஒதுக்கப்பட்டது. காட்டோ ஓடிச்சென்று தோட்டக் கிழவர் குடிசையின் கதவைத் தட்டினான். உள்ளே யாருமில்லை.

"உள்ளே இல்லையே" என்று காட்டோ வந்து சொன்னதும் திசைக் கொருவர் ஓடிச்சென்று 'நோவா! நோவா!' என்று கூப்பிட்டவாறே தேடியலைந்தனர். குண்ட்டா வைக்கோல் தொட்டிக்குள் ஓடிப்போய் தரையில் முழங்காலிட்டு நோவாவின் நலனை வேண்டி அல்லாவைத் தொழுதான்.

காட்டோ மற்றவர்களை வயல்களுக்கு அனுப்பிவிட்டு, பிடிலய்யா வுடன் சேர்ந்து நோவாவை தேடி அலைந்தான். அவனை எங்கே என்று தேடுவது? எவ்வளவு நேரமென்று தேடுவது, இந்தச் செய்தியை உடனே துரைக்குத் தெரிவிக்காவிட்டாலும் பேராபத்து நேரலாம். காட்டோ உடனே பெல்லை ஆலோசனை கேட்டான். துரை சிற்றுண்டி சாப்பிட்ட பின்னர் சொல்வது நல்லதென்று பெல் கூறினாள்.

அன்று காலை பெல் துரைக்கு விருப்பமானவையெல்லாம் சிற்றுண்டியில் பரிமாறினாள். கெட்டிப் பாலாடையில் ஊற வைத்த 'பீச்' பழங்கள், மணக்க மணக்கப் பன்றித்தொடை வறுவல், முட்டை ஆம்லெட், காப்பி எல்லாம் பரிமாறினாள். அவர் சாப்பிட்ட பிறகு இரண்டாவது காப்பி வேண்டுமா என்று கேட்டு துரை எதிரே அடக்க ஒடுக்கமாக நின்றிருந்தாள் பெல்.

“துரை, நோவா காலையிலிருந்து தென்படலேன்னு காட்டோ உங்களுக்கு தெரிவிக்கச் சொன்னான்” என்று அஞ்சியவாறே கூறினாள்.

துரை காப்பிக் கோப்பையைக் கீழே வைத்துக்கொண்டே “அப்படின்னா எங்கே போனான் அவன்? கண்மண் தெரியாமல் குடிச்சு எங்கேயாவது விழுந்து கிடக்கிறானா? இல்லை, எவளையாவது கொஞ்சிக்கிட்டிருக்கான்னு சொல்றியா?இல்லே, தப்பி ஓடிட்டான்னு சொல்றியா?” என்று கர்ஜித்தார் அவர்.

“நோவா ரொம்ப நல்ல பையன் துரை! அவன் உங்க இடத்திலேயே பிறந்து வளர்ந்தவன். உடம்பை வளைச்சு வேலை செய்தான். எப்போதுமே யாரையும் கஷ்டப்படுத்தலே!” என்றாள் பெல் நடுங்கிக் கொண்டே.

துரை பெல்லைக் கோபமாகப் பார்த்தார்.

பெல் அடிமைகள் சேரிக்குள் ஓடினாள். குண்ட்டா சாரட்டு வண்டியைத் தயார் செய்து துரையின் பங்களாவின் எதிரே நிறுத்தி னான். துரை வண்டியிலேறி நோயாளிகளைப் பார்க்க ஊரெல்லாம் சுற்றிக் கொண்டிருந்தார். நோவா இந்நேரத்திற்கு வெகு தூரம் ஓடிப்போயிருப்பான் என்று குண்ட்டா உள்ளுக்குள் சந்தோஷப்பட்டுக் கொண்டிருந்தான்.

இருட்டிவிட்டது. அடிமைகள் சேரியில் கிசுகிசுத்துக் கொண்டி ருக்கிறார்களே தவிர, யாரும் வாய்திறந்து பேசிக் கொள்ளவில்லை. நோவாவின் தாய்க்கு அழுதழுது தொண்டை கட்டிவிட்டது. கிஜ்ஜியின் விழிகள் கண்ணீரில் நனைந்து கொண்டிருந்தன. குண்ட்டா பரிதாபகர மாக மவுனியாகிவிட்டான். பெல் மகளை மடியில் கிடத்திக்கொண்டு தேற்றினாள்.

செவ்வாய் காலையில் நோவாவைப்பற்றி எந்தத் தகவலும் இல்லை. துரை சாரட்டு வண்டியைத் தயார் செய்யுமாறு குண்ட்டாவுக்குச் உத்தரவிட்டார். அவர் உடனே மாவட்டத் தலைநகருக்குச் சென்று ஷெரீஃபைச் சந்தித்தார். இருவரும் அரை மணி நேரம் பேசினர். துரை வெளியே வந்தபோது ஷெரீஃபும் அவருடன் இருந்தார்.

“என் சட்டத்திட்டங்களை மீறினவர்களைத் தவிர வேறு யாரையும் நான் இதுவரை சந்தையில் வித்ததில்லை” என்று ஷெரீஃபிடம் சொல்லிக் கொண்டிருந்தார் துரை.

“நீங்க அவனோட அங்க அடையாளங்களைச் சொன்னீர்கள் இல்லையா! என் காவல் படைகளுக்கு உடனே தெரிவிக்கிறேன். அவன் பிடிபட்டாலும், அவனைப்பற்றிய எந்தச் செய்தி

கிடைத்தாலும் உடனே உங்களுக்குத் தெரிவிக்கிறேன்" என்று கூறி ஷெரீஃப் துரையிடம் விடைபெற்றுக் கொண்டார்.

சனிக்கிழமை காலை குண்ட்டா குதிரைக்கு 'மாலிஷ்' செய்து கொண்டிருந்தான். ஒரு விசித்திரமான அமெரிக்கச் சிட்டுக் குருவியைப் போல் கூவினான் காட்டோ. குண்ட்டா உடனே நொண்டிக்கொண்டே வேகமாக வீட்டை நோக்கிப் புறப்பட்டான். வண்டிப் பாதையில் ஷெரீஃபின் சாரட்டு வண்டி வந்து கொண்டிருந்தது. .குண்ட்டா வீட்டிற் குள் மறைந்துகொண்டான். 'அல்லா! நோவா பிடிபட்டுட்டானா?' அவனுக்கு ஒன்றுமே விளங்கவில்லை. ஷெரீஃப் வண்டியிலிருந்து இறங்கி துரையின் பங்களாவுக்குள் விரைவாக நடந்தார். ஜன்னல் வழியாகப் பார்த்து குண்ட்டா மரத்துப் போய்விட்டான்.

ஐந்து நிமிடங்களுக்குள் பெல்லும் பின்புற வழியாக வீட்டுக்குள் ஓடி வந்து கதவைப் பிடித்து நின்றுகொண்டாள். அவள் அதிர்ச்சி அடைந்திருந்தாள். அவள் முகம் வெளிறிப் போயிருந்தது. கன்னங்களில் கண்ணீர் உறைந்து போயிருந்தது.

"துரையும், ஷெரீஃபும் கிஜ்ஜியை விசாரிச்சிட்டிருக்காங்க" என்று பெல் கீச்சுக் குரலில் கத்தினாள்.

குண்ட்டா திடுகிட்டான். ஒரு விநாடி அவனுக்கு ஒன்றுமே புரியவில்லை.அடுத்த விநாடி பித்துப் பிடித்தவன்போல் பெல்லைப் பிடித்து குலுக்கி, "என்ன வேணும் அவங்களுக்கு?" என்று கத்தினான்.

பெல்லின்குரல் உணர்ச்சி வேகத்தால் அமுங்கிப் போய் விட்டது. பெரு முயற்சி செய்து சொன்னாள். "ஷெரீஃப் கோபமாக கிஜ்ஜியை என்னென்னவொ கேட்டுக்கிட்டிருக்கார். எனக்கு ஒண்ணும் புரியலே. மாஸா மணியடித்தார். நான் அருகிலே ஓடினேன். மாஸா வாசலை அடைத்து நின்றுகிட்டு, வெளியே போ மறுபடியும் நான் கூப்பிடும்வரை உள்ளே வரக்கூடாதுன்னு சீறினாரு!"

பெல் ஜன்னல் வழியாகத் துரையின் பங்களாவைப் பார்த்து, 'ஓ லார்ட்! ஷெரீஃபுக்கு கிஜ்ஜியுடன் என்ன வேலை?' என்று முனகினாள்.

ஏதோ ஒன்று உடனே செய்துவிட வேண்டுமென குண்ட்டா துடித்தான். பெல் படுக்கையறைக்குள் ஓடிச் சென்று பரிதாபமாக அழுதுக்கொண்டே ஏசுபிரானிடம் முறையிட்டுக் கொண்டிருந்தாள். குண்ட்டா உள்ளுக்குள்ளேயே எரிந்து விழுந்தான். "எங்க துரை ரொம்ப நல்லவர், நமக்குக் கெடுதலே செய்யமாட்டார்ன்னு உன்னை நீயே ஏமாத்திக்கிட்டிருக்கியேன்னு உனக்குச் சொல்லணும்னு

நாற்பது வருஷமா முயற்சி செய்துகிட்டிருக்கேன்" என்று கத்தினான் குண்ட்டா.

"அங்கேயே போவோம், புறப்படு" என்று பெல் துரையின் பங்களாவை நோக்கி ஓடினாள். அவள் பின்னாலேயே 'குண்ட்டா நொண்டியவாறே ஓடிச் சென்றான். மாஸா - பெல் மெதுவாக அழைத்தாள். பதில் இல்லை.

"மாஸா" - பெல்லின் குரல் பெரிதாகவும், கடூரமாகவும் ஒலித்தது. அறையின் கதவு திறந்துகொண்டது.

"என்னிடம் பத்திரமாக இருக்கிறாள். வேறு யாரும் ஓடிப்போகும் நிலைமை வராது" என்றார் வாலர் துரை.

"நீங்க என்ன சொல்றீங்கன்னு எனக்குப் புரியலே" என்றாள் பெல்.

"கிஜ்ஜி என்ன செய்தாள்னு உனக்குத் தெரியாதுன்னு நினைக்கிறேன். அந்தப் பையன் நோவா பிடிபட்டான். காவல் சிப்பாய்கள் ரெண்டு பேரைக் கத்தியால் குத்தியிருக்கிறான். அவனை நாலு சாத்திய பிறகு உண்மையைக் கக்கிவிட்டான். உன் மகள்தான் என்னோட கையெழுத்தைப் ஃபோர்ஜரி செய்து கொடுத்திருக்கா. நோவா இதை ஒப்புக்கிட்டான்."

ஒரு விநாடி பயங்கர நிசப்தம். பெல் பைத்தியம் பிடித்தவள்போல் ஓடி வந்தாள் மாஸா நம்ம குழந்தையை வித்து போடுவான். எனக்குத் தெரியும் என்றாள் குண்ட்டாவைப் பார்த்து.

"என் மகளை இழுத்து வர்றேன்" என்று குண்ட்டா வேகமாக ஹாலை நோக்கி ஓடினான். பெல்லும் அவன் பின்னாலேயே ஓடினாள். குண்ட்டா கதவை வேகமாகத் திறந்துகொண்டு உள்ளே நுழைந்தான். ஷெரீஃபும், மாஸா வாலரும் அவர்களைக் கண்டு திடுக்கிட்டு நின்றனர்.

"எங்கே என் குழந்தை? அவளைக் கூட்டிப் போக வந்திருக்கோம்" என்றான் குண்ட்டா.

ஷெரீஃபின் வலது கை இடையிலிருந்த ரிவால்வரைத் தொட்டது. "கெட்டவுட்" எனக் கத்தினார் வாலர் துரை.

"நீங்க நீக்ரோக்கள். சொன்ன பேச்சைக் கேட்க மாட்டீங்க" என்று ஷெரீஃப் ரிவால்வரைக் கையில் பிடித்துக்கொண்டார். குண்ட்டா அதைத் தட்டிவிட பாயத் தயாரானான். ஆனால் நீர் நிறைந்த கண்களால் பெல் பின்னுக்கு இழுத்து வந்து கதவை மூடிவிட்டாள்.

"அம்மா....."- நெஞ்சைப் பிளக்கும் பரிதாபக் குரல் கிஜ்ஜியினுடையது.

சீண்டி விடப்பட்ட சிங்கங்களைப்போல் குண்ட்டாவும், பெல்லும் உள்ளே பாய்ந்து சென்றனர். ஷெரீஃப் ரிவால்வரை பெல்லின் நெஞ் சிற்கு குறி வைத்தான். பெல் அப்படியே நின்று போய் மகளின் முகத்தைப் பார்த்தாள்.

“மாஸா! அவள் அப்பாவிப் பெண்! மிஸ்ஸி ஆனி அதுக்கு பலவந்தமாக படிப்பு கற்றுத் தந்தா துரை! தவறு செய்றோம்னு தெரியாமே செய்துட்டா துரை! இந்த முதல் குத்தத்தை மன்னியுங்க மாஸா!” என்று பெல் துரையை மன்றாடினாள்.

“சட்டம்னா சட்டம்தான்! என்னோட நிபந்தனையை மீறினாள் உன் மகள். பெரிய குற்றம் செய்திருக்கா கிஜ்ஜி!” என்று தடுமாறாமல் சொன்னார் வாலர்.

“துரை! அவளுக்கு விவரம் தெரிந்த நாளிலிருந்து உங்க வீட்டையே சுற்றி வந்தா. உங்களுக்குப் பணிவிடை செய்தா.. நான் உங்களுக்கு நாற்பது வருஷம் சமையல் செய்து போட்டேன். இரவும் பகலும் உங்களுக்குச் சேவை செய்தேன். என் புருஷன் இத்தனை வருஷங்கள் உங்க சாரட்டை ஓட்டினார். இரவும் பகலும் உங்க கூடவே திரிஞ் சார். சோம்பல் இல்லாம உங்களுக்குப் பாடுபட்டார். இது வெல்லாம் உங்க நினைவுக்கே வரலையா துரை?”

“உங்க கடமையை நீங்க செய்தீங்க, அவ்வளவுதான். உங்கக் குழந்தையை விற்றுவிட வேண்டியதுதான் தப்பாது.”

“மோசமான வெள்ளையருங்கதான் குடும்பங்களைப் பிரிப்பாங்க. ஆனா நீங்க அப்படிப்பட்டவரில்லை மாஸா!”

மாஸா வாலர் கோபமாக ஷெரீஃபுக்குச் சைகை செய்தார். அவர் கிஜ்ஜியைப் ‘பரபர’ வென்று சாரட்டு வண்டியை நோக்கி இழுத்துப் போனார்.

பெல் அவருக்கு எதிரே நின்றாள். “என் குழந்தையுடன் என்னையும் என் புருஷனையும்கூட வித்துடுங்க” என்றாள்.

“வழி விடு” என்று கத்தினார் ஷெரீஃப்.

குண்ட்டா சிறுத்தையைப்போல் ஷெரீஃபின்மேல் பாய்ந்து அவரைக் கீழே தள்ளினான். சரமாரியாகக் குத்துக்கள் விட்டான். கிஜ்ஜியின் இடுப்பை வளைத்துப் பிடித்துக்கொண்டு அவள் கைகளில் பிணைத்திருந்த சங்கிலியைப் பற்றி இழுத்தான்.ஷெரீஃபின் ரிவால்வர் குண்டு குண்ட்டாவின் காதுக்கு மேல் பாகத்தில் பாய்ந்தது. அவன் அப்படியே தரையில் விழுந்துவிட்டான்.

ஷெரீஃப் கிஜ்ஜியைச் சாரட்டு வண்டிக்குள் தள்ளிவிட்டு ஓட்டுநர் இருக்கையில் உட்கார்ந்து குதிரைகளைக் கசையாலடித்தார். குண்ட்டா

ஆவேசமாக வண்டியின் பின்னால் ஓடினான். வண்டி வேகம் பிடித்துக் கொண்டது. "மிஸ்ஸி ஆனி.... மிஸ்ஸி ஆனி...!" என்று வண்டிக்குள்ளி ருந்த கிஜ்ஜி கத்திக்கொண்டே இருந்தாள்.

மாஸா வாலர் அவசரமாகத் திரும்பி வீட்டுக்குள் சென்றுவிட்டார். உறக்கத்தில் நடப்பவனைப்போல் குண்ட்டா வண்டிப்பாதையிலே நிதானமாக நடந்து திரும்பி வந்துவிட்டான். அவன் உள்ளத்தில் ஆப்பிரிக்க நினைவொன்று திடீரெனத் தோன்றி மறைந்தது. கிஜ்ஜியின் செருப்பில்லாத கால்களின் சுவடுகள் தரையில் பதிந்திருந்தன. அந்த மண்ணை உள்ளங்கைகளால் அப்படியே எடுத்துக்கொண்டு குடிசைக்குத் திரும்பினான். அதை அப்படியே சுரைக்காய்க் குடுவையில் போட எண்ணினான். ஆனால் பிறகு எண்ணத்தை மாற்றிக் கொண்டான். 'என் கிஜ்ஜி என்னைவிட்டு போய்விட்டாள்.... இனி அவள் திரும்பி வரவே மாட்டாள்... நான் இனி என் குழந்தையைப் பார்க்கவே முடியாது...' குண்ட்டாவின் முகம் பல கோணல்களாகி விட்டது. கைகளிலிருந்த மண்ணை உயரே வீசி எறிந்தான். அவன் விழிகளிலிருந்து கண்ணீர் பொங்கி வழிந்தது. மவுன அழுகையால் அவன் வாய் திறந்து கொண்டது. கற்களால் நிரம்பியிருந்த சுரைக்காய்க் குடுவையைத் தரையில் வீசி அடித்தான். அவனது ஐம்பத்திஐந்து வயதுக்குச் சாட்சியம் சொன்ன 662 கற்கள் தரையில் நாலா பக்கமும் சிதறிப்போயின.

37

விளக்கு வைத்த நேரத்தில் கோவேறு கழுதை வண்டியிலிருந்த கிஜ்ஜியை ஒரு வெள்ளையன் இறக்கி, விளக்கெரியாத ஒரு குடிசைக்குள் தள்ளிவிட்டுப் போய்விட்டான். அவள் திக்பிரமையாலும், பயத்தாலும் அந்தக் கும்மிருட்டில் நிசப்தத்தில் கோணிப் பையின் மேல் படுத்தாள். இரவு எத்தனை மணி நேரமோ என்றுகூட அவளுக்குத் தெரியவில்லை. இந்த இரவு முடியுமா என்பதுகூட கிஜ்ஜிக்குப் புரியவில்லை. அவள் கோணிப்பையின் மேல் உருண்டாள்; புரண்டாள். அந்தச் சூனியமான மனநிலையை அவளால் பொறுத்துக்கொள்ள முடியவில்லை. அச்சம் உண்டாக்காத ஒரு விஷயத்தின்மீது மனத்தை ஈடுபடுத்த வேண்டுமென அவள் விரும்பினாள். அடிமைத்தளையை அறுத்தெறிந்து சுதந்திரமாக வாழும் கருப்பர் நிறைந்த வட நாட்டுக்கு ஓடிவிட வேண்டுமென அவள் எண்ணினாள். ஆனால் கொஞ்சம் தவறினாலும் தென்னாட்டுக் கடைசியில் மாஸா வாலரை விட மோசமான துரைமார்களிடம் சிக்கிக்கொள்ள நேரலாம். இத்தனைக்கும் வடநாடு என்றால் என்ன? அது எந்தப் பக்கத்திலுள்ளது? தெரியாது. ஆனாலும் என்ன ஆனாலும் சரி, எப்படியாவது வட நாட்டுக்குத் தப்பியோடாவிட்டால் அவள் பெயர் கிஜ்ஜியே அல்ல!

குடிசையின் கதவு 'கிர்' றென்று திறந்துகொண்டது. உடனே கிஜ்ஜிக்கு முதுகில் குண்டூசியால் குத்தியதுபோலிருந்தது. ஓர் உருவம் குடிசைக்குள் திருட்டுத்தனமாக நுழைந்தது. அது தன்னுடன் கொண்டு வந்த மெழுகு வர்த்தியை அணையாமல் பார்த்துக் கொண்டே அதை ஓர் உடைந்த நாற்காலியின்மீது வைத்தது. அந்த வெளிச்சத்தில் தன்னை அன்று விலை கொடுத்து வாங்கிக்கொண்ட புதிய வெள்ளை முதலாளி அவன்தான் என்பதை அவள் புரிந்துகொண்டாள். அவன் அக்குளில் கசை இருந்தது. கிஜ்ஜி அந்தக் கசையைக் கண்டு பயப்படவில்லை என்றாலும், அவன் சிவப்புக் கண்கள் காமத்தீயை உமிழ்வதைப் பார்த்து மட்டும் பயந்துவிட்டாள்.

அவன் வாய் திறந்தான். சாராய நாற்றம் 'குப்' பென்று வந்தது. அவன் வார்த்தைகள் தடுமாறி வெளிவந்தன. இரவில் அவள் தூங்கிவிட்டாள் என்றெண்ணி, வாசல் திரைச்சீலையை

இழுத்து அப்பா அம்மாவை என்ன செய்வாரோ, அதையே இந்தக் குடிகாரன் தன்னைச் செய்ய விரும்புகிறான். நோவாவுடன் சேர்ந்து தனிமையில் கிஜ்ஜி வேலியைத் தாண்டிச் செல்லும் போது அவன் அவளைச் செய்யத் துடிப்பதையே இவனும் தன்னைச் செய்ய விரும்புகிறான் என்பதை கிஜ்ஜி புரிந்துகொண்டாள். ஆனால் இந்த வெள்ளையனுக்குத் தான் இடமளிப்பது நடக்காத காரியம்!

“ஏய், உன்னோடு விளையாடிக்கொண்டிருக்க இப்போது எனக்கு நேரமில்லை!” என்று அவன் உளறிக்கொண்டே அவளை நெருங்கினான். கிஜ்ஜி அவனிடமிருந்து தப்பித்துப் போக வழியைத் தேடிக் கொண்டிருந்தாள். அவன் முன்னே வர, இவள் பின்னே ஒதுங்கினாள்.

“நான் உன்னை விலைக்கு வாங்கிட்ட புது துரைன்னு தெரியலையா?” என்று சொல்லி அவன் ஒரு குறும்புச் சிரிப்பு சிரித்தான்.

“பார்க்க அழகாத்தான் இருக்கேடி! எனக்குப் புடிச்சுப்போனா உனக்கு அடிமைப் பொழப்பு இருக்காது.” அவன் திடீரென்று முன்னே பாய்ந்து கிஜ்ஜியைப் பிடித்துக்கொண்டான். அவள் அவன் பிடி யிலிருந்து தப்பித்துக்கொண்டு கூக்குரல் எழுப்பினாள். அவன் திட்டிக்கொண்டே அவள் முதுகிலே கசையாலடித்தான். “உன் தோலை உரிச்சுடறேன், தேவடியா முண்டே!” என்று கத்தினான்.

பைத்தியம் பிடித்தவள்போல் கிஜ்ஜி அவன் முகத்தைப் பிறாண்டினாள். அவன் அவளை அலக்காக எடுத்துத் தரையிலே போட்டான். அவள் பக்கத்திலே முழங்காலிட்டு உட்கார்ந்தான். “மாஸா தயவு செய்து வேண்டாம்... வேண்டாம்!” என்றலறினாள் அவள். ஆனால் அந்தக் கிராதகன் கிஜ்ஜியின் வாயில் கோணிப்பைத் துண்டுகளை அடைத்தான். அவள் தலையைத் தரையிலே போட்டு அடித்தான். கன்னங்களில் பளார்... பளார்... என்று அறைந்தான். இப்போது அவளுக்குப் போராடும் சக்தியும் இல்லை. அவன் அவள் உடைகளைக் கழற்றி எறிந்தான். அவன் கைகள் அவள் தொடைகளைத் தடவின. அவன் பலாத்காரமாக அவளை ஆக்கிரமித்தான். அவள் நினைவிழந்து விட்டாள்.

விடியும்போது கிஜ்ஜி கண்களைத் திறந்தாள். ஒரு நீக்ரோப்பெண் சோப்பு நீரால் துணியைக் கொண்டு அவள் தொடைகளைத் துடைத்துக் கொண்டிருந்தாள். அவள் வெட்கத்துடன் கண்களை மூடிக்கொண்டாள். சற்று நேரங்கழித்து மறுபடியும் கண்களைத் திறந்து பார்த்தாள் கிஜ்ஜி. அப்போதும் அந்தப் பெண் எவ்வித முகபாவமு மின்றி அவளது தொடைகளைச் சுத்தம் செய்துகொண்டே இருந்தாள். தான் செய்ய வேண்டிய வேலைகளில் இதுவும் ஒன்று

என்பதைபோல் அவள் நிச்சிந்தையாக அந்த வேலையைச் செய்தாள். பின்னர் கிஜ்ஜியின் உடலில் தூய்மையான துணியைப் போர்த்தினாள். சோப்புத் தண்ணீர் நிறைந்த மொந்தையையும், அழுக்கு உடையையும் எடுத்துக்கொண்டு, “உனக்கு சாப்பிட ஏதாவது கொண்டு வர்றேன்” என்று சொல்லிக் கொண்டே அவள் அங்கிருந்து சென்றுவிட்டாள்.

கிஜ்ஜிக்குக் காற்றிலே மிதப்பதுபோலிருந்தது. வாயால் சொல்ல முடியாத - மனத்தால் எண்ணமுடியாத அந்த நீசத்தனமான பாவச் செயல் தனக்கு நடக்கவில்லை என்று அவள் எவ்வளவுதான் சமாதானப்படுத்திக் கொள்ள முயற்சித்தாலும் அவளால் முடிய வில்லை. கழுவினாலும் துடைத்தாலும் அழிக்க இயலாத களங்கம் அவள் உடலுக்குள் பதிந்து விட்டதை அவளால் உணரமுடிகிறது. அதன் விளைவாக அவளது பெண் உறுப்பில் தோன்றிக் கொண்டிருக்கும் இடைவிடாத வலியை அவளால் புறக்கணித்துவிட முடியுமா? பக்கத்தில் ஒருக்களித்தாலும் சொல்ல முடியாத வேதனை! மறுபடியும் தான் கற்பழிக்கப்படாமல் தன்னைப் பாதுகாத்துக் கொள்வதுபோல் கிஜ்ஜி தன்னை மூடியிருந்த கோணிப்பையை இறுக்கப் பற்றிக் கொண்டாள். ஆனாலும் வலி தீப்பிழம்பாக எரிந்து கொண்டிருந்தது.

கிஜ்ஜி சென்ற நான்கு நாட்களாகத் தன் வாழ்வில் நடந்தேறிய நிகழ்ச்சிகளை எண்ணிப் பார்த்தாள். அவள் மனக் கண்முன் அப்பா, அம்மாளின் கண்ணீரும், அவர்களின் பரிதாபகரமான மன்றாடுதலும் வந்து நின்றன. ஷெரீஃப் தன்னை அடிமைகளின் வியாபாரிக்கு விற்றுவிட்டது, அவன் இந்த வெள்ளைக்காரனுக்கு மறுபடியும் விற்பனை செய்தது எல்லாம் அவள் நினைவிலாடின. இந்த வெள்ளைக் கார ராஸ்கல் எப்போது இருட்டும் என்று காத்திருந்து தன்னைக் கற்பழித்துவிட்டான். ‘அம்மா...!அப்பா...! என்னுடைய கூக்குரல்கள் அவர்களுக்கு கேட்குமா?ஐயோ.! இப்போது நான் எங்கே இருக்கிறேன் என்பதும் அவர்களுக்குத் தெரியாதே! அவர்களுக்கு என்ன ஆயிற்றோ எனக்குத் தெரியவில்லையே! மாஸா வாலரின் சட்ட திட்டங்களை எதிர்த்தவர்கள் உயிர் வாழ முடியுமா என்ன?

நோவா என்ன ஆனானோ? என்ன ஆவது? மாட்டைப்போல் அடித்து அடித்தே கொன்றிருப்பார்கள். கிஜ்ஜிக்கு நோவாவின் விவகார மெல்லாம் ஞாபகத்துக்கு வந்தது. மோசடிக் கையெழுத் திட்டுப் பயண அனுமதிப்பத்திரம் தயாரித்துத் தந்தால்தான் கிஜ்ஜியின் காதல் உண்மையான காதலென்று சொன்னானே அவன்! திருட்டு அனுமதிப் பத்திரம் தயாரித்துத் தரும்வரை நோவா அவளை விடவில்லையே! அதைக் கொண்டு வடபகுதிக்கு ஓடிச்சென்று, அங்கே நன்றாகப் பாடுபட்டு, பணம் சேர்த்துக்கொண்டு , யாருக்கும்

தெரியாமல் திரும்பி வந்து கிஜ்ஜியைக் கடத்திக் கொண்டு போகிறேன் என்று சொன்னானே அவன்! அப்போது அவன் முகத்திலே எத்தனை உறுதி தென்பட்டது! இனி நோவாவைப் பார்க்க முடியாது என்றெண்ணியதுமே அவள் பொல பொலவென்று அழுதுவிட்டாள்.

அம்மாவும் அப்பாவும் இனி தனக்குத் தென்பட மாட்டார்கள், ஏதாவது அற்புதம் நிகழ்ந்தால் தவிர! கிஜ்ஜிக்கு எங்கோ ஒரு சிறு நம்பிக்கை நட்சத்திரம் தெரிந்தது. மிஸ்ஸி ஆனிக்குத் தன்மேல் எத்தனை அன்பு தன்மேல் உயிரே வைத்திருந்தாள் அவள்! சின்ன வயதிலிருந்தே தன்னைப் பொம்மை போலவே பாதுகாத்தாள் அவள்! மிஸ்ஸி ஆனி பெரியப்பா வீட்டுக்கு வந்ததும் கிஜ்ஜியை விற்றுவிட்ட செய்தியைத் தெரிந்து கொள்வாள். உடனே தன் பிரியமுள்ள பெரியப்பாவிடம் கிஜ்ஜிக்காக வாதாடுவாள்; மன்றாடுவாள்; வேண்டிக்கொள்வாள். இந்நேரம் மாஸா வாலர் மிஸ்ஸி ஆனியின் நச்சரிப்பைப் பொறுக்க முடியாமல் ஷெரீஃப்பிடம் சென்றிருப்பார். அங்கிருந்து இந்த வெள்ளைக் காரனின் முகவரியைத் தெரிந்துகொண்டு, இவன் தனக் காகத் தந்த பணத்தை இவன் முகத்தில் வீசியெறிந்துவிட்டுத் தன்னை அழைத்துக் கொண்டுபோய் அம்மா, அப்பாவிடம் சேர்த்துவிடுவார் என்றெல்லாம் கனவு கண்டாள் கிஜ்ஜி.

ஆனால் அடுத்த விநாடியே அவள் துயரத்தில் மூழ்கி விட்டாள். தான் நினைப்பதெல்லாம் நடப்பதாகவிருந்தால் இந்நேரத்திற்கே ஷெரீஃப் இங்கு வந்திருக்கவேண்டும்... ஊம்... நாம் விரும்புவதெல்லாம் எங்கே நடக்கிறது? தனக்கிங்கே நிரந்தரக் கல்லறை தப்பாது என்பதை கிஜ்ஜி புரிந்துகொண்டாள். இனி அழ அவள் கண்களில் கண்ணீர்கூட எஞ்சியிருக்கவில்லை. 'நோவாவைக் காதலித்ததே குற்றமானால், அந்தக் குற்றத்திற்கு இதுதான் தண்டனை என்றால், ஓ கடவுளே! என்னை ஏன் இன்னும் உயிருடன் வைத்திருக்கிறாய்? என்னைக் கொன்றுவிடு!' என்று அரற்றினாள் கிஜ்ஜி

'கிர்' என்ற சத்தத்துடன் கதவு திறந்துகொண்டது. அவள் திடுக்கிட்டு எழுந்து உட்கார்ந்து பயத்துடன் சுவர்ப்பக்கம் நகர்ந்தாள். ஆனால் வந்தது காலையில் தன்னைச் சுத்தம் செய்து சென்ற நீக்ரோப் பெண். அவள் கையில் ஆவி பறந்து கொண்டிருந்த கிண்ணம் இருந்தது. கிஜ்ஜி அந்த உணவுக் கிண்ணத்தையோ, அந்தக் கருப்புப் பெண்ணையோ கண்ணெடுத்து பார்க்காமல் கண்ணை மூடிப் படுத்துக் கிடந்தாள்.

"நான் துரை வீட்டு சமையல்காரி. என் பெயர் மலிஜி. உன்னோட பேர் என்னம்மா?" என்று மெல்லக் கேட்டாள் அவள்.

கிஜ்ஜியால் பதில் சொல்லாமல் இருக்க முடியவில்லை. "என் பேர் கிஜ்ஜி, மிஸ் மலிஜி!"

அந்தப் பதில் அவளுக்கு மகிழ்ச்சியளித்தது. "நீ ஒரு நல்ல குடும்பத்தைச் சேர்ந்தவளாயிருக்கே!" என்றாள் மலிஜி. கிஜ்ஜி கிண்ணத்தைத் தொடாமல் இருப்பதைக் கண்டு அவள் வாஞ்சையுடன் கிஜ்ஜியின் உதடுகளில் கிண்ணத்தைப் பதித்து, அதிலிருந்து கஞ்சியைக் குடிக்கச் செய்தாள். கிஜ்ஜிக்கு மலிஜியைப் பார்க்கும்போது சகோதரி மாண்டியையோ, சுகி அத்தையையோ பார்ப்பதுபோலிருந்தது.

"உனக்கு என்ன வயசம்மா?" என்று கேட்டாள் மலிஜி.

"பதினாறம்மா" என்றாள் கிஜ்ஜி.

"இவனைப் பாடையிலே வைக்க! இவன் நிச்சயம் நரகத்துக்குத் தான் போவான்" என்று முணுமுணுத்த மலிஜி, உன் வயதிலே இருக்கிற நீக்ரோப் பெண்களைப் பார்த்தா இந்தப் பாவி இப்படித்தான் செய்வான் . நான் உன்னைவிட ஒன்பது வயது பெரியவ. இவனுக்குக் கல்யாணமான பொறவுதான் என்னைக் கடித்துக் குதறுவதை விட்டான். கர்த்தருக்கு என் மேல் இன்னும் கருணை இருக்கும். இனி தினமும் உன்னோட வயித்தெரிச்சலைக் கொட்டிக்குவான் என்றாள்.

இனி ஒன்றும் சொல்ல வேண்டாமென்று மலிஜியின் வாயைக் கையால் மூடி கிஜ்ஜி எழுந்து நின்றாள்.

"தாயம்மா! நீ ஒரு கருப்புப் பொண்ணு! அந்தச் சங்கதி மறந்துடாதேயம்மா! இந்தத் துரை எப்படிப்பட்டவன்னு இன்னும் உனக்குத் தெரியாது. நீயா ஒப்புகிட்டா சரி! இல்லாட்டா அவன் ராட்சஸனாயிடுவான்! என்று மேலும் கூறினாள் மலிஜி. கிஜ்ஜியின் சிந்தனைகள் பந்தயக் குதிரைகள்போல் பாய்ந்தோடின. இருட்டி விட்டால் அவன் தன்னை விட மாட்டான். அதற்குள் இங்கிருந்து தப்பியோடிவிட வேண்டும்.

மலிஜி அவள் எண்ணத்தைத் தெரிந்து கொண்டவளைப் போல், "ஓடிப் போற முயற்சி செய்யாதேயம்மா! ரத்தம் குடிக்கிற வேட்டை நாய்களை உம் பின்னாலே விரட்டுவான். அப்புறம் அவ்வளவுதான். கொஞ்சம் மனத்தைத் தேற்றிக்கோ! துரை கோழி வளர்க்கிற நீக்ரோக்கிழவருடன் கோழிப் பந்தயங்களுக்குப் போயிருக்கார். கோழிப் பந்தயம் இருந்தா அவனுக்குச் சோறும் தண்ணியும்கூட வேணாம்" என்றாள்.

மலிஜி பேசிக்கொண்டே இருந்தாள். இந்தத் துரைக்கு உள்ள கோழிப்பித்துக் குறித்தும், இருபத்தைந்து காசு லாட்டரிச் சீட்டில் பந்தயக் கோழியைப் பரிசாகப் பெற்று பெரிய மனுஷன் ஆனது

பற்றியும் விவரித்தாள். கிஜ்ஜி இடை மறித்து, "இந்தத் துரை பொண்டாட்டியோட படுக்கமாட்டானா?" என்று கேட்டாள்.

"ஏன் படுக்கமாட்டாரு? இவருக்குப் பெண் பைத்தியம் அதிகம் துரைசானியை நீ பார்க்கலே. துரையைப் பார்த்து நடுங்குவா. நிதானமானவள். வீட்டை விட்டு வெளியே வரமாட்டாள். துரை சானியம்மா துரையைவிட ரொம்பச் சின்னவள். கல்யாணம் ஆகும்போது அவளுக்குப் பதினாறு வயசுதான்! துரைக்குக் கோழிகள் மீதுள்ள பிரியம் கட்டிய பொண்டாட்டிமேல் இல்லை என்பது அவ அப்போதே தெரிஞ்சுகிட்டா."

மலிஜி ஏதேதோ சொல்லியவாறு இருந்தாள். கிஜ்ஜி ஏதேதோ எண்ணங்களில் அடித்துச் சென்றுகொண்டிருந்தாள்.

"பொண்ணே நான் சொல்றத கேட்டுக்கிட்டிருக்கியா?" என்றால் மலிஜி.

"ஆ... ஆ..." என்றாள் கிஜ்ஜி

"இத்தனைக்கும் நீ எங்கேயிருந்து வந்தே?"

"ஸ்பாட், சில்வேனியா மாவட்டம், வர்ஜீனியா மாநிலம்."

"நான் எப்போதும் இந்தப் பேர் கேட்கலே. அது போகட்டும். இது வட கரோலினா மாநிலம். நாம் இருக்கிறது, காஸ்வெல் மாவட்டம். நம்ம துரை பேர் தெரியுமா?"

"நம்ம மாஸா(துரை) பேரு டாம் லே. அதனால் இப்போ நீ கிஜ்-ஜிலே!"

"இல்லே, என் பெயர் கிஜ்ஜி வாலர்" என்று ஆட்சேபணை தெரிவித்தாள் கிஜ்ஜி. ஆனால் அடுத்த விநாடி வாலர் தனக்கிழைத்த கொடுமையை எண்ணி அழுதுவிட்டாள் அவள்.

மலிஜி அவளுக்குத் தேறுதல் சொன்னாள். "நீக்ரோக்கள் எந்தத் துரை கிட்டே இருக்கிறாங்ளோ, அந்தத் துரையோட பேர் வெச்சிக் கிறாங்க. ஏதோ அடையாளத்துக்குத்தானே தவிர நீக்ரோக்களின் உண்மையான பேர்களுக்கு என்ன மதிப்பிருக்கு? எந்தப் பேரானாலும் ஒண்ணுதான்."

"எங்க அய்யாவின் அசலான பெயர் குண்ட்டா கிண்ட்டே அவர் ஆப்பிரிக்காவிலிருந்து வந்தார்."

"அப்படிச்சொல்லு எங்க கொள்ளுத் தாத்தாவும் ஆப்பிரிக்கக் காரரே! அவர் தாரைவிடக் கன்னங்கருப்புன்னு எங்கம்மாவுக்கு எங்க பாட்டி சொல்லுச்சாம். கன்னம் பூராவும் மச்சம் இருந்ததாம்! அவர் பெயர்மட்டும் எங்கம்மா எனக்கு சொல்லலே. உனக்கு உங்கம்மாவைத் தெரியுமா?"

அலெக்ஸ் ஹேலி | 211

“ஏன் தெரியாது? நல்லாத் தெரியும். எங்க அம்மாவோட பேர் பெல். அவளும் உன்னைப்போலவே துரை வீட்டிலே சமையல்காரி. அய்யா துரையோட சாரட்டு வண்டி ஓட்டி!”

மலிஜி வியப்படைந்தாள். தாய் தந்தை இருவர் இருந்தும் இந்தப் பெண் எப்படி விற்பனைக்கு வந்தாளென்பது அவளுக்கு ஆச்சரியமாக இருந்தது.

“நீ என் அம்மாபோலவே பேசறே” என்றாள் கிஜ்ஜி.

மலிஜி ஒரு விநாடி திகைத்தாள். உடனே சந்தோஷத்தால் திக்கு முக்காடினாள். “அவங்ககூட என்னைப்போலவே நல்ல கிருஸ்துவப் பெண்ணாயிருக்கலாம்” என்றாள் பின்னர்.

“மிஸ் மலிஜி! என்னிடம் என்ன வேலை வாங்குவாங்க இங்கே?” என்று கேட்டாள் கிஜ்ஜி.

“இங்கே எத்தவீனை கருப்பரு இருக்காங்கன்னு மாஸா உனக்கு சொல்லலை இல்லே? ஒருத்தர் மிஸ்கோ - அந்தக் கிழவன் கோழிகளை விட்டு வெளியே வரமாட்டான். ரெண்டாவது நான், துரை வீட்டிலே சமையல் செய்றது, சுத்தம் செய்றது என்னோட வேலை. ஸாரா சகோதரியும், பாம்ப்பே மாமாவும் வயல் வேலை பாக்கறாங்க. உன்னோடு சேர்த்து ஐந்து பேர். உனக்கு வயல் வேலையே தரலாம்” என்றாள் மலிஜி.

கிஜ்ஜியின் முகத்தில் வருத்தம் கண்டு, “இதுக்கு முன்பிருந்த இடத்துலே என்ன வேலை செய்துகிட்டடிருந்தே?” என்று கேட்டாள் மலிஜி.

“துரை வீட்டை சுத்தமா வெச்சிருப்பேன். சமையல் வேலையில் அம்மாவுக்கு உதவுவேன்” என்றாள் கிஜ்ஜி.

“உன்னோட மிருதுவான கைகளைப் பார்த்தபோதே அப்படித் தான் நெனச்சேன். ஆனா உன்னோட பழைய துரையைப் போல இந்தத் துரை பணக்காரன் இல்லே. என்னென்னவோ செய்து எண்பது ஏக்கரா சம்பாதிச்சாலும், அதிலே பாதிக்கூட சாகுபடி ஆகுதோ இல்லையோ! நீக்ரோக் கிழவனை வச்சுக்கிட்டு பந்தயக் கோழிப்பண்ணை நடத்துறார். போதையில் இருக்கும்போது ‘உனக்குப் பங்களா கட்டித் தர்றேன்’னு பொண்டாட்டியிடம் உளர்றார். தன்னோட சாரட்டு வண்டியையும் தானே ஓட்டிக்கிறார். அதுக்குத் தனியா ஒரு கருப்பனை வச்சிக்க வசதி இல்லே. துரைசானிக்கு வெந்நீர் வைக்கவும் தெரியாது. வேறு வழி இல்லாம சமையல் செய்ய என்னை வச்சிருக்கார். அதுவுமில்லாம ‘எங்க வீட்டிலே சமையல்காரியும் இருக்கா’ன்னு பெருமை பீத்திக்கவும் என்னை வச்சிருக்கார். இல்லாட்டி என்னையும் வயல் வேலைக்கே

அனுப்பியிருப்பார். ரெண்டுபேரோடு வயல்வேலைக்கே முடியாமத் தான் இப்போ உன்னையும் விலைக்கு வாங்கிட்டார். உன்னை என்ன விலைக்கு வாங்கினார் தெரியுமோ?"

"தெரியாது."

"அறுநூறு, எழுநூறு டாலர் தராமெ உன்னைப்போல் வயசும், ஆரோக்கியமும் இருக்கிற கருப்புப் பெண் கிடைக்கமாட்டா. உனக்குப் பிறக்கிற குழந்தைகளைச் சும்மாவே தட்டிகிட்டுப் போகலாம் இல்லையா?" என்றால் மலிஜி.

கிஜ்ஜிக்குப் பேச நா எழவில்லை. அதிர்ச்சியடைந்து கேட்டுக் கொண்டிருந்தாள். மலிஜி வாசல்வரை சென்று திடீரெனப் பின்னால் திரும்பி, "சினை வந்த பசு மாடுகளுடன் சேர்த்து வைக்க காளை மாடுகளை வளர்ப்பதுபோல, பெரிய பெரிய துரைமார்கள் காளைகளைப்போன்ற முரட்டு நீக்ரோக்களை வளர்க்கிறாங்க. அவர்களுடன் உன்னை சேர்த்து வைத்தாலும் ஆச்சரியமில்லே. ஆனால் இப்போதைக்கு துரையே உன்னை சாகுபடி செய்வான் போலிருக்கு" என்று சொல்லிவிட்டுப் போய்விட்டாள்.

38

"மாஸா! எனக்குப் பிரசவ நேரம் நெருங்கிவிட்டது."

"அதுக்கு என்ன செய்யணும்கறே? உடம்புக்கு சுகமில்லேன்னு வேலைக்கு வராம இருக்காதே!" என்றான் டாம்லே கடுமையாக.

பேருகாலம் நெருங்க நெருங்க இரவு நேரம் கிஜ்ஜியிடம் அடிக்கடி வருவதை குறைத்துக்கொண்டான் துரை. ஆனாலும் பகல்ல கிஜ்ஜிக்குக் கடுமையான உழைப்புத் தரவில்லை. அவள் இதற்குமுன் எப்போது வயல்வேலை செய்தவளல்ல. அதனால் உள்ளங்கைகளில் கொப்புளங்கள் தோன்றின. மண்வெட்டியைச் சற்று அழுத்தமாகப் பிடித்தாலும் அந்தக் கொப்புளங்கள் சிதைந்து மரண வேதனை அனுபவித்தாள். அவள் வேலை செய்யும்போது சற்று நிமிர்ந்தாலும், குதிரைமேல் உட்கார்ந்து சுற்றித் திரியும் மாஸா வாய்க்கு வந்தபடி திட்டடினான்.

1806 ஆம் ஆண்டு குளிர்காலத்தில் கிஜ்ஜிக்கு ஒன்பது மாதங்கள் நிறைந்தன. ஆண் குழந்தையைப் பெற்றெடுத்தாள். சகோதரி சாரா பிரசவம் பார்த்தாள். சாரா குழந்தையை உயர்த்திப் பிடித்தாள். குழந்தை கோதுமை நிறம்.

கிஜ்ஜிக்கு அவள் தாய் பெருமையுடன் சொல்வது நினைவுக்கு வந்தது "என்னோட மாஸாவின் பண்ணையிலே கருப்பு நீக்ரோக்களைத் தவிர, கலப்பு நிறத்தவன் ஒருவன் இருந்தால் காட்டுங்கள்!" அப்பாவுக்கும் கலப்பு நிறமென்றால் எவ்வளவு வெறுப்போ கிஜ்ஜிக்குத் தெரியும். தனக்கு நேர்ந்த அவமானத்தையும், தலைக்குனிவையும் பார்க்க அவர்கள் இங்கே இல்லாமலிருப்பதே நல்லதாய்ப் போயிற்று! அவர்கள் தன் குழந்தையைப் பார்க்கா விட்டாலும், வாழ்க்கை பூராவும் அவள் அவர்கள் எதிரே தலை நிமிர்ந்து இருக்க முடியாது. தன்னுடைய நிறத்தையும், தன் குழந்தையின் நிறத்தையும் ஒப்பிட்டுப் பார்ப்பவர்கள், தனக்கு நிகழ்ந்ததைச் சுலபமாகவே உணர்ந்து கொள்வார்கள்.

நோவா ஓடிப்போகும் முன்பு தன்னை எவ்வளவு பலவந்தப் படுத்தினான்! தான் உடலுறவுக்கு ஒப்புக்கொள்ளவில்லை. ஒப்புக் கொண்டிருந்தாலும் நன்றாக இருக்குமென நினைத்தாள் கிஜ்ஜி. நோவாவுக்குப் பிறந்த குழந்தையாயிருந்தால் கருப்பாகவாவது இருந்திருக்கும்! இந்தத் தலைக்குனிவாவது இல்லாமல் போயிருக்கும்!

“ஏண்டி பொண்ணே! நீ சந்தோஷமா இல்லையே! பாரேன்! உன் குழந்தை எவ்வளவு அழகா இருக்கானே! என்றால் மலிஜி.

கிஜ்ஜியின் உள்ளத்து வேதனை மலிஜிக்குப் புரிந்து விட்டது.

“நிறத்தைப்பத்திக் கவலைப்படாதே! இந்தக் காலத்திலே நிறத்த பத்திக் கவலைப்படறவங்க யாருமில்லே” என்று தைரியம் சொன்னாள் மலிஜி.

“நம்ம துரைசானி என்னோட குழந்தையப் பார்த்து என்ன நினைக்கிறாங்க?” என்று அப்பாவித்தனமாகக் கேட்டாள் கிஜ்ஜி.

“தன்னோட புருஷன் பத்தி துரைசானிக்குத் தெரியாம இருக்குதா? தம்மோட புருஷனுங்க கருப்புப் பெண்களுடன் படுத்து குழந்தை களைப் பெத்துக்கிட்டிருக்காங்கன்னு தெரியாத ஒரு துரைசானிய எனக்குக் காட்டு, பார்க்கலாம்! துரைசானிக்கு ஒரு வேளை பொறாமையா இருக்கலாம் - குழந்தை தனக்குப் பிறக்கலே, உனக்குப் பிறந்திருக்குன்னு.”

கிஜ்ஜி பிரசவித்த ஒரு மாதத்துக்குப் பின்னர் டாம்லே கிஜ்ஜியின் குடிசைக்கு வந்தான். மெழுகுவர்த்தியைக் குழந்தையின் அருகிலே கொண்டு சென்று, “பரவாயில்லையே குழந்தை பருமனாகக் கூட இருக்கான்!” என்றான் திருப்தியுடன். மூடியிருந்த சிசுவின் தளிர் விரல்களை மெல்லத் திறந்தான் அவன். அத்தோடு, “நாளை திங்களி லிருந்து வேலைக்குப் புறப்படு!” என்று கிஜ்ஜிக்குக் கூறினான்.

“வீட்டிலே தங்கியிருந்து குழந்தைக்குப் பால் தந்து வளர்க்க வேண்டாமா?” என்று முட்டாள் தனமாகக் கேட்டாள் அவள்.

டாம்லே எரிந்து விழுந்தான். அவன் காட்டுக்கூச்சலுக்குக் காதுகள் செவிடாகிவிட்டன. “வாயை மூடிக்கிட்டு வேலைக்குப் போ! குழந்தைய எடுத்துக்கிட்டு வயலுக்குப் புறப்படு! இல்லாட்டி இவன இங்கேயே வெச்சுக்கிட்டு உன்னை சந்தைக்கு ஓட்டிடுவேன்.”

குழந்தையைத்தன்னிடமிருந்து பிரித்துவிடும் எண்ணத்தையே அவளால் சகித்துக்கொள்ள முடியவில்லை. “வயலுக்குப் போறேன் மாஸா” “வயலுக்குப் போறேன் மாஸா!” என அழுதே விட்டாள் அவள். உடனே துரையின் கோபம் மறைந்துவிட்டது. அவன் குடிசைக்குள் அப்படியே உட்கார்ந்துவிட்டான். அவன் எண்ணம் கிஜ்ஜிக்குப் புரிந்துவிட்டது. தன் பக்கத்தில் பச்சைக் குழந்தை படுத்திருப்பதைக் கண்டும் துரைக்கு அந்தக் கோரிக்கை பிறந்தது அவளுக்கு ஆச்சரியமாக இருந்தது.

“வேணாம் மாஸா! உடம்பு இன்னும் தேறவே இல்லே” என்று மன்றாடினாள் கிஜ்ஜி. ஆனால் டாம்லே கேட்கவில்லை. மெழுகு வர்த்தியை அணைத்து அவன் தன் வெறியைத் தணித்துக்

கொண்டான். உடைகளை அணிந்துகொண்டு செல்லும்போது, "இவனைக் கூப்பிட ஏதாவதொரு பேர் வேணுமில்லையோ?" என்று கேட்டு, ஏதோ ஞாபகம் வந்தவன்போல், "இவனை ஜார்ஜ் ன்னு அழை! உடல் வளைச்சு என்னிடம் வேலை செய்த முதல் நீக்ரோவின் பேரது!" என்று கூறி, "ஜார்ஜ் நாளை என் பைபிளில் எழுதிக்கிறேன்" என்று தனக்குள்ளேயே முணுமுணுத்துக்கொண்டே அங்கிருந்து சென்று விட்டான் டாம்லே.

அவன் போய்விட்டதும் கிஜ்ஜி சுத்தப்படுத்திக்கொண்டு குழந்தையின் பக்கத்தில் படுத்துக்கொண்டாள். 'குண்ட்டா' என்றோ, 'கிண்ட்டா' என்றோ அழைத்தால் எவ்வளவு நன்றாயிருக்குமென்று அவள் எண்ணினாள். ஆனால் அதைக் கேட்டு துரை எவ்வாறு சீறி எழுவாரோ என்று பயந்தாள். அவள் தன் தந்தைக்குப் 'பெயர் சூட்டும்' விஷயத்தில் எத்தனை பிடிவாதம்! ஆப்பிரிக்காவில் ஆண் குழந்தைக்குப் பெயர் சூட்டுவதென்பது எவ்வளவு முக்கியத்துவம் வாய்ந்தது என்பதை எத்தனை தடவை சொல்லியிருக்கிறார்.

இந்த வெள்ளைக்காரர்களென்றால் அப்பாவுக்கு ஏன் அத்தனை வெறுப்பு என்று அன்று கிஜ்ஜிக்குப் புரியவே இல்லை. தாய் அவளிடம் அடிக்கடி சொல்வாள்: "நீக்ரோக்களின் வாழ்க்கை எவ்வளவு பயங்கரமானதோ உனக்குத் தெரியாதம்மா! நீ அதிர்ஷ்டக்காரி! கடவுள் கிருபையால் அந்த வாழ்க்கை உனக்குத் தெரியாமலே இருக்கட்டும்!" - தாயின் விருப்பம் நிறைவேறவில்லை. நீக்ரோக்களின் பிழைப்பு எப்படிப்பட்டதென்று அவள் இப்போது தெரிந்துகொண்டுவிட்டாள். கருப்பர்களின் வாழ்க்கையை வெள்ளையர்கள் எவ்வளவு வேதனை மயமாக்கிவிட்டார்கள் என்பதற்கு எல்லையே இல்லை. தாங்கள் யாரென்பதையே தெரிந்து கொள்ளவிடாமல், அவர்களைப் பரிபூரண மனிதர்களாக வாழவிடாமல் அடக்கிவிட்டதுதான் வெள்ளையர்கள் செய்த மாபெரும் கொடூரச் செயலென்று குண்ட்டா எப்போதுமே கூறிக்கொண்டிருப்பான்.

தன் குழந்தை ஈனப்பிறவியே ஆகட்டும், அவனது நிறம் கலப்பு நிறமே ஆகட்டும், துரை அவனுக்கு எந்தப் பெயராவது வைத்துக் கொள்ளட்டும்.. தான் மட்டும் அவனை ஓர் ஆப்பிரிக்கன் பேரனாகவே கருதுவேன் என்று மனத்தில் உறுதி செய்துகொண்டு தூங்கிப்போனாள் கிஜ்ஜி.

39

ஜார்ஜுக்கு மூன்று வயது. அந்தச் சின்ன வயதிலேயே அவன் பெரிய மனுஷன்போல் அடிமைகளின் பேட்டையில் எல்லாருக்கும் உதவிட ஓடோடிப் போகிறான். "சின்னப் பயலே! சாண் உயரம் இல்லாவிட்டா லும் எனக்குத் தண்ணி சுமந்து வந்து கொடுக்கறயா? காலி வாளிகூட உன்னால் தூக்க முடியாதேடா!" என்று கூறிச் சிரிக்கிறாள் மலிஜி. அவன் துளைத்தெடுக்கும் கேள்விகளால் கிஜ்ஜி குழம்பிப் போகிறாள்.

"அம்மா உன்னைப்போல் நான் ஏன் கருப்பாக இல்லே?" என்று அவன் ஒரு நாள் தாயைக் கேட்டான்.

கிஜ்ஜிக்கு என்ன பதில் சொல்வதென்று தெரியவில்லை. "யார் எந்த நிறத்தோடு பொறக்கிறாங்களோ அந்த நிறத்திலே இருப்பாங்க" என்று ஏதோ சொல்லி வைத்தாள்.

"அம்மா! என்னோட அப்பா யார்? எங்கே இருக்கிறார்? ஒரு நாள் கூடத் தென்படலையே!" என்றான் ஜார்ஜ் இன்னொருநாள்.

கிஜ்ஜி செயற்கையாகக் கோபித்துக்கொண்டு, "நீ வாயை மூடுறியா இல்லையா?" எனக் கத்தினாள். ஆனால் அடுத்த நிமிடமே அவனைத் தன் பக்கத்தில் படுக்கையில் படுக்க வைத்துக்கொண்டு வாடிப்போன அவன் முகம் கண்டு துயரத்தில் ஆழ்ந்துவிட்டாள்.

பல விஷயங்களும் தெரிந்துகொள்ள வேண்டுமென்னும் ஆவல் அவனுக்கு வெகு அதிகம். அவன் சிறுவனேயானாலும் நல்ல அறிவு. எதைச் சொன்னாலும் அவனுக்குப் புரியும்படி சொல்ல வேண்டும். எதுவும் அவன் சின்ன மூளைக்குப் பிடிபட வேண்டும். எனவே கிஜ்ஜி அவனுக்குத் தாத்தாவைப் பற்றி கூறினாள். "உங்க தாத்தா எப்படி இருப்பார் தெரியுமோ? கருப்பாக, உயரமாக இருப்பார். அவர் எப்போதுமே சிரிக்கவே மாட்டார். அவர்தான் உன்னோட தாத்தா. ஆப்பிரிக்காவிலிருந்து வந்தவர்." ஜார்ஜ், தாய் சொன்னதையெல்லாம் பேராவலுடன் கேட்டான். தந்தையை ஆப்பிரிக்காவிலிருந்து கப்பலில் கொண்டு வந்ததையும், அவரை 'நேப்ளிஸ்' என்னுமிடத்தில் இறக்கியதையும், அவரது காலை வெட்டிவிட்டதையும் கிஜ்ஜி மகனுக்குக் கூறினாள்.

ஜார்ஜின் முகத்தில் பல ஐயப்பாடுகள். “தாத்தாவின் காலை ஏன் வெட்டினாங்கம்மா?” என்று கேட்டான்.

“அவர் தன்னைப் பிடிக்க வந்தவர்களிலே ஒருவனைக் கொல்லப் பார்த்தார்.”

“அவரை ஏன் பிடிக்க வந்தாங்கம்மா?”

“ஓடிப்போற நீக்ரோக்களைப் பிடிப்பாங்க.”

“எங்கிருந்து ஓடிப்போறாங்க?”

“வெள்ளைத் துரைங்ககிட்டேயிருந்து.”

“வெள்ளைத் துரைங்க அவங்களை என்ன செஞ்சாங்க?”

கிஜ்ஜிக்குக் கோபம் வந்துவிட்டது. “போ இங்கிருந்து” என ஜார்ஜ் மேல் சீறினாள்.

அவனுக்குத் தன் ஆப்பிரிக்கத் தாத்தாவைக் குறித்து இன்னும் எவ்வளவோ தெரிந்துகொள்ளவேண்டும் போலிருந்தது. “ஆப்பிரிக் கான்னா அது எங்கே இருக்கம்மா?” ... “ஆப்பிரிக்காவிலே சின்னச் சின்ன பசங்க இருப்பாங்களா?” “தாத்தாவின் பேர இன்னொரு தடவை சொல்லு!” என்று கேள்விமேல் கேள்வி கேட்டுக் கொண்டே இருந்தான்.

கிஜ்ஜி பொறுமையாகப் பதில் கூறிக்கொண்டிருந்தாள். தன் தந்தை பற்றிக் கதை கதையாகச் சொன்னாள். அவர் தன்னை சாரட்டு வண்டி யில் உட்கார வைத்துக்கொண்டு தூசி எழுப்பும் ஸ்பாட் சில்வேனியா கவுண்டி சாலைகளில் உலா வந்ததையும், அடிமைகளின் சேரிக்குப் பின்னாலுள்ள ஓடைக்குத் தன்னை அழைத்துப் போனதையும் வர்ணித்தாள். அவற்றையெல்லாம் ஜார்ஜ் விழிகளை அகல விரித்துக் கேட்டான்.

“உங்க தாத்தாவுக்கு என்னோடு ஆப்பிரிக்க பாஷையிலே பேசறதுன்னா ரொம்ப விருப்பம். பிடிலை ‘கோ’ என்பார். நதியை ‘காம்பே போலஸ்’ என்பார்.அந்த மொழியிலே எத்னையோ சொல்லை எனக்குக் கத்துத் தந்தார்” என்று கிஜ்ஜி மகனிடம் கூறினாள்.

“‘கோ’ ன்னு உன்னாலே சொல்லமுடியுமா?” என்று மகனைக் கேட்டாள் கிஜ்ஜி.

“கோ!” என்றான் ஜார்ஜ்.

“பலே ‘காம்பே போலஸ்’ன்னு சொல்லு!”

ஜார்ஜ் அதையும் சரியாகக் கூறினான். ‘இன்னும் சொல்லு...’ ‘இன்னும் சொல்லு...’ என்று தாயை நச்சரித்தான். “இன்னொரு நாள்

இன்னும் சொல்றேன். இனி தூங்கு!'' என்று கூறி அவனை அவள் உறங்க வைத்தாள்.

பொழுது புலரும் முன்பே கிஜ்ஜி வயல் வேலைக்குச் சென்று பொழுது சாய்ந்த பிறகு களைப்புடன் வீடு திரும்புகிறாள். ஜார்ஜ் சமையல் கட்டில் மலிஜிக்கு உதவி செய்கிறான். இரவில் சாப்பிட்டு விட்டுத் தாயின் பக்கத்தில் படுத்துக்கொண்டு தன்னுடைய ஆப்பிரிக்கத் தாத்தா பற்றிய செய்திகளைக் கேட்கிறான்.

ஜார்ஜ்]க்கு ஆறு வயது. அவன் வயலுக்குச் சென்று உடல் வளைத்து வேலை செய்யும் வயது வந்துவிட்டது. சமையலறையில் திரிந்துகொண்டு, தனக்குச் சின்ன உதவிகளைச் செய்துகொண்டு, கிளியைப்போல் பேசிக்கொண்டிருந்த ஜார்ஜ், வயல் வேலைக்குப் போய்விடுவான் என்பதை எண்ணியதுமே மலிஜிக்குத் துக்கம் தாளவில்லை. ஆனால் தாய் கிஜ்ஜிக்கும், சகோதரி சாராவுக்கும் சந்தோஷமாக இருந்தது. ஜார்ஜ் வயலில் சின்னச் சின்ன வேலைகளை வேகமாகச் செய்கிறான். சற்றுத் தூரத்திலுள்ள மடுவிலிருந்து குளிர்ந்த நீரைக் குடிக்கக் கொண்டு வருகிறான். மக்காச்சோளமும், பீருத்தியும் விதைக்கும்போது கிஜ்ஜிக்கும் சாராவுக்கும் உதவி புரிகிறான். பாம்ப்பே மாமா ஏர் உழும்போது தானும் உழுவேன்? என்று அடம்பிடிப்பான், "ஏர் உயரம்கூட நீ இல்லே, எப்படி ஏர் உழுவே?'' என்று அவர் கேட்கும்போது, நல்ல சிறுவன்போல் இரு கைகளையும் கட்டிக் கொண்டு, கோவேறு கழுதைகளை "ஹேய்.. ஹேய்!'' என்று ஓட்டிக் கொண்டே பக்கத்தில் நடப்பான்.

தாயும் மகனுடன் வீடு திரும்பியதும் தன்னைப் போலவே மகனுக்கும் பசியாக இருக்குமென நினைத்து கிஜ்ஜி சமையல் செய்ய அடுப்பைப் பற்ற வைப்பாள்.

"அம்மா பகலெல்லாம் உழைச்சுட்டு வந்த உடனே சமையல் செய்யணுமா? கொஞ்ச நேரம் படுக்கக்கூடாதா!'' என்று ஜார்ஜ் தாய்க்குச் சொல்வான். ஓரொரு நாள் அவளை ஓய்வெடுத்துக் கொள்ளக் கூறிவிட்டுத் தானே சமையல் செய்துவிடுவான். இருவர் வாழ்விலும் ஆண் துணை இல்லாததை ஜார்ஜ் நிறைவு செய்வதாகக் கிஜ்ஜி எண்ணிக்கொள்வாள்

ஓராண்டுக்குள் யார் யார் எப்படி நடக்கிறார்களென்பதையும், பேசுகிறார்கள் என்பதையும் நடித்துக்காட்டக் கற்றுக்கொண்டு விட்டான். வயலில் கூலியாட்கள் மேல் துரை சீறி விழுவதையும் நடித்துக் காட்டி எல்லாரையும் சிரிக்க வைக்கிறான். கோழிப் பண்ணையி லிருக்கும் மிஸ்கோ ஆடி ஆடி நடப்பதை அவன் நடந்து

காட்டும்போது பாம்ப்பே மாமா உட்பட எல்லாரும் வயிறு நோகச் சிரித்தனர்.

ஒரு சனிக்கிழமை காலை மாஸா டாம்லே அவ்வாரத்திய உணவுப் பொருட்களை வழங்க அடிமைகளின் சேரிக்கு வந்தான். கிஜ்ஜி, சகோதரி சாரா, பாம்ப்பே மாமா, மலிஜி அனைவரும் தத்தம் குடிசை முன்னே அடக்கத்துடன் நின்றனர். ஜார்ஜ் ஒரு மூலையிலிருந்து ஓர் எலியை விரட்டிக்கொண்டு ஓடி வந்தவன், துரையைக் கண்டு நின்றுவிட்டான். மாஸா செயற்கைக் கோபத்துடன், "சாப்பாட்டுப்படி வாங்க நீ என்ன வேலை செய்கிறாயடா?" எனக் காட்டமாகக் கேட்டான். ஒன்பது வயது நிரம்பிய ஜார்ஜ் தைரியமாகத் தலையை உயர்த்தி துரையைப் பார்த்து, "உங்க வயல்லே வேலை செய்யறேன் இவங்களுக்கெல்லாம் நல்லுபதேசம் செய்யறேன் மாஸா!" என்றான்.

மாஸா வியப்புற்றான். "அப்படின்னா அந்த நல்லுபதேசம் எப்படி செய்றியோ, கொஞ்சம் சொல் பார்க்கலாம்!" என்றான்.

ஐவரின் விழிகளும் சிறுவனையே நோக்கின. அவன் ஓரடி பின்னுக்குச் சென்று கைகளை அதட்டியவாறே, "பாம்ப்பே மாமா துரையின் பன்றியைத் திருடி வந்து வெச்சுகிட்டார்னு வைச்சுக்குங்க. உடனே நீங்க அந்தச் செய்திய துரைக்குச் சொல்லிடணும். மலிஜி அக்கா துரைசானி அம்மாவோட மாவை எடுத்துட்டுப் போனான்னு வைச்சுக்குங்க. நீங்க உடனே துரைசானிக்குத் தெரிவிக்கணும். இப்படி நீங்கள்ளாம் நல்ல நீக்ரோக்களாக நடந்துகிட்டா, துரைக்கும் துரை சானிக்கும் சேவை செய்தா, நீங்க இறந்து போனப்புறம் சொர்க்கலோக சமையல் அறைக் கதவு உங்களுக்காகத் திறந்திருக்கும்" என்று கம்பீரமாக நல்லுபதேசம் செய்து காட்டினான்.

டாம்லே துரை விழுந்து விழுந்து சிரித்தான். துரை அப்படி சிரித்ததைக் கண்டு அந்த அடிமைகளின் சேரிவாசிகளுக்கு விசித்திர மாகப்பட்டது. ஜார்ஜின் தோள்களைத் தட்டிப் பாராட்டி, "அடே!உன்விருப்பம்போல்சுற்றுப்புறம் இருக்கிறவங்களுக்கெல்லாம் நல்லுபதேசம் செய்துகிட்டிரு!" என்றான் துரை. அவன் உணவுப் பொருட்களைக் கொண்டு வந்த கூடையை அங்கேயே வைத்துவிட்டு அவற்றை அவர்களையே பங்கிட்டுக் கொள்ளுமாறு சொல்லிவிட்டு, மாஸா ஜார்ஜைத் திரும்பிப் பார்த்துக்கொண்டே சந்தோஷமாக வீடு திரும்பினான். ஜார்ஜ் சிரித்தவாறே அங்கேயே நின்றிருந்தான்.

40

ஜார்ஜுக்குத் துரையிடமும், துரைசானியிடமும் செல்வாக்குப் பெருகியது. அவன் தன் இஷ்டம்போல் எங்கெங்கோ சுற்றித் திரிந்துவர இப்போது துரையின் அனுமதி பெற வேண்டிய தில்லை. குறிப்பாக ஞாயிறு பிற்பகல் மாஸா மனைவியைச் சாரட்டு வண்டியில் உட்கார வைத்துக் கொண்டு வெளியே புறப்பட்டதும், ஜார்ஜ் சேரியிலிருந்து புறப்பட்டு மணிக்கணக்காக எங்கெல்லாமோ திரிந்து இருட்டும் வேளையில் வீடு திரும்பிக் கொண்டிருந்தான். ஒரு நாள் அவன் கோழிப் பண்ணைக்குச் சென்றான். அங்கே யாரும் போகமாட்டார்கள். ஒருவிதத்தில் அது அனை வருக்கும் தடை செய்யப்பட்ட பிரதேசம். துரை யாரையும் அந்தப் பக்கம் வரவிட மாட்டான்.

ஜார்ஜ் கோழிப் பண்ணையில் அடியெடுத்து வைத்ததுமே பந்தயக் கோழிகளைப் பயிற்றுவிக்கும் மிஸ்கோவை சந்தித்தான். அவர் கைக்கு அகப்படாமல் அலைக்கழித்துக் கொண்டிருந்த ஒரு சேவலைப் பிடிக்க அவஸ்தைப்பட்டுக் கொண்டிருந்தார். ஜார்ஜ் ஓடியும், தாவிச்சென்றும் அந்தச் சேவலை 'லபக்'கெனப் பிடித்து மிஸ்கோவிடம் தந்தான். சுறுசுறுப்பான ஜார்ஜ்ஜைக் கண்டு மிஸ்கோ மகிழ்ந்தார். கோழி வளர்ப்பிலுள்ள நுணுக்கங்களை அவர் அவனுக்கு விவரிக்க ஆரம்பித்து விட்டார். சேவல்களின் முதுகுகளையும், கழுத்துகளையும், கால் களையும் எவ்வாறு மாலிஷ் செய்வதென்று செய்து காட்டினார். ஜார்ஜைக் கொண்டு பச்சைப் புல்லைக் கொண்டுவரச்செய்து கோழிகளுக்கு போடச் செய்தார். ஜார்ஜ் வீட்டுக்குத் திரும்பி வந்து கோழிப் பண்ணை விசேஷங்களை யெல்லாம் அம்மாவுக்கு விளக்கிக் கூறினான். அந்த விஷயம் துரைக்குத் தெரிந்தால் எப்படி கோபித்துக் கொள்வாரோ என்று கிஜ்ஜி பயந்தாள்.

மறுநாள் மாஸா கோழிப் பண்ணைக்கு வந்தபோது மிஸ்கோ ஜார்ஜ் பற்றி பிரஸ்தாபித்தான். "மாஸா! பையனப் பார்த்தா ரொம்பச் சுறுசுறுப் புள்ளவனா தெரியறான். நம்ம பண்ணையிலே வெச்சிகிட்டா முன்னுக்கு வருவான்" என்றார்.

துரை மறுக்காமல் உடனே ஒப்புக்கொண்டார். மிஸ்கோ பெரு மகிழ்ச்சி அடைந்தார். யாராவதொரு பையன் உதவிக்குக் கிடைத்தால் நன்றாயிருக்கும் என்று பல ஆண்டுகளாக நினைத்து வந்தார். அது

இப்போதுதான் நிறைவேறியது. மாஸாவும் மிஸ்கோவின் வயோதிகம் பற்றியும், உடல் நலமின்மை பற்றியும் சிந்தித்து வந்தான்.

ஜார்ஜ் வேலைக்கு வந்த முதல் நாளே மிஸ்கோ பல்வேறு கூடுகளில் அடைத்து வைத்திருந்த கோழிக்குஞ்சுகளுக்கு எப்படித் தீனிபோட வேண்டு மென்பதைச் சொல்லித் தந்தார். பிறகு இடைக்கு வந்த சேவல்களுக்கும் என்ன தீவனம் போடவேண்டுமெனக் கற்பித்தார். அவை ஒரு வருடம் நிறைந்ததுமே சண்டைக்குத் தயாராய் நின்றன.

சில நாட்களுக்குள்ளாகவே ஜார்ஜ் கோழி வளர்ப்பில் நன்கு தேர்ச்சி பெற்றுவிட்டான். கோழிகளுக்கு இடித்த மக்காச்சோளம் வைப்பது, அவை இருக்குமிடங்களில் சுத்தமான மணலும், மீன் செதிற்களும், கரியும் மாற்றுவது, தண்ணீர் டப்பாக்களில் நாளில் மூன்று தடவை நீர் நிரப்புவது முதலிய அனைத்து வேலைகளையும் சுறுசுறுப்பாகச் செய்துகொண்டிருந்தான்.

கால்களில் வளர்ந்த சடையுடன், வண்ண வண்ண றெக்கை களுடன், கண்களை உருட்டி, அச்சமில்லாமல் அலட்சியமாகத் திரியும் பந்தயச் சேவல்களைப் பார்த்தால் ஜார்ஜுக்குப் பயம். பல பேர்களை வென்று, நல்ல அனுபவப்பட்ட பழைய வீரர்களைப்போன்ற ஆறேழு முற்றிய சேவல்கள் வறட்டுக் குரலில் கர்ண கடூரமாகக் கத்தும்போது, அவற்றுக்குப் போட்டியாக இளம் சேவல்கள் கூவும்போது ஜார்ஜ் விழுந்து விழுந்து சிரித்தான்.

வேலியால் சூழப்பட்ட கோழிக் கூடுகளை மேற்பார்வை யிட்டவாறு மாஸா நடக்கும்போது, அவனுக்குப் பின்னால் ஓரடி பின்னே அடக்கமாக நடந்துகொண்டே மிஸ்கோ, துரை கேட்கும் கேள்விகளுக்குப் பதில்களைக் கூறுவான்.

“இந்தச் சீஸனில் முப்பது சேவல்களையாவது பந்தயத்திலே இறக்கணும்னு நெனக்கிறேன். அதுக்கு நம்ம தேவதாரு தோட்டத்திலிருந்து அறுவது சேவல்களையாவது கொண்டு வரணும்” என்றான் மாஸா.

“அப்படியே துரை.அதுலே பொறுக்கியெடுத்தா நாற்பதாவது தேறும். அந்த நாற்பதுக்கும் கவனமா பயிற்சி தரலாம்” என்றான் மிஸ்கோ.

அவர்களின் பேச்சைக் கேட்கையில் ஜார்ஜுக்குப் பல சந்தேகங்கள் தோன்றும். ஆனால் மிஸ்கோவைக் கேட்க அவன் துணியவில்லை. ஏனெனில் மிஸ்கோ முன்வந்து ஏதாவது சொல்லவேண்டும். பந்தயச் சேவல்களை வளர்ப்பவர்கள் தொழில் ரகசியங்களை லேசில் மற்றவர் களுக்குச் சொல்ல மாட்டார்கள்.

“மிஸ்கோ! உனக்கு எப்போதும் ஜார்ஜ் உதவி தேவைப்படும் உன்னோட குடிசையிலே ரெண்டுபேர் இருப்பது கஷ்டம். உனக்குப்

பக்கத்திலேயே இன்னொரு குடிசை போட்டுட்டா அவன் இங்கேயே இருந்துக்கிறான்" என்றான் துரை.

இருபதாண்டுகளாக அங்கேயே ஏகச் சக்ராதிபதியாகக் கோலோச்சிய மிஸ்கோவுக்கு இந்த யோசனை அவ்வளவாகப் பிடிக்க வில்லை. ஜார்ஜுக்கும் இருபத்திநாலு மணி நேரமும் அங்கே விழுந்து கிடக்க விருப்பமில்லை. இனி அன்றிரவு கிஜ்ஜி மகனை அமர்க்களப்படு தினாள். கோழிப்பண்ணைக்குப் போகக்கூடா தென்று மகனைப் பிடித்துக்கொண்டு உலுக்கியெடுத்து விட்டாள். அழுது புலம்பிக் கொண்டே, "அடேய்! துரை உனக்கு அப்பாவானாலும் அவருக்குக் கோழிகள்மேல் இருக்கும் அக்கறை உன்மேல் இல்லையடா!" என்று கத்திவிட்டாள்.

ஜார்ஜ் திடுக்கிட்டான். வாய் தவறி உண்மை சொல்லி விட்டதற் காகக் கிஜ்ஜியும் அதிர்ச்சியடைந்தாள்.

"இன்னும் இந்தக் கூரையைப் பிடிச்சுகிட்டு ஏன் தொங்கறேடா! போ! உடனே இங்கிருந்து போயிடு!" என்று கூறி அவள் ஜார்ஜ் துணிமணிகளை வெளியே வீசியெறிந்துவிட்டுக் கதவை மூடிக் கொண்டாள்.

ஜார்ஜின் விழிகளிலிருந்து சூடான தண்ணீர் கன்னங்கள்மேல் உருண்டது. அவன் திக்பிரமை பிடித்து சற்று நேரம் அப்படியே நின்று விட்டான். பின்னர் வேதனை நிறைந்த உள்ளத்தோடு கோழிப் பண்ணையை நோக்கி மெல்ல நடந்தான். அங்கே உறங்கிக் கொண்டி ருந்த மிஸ்கோவை எழுப்பாமல் ஒரு கோழிக்கூண்டின் பக்கத்திலே ஒரு கோணிப்பையைத் தலையணையாக வைத்துக் கொண்டு வெறுந் தரையில் படுத்துக் கொண்டான்.

விடியற்காலை எழுந்த மிஸ்கோ வெறுந்தரையில் படுத்திருந்த ஜார்ஜைக் கண்டான். வீட்டிலே ஏதோ நடந்திருக்கிறதென்று கிழட்டு மிஸ்கோ உணர்ந்துகொண்டான். அன்று பூராவும் ஜார்ஜ் மிஸ்கோ சொன்னதை மவுனமாகச் செய்துகொண்டு போனான். அவனுக்காக இரண்டு நாளில் குடிசை தயாராகிவிட்டது.

"பையா! இனி இந்தக் கோழிகளே உன்னோட வாழ்க்கை, கோழிகளே உன்னோட குடும்பம்!" என்றார் மிஸ்கோ.

ஜார்ஜ் பதிலே சொல்லவில்லை. அம்மா வாய் தவறிச் சொன்ன வார்த்தையைத் தவிர அவனது மனத்தில் வேறு விஷயமே இல்லை. தன்னுடைய துரை தனக்கு அப்பா! தன்னுடைய அப்பா தனக்கு எஜமான்!

41

கோழிப் பந்தய சீஸன் நெருங்கிவிட்டது. ஜார்ஜுக்குப் பதினாறு வயது நிறைந்துவிட்டது. சேவல்கள் கொழுப்புடனும், திமிருடனும் கொக்கரக்கோ... என கூவிக் கொண்டிருந்தன. அலகு களால் குத்திக் கொண்டிருந்தன. பெரிதாகச் சத்தம் செய்து றெக்கை களைப் பட படத்துக் கொண்டிருந்தன. வருடப்பிறப்பு சென்றுவிட்ட இரண்டு நாட்களுக்குப் பிறகு மாஸாவும், மிஸ்கோ மாமாவும் பந்தயச் சேவல்களுக்கெல்லாம் றெக்கைகளைக் கத்தரித்தனர். கழுத்து, வால் றெக்கைகளையும் மட்டமாக வெட்டினர். சேவல்களின் ஒல்லியான உடல், பாம்பைப்போன்ற அவற்றின் கழுத்து, உறுதியான அவற்றின் அலகுகள் நன்றாகத் தென்பட்டன. அவற்றின் கண்கள் தகதகவென்று மின்னின. சேவல்களின் கால்கள் மிருதுவாகச் சீவி விடப்பட்டன.

பந்தய ஆரம்ப நாளன்று மிஸ்கோவும், ஜார்ஜ்ம் விடியற் காலையே எழுந்து, பந்தயத்திற்குத் தயார் செய்த பன்னிரெண்டு சேவல்களை மூங்கில் பத்தைகளால் முடைந்த நாற்சதுரக் கூடைகளில் வைத்தனர். ஒவ்வொரு சேவலுக்கும் வெண்ணெயும், சர்க்கரையும் ஊட்டினர். மாஸாவே சாரட்டு வண்டியில் ஆப்பிள் பழக் கூடையை வைத்துக்கொண்டு வந்துவிட்டான். மிஸ்கோவும், ஜார்ஜும் சேவல்களைச் சாரட்டு வண்டியில் வைத்தனர். மிஸ்கோ மாஸாவின் பக்கத்தில் உட்கார்ந்தார். ஜார்ஜ் வண்டியின் பின்னால் கோழிக் கூடைகளின் இடுக்கில் ஒடுங்கிக்கொண்டான். சாரட்டு வண்டியில் செல்லும்போது ஜார்ஜ் சாலையில் வேகமாகச் சென்று கொண்டிருந்த வண்டிகளையும், குதிரைகளையும் வெள்ளம்போல் சென்று கொண்டிருந்ததைப் பார்த்தான். ஏழைகள் தம்மிடமுள்ள ஒரேயொரு சேவலைப் பையில் போட்டு எடுத்துச் செல்வதையும் கண்டான். ஒரு காலத்தில் மாஸாவும் இப்படித்தானே ஒற்றைச் சேவலைப் பையில் போட்டுப் பந்தயத்திற்குக் கொண்டு போயிருப்பாரென்று நினைத்துக் கொண்டான் அவன்.

இரண்டு மணி நேரப் பயணத்துக்குப் பிறகு உயரமாகவும், அடர்த்தியாகவும் வளர்ந்திருந்த ஒரு தேவதாரு தோப்பிற்க்குள்

வந்து சேர்ந்தனர். எங்கும் தென்பட்டுக் கொண்டிருந்த சேவல்களின் கூச்சலால் காதுகள் செவிடாகிக் கொண்டிருந்தன. தோப்பு பூராவும் நிறைந்திருந்த மனிதர்களாலும், குதிரைகளாலும், கோவேறு கழுதைகளாலும் ஒரே கோலாகலமாயிருந்தது.

"டாம்லே"

மாஸா சாரட்டு வண்டியில் எழுந்து நின்றான். சாலையோரத்தில் சாராய சீசாக்களைக் காலி செய்துகொண்டிருந்த ஏழை வெள்ளையர் மத்தியிலிருந்து யாரோ மாஸாவை அழைத்தனர். துரையும் அந்தக் கூட்டத்தில் சேர்ந்து மறைந்துவிட்டான். சிறுவர் முதல் பழுத்த கிழங்கள் வரை எல்லாரும் கூட்டங்கூட்டமாகத் திருமண விழாவுக்கு வருபவர் களைப்போல் திரண்டு வந்திருந்தனர். கோழிப் பந்தயங்கள் என்றால் அவர்களுக்கு அத்தனை ஆர்வம் நீக்ரோ அடிமைகளெல்லாம் இறங்கா மல் வண்டிகளிலேயே இருந்தனர். தொலைதூரப் பகுதிகளிலிருந்து வந்தவர்கள் இரவில் தூங்கப் படுக்கைகளும் கொண்டு வந்திருந்தனர். இதையெல்லாம் பார்த்து ஜார்ஜ் வியந்து கொண்டிருந்தான். சுற்றிலும் சாராய நெடி மூக்கைத் துளைத்துக்கொண்டிருந்தது.

கூடைகளை வண்டியிலிருந்து இறக்கி சேவல்களை வெளியே எடுக்கும்படி மிஸ்கோ சொன்ன பிறகே ஜார்ஜ் சுய நினைவுக்கு வந்தான். இருவரும் விரைவாகக் கூடைகளை இறக்கி வைத்தனர். ஜார்ஜ் ஒவ்வொரு சேவலாக மிஸ்கோவிடம் தந்தான். கிழவர் சேவல்களின் கால்களையும், றெக்கைகளையும் தடவிவிட்டார். ஜார்ஜ் ஆப்பிள் பழங்களை சின்னச் சின்ன துண்டுகளாக வெட்டினான். ஆனால் அவன் பார்வை ஜனக் கூட்டத்தின் மீதே பதிந்திருந்தது. இதைக் கவனித்த மிஸ்கோ சற்று நேரம் கூட்டத்தில் சுற்றி வரச் சொல்லி ஜார்ஜ்க்கு அனுமதி அளித்தான்.

பந்தயம் தொடங்குவதற்கு ஒன்றிரண்டு நிமிடங்களே இருக்கும் போது, ஜார்ஜ் ஓடோடி வந்து சாரட்டு வண்டியின் முன்புற இருக்கையில் நின்று கொண்டான். கோழிப் பந்தயம் நடக்கும் இடத்தைக் கூர்ந்து நோக்கினான். இருவர் தங்கள் கைகளில் சேவல்களைப் பிடித்துக்கொண்டு எதிரும் புதிருமாய் நின்றனர். சுற்றிலும் சூழ்ந்திருந்த கூட்டத்திலிருந்து கூக்குரல்கள் எழுந்தன. "சிவப்புச் சேவல் மேல் பத்து டாலர்." "சரிசரி! நீலச் சேவல்மேல் அஞ்சு சேர்த்துக்கோ!" "சரியாப்போச்சு"... கூச்சல் அதிகமாயிற்று. பந்தயம்மேல் பந்தயம்.... துணைப் பந்தயங்களும் கூட....

இரண்டு சேவல்களையும் எடை போட்டனர். அவற்றின் கால்களில் சின்ன கத்திகளைக் கட்டினர். பந்தயம் நடத்துபவர்

அலெக்ஸ் ஹேலி | 225

பந்தயக்காரர்களைப் பெயரிட்டுக் கூவினார். வட்டமான பந்தய மேடைக்கு வெளியே நின்றிருந்த சேவல் உரிமையாளர்கள் தம் கைகளில் சேவல்களைப் பிடித்து வந்தனர். இருவரும் எதிரெதிராக நின்றுகொண்டனர். இரண்டு சேவல்களும் சில விநாடிகள் பரஸ்பரம் அலகுகளால் குத்திக்கொண்டன.

"ரெடி! சேவல்களை விடுங்கள்!"

இரு சேவல்களும் கண்ணைப் பறிக்கும் வேகத்தில் கத்திகள் கட்டிய கால்களுடன் ஒன்றையொன்று தாக்கிக்கொண்டன. அடுத்த விநாடி பந்துகள் போல் பின்னால் வந்து விழுந்தன. அதற்கடுத்த விநாடியே காற்றிலே தாவி கத்திக் கால்களைக் கொண்டு ஒன்றை யொன்று தாக்கின.

"சிவப்பு சேவல் அவுட்" என்று யாரோ கத்தினான்.

ஜார்ஜ் மூச்சுவிடவும் மறந்து அக்காட்சியைப் பார்த்துக் கொண்டி ருந்தான். மேலிருந்து கீழே விழுந்த சேவல்களை உரிமையாளர்கள் எடுத்து, அவற்றைத் தடவிக்கொடுத்து மீண்டும் சண்டைக்கு விட்டனர். கத்தியால் வெட்டப்பட்ட சிவப்புச் சேவல் நீலச் சேவலைவிட உயரே தாவி, விரோதியின் தலையில் ஆழமாகக் கத்தியைப் பதித்தது. ரெக்கைகளைப் 'பட... பட...'வென்று அடித்துக்கொண்டே நீலச் சேவல் தரையில் வந்து விழுந்தது. கைத்தட்டல்களுக்கும், திட்டுகளுக்கும் இடையே பந்தய நிர்வாகியின் குரல் வலுவாக ஒலித்தது. "கிரேஸன் அவர்களின் சேவல் வெற்றி பெற்றது."

இரண்டாம் பந்தயம் முதல் பந்தயத்தைவிட இன்னும் விரைவாக முடிந்துவிட்டது. ஆறேழு பந்தயங்களுக்குப் பிறகு "மிஸ்டர் லே" என்று பந்தய நிர்வாகி அழைத்தார். மாஸா சேவலை எடுத்துக்கொண்டு பந்தயம் நடக்குமிடத்தை நோக்கி வேகமாக நடந்தார். சேவலுக்கு ஆப்பிள் துண்டுகளை ஊட்டியதையும், றெக்கைகள், கால்களைத் தேய்த்து விட்டதையும் எண்ணி ஜார்ஜ் பெருமைப்பட்டுக் கொண்டி ருந்தான். மாஸாவும், எதிராளியும் தங்கள் சேவல்களை நிறுத்துப் பார்த்துக் கொண்டனர். கால்களில் கத்திகளைக் கட்டினர். சூதாடிகள் பந்தயம் போட்டுக் கொண்டிருந்தனர். மக்கள் கூட்டம் ஆர்ப்பரித்துக் கொண்டிருந்தது.

சேவல்கள் இரண்டும் ரோஷமாகச் சண்டை போட்டன. உயரத்தில் பறந்தன. அலகுகளால் குத்திக்கொண்டன. கால்களால் உதைத்துக் கொண்டன. மாஸாவின் சேவல் கத்தியால் வெட்டுப் பட்டுத் தரை- யிலே விழுந்தது. ஆனால் அடுத்த விநாடியே சினத்துடன் மேலே எழுந்து பகையாளிச் சேவலை கத்திக் காலால் வெட்டியது. வெற்றிப்

பெருமிதத்துடன் கூவிய சேவலைக் கையிலெடுத்துக் கொண்டு மாஸா சாரட்டு வண்டியை நோக்கி வந்தான். அவரது சேவல் வெற்றி பெற்றதாகப் பந்தய நிர்வாகி அறிவித்தார்.

மாஸாவிடமிருந்த சேவலை வாங்கிக்கொண்டு மிஸ்கோ கத்தி வெட்டுப்பட்ட இடத்தில் தன் வாயை வைத்து ரத்தம் உறிஞ்சினான். சேவலை ஜார்ஜின் முழங்கால்களுக்கு எதிரே வைத்து, "சேவல் மேலே ஒண்ணுக்கு இரு! சரியா வெட்டுக்காயத்தின் மேலே!" என்றான். ஜார்ஜ் குழப்பத்துடன் கால்சட்டைப் பொத்தான்களை கழற்றி அதன்மீது மூத்திரம் பெய்தான். ஆழமாக இருந்த கூடைக்கு அடியில் மெத்தென்ற புல்லைப் பரப்பி, சேவலுக்கு வலி தெரியாமல் அதன்மேல் படுக்க வைத்தான்.

மறுபடியும் உடனே பந்தயம் ஆரம்பமாகிவிட்டது. ஜார்ஜ் கூடையிலிருந்து இன்னொரு சேவலை எடுத்து மாஸாவின் கைகளில் வைத்தான். அதை எடுத்துக்கொண்டு மாஸா ஓடினான். நூற்றுக் கணக்கான சேவல்களின் கூக்குரல்களாலும், நூற்றுக்கணக்கானவரின் பந்தயக் குரல்களாலும் இந்தப் பிரதேசம் ரணகளமாயிருந்தது. ஜார்ஜ்க்கு இவை எதுவுமே உள்ளத்திலே பதியவில்லை. கூடையின் அடியிலே வலியால் துடித்துக்கொண்டிருந்த சேவலின் பரிதாபக் குரலே அவன் மனத்தை நெருடிக் கொண்டிருந்தது. அவனுக்கு ஒரே நேரத்தில் வருத்தமாகவும், உற்சாக மாகவும், பயமாகவும்கூட இருந்தது. இப்படிப் பட்ட உணர்ச்சி வெள்ளத்திலே அவன் எப்போதுமே அடித்துச் செல்லப்படவில்லை. வெயிலால் சூடேறிக் கொண்டிருந்த அந்தக் காலை வேளையில், ஒரு புதிய கோழிப் பந்தயக்காரன் தோன்றிக் கொண்டிருந்தான்.

42

ஜார்ஜுக்குக் கோழிகளே உலகம்! அவனைச் சுற்றியுள்ள உலகத் தில் என்ன நடக்கிறதென்பதையும் கோழிகள் சொன்னால்தான் அவனுக்குத் தெரியுமென்று, அடிமைகள் சேரியிலுள்ள பெரியவர்கள் அவனைக் கேலி செய்தார்கள். அதனால் அவன் ஒவ்வொரு ஞாயிறன்றும் சேரிக்கு வந்து அம்மாவுடனும், சாரா, மலிஜி, பாம்ப்பே ஆகியோருடனும் நாளெல்லாம் இருந்துவிட்டுச் செல்கிறான். அப்போதெல்லாம் கிஜ்ஜி வாய்க்கு ருசியாக ஜார்ஜுக்கு சமையல் செய்து போடுவாள். கோழிப் பண்ணையில் மிஸ்கோ கிழவன் சமைத்துப் போடும் ருசியில்லாத சாப்பாட்டைச் சாப்பிட்டு சாப்பிட்டு அவன் நாக்கு மரத்துப் போய்விட்டது. மிஸ்கோவின் சமையல் கோழிகளுக்குச் சரியாக இருக்குமே தவிர, மனிதர்கள் சாப்பிடத் தகுந்தல்ல.

காஸ்வெல் மாவட்டத்திலுள்ள திறமையான கோழிப் பயிற்சியாளர்களில் ஜார்ஜும் குறிப்பிடத்தக்க ஒருவன் என்பது துரையின் கணிப்பு. இவ்விஷயத்தைத் துரை குடித்திருக்கும்போது பலரின் முன்னே சொல்லி பெருமைப்பட்டிருக்கிறான். உண்மையில் மிஸ்கோ, ஜார்ஜுக்கு ஆயிரம் வழி முறைகளை கற்றுத் தந்தான். இன்னும் கற்றுக்கொள்ள வேண்டியவை ஆயிரமாவது இருக்கு மென்று ஜார்ஜ் கருதினான்.

“மிஸ்கோ மாமா! ரொம்ப நாளா நான் கோழிப் பந்தயங்களைப் பார்த்துட்டு வர்றேனில்லையா? நம்ம மாஸாவின் கோழிகள் இன்னும் நல்ல வெற்றிபெற ஒரு வழி கண்டுபிடிச்சிருக்கேன்” என்றான் ஒரு நாள், ஜார்ஜ்.

ஜார்ஜுக்குப் பைத்தியம் ஏதும் பிடிக்கவில்லையே என்று மிஸ்கோ கிழவர் பார்த்தார்.

“அஞ்சு வருஷமா உங்களோடு சேர்ந்து பந்தயங்களுக்கு வர்றேனில்லே! பந்தயங்க நடக்கும்போது கவனமா பார்க்கிறேன். எல்லாச் சேவல்களும் ஒரே மாதிரி சண்டை போடறதில்லை. ஒவ்வொன்னும் ஒவ்வொரு விதமா சண்டை போடுது. நம்ம மாஸா

வோட சேவல்கள்லே சில ஏன் தோத்துடுதுன்னா, நம்மதைவிட உயரமா எகிறித்தாவி நம்ம சேவல்களக் கத்தியால் தாக்குது. அதாவது நம்ம சேவல்களுக்கும் றெக்கைகள் பலமாயிருந்து மேலே உயரத்திலே தாவ முடிஞ்சா, அந்தப் பந்தயங்களை யெல்லாம் நம்ம சேவல்களே ஜெயிக்கும். நம்ம சேவல்களுக்கு நல்ல பயிற்சி கொடுத்தா அது ஒண்ணும் அவ்வளவு கஷ்டமான காரியமில்லே! என்ன சொல்றீங்க மிஸ்கோ மாமா?'' என்றான் ஜார்ஜ்.

மிஸ்கோ ஒரு நிமிடம் பேசாமலிருந்துவிட்டான்.

''நீ சொல்றது எனக்குப் புரியுது. இதை துரைக்குச் சொன்னா நல்லா இருக்கும்.'' என்றார் மிஸ்கோ.

''மாஸாவுக்கு நீயே சொல்லக்கூடாதா?'' என்றான் ஜார்ஜ்.

''நீயே சொல்! நான் சொல்வதைக் கேட்பதைப்போலவே நீ சொன்னாலும் துரை கேட்பார்'' என்று கூறினார் மிஸ்கோ.

தன்கருத்தைக் கேட்டதும் மிஸ்கோ எங்கே சிரித்துவிடுவாரோ என்று முதலில் பயந்தான் ஜார்ஜ். ஆனால் அவன், தான் சொன்னதை அக்கறையாகக் கேட்டதுமல்லாமல், துரையிடம் தன்னையே கூறுமாறு யோசனை சொன்னதற்கு மகிழ்ந்தான் ஜார்ஜ், ஆனால் துரையிடம் தானே சொல்வதற்கு அச்சமாக இருந்தது ஜார்ஜுக்கு.

திங்கட்கிழமை காலை மாஸா கோழிப்பண்ணைக்கு வந்ததும் அவன் துணிவை வரவழைத்துக் கொண்டு, தான் மிஸ்கோவிடம் கூறியதெல்லாம் துரையிடம் கூறினான். அத்துடன் எந்தெந்த துரையின் சேவல்கள் எவ்வாறெல்லாம் சண்டையிடுகின்றன என்பதை விவரமாகச் சொன்னான்.

''மாஸா! நீங்க கவனிச்சீங்களோ இல்லையோ, கிராஹம் துரை யோட சேவலுங்க வேகமாகவும், ஆவேசமாகவும் சண்டை போடுது; மாங்கிரிகோர் துரையோட சேவல்களுக்கு அடிபடாம ரொம்ப நேக்கா தப்பிச்சிக்கிட்டுப் போகத் தெரியும்; பீபாடி துரையின் சேவல்கள் கால்களை நெருக்கி வெச்சுக்கிட்டுப் போராடும்; ஹோவர்ட் துரை யோட சேவல்கள் கால்களை விலக்கி வெச்சி சண்டையிட்டு எதிராளி யின் சேவல்கள வெட்டிப்போட்டுடும்; ஜுயட் துரையின் சேவல்கள் குறைஞ்ச உயரத்திலே அற்புதமா சண்டை போடும்; தரை-யிலே நிற்கும்போது எஃகு போன்ற அலகுகளால் குதறிப்போடும்; அதோட அலகுக்குப் பிடி கிடைச்சா எதிரியைக் கத்திகளாலே கொன்றுபோடும். நான் சொல்ல வந்தது என்னன்னா, நம்ம சேவல்களுக்கு உயரமா பறக்கப் பயிற்சி தந்தா நம்மவையும் உயரே தாவிப் பறந்து எதிரி சேவல்களைத் துவம்சம் செய்யும்.''

மாஸாலே அப்போதுதான் ஜார்ஜை முதன்முதலாகப் பார்ப்பதைப்போல் வியப்புடன் பார்த்தார்.

கோழிப் பந்தய சீஸன் நெருங்கி வர துரை இப்போது அடிக்கடி கோழிப் பண்ணைக்கு வர ஆரம்பித்தார். மிஸ்கோவும் ஜார்ஜும் சேவல்களுக்கு உயரமாகப் பறப்பதற்குப் பயிற்சி அளிப்பதைக் கண்டு தானும் அவ்வாறே செய்யத் தொடங்கினார். ஐந்தாறு பவுண்டு எடையுள்ள சேவல்கள் மேலிருந்து கீழாகத் தாவித் தாவி தமது றெக்கைகளை வலுப்படுத்திக் கொண்டன.

1823 ஆம் வருடம் நடைபெற்ற கோழிப்பந்தய சீஸனில் ஜார்ஜ் கூறிய ஜோசியம் பலித்தது. அப்போது நடந்த ஐம்பத்து இரண்டு பந்தயங்களில் டாம்லேயின் சேவல்கள் முப்பத்தி ஒன்பது பந்தயங்களில் ஜெயித்தன. துரையின் மகிழ்ச்சிக்கு எல்லையே இல்லை. ஜார்ஜ் கோழி ஜார்ஜ் என்ற பெயரில் மாவட்டம் முழுவதும் புகழ்பெற்று விட்டான்.

பின்னர் சிறிய சிறிய பந்தயங்ககுக்கு மாஸா மிஸ்கோவையும் ஜார்ஜையும் அனுப்பிவைக்கதொடங்கினார். அந்த பந்தயங்களுக்கு ஏழை வெள்ளையர்களும் சுதந்திரமாக வாழும் நீக்ரோக்களும், அடிமைக் கருப்பர்களும் மட்டுமே வருவார்கள். இருபது செண்டிலிருந்து ஒரு டாலர் வரைக்கும் மட்டுமே பந்தயம் வைப்பார்கள். எவனாவது தலைக்கனம் பிடித்தவன் மட்டுமே ஓரோர் சமயம் இருபது டாலர்வரை பந்தயம் வைப்பான். வெற்றி பெற்றதில் பாதிப் பணம் மாஸாவுக்குப் போய்விடும். ஜார்ஜ் பங்குக்கு வரும் பத்து இருபது டாலர்களை அவன் பத்திரமாகச் சேர்த்து வைத்துக் கொண்டிருந்தான். நிறையப் பணம் சேர்த்து அம்மாவையும், தன்னையும் அடிமைச் சிறையிலிருந்து விடுவித்துக்கொள்ள வேண்டுமென்பது அவனுடைய திட்டம்!

கிழட்டு மிஸ்கோவுக்கு இருமல் நோய் அதிகரித்துவிட்டதால் இப்போதெல்லாம் அவர் கோழிப் பண்ணையை விட்டு வெளியே வருவதில்லை. அதனால் மாஸாவுடன் ஜார்ஜ் மட்டுமே சென்று வருகிறான்.

ஒருநாள் இருவரும் ஒன்றாகச் சாரட்டு வண்டியில் வந்துகொண்டிருந்தார்கள். பிப்ரவரி மாதத்து வானத்தில் வெள்ளை மேகங்கள் நிறைந்திருந்தன. நேரான கரடு முரடான பாதை எதிரே நீண்டிருந்தது. ஜார்ஜ் எங்கோ பார்த்தவாறு சிந்தனையில் ஆழ்ந்திருந்தான்.

"என்னடா, அப்படி என்ன ஆழமான சிந்தனை?"

ஜார்ஜ் திடுக்கிட்டான். "ஒண்ணுமில்லே மாஸா! ஒண்ணுமில்லே."

"உன்னோட நீக்ரோ புத்திய காட்டிட்டியேடா! நல்லபடியா பேசினா முட்டாள்தனமா நடந்துக்கிறே. கொஞ்சம் அறிவுள்ளவனா

நடந்துகிட்டா வெள்ளையருங்க உங்கள மதிப்பாங்க எங்கிற அறிவுகூட உனக்கு இல்லையேடா!" என்றார் துரை கோபமாக.

"சிலர் நல்ல விதமா பார்ப்பாங்க; சிலர் பார்க்க மாட்டாங்க. அதுவெல்லாம் எதிரிலே இருப்பவன பொறுத்திருக்கும் மாஸா!" என்றான் ஜார்ஜ்.

"கருப்பனுக்குச் சாப்பாடு போட்டாலும், உடுக்கத் துணி தந்தாலும், இருக்க வீடு கொடுத்தாலும், ஏன் அவனைத் தலை மேலே உட்கார்த்திக் கொண்டாலும் - அவன் மட்டும் கேட்ட கேள்விக்கு நேரா பதில் சொல்ல மாட்டான்" என்று துரை ஆத்திரத்துடன் கூறினான்

"மாஸா! கருப்பர்களிலே அதிகம் பேர் கண்களுக்குத் தெரியறதை விட ரொம்ப அறிவாளிங்கதான். ஆனா அவங்களுக்கு வெள்ளையரைக் கண்டா பயம்" என்றான் ஜார்ஜ்.

"அவ்வளவு பயமாடா? ஈரல் மீன்கள் தெரியுமா உனக்கு? பாம்புகள் போலிருக்கும். பிடிச்சுகிட்டா நழுவிப்போயிடும். உங்க கருப்பர்களும் அப்படிப் பட்டவர்கள்தான். எங்க வெள்ளைக் காரங்களைக் கொலை செய்ய சதி செய்றவங்களுக்குப் பயமா? எங்க சாப்பாட்டிலே விஷம் கலக்கிற நீக்ரோக்கள் பயப்படறாங்களா? சின்னக் குழந்தைகளைக் கழுத்தை நெறித்துக் கொல்றவங்களுக்குப் பயமா? வெள்ளையரை எப்படியாவது திட்டு! ஆனா கருப்பர்கள் கிராதகச் செயல் செய்து கிட்டே இருக்காங்க. வெள்ளையர் தற்காப்புக்காக ஏதாவது செய்தா கருப்பர்கள் 'ஓ'ன்னு ஆர்ப்பாட்டம் செய்றாங்க."

துரை கோபமாகப் பேசும்போது ஏதாவது சொல்லிக் கோபத்தை அதிகப்படுத்த வேண்டாமெனக் கருதினான் ஜார்ஜ்.

"மாஸா! உங்ககிட்டே வேலை செய்றவங்க எப்போதாவது அப்படி நடந்துகிட்டாங்கன்னா நான் நம்பமாட்டேன்" என்றான் ஜார்ஜ் அடக்கமாக.

"அப்படி நடந்துகிட்டா நான் கொன்னுப்போடுவேன்னு அவங்களுக்குத் தெரியும்டா!"

சாரட்டுவண்டியின் பின்புறத்தில் வைத்திருந்த கூடைகளி லிருந்து ஒருகோழி கர்ண கடூரமாகக் கூவியதும், மற்றவையும் நாராசமாகக் கத்தவாரம்பித்தன.

ஜார்ஜ் மவுனமாக இருந்துவிட்டான். வண்டியின் சக்கரங்கள் வேகமாகச் சுழன்று கொண்டிருந்தன். மாஸாவே மீண்டும் பேசினான்:

“அடேய்! ஒன்னு கேட்கறேன். நீ பிறந்ததிலிருந்து என்னிடமே இருக்கிறேயில்லையா? என்னிக்காவது பட்டினி இருந்திருக்கியா? அப்பா, அம்மா, அண்ணன், தம்பி, அக்கா, தங்கை இப்படிப் பத்து பேரோடு இடிந்து விழுற குடிசைகள்லே ஒருத்தர ஒருத்தர் அடிச்சுகிட்டு தரித்திர வாழ்க்கை வாழுறது எப்படி இருக்குமுன்னு உனக்குத் தெரியுமா?”

“என்னோட சின்ன வயசிலே எங்கம்மா எப்பப் பார்த்தாலும் கர்ப்பிணியாவே இருப்பா. எங்கப்பா எப்பப் பார்த்தாலும் புகையிலை குதப்பிக்கிட்டு, சாராய நெடியோட நாங்க உடம்பு வளைச்சு வேலை செய்ற தில்லேன்னு திட்டிகிட்டே இருப்பாரு. அவருக்கு இருந்தது வயல் அல்ல வெறும் கல்லும் மண்ணும் அப்படிப்பட்ட நிலைமையிலே என் வாழ்க்கையையே மாத்திவிட்ட நிகழ்ச்சி என்ன தெரியுமா!”

“சொல்லுங்க மாஸா!” என்றான் ஜார்ஜ்.

“ஒரு தடவை எங்கள் ஊருக்கு ஒரு பெரிய சாமியார் வந்தார். அவரைப் பார்க்க ஜனங்க கூட்டம் கூட்டமாய் போனாங்க. நானும் போனேன். வேதாகமப் பழைய ஏற்பாட்டிலே தோத்திரப் பகுதியிலே இருந்து ரெண்டு சுலோகங்களைப் படித்தார். நானும் என்னோட பைபிளிலே குறிச்சுகிட்டேன். அதிலே என்ன எழுதியிருக்குன்னா - “ஒரு காலத்திலே நான் இளைஞன்; இன்று வயோதிகன். இத்தனைக் கால நீண்ட அனுபவத்தில் நன்னடத்தை உள்ள மனிதனைக் கடவுள் நிராகரித்ததையும், அவனுடைய சந்ததியினர் உணவுக்காகப் பிச்சை எடுத்ததையும் நான் கண்டதில்லை; அந்தச் சாமியார் போயிட்டாலும், அவர் படித்த சுலோகங்கள் என் மனத்திலே ஆழமாப் பதிந்துவிட்டது. என் குடும்பத்திலே சாப்பாட்டுக்காகப் பிச்சை எடுத்ததைத்தான் நான் பார்த்தேன்.”

“அன்னிக்கே நான் வீட்டை விட்டுப் புறப்பட்டேன். அப்போ என்னோட வயசு பதினொன்னுதான். கூலி வேலை செய்ய வீதி வீதியா திரிஞ்சேன். ஒவ்வொருத்தரையும் வேலைக்காகக் கெஞ் சினேன் - கிடைச்ச வேலையெல்லாம் செஞ்சேன். அழுகிப்போன சாப்பாட்ட சாப்பிட்டு வயித்த நிரப்பிக்கிட்டேன். கந்தல் உடுத்திக் காலம் கழிச்சேன். ஒவ்வொரு காசையும் சேர்த்து வெச்சேன். இப்படிப் பல வருஷம் செய்தேன். கடைசியிலே நிலம் வாங்கினேன். அப்போ இருபத்தஞ்சு ஏக்கரா மட்டுமே இருந்தது. வேலை செய்ய ஜார்ஜ் என்கிற நீக்ரோவையும் விலைக்கு வாங்கினேன். அவனோட பேர்தான் உனக்கும் வெச்சேன் தெரியுமோ!”

“அவரைப்பத்தி பாம்ப்பே மாமா சொன்னார்” என்றான் ஜார்ஜ்.

"பாம்ப்பே என்னோட ரெண்டாவது நீக்ரோ. ஜார்ஜுடன் நான் சேர்ந்து வேலை செய்தேன். கல்லையும் புதரையும் பறிச்சி, நிலத்தைப் பண்படுத்திப் பயிரிட்டேன். அந்த நாளிலேயே நான் இருபத்தி அஞ்சு செண்ட் கொடுத்து வாங்கிய லாட்டரிச்சீட்டுக்குப் பந்தயக் கோழி பரிசா வந்தது. அதன் பிறகு நான் பின்னுக்குத் திரும்பிப் பார்க்கவே இல்லே. என்னோட உழைப்பெல்லாம் எனக்குப் பலனளிச்சது. வயசான காலத்திலும் நான் பிச்சையெடுக்க வேண்டிய அவசியம் வராது."

மாஸா ஒரு விநாடி நிறுத்தி, "நான் ஏன் இப்படி என் கதை யெல்லாம் ஒரு நீக்ரோவை உட்கார வைச்சுகிட்டு சொல்றேன்னு எனக்கே தெரியலே. மனுஷனுக்கு எப்பவாவது ஒரு முறை யாருக்காவது ஒருத்தருக்குத் தன்னோட கதையைச் சொல்லணும் போலிருக்கும்" என்றார்.

மாஸா அத்துடன் நிற்கவில்லை. தன் சகோதரர்களைப் பற்றிக் கூறினார். அவர்கள் இன்னும் பரிதாபகரமாக, மோசமாக வாழ்ந்து கொண்டிருப்பதைச் சொன்னார். ஜார்ஜும் கோழிப் பந்தயங்களில் அவர்களை ஓரிருமுறை பார்த்திருக்கிறான். பேச்சினிடையே அவன் அடிக்கடி "எஸ் ஸார் ... எஸ் ஸார்.." என்று ஆமாம் போட்டுக் கொண்டி ருந்தான். அதனால் துரைக்கு மீண்டும் கோபம் வந்து விட்டது. ஜார்ஜ் ஆபத்தை உணர்ந்தான்.

"மாஸா உங்களுக்குப் பந்தயங்களிலே நல்ல வருமானம் கிடைச்சதில்லையா? இன்னுமொரு ரெண்டுமூணு நீக்ரோக்களை விலைக்கு வாங்கிகிட்டா விவசாயத்துக்குப் பயன்படுவாங்க இல்லையா?" என்றான் ஜார்ஜ்.

"உண்மைதாண்டா! இந்தக் கிழட்டுக் கும்பலால் வேலை நடக்காது. ஒண்ணுரெண்டு நீக்ரோக்களை விலைக்கு வாங்கணும்" என்றார் துரை.

சாலையில் திடீரென்று மேடு பள்ளங்கள் வந்து சாரட்டு வண்டி குலுங்கிவிட்டது. சேவல்கள் மறுபடியும் ஒன்றன்பின் ஒன்றாகக் கத்திக் தீர்த்தன.

"அடேய்! பல நாளா ராத்திரி வேளையிலே நீ எங்கேயோ போய் வர்றியாமே?" என்று கேட்டான் மாஸா.

"இல்லே மாஸா! பண்ணையை விட்டு வெளியே போகலியே" என்றான் ஜார்ஜ்.

"அடேய், எனக்குச்சொல்றியா இந்தக் கதையெல்லாம்? எல்லாப் பண்ணைகளிலும் வேலைசெய்யுற குட்டிகளெல்லாம் உனக்குத்

தெரியுமாமே இதுவரை எத்தனை குட்டிகள பிடிச்சிருக்கேடா?" என்று கேட்டான் துரை நக்கலாக.

ரொம்பநாளாக மாஸாவுக்குச் சொல்ல வேண்டுமென்ற விஷயம் ஜார்ஜுக்கு ஞாபகம் வந்தது.

"மாஸா! மாக்கிரிக்கோர் துரை உங்களுக்குத் தெரியு மில்லையா?"

"ஆமா! அவருக்கும் எனக்கும் நல்ல பழக்கம். என்ன சங்கதி?

"ராத்திரி நேரத்திலே நான் எங்கேயோ போறேன்னு சொன்னீங் களே! ஒண்ணு ரெண்டு தடவை அவங்க பண்ணைக்குத் தான் போனேன். அங்கே இருக்கிற பொண்ணு பேரு மெடில்ட்டா. ரொம்பவும் நல்லவ. 'பைபிள்' கூட படிக்கிறா. எப்படிப் படிக்கிறான்னு கேக்கறீங்களா? ஒரு மத போதகத் துரை அவளை வளர்த்தாராம். படிப்பும் சொல்லித் தந்தாராம். அடிமைகள் வெச்சுக்கக்கூடாதுன்னு மதம் சொல்லிச்சுன்னு எல்லாரையும் வித்துப்போட்டாராம். மெடில்டா ரொம்ப புத்தி சாலி மாஸா."

"அதாவது, அந்தக் குட்டியோடு விளக்குமாத்த தாண்டிடறேன்னு சொல்றே!"

"நீங்க சம்மதிக்கணுமில்லே மாஸா!"

"மிஸ்டர் மாக்கிரிகோரிடம் மொத்தம் எத்தனை அடிமைங்க இருக்காங்க?"

"இருபதுபேருக்கு மேலேயே இருக்கலாம் மாஸா!"

"நீ பிறந்து வளர்ந்ததிலிருந்து எனக்கு எந்தவிதக் கஷ்டமும் தரலே. இந்தக் கோழிப் பண்ணையையும் வளர்த்தே. நானும் உனக்கு ஏதாவதோர் உதவி செய்யணும். நான் அந்தத் துரையிடம் நாளைக்குப் பேசறேன். விலை விஷயத்திலே தகராறு ஏதும் வராட்டா நீ அந்தக் குட்டிய இங்கே கொண்டு வரலாம்" என்றான் மாஸா.

ஜார்ஜ் மகிழ்ச்சிக்கு எல்லை இல்லை. "பெரிய மனசு படைச்ச துரை களைத் தவிர வேறே யாரும் இவ்வளவு நன்மை செய்யமாட்டாங்க" என்றான் ஜார்ஜ்.

"உங்க ரெண்டு பேருக்கும் வேறே குடிசையும் போட்டுத் தாரேன்" என்றான் மாஸா.

கோழிக்கார ஜார்ஜுக்கு நா எழவில்லை.

43

1827 ஆகஸ்ட் மாதம் தேதி எதுவானாலும் வெள்ளை வெளே ரென்று சூரியன் உதித்துக்கொண்டிருந்த ஒரு நாள், ஒரு மணிக்கு ஜார்ஜ் - மெடில்டா ஆகியோரின் திருமணம் நடத்த முடிவு செய்யப்பட்டது. அன்று காலை பாம்ப்பே மாமாவுடன் சேர்ந்து ஜார்ஜ் புதிய வீட்டிற்கு வெள்ளை அடித்தான். கதவுகளை வைத்தான். அதற்குள் பத்து மணியாகி விட்டது. மகனைச் சீக்கிரமாகத் தயாராகுமாறு கிஜ்ஜி அவசரப் படுத்தினாள்.

ஜார்ஜ் குளியல் தொட்டியில் உட்கார்ந்து ஏதோ ஒரு பாட்டை முணு முணுத்துக்கொண்டே குளித்து முடித்தான், உடம்பைத் துவட்டிக் கொண்டு கோட்டும் சூட்டும் அணிந்து கொண்டான். சிகப்புக் காலுறைகளுடன் பூட்சுகளில் கால்களை நுழைத்தான். சின்னச் சின்ன கோழிப் பந்தயங்களில் பெற்ற பரிசுப் பணத்தைக் கொண்டே அவன் இவற்றையெல்லாம் வாங்கினான். கண்ணாடியில் தன் அலங் காரத்தைப் பார்த்துக் கொண்டான். மெடில்டா தன் கைகளால் பின்னிப் பரிசளித்த பச்சை நிற உல்லன் உருமாலையைக் கழுத்தில் சுற்றிக் கொண்டான். மாஸா அவனுக்குத் பரிசாகத் தந்த கருப்பு 'டர்பீ' தொப்பியையும் தலையில் வைத்துக் கொண்டான்.

"அடேய், புறப்படுறியா. இல்லையா? நாங்க வண்டியில் உட்கார்ந்து ஒரு மணி நேரமாயிட்டடது" என்று கத்தினாள் கிஜ்ஜி.

"இதோ வந்துட்டேன்" என்று உள்ளேயிருந்து கத்தினான் ஜார்ஜ்.

கண்ணாடியில் இன்னொரு தடவை பார்த்துக்கொண்டு, வழியில் அடிக்கடி தொண்டையை நனைத்துக்கொள்ள மதுபாட்டில் ஒன்றை கோட்டுப் பையில் திணித்துக்கொண்டு வெளியே வந்தான். அப்போதைக்கே தாமதமாகிவிட்டதென்று எல்லாரும் முகத்தை 'உம்'மென்று வைத்துக் கொண்டிருந்தனர்.

திருமணக் குழுவினர் மாக்கிரிகோர் துரையின் பண்ணையை அடைவதற்குள் ஒரு மணி நேரம் தாமதமாகிவிட்டது. வெள்ளைக் கவுனிலே மின்னிக் கொண்டிருந்த மெடில்டாவின் முகம் கருத்து விட்டிருந்தது. வண்டியிலிருந்து இறங்கியதுமே ஜார்ஜ் தாராளமாக மன்னிப்புக் கேட்டுக்கொண்டான்.

மாக்கிரிகோர், டாம்லே தம்பதியர் பங்களாவிலிருந்து வெளியே வந்தனர். கையில் 'பைபி'ளுடன் வெள்ளைப் பாதிரியாரும் வந்து சேர்ந்தார். கல்யாணம் பாதி வெள்ளைக் கிறிஸ்துவ முறையிலும், பாதி நீக்ரோ சம்பிரதாய முறையிலும் நடந்தேறியது.

ஜார்ஜ் கோட்டுப் பையிலிருந்து மது பாட்டிலை எடுத்துக் 'கடகட' வெனக் குடித்துவிட்டான். பிறகு விருந்து தொடங்கியது. எல்லாம் முடிவதற்குள் மாலை நேரமாகிவிட்டது. பாம்ப்பே வண்டி ஓட்டுநரானார். கிஜ்ஜி, மலிஜி, சகோதரி சாராவுடன் புதிய மணமக்கள் வீடு சேர்வதற்குள் நன்றாக இருட்டிவிட்டது. மணமகளைக் கைகளில் ஏந்தி நடந்து வந்து, ஒரு காலால் கதவைத் தள்ளி வீட்டுக்குள் வந்தான் ஜார்ஜ். வீட்டின் மத்தியிலிருந்து குளியல் தொட்டியில் தடுமாறி விழப்போனவன் எப்படியோ சமாளித்து விட்டான். மெடில்டாவுக்குச் சற்றுக் கோபம் வந்தாலும், ஜார்ஜ் அவளுக்குக் கல்யாணப் பரிசாகத் தந்த அலங்கார வேலைப்பாடுடன் கூடிய கடிகாரத்தைக் கண்டு, எல்லாவற்றையும் மறந்து, ஜார்ஜை மன்னித்து, ஆனந்தமாப் பேசினாள்.

அழுக்குச் சோப்புத் தண்ணீரில் கால் வைத்துவிட்டதால், அழ கான காலுறைகள் பாழாய்விட்டனவே என்று வருந்திக் கொண்டிந்த ஜார்ஜுக்குக் கைத்தலம் தந்து மேலே எழுப்பினாள் மெடில்டா. அவனை அன்புடன் படுக்கையில் உட்காரவைத்தாள் அவள். மறுநாள் விடிந்ததுமே ஜார்ஜ் கோழிப் பண்ணைக்கும் மெடில்டா வயலுக்கும் வேலைக்குச் சென்றனர். பகலெல்லாம் கடுமையாக வயலில் உழைத்து விட்டு மாலையில் வீடு திரும்பினாள் மெடில்டா. ஜார்ஜ் வரும்வரை அவள் கிஜ்ஜி, சாரா, பம்ப்பேயுடன் பேசிக்கொண்டிருந்தாள். பேச்சு வாக்கில் அவள் அடிமைகளின் சேரியில் வாராந்திரப் பிரார்த்தனைக் கூட்டங்கள் நடக்கின்றனவா என்று மற்றவர்களைக் கேட்டாள். இல்லை என்று அவர்கள் தெரி-வித்தனர்.

“இனிமேல் ஒவ்வொரு ஞாயிற்றுக்கிழமை மாலையில் நடத்தலாம்” என்றாள் மெடில்டா.

“நாம் எத்தனை பிரார்த்தனை செய்தாலும் இந்த வெள்ளைக் காரங்களோட மனசு கரையப் போவுதா?” என்றார் பாம்ப்பே மாமா.

“பைபிளில் என்ன எழுதப்பட்டிருக்கு தெரியுமா? ஜோஸஃப் எகிப்தியருக்கு அடிமையா விற்கப்பட்டார். ஆனா தேவன் ஜோஸஃபில் மட்டுமே இருந்தார். ஜோஸஃபின் நலனுக்காக அவர் எகிப்தியக் குடும்பத்தை ஆசீர்வதித்தார்” என்றாள் மெடில்டா.

கிஜ்ஜி, சாரா, பாம்ப்பே மூவரும் ஒருவரையொருவர் பார்த்துக் கொண்டனர். மெடில்டாவிடம் அவர்களுக்கு மிகவும் மதிப்பு உண்டாயிற்று.

"உன்னோட முதல் துரை மத குருன்னு ஜார்ஜ் சொன்னான். இப்போ பார்த்தா நீயே மத குரு போலிருக்கே!" என்றாள் சகோதரி சாரா.

"நான் வெறும் தேவனின் சேவகி மட்டுமே!" என்றாள் மெடில்டா.

அடுத்த ஞாயிறன்று பிரார்த்தனைக் கூட்டம் நடைபெற்றது. அதற்கு இரண்டு நாட்களுக்கு முன்பே ஜார்ஜ், மாஸா லேயுடன் கோழிப் பந்தயங்களுக்குச் சென்றுவிட்டான்.

திருமணமான இரண்டுமாதங்களில் மெடில்டா முழுகாமல் இருந்தாள். தான் பாட்டி ஆகப்போகிறேன் என்றும், ஜார்ஜ் தகப்பனாகப் போகிறான் என்றும் கிஜ்ஜி மகிழ்ந்து போனாள். அவளுக்குத் தன் தந்தையின் ஞாபகம் வந்துவிட்டது.

"என்னம்மா, அவன் எப்போதாவது தன் பாட்டனைப் பத்தி சொன்னானா?" என்று கிஜ்ஜி மெடில்டாவைக் கேட்டாள்.

"இல்லைங்க! சொல்லலே!" என்று கலவரத்துடன் கூறினாள் மெடில்டா.

"சொல்லலையா?" கிஜ்ஜி வருந்தினாள். அத்தையின் முகத்தில் தென்பட்ட ஏமாற்றத்தைக் கண்டு மெடில்டா, "அந்த விஷயங்களைப் பேச உங்க மகனுக்கு இன்னும் நேரம் கிடைக்கலீங்க" என்றாள்.

மகன் சொல்லாவிட்டாலும் தானே மருமகளுக்கு சொல்ல விரும்பினாள் கிஜ்ஜி. மாஸா வாலரின் பண்ணையில் தான் கழித்த பதினாறாண்டுகால வாழ்க்கை, அதன் பிறகு மாஸா லேயின் பண்ணைக்குத் தான் வந்து சேர்ந்தவிதம் - எல்லாவற்றையும் விவரித்தாள். அவள் தன் அப்பாவைப் பற்றியே அதிமாகக் கூறினாள்.

"பெண்ணே இதையெல்லாம் நான் உனக்கு ஏன் சொன்னேன் தெரியுமா? உன் வயிற்றிலே இருக்கிற பிள்ளைக்குத் தன்னோட அப்பா, தாத்தா பற்றித் தெரியணும்கிற என்னோட விருப்பத்தை நீ புரிஞ்சுக்கு வேன்னு நினைக்கிறேன்" என்றாள் கிஜ்ஜி.

"நான் புரிஞ்சிகிட்டேன் அத்தை!" என்றாள் மெடில்டா.

நாள்தோறும் ஜார்ஜ் மாலையில் வீடுதிரும்பும்வரை அவர்கள் இருவரும் உட்கார்ந்து பேசிக்கொண்டிருப்பது வழக்கமாகி விட்டது. கிஜ்ஜி பெரும்பாலும் தன் கடந்தகால வாழ்க்கையை விவரிப்பாள்.

1828ஆம் வருட வசந்தகாலத்தில் மெடில்டா ஆண் குழந்தையை ஈன்றெடுத்தாள். அடிமைகளின் சேரியில் சந்தோஷம் கரைபுரண்டது.

அலெக்ஸ் ஹேலி | 237

மாஸா லே நிலம் வாங்கி விவசாயம் ஆரம்பித்த இந்த முப்பது, நாற்பது ஆண்டுகளில் இரண்டாவதாக பிறந்த குழந்தை அது!

மகன் பிறந்த அன்று ஜார்ஜ் அங்கில்லை. மாஸாவுடன் சென்று எங்கோ கோழிப் பந்தயங்களில் பங்கெடுத்துக் கொண்டிருந்தான்.

"அத்தை! நீங்க உங்க அப்பா பத்தி சொன்னதெல்லாம் எனக்கு ஞாபகம் இருக்கு. எங்க அப்பா எப்படி இருப்பார்னுகூட எனக்குத் தெரியாது. குழந்தைக்கு எங்க அப்பா பேர் வெச்சுகிட்டா ஜார்ஜுக்கு ஆட்சேபணை இருக்காதுன்னு நினைக்கிறேன். அவர் பேர் வர்ஜில்னு எங்கம்மா சொல்லுவா" என்றாள் மெடில்டா.

ஜார்ஜ் பல ஊர்களையும் சுற்றி வந்த பிறகு மகனைப் பார்த்துப் பரவசமடைந்தான். குழந்தையைக் கைகளில் எடுத்துக்கொண்டு முத்தமாரி பொழிந்தான். "அம்மா நீ எனக்குச் சொன்னதெல்லாம் என்னோட பிள்ளைகளுக்கும் சொல்றதா சொல்லியிருக்கே ஞாபகமிருக்கா?" என்று ஜார்ஜ் கிஜ்ஜியைக் கேட்டான்.

அவள் குளிர் காயும் அடுப்பின் முன் உட்கார்ந்து, பேரனை மடியில் கடத்திக்கொண்டு, "கேளடா என் முத்துப் பேராண்டி உனக்கு இப்போ உங்க முப்பாட்டன் பத்திச் சொல்லப்போறேன். அவர் ஆப்பிரிக்காவிலிருந்து வந்தார். பேர் குண்ட்டா கிண்ட்டே! கிட்டாரை அவர் என்னான்னு சொல்வார் தெரியுமோ! 'கோ' ன்னு சொல்வார். நதியை 'காம்பே போலோங்க்' என்பார். அவருக்கு இன்னும் எத்தனையோ ஆப்பிரிக்க வார்த்தைகள் தெரியும். அவர் தன்னோட குட்டித் தம்பிக்கு மத்தளம் செய்துதர ஒரு நாள் காட்டிலே மரத்தை வெட்டிக்கிட்டிருந்தார். திடீருன்னு பின்னாலேயிருந்து யாரோ அவர் மேலே பாய்ந்து கயித்தாலே கட்டிப் போட்டுட்டாங்க. அவரைக் கைதியா கப்பலில் கொண்டு வந்து 'நேபிளஸ்' என்னுமிடத்திலே இறக்கினாங்க. அவர் பல தடவை தப்பி ஓட முயற்சி செய்தாரு. அப்படித் தப்பி ஓடும்போது ரெண்டு பேர் அவரைக் கெட்டியாப் பிடிச்சுட்டாங்க. அவர் அவங்கள்லே ஒருவனைக் கொல்லப்போனார். அவங்க அவரோட பாதி காலை வெட்டிட்டாங்க" என்று பெருமையுடன் கூறினாள் கிஜ்ஜி.

ஜார்ஜ் தாயிடமிருந்து மகனைப் பெற்றுக்கொண்டு அதன் முகத்தை கிஜ்ஜியின் பக்கம் திருப்பி, "அவர் துரை வீட்லே சமையல் காரியா இருந்த பெல்லைக் கல்யாணம் செய்துகிட்டார். அவங்களுக்கு ஒரு சின்னப் பாப்பா பொறந்ததாம். அதுதான் உன்னோட பாட்டி. அதோ பார்! அங்கே நின்னு உன்னைப் பார்த்து சிரிச்சுகிட்டிருக்கா" என்றான் ஜார்ஜ். மெடில்டாவும், கிஜ்ஜியும் ஆனந்தக் கடலில் மூழ்கித் திளைத்தார்கள். அவர்களின் விழிகள் அன்பாலும், பெருமையாலும் பனித்துவிட்டன.

ஜார்ஜ் வீட்டிலே தங்கியிருப்பது மிகக் குறைவு. பல ஊர்களையும் சுற்றி வந்த பிறகு அடிமைகள் சேரியில் உள்ளவர்களையெல்லாம் உட்கார வைத்துக்கொண்டு தான் கேட்டதையும், பார்த்ததையும் வர்ணித்துக் கூறுவான். சார்லஸ்டன் என்ற நகருக்குச் சென்று வந்ததுமே ஜார்ஜ் அவர்களிடம் சொல்லத் தொடங்கினான்.

"அங்கே துறைமுகத்திலே எத்தனை கப்பல்னு நினைக்கிறீங்க? கணக்கு இல்லாப் பெரிய பெரிய கப்பலுங்க. கப்பலுள்ளே நட்டு வைக்கிற நீண்ட கொம்புகள் பார்த்தா, அடர்த்தியா வளர்ந்த காடுன்னுத்தான் நினைக்கணும். எறும்பு சாரங்க போல நீக்ரோக்கள் புகையிலை நிரப்பிய பீப்பாய்களைக் கப்பல்களிலே ஏத்திக் கிட்டிருக் காங்க. அந்தக் கப்பலுங்க கடலைக் கடந்து இங்கிலாந்துங்கிற நாட்டுக்குப் போகுதாம். நான் மாஸாவுடன் சேர்ந்து போகிற இடங் களிலெல்லாம் என்ன பார்க்கிறேன்னா, நீக்ரோக்கள் கால்வாய்கள் வெட்டிகிட்டிருக்காங்க. சாலைகள் போட்டு கிட்டிருக்காங்க சல்லிபரப்பிக்கிட்டிருக்காங்க.ரெயில் பாதைங்க அமைச்சுக்கிட்டிருக் காங்க. மொத்தத்தில் கருப்பர்கள் தம்மோட உடலையும் உயிரையும் தாரை வார்த்து இந்த நாட்டை மகத்தான நாடாக ஆக்கிக்கிட்டி ருக்காங்க."

ஜார்ஜ் சொல்வதையெல்லாம் எல்லாரும் வியப்புடன் கேட்டுக் கொண்டிருக்காங்க.

"வெள்ளைக்காரங்க சிவப்பிந்தியர தனியா வெச்சிருக்காங்க தெரியுமில்லே! அவங்களும் நீக்ரோக்களை வேலைக்கு வெச்சுக் கிட்டிருக்காங்க. அவ்வளவு கருப்பர்களை நீங்க பறிச்சுகிட்டுப் போனா நாங்க சும்மா பார்த்துக்கிட்டிருப்போமான்னு வெள்ளையருங்க அவங்கள சண்டைக்கு இழுக்கறாங்களாம். சிவப்பிந்தியரிலேகூடப் பல பேர் நீக்ரோக்களைக் கல்யாணம் செய்துகிட்டதா கேள்விப்பட்டேன். அவங்கள்லே சோக்ட்டா, சிக்ஸா, செருகி என்கிற பிரிவுகள சேர்ந்த வங்க, வெள்ளைக்காரங்களைவிட நீக்ரோக்கள மோசமா பார்க் கிறாங்களாம்."

ஜார்ஜ் சொல்வதெல்லாம் கேட்டு அனைவரும் பேசாமல் அவரவர் வீட்டுக்குப் போய்விட்டார்கள். இன்னும் ஏதேதோ கேட்டு ஜார்ஜிட மிருந்து பல விஷயங்கள் தெரிந்துகொள்ள அவர்களுக்கு ஆவலாக இருந்தாலும், அவன் வீட்டிலிருக்கும் சொற்ப நேரமாவது மெடில்டா வுடன் தனிமையில் அனுபவிக்கட்டுமே அன்று எழுந்து சென்று விட்டார்கள்.

ஜார்ஜ் எப்போது பார்த்தாலும் ஊர் சுற்றிக்கொண்டிருப்பது மெடில்டாவுக்கு பிடிக்கவில்லை. புருஷன் இருந்தாலும்

இல்லாதவள் போல் தான் வாழவேண்டியிருக்கிறதென்று அவள் ஓரிரு தடவை இரவு நேரங்களில் ஜார்ஜ் பக்கத்தில் இருக்கும்போது முணுமுணுக்கவும் செய்தாள்.

1830 இல் சார்லஸ்டன் நகரில் நடந்த கோழிப்பந்தயங்களுக்கு ஜார்ஜ் சென்றிருந்தபோது, மெடில்டாவுக்கு இரண்டாவது மகன் பிறந்தான். அந்தக் குழந்தைக்கு அவள் தன் அண்ணன் பெயரான 'ஆஷ்ஃபர்ட்' என்று பெயர் வைத்தாள். இரண்டாம் மகன் பிறந்தா னென்ற செய்திக் கேட்டு ஜார்ஜ் மகிழ்ச்சியால் துள்ளிக் குதித்தான்.

"இந்தத் தடவை மாஸா ஆயிரம் டாலர் வெற்றிபெற்றார் நான் ஐம்பது டாலர் சம்பாதிச்சேன்" என்றான் ஜார்ஜ் மெடில்டாவிடம். மெடில்டா அதை உற்சாகமாகக் கேட்கவில்லை.

சார்லஸ்டனில் தான் கண்ட காட்சிகளைப்பற்றி ஜார்ஜ் விவரித்த போது, மெடில்டா மட்டுமல்லாமல் அடிமைகள் சேரியிலிருந்தவர்கள் அனைவருமே பயத்தால் நடுங்கினார்கள்.

"விலங்குகளால் பிணைச்சு இழுத்துப்போன நீக்ரோக்களின் வரிசை ஒரு மைல் நீளமிருந்துச்சி"

"ஓ லார்ட்! அவங்கெல்லாம் எந்த ஊரைச் சேர்ந்தவங்க?" என்று கேட்டாள் மலிஜி.

"சில பேர் வடக்கு, தெற்கு கரோலினா மாநிலங்களைச் சேர்ந்த வங்க. பெரும்பாலோர், வர்ஜீனியாவில் விலைக்கு வாங்கி வரப்பட்ட வங்கத்தான்! அலபாமா, மிஸிஸிபி, லூஸியானா, அர்க்கன்ஸாஸ், செக்ஸால் மாநிலங்களில் காடுகளை அழிச்சு பருத்தித் தோட்டம் போட்டுக்கிட்டிருக்காங்களாம்! ஒவ்வொரு மாசமும் ஆயிரக்கணக் கான நீக்ரோக்கள அங்கே கொண்டு போயிக்கிட்டிருக்காங்க. குதிரை மீதேறிவந்து அடிமைகள் வியாபாரம் செய்யற பழைய கால வியாபாரிங்க இப்போ இல்லையாம்! பெரிய பெரிய ஓட்டல்கள்லே ஆபீஸ்கள் திறந்து வியாபாரம் செய்யற பெரிய பெரிய கம்பெனிங்க வந்துருச்சாம்! இப்போ கப்பலுங்க சரக்குகள கொண்டு வர்றதில்லை யாம்! விலங்குகளால் கட்டப்பட்ட நீக்ரோ அடிமைகளைத்தான் கொண்டுவருதாம்! சார்லஸ்டன் நீக்ரோக்கள் இன்னும் என்ன சொன்னாங்கன்னா..."

"உஷ்!" என்று எச்சரித்துவிட்டுக் கிஜ்ஜி தன் குடிசையை நோக்கி ஓடினாள்.

ஜார்ஜ் திடுக்கிட்டுப் போய், "அம்மாவுக்கு என்னாச்சு?" என்று கேட்டான் மெடில்டாவை.

“உனக்குத் தெரியாதா? அத்தையோட அம்மாவும் அப்பாவும் வர்ஜீனியாவிலேதானே இருக்காங்க. உன்னோட பேச்சால அம்மாவ பாதி கொன்னுட்டே” என்றாள் அவள்.

ஜார்ஜ் வெலவெலத்துப் போனான். முன் யோசனையின்றித் தான் பேசியதற்காக வருந்தினான். ஆயினும் மெடில்டா அவனைக் கண்டனம் செய்துக்கொண்டே இருந்தாள்.

“அத்தையை அவங்களோட அம்மா அப்பாக்களிடமிருந்து பிரிச்சி வித்துட்டது எனக்கும்போலவே உனக்கும் தெரியும். அவங் களுக்கு நடந்ததே எனக்கும் என்னோட வாழ்க்கையில் நடந்தது. அது போன்ற அநீதிக்குப் பலியானவங்க அத என்றைக்குமே மறக்கமாட் டாங்க. அந்த அநீதி உனக்கு நடக்காததாலே இந்த வெள்ளைத் துரைகள் பத்தி உனக்குத் தெரியாது. எந்தத் துரையையும் நம்பக்கூடாது; உன்னோட துரையைக்ககூடதான்.”

“எம்மேல ஏன் உன் கோபத்தைக் கொட்டறே?” என்று ஜார்ஜும் சினத்துடன் கேட்டான்.

“அத்தை ஏன் அப்படி ஆயிட்டாங்கன்னு நீ கேட்டதுக்கு நான் சொன்னேன். அவங்கள எப்படி தேத்தணும்னு நான் சொல்றேன் கேள். வர்ஜிலுக்குச் சொன்னதைபோலவே உன்னோட ரெண்டாவது பேரனுக்கும் அவனோட முப்பாட்டனைப் பத்திச் சொல்றேன்னு உங்க அம்மாவை இங்கே கூட்டிட்டு வா!” என்றாள் மெடில்டா குறு நகையுடன்.

ஜார்ஜ் வெளியே ஓடினான்.

44

"வரிசையா நாலு மகன்கள் பெத்தே! ஒருத்தனுக்கும் என்னோட பேர் வைக்கலையே!" என்றான் மாஸா டாம்லே குதிரை மேலிருந்து இறங்கிக்கொண்டே.

பந்தயக் கோழிகளுக்கு சிறப்புத் தீனியைக் கலந்து கொண்டிருந்த ஜார்ஜுக்கு வியப்பும், மகிழ்ச்சியும் தோன்றின.

"நாலாவது மகனுக்கு இன்னும் பேர் வைக்கலே மாஸா! டாம்னு வெச்சா பொருத்தமாயிருக்கும்" என்றான் ஜார்ஜ்.

மாஸாவுக்குச் சந்தோஷமாகிவிட்டது. குடிசையை நோக்கிப் பார்த்து "கிழவனுக்கு உடம்புக்கு எப்படி இருக்கு?" என்று கேட்டான் துரை.

"நேத்து ராத்திரி தொடர்ந்து இருமல் வந்து அவரை அலைக் கழிச்சிடுச்சி. மெடில்டாவுக்குக் குழந்தை பிறந்ததுன்னு சொல்லப் பாம்ப்பே மாமா ஓடி வந்தார். காலையிலே சமையல் செய்து கிழவருக்கு வெச்சேன். நல்லாவே சாப்பிட்டார். துரை சொல்ற வரைக்கும் நீ வெளியே போகாதேன்னு நான் சொன்னதும் என் மேலே பாய்ந்தார்" என்று பதில் கூறினான் ஜார்ஜ்.

"கிழவன் இன்னும் இருநாள் குடிசையிலே இருக்கட்டும்! அதுக்குள் டாக்டரைக் கூட்டிட்டு வந்து காட்டினா நல்லாயிருக்கும்" என்றான் மாஸா.

"கிழவருக்கு டாக்டர்கள்னா பிடிக்காது மாஸா!" என்றான் ஜார்ஜ்.

"எல்லாமே அவன் இஷ்டம்தானா? இந்த வாரமெல்லாம் படுத்திருப்பானோ, எழுந்து நடமாடுவானோ பார்க்கலாம்."

மாஸா கோழிப் பண்ணை பூராவும் சுற்றித் திரிந்து, ஜார்ஜ் பந்தயக் கோழிகளுக்குப் பிரத்தியேகமாக அளித்து வரும் பயிற்சியைக் கண்டு மகிழ்ச்சியடைந்தான். நியூ ஆர்லீன்ஸுக்குத் தமது பயணம் பற்றிப் பேசினான். துரை அந்தப் பயணத்திற்காக கிரீன்ஸ்பரோவில் புதிய சாரட்டு வண்டியைச் செய்வித்துக் கொண்டிருந்தான். அந்தப் பெரிய வண்டியில் புறப்பட்டால் நியூ ஆர்லீன்ஸ் போய்ச் சேர ஏறக்குறைய ஆறு வாரங்கள் பிடிக்கலாம்.

மாஸா சென்றபிறகு ஜார்ஜ் உள்ளமெல்லாம் நியூ ஆர்லீன்ஸ்பற்றி ஏற்கனவே கேள்விப்பட்ட விசேஷங்களுடன் நிறைந்துவிட்டது.

காதுக்கினிய சங்கீதத்தை அங்கேதான் கேட்க வேண்டுமாம்! பல்வேறு ஆப்பிரிக்க நாட்டியங்களை அங்கேதான் பார்க்க வேண்டுமாம்! நியூ ஆர்லீன்ஸ் துறைமுகம் போன்ற துறைமுகம் நாட்டிலேயே வேறே இல்லையாம்! அங்குள்ள பெண்களின் அழகைப்பற்றிச் சொல்ல வேண்டியதே இல்லை என்று கப்பல் மாலுமி ஒருவன் ஜார்ஜுக்கு ஆசை காட்டினான். வண்ண வண்ண வண்ணத்துப் பூச்சிகள் போன்று அவர்கள் கண்ணைப் பறிப்பார்களாம்! எல்லா நிறத்தவரும் அங்கே தென்படுவார்களாம்! எப்போது நியூ ஆர்லீன்ஸ் போய்ச் சேருவோமோ என்று ஜார்ஜின் மனம் ஆவலுற்றது.

வேலை முடித்துக்கொண்டு அன்று மாலை வீடு வந்து சேர்ந்தான். அவன் வந்ததுமே குழந்தைக்கு வைத்த பெயரைத் தெரிவித்தான். உற்சாகமாக அவன் சொன்னபோது கிஜ்ஜியும் அங்கே இருந்தாள்.

“இந்த உலகத்திலே எத்தனையோ பேர் டாம்னு இருக்காங்க” என்றாள் மெடில்டா,

கிஜ்ஜியால் அந்தப் பெயரை ஜீரணிக்க முடியவில்லை.

“உன் மாஸா டாம் பேரல்லாமல் வேறே எந்த டாம் பேரானாலும் பரவாயில்லே” என்று கிண்டலாகக் கூறினாள் அவள்.

மெடில்டா பழைய தன் ‘பைபிளை’ வெளியே எடுத்து, சரசர வென்று பக்கங்களைப் புரட்டி, தனக்கு வேண்டிய பக்கம் வந்ததும் அதிலிருந்து, “நீதிவானின் நினைவு நிரந்தரமாக இருக்கும். பாதகனின் பெயர் பாழாய்ப் போகும்!” என்று வாசித்தாள்.

“தேவனே கருணை புரியும்!” என்று அரற்றினாள் கிஜ்ஜி.

ஜார்ஜுக்குக் கோபம் வந்துவிட்டது. “சரி! அவரோட பேர் வேணாம்னு உங்கள்லே யார் சொல்றீங்களோ போய்ச் சொல்லுங்க!” என்று கத்திவிட்டு விரைவாக வீட்டைவிட்டு வெளியேறினான்.

சரியாக அதே சமயத்தில் மாஸா டாம்லே தன் ‘பைபி’ளைத் திறந்து மைப் புட்டியில் பேனாவைத் தொட்டு, செப்டம்பர் 28, 1833 மெடில்டாவுக்கு ஆண் குழந்தை பிறந்தது. பெயர்: டாம்லே என்று எழுதிக்கொண்டான்.

மனைவியையும், தாயையும், கோபித்துக்கொண்டு சென்று விட்ட ஜார்ஜ் ஐந்து நாட்களான பிறகு வீட்டிற்குத் திரும்பி வந்தான்.

“லார்ட்! ஜார்ஜ், வந்துட்டியா! உன்னோட பிள்ளைங்க உன்னையே எதிர்பார்த்துக்கிட்டிருக்காங்க. நாலாமவன் இதுக்கு முன்னே நீ பார்த்தப்போ கண்ணும் தொறக்கலே!” என்றாள் அன்புடன் மெடில்டா.

அவன் பார்வை மூன்று குழந்தைகள்மேல் விழுந்தது. முதலாமவனுக்கு ஐந்து வயது; இரண்டாமவனுக்கு மூன்று வயது; மூன்றாமவனுக்கு இரண்டு... மூவரும் அச்சத்துடன் தகப்பனைப் பார்த்தனர்.

ஜார்ஜ் மூத்தவனிடம், "பாட்டியைக் கூட்டிட்டு வாடா!" என்றான்.

கிஜ்ஜி கதவை மெல்லத் தட்டி அறைக்குள் வந்ததும் மெடில்டாவை அணைத்துக்கொண்டாள். மூன்று குழந்தைகளையும் முத்தமிட்டாள். மகனை நலம் விசாரித்தாள்.

ஜார்ஜ் குளிர் காயும் அடுப்பினருகே நாற்காலியை இழுத்து உட்கார்ந்து கொண்டான். குழந்தைகள் எதிரே நல்ல பிள்ளைகளாக அமர்ந்து கொண்டனர். மெடில்டா சிசுவைக் கொண்டு வந்து ஜார்ஜ்ஜின் மடியில் கிடத்தினாள். அவன் சிசுவுக்கு அதன் முப்பாட்டன் குண்ட்டா கிண்ட்டேயிலிருந்து கிஜ்ஜிப் பாட்டி வரைக்குமான கடந்தகால வரலாற்றைக் கூறத் துவங்கினான்.

"அப்பா! அந்தக் கதை எனக்குத் தெரியுமே!" என்று வர்ஜில் தன் தம்பிகள் பக்கம் திரும்பி மீதிக் கதையைச் சொல்லி முடித்தான். ஆப்பிரிக்கச் சொற்களையும் சரியாக உச்சரித்தான். எல்லார் கவனத்தையும் கவர அவன் எகிறிக் குதித்து, "நான் யாருங்கிறத ஆப்பிரிக்கத் தாத்தா சொன்னருன்னு பாட்டி சொன்னாங்க" என்று கத்தினான்.

"ஆமாடா! அந்தத் தாத்தாதான் சொன்னார்" என்றாள் கிஜ்ஜி ஆனந்தமாக.

நீண்ட காலத்திற்குப் பிறகு ஜார்ஜுக்கு தன் வீடு சொர்க்கம் போல் தோன்றியது.

45

கிரின்ஸ்பரோவில் மாஸா செய்வித்துக்கொண்டிருந்த புதிய சாரட்டு வண்டி தயாராகி விட்டதென்ற செய்தி கிடைத்ததும், மாஸாவும் ஜார்ஜும் உடனே புறப்பட்டுச் சென்றார்கள். புதிய வண்டியைப் பார்த்ததுமே ஜார்ஜ் மகிழ்ச்சியால் துள்ளினான். அதன் அழகும், வேலைப்பாடும் அவனை வியப்பிலாழ்த்திவிட்டன.

புதிய வண்டியை ஓட்டிக்கொண்டு சந்தோஷமாகத் திரும்பியதும், வண்டியிலிருந்து இறங்குவதற்கு முன்பே மிஸ்கோ மாமா இறந்து விட்டாரென்ற துக்ககரமான செய்தி ஜார்ஜுக்குத் தெரிந்துவிட்டது. அவன் அப்படியே நிலைகுலைந்து விட்டான். ,மிஸ்கோவின் நல்லடக்க மும் நடந்தேறிவிட்டது. ஜார்ஜ் சாரட்டு வண்டியிலிருந்து கோழிப் பண்ணையை நோக்கிக் குதித்தோடினான். கோழிப் பண்ணை வெறிச் கோடிக் கிடந்தது. பதினைந்து வருடகாலம் அவருடன் சேர்ந்து, தான் பெற்ற அனுபவங்களை அவன் நினைவுபடுத்திக்கொண்டான். மிஸ்கோ மாமா நாற்பதாண்டு காலம் இந்தப் பகுதியின் மண்ணை மிதித்திருக் கிறார். அவர் ஜார்ஜுக்குத் தந்தையும், அண்ணனும், நண்பனுமாக விளங்கினார். ஆனால் அப்படிப் பட்டவரைத் தான் கடைசியாகப் பார்க்க முடியவில்லையே என்று அவன் மிகவும் வருந்தினான்.

ஜார்ஜின் மனத்திலே ஒரே நேரத்தில் எத்தனையோ கேள்விகள் வெடித்தன!மிஸ்கோ மாமா இங்கே வருவதற்கு முன் எங்கே இருந்தார்? அவருக்கு மனைவியும், பிள்ளைகளும் இருந்தார்களா? அவருக்குக் குடும்பம் இருந்ததா? அவருடன் நெருங்கிப் பழகிய தனக்கே ஒன்றும் தெரியாமல் போய்விட்டது. தேவனே, என் பிரியமான மிஸ்கோவை எங்கே கொண்டு சென்றுவிட்டாய்?

மறுநாள் பகலும், இரவும்கூட ஜார்ஜ் அங்கேயே கவலையுடன் கழித்தான். சனிக்கிழமை மாஸா அங்கே வந்தான். துரையின் முகமும் வாடியிருந்தது. மிஸ்கோவின் குடிசையை எரித்துவிடச் சொன்னான். சில நிமிடங்களில் அது தீக்கிரையாகி விட்டது. நாற்பதாண்டுக் காலம் மிஸ்கோவின் இருப்பிடமாக இருந்த அது தீப்பிடித்து எரிவதை மாஸாவும், ஜார்ஜும் மவுனமாக பார்த்தனர்.

"நியூ ஆர்லீன்ஸ் பிரயாணம் பத்தி ஒண்ணும் தோணலே. இந்தக் கோழிகளுக்குத் தீனியும், தண்ணியும் வெக்கிற ஆளில்லாம நாம் போக முடியாது. யாரையாவது புதுசா நியமிச்சாலும் அவனுக்கு முதலிலிருந்து சொல்லித் தரணும். உன்னை இங்கே வெச்சுட்டு நானே போகலாம்னா டஜன் சேவல்கள சமாளிக்கிறது ஆகாத காரியம். வெற்றி பெறணும்கிற நோக்கம் இல்லாம பந்தயத்துக்குப் போய்ப் பயனில்லே" - மாஸா தனக்குத் தானே சொல்லிக் கொள்வதைப்போல் ஜார்ஜிடம் கூறினான்.

ஜார்ஜுக்கு என்ன சொல்வதென்றே தெரியவில்லை. இத்தனை மாதங்களாகச் சேவல்களுக்கு அளித்த பயிற்சி, செய்த பணச் செலவு, தெற்கத்திய கோழிப் பந்தய துரைகளுடன் போட்டியிட வேண்டுமென் கிற மாஸாவின் விருப்பம் - எல்லாமே தரைமட்ட மாயிற்று. ஜார்ஜ் வருத்தத்துடன் "எஸ் ஸார்!" என்றான்.

தான் இங்கே வருவதற்கு முன் மிஸ்கோ மாமா ஒருவரே இந்தப் பண்ணையை எவ்வாறு சமாளித்துக்கொண்டிருந்தாரென்று ஜார்ஜ் வியந்தான். உதவியாளர்கள் இல்லாமல், தான் ஒருவனால் கோழிப் பண்ணையைக் கவனிக்க இயலாது. மிஸ்கோ மாமா தனக்குப் பயிற்சி அளித்ததுபோல, தான் தன் மூத்த மகன் வர்ஜிலைப் பழக்கினால்...? ஆனால் அதற்கு அம்மாவையும், மெடில்டாவையும் சம்மதிக்கச் செய்வது சுலபமல்ல!

மெடில்டாவை எப்படியோ சரி செய்து, சம்மதிக்கச் செய்து வர்ஜிலை கோழிப் பண்ணையில் வைத்துக்கொண்டான். ஆனால் ஒரு வாரத்திற் குள்ளாகவே அவன் இந்த வேலைக்கு லாயக்கில்லை என்பதைத் தெரிந்துகொண்டு விட்டான். கோழிகளுக்குத் தீனியும், தண்ணீரும் வைக்க மட்டும் அவன் பயன்பட்டான்.

உள்ளூர்க் கோழிப்பந்தயங்களுக்கு ஜார்ஜ் சென்றுகொண்டே இருந்தான். சில்லறைப் பந்தயங்களில் அவனுக்கு நல்ல வருமானம் கிடைத்துக்கொண்டிருந்தது. இந்த நேரத்திலேயே அவனுக்கு ஐந்தாம் மகன் பிறந்தான். மெடில்டா அந்தக் குழந்தைக்கு ஜேம்ஸ் என்று பெயர் சூட்டினாள். டாம் என்ற பெயரைத் தவிர வேறெந்தப் பெயர் விஷயத்தி லும் கணவன் - மனைவி இடையே சச்சரவு ஏற்பட்டது கிடையாது. 1837 இல் அவர்களுக்கு ஆறாவது மகன் பிறந்தான். அவன் பெயர் லெவிஸ். ஐந்து ஆண் குழந்தைகளுக்குப் பிறகும்கூடப் பெண் மகவு பிறக்காததற்குக் கிஜ்ஜி ஏமாற்றமடைந்தாள்.

"மருமக வயித்திலே ஒரு பெண்குழந்தை பிறந்தா நல்லா இருக்கும்டா!" என்று மகனிடம் முணுமுணுத்தாள் அவள்.

"அம்மா! உன் விருப்பத்த நிறைவேத்த உடனே வேலைய ஆரம்பிக் கட்டுமா?" என்று கேட்டான் சிரித்துக்கொண்டே ஜார்ஜ்.

"நீ முதல்லே வெளியே போறியா இல்லையா?" என்று செயற்கைக் கோபம் காட்டினாள் மெடில்டா. ஜார்ஜ் சிரித்து கொண்டே வெளியே ஓடினான். சில மாதங்களிலேயே அவன் தன் பேச்சை நிறைவேற்றிக் காட்டினான். மெடில்டா மீண்டும் கருவுற்றாள்.

"இப்போதெல்லாம் ஜார்ஜ் வீட்டிலேயே இருக்கான் போலிருக்கு!" என்று நையாண்டி செய்தாள் சகோதரி சாரா. மெடில்டா வுக்குப் பிரசவம் நெருங்கிவிட்டது. அவள் உள்ளே வேதனையால் கத்திக்கொண்டிருந்தாள். வெளியே ஜார்ஜ் குறுக்கும் நெடுக்குமாக நடந்துக்கொண்டிருந்தான். உள்ளே சகோதரி சாரா சத்தம் போட்டுக் கொண்டிருந்தாள். மெடில்டாவின் முனகல்களுக்கிடையே கிஜ்ஜியின் "தேங்ஸ் காட்! தேங்ஸ் காட்!" என்னும் குரல் கேட்டது. பெண் குழந்தை பிறந்துள்ளது என்பதை உடனே புரிந்துகொண்டான் ஜார்ஜ். குழந்தைக்குப் முன்னதாகவே பெயர் முடிவாகிவிட்டிருந்தது. கிஜ்ஜி.

குட்டி கிஜ்ஜி பிறந்து இரண்டு மாதங்களான பிறகு, ஒரு நாளிரவு குழந்தைகளெல்லாம் உறங்கிவிட்ட பிறகு "மெடில்டா! நாம இதுவரைக்கும் எவ்வளவு பணம் சேர்த்து வெச்சிருக்கோம்!" என்று கேட்டான் ஜார்ஜ்.

மெடில்டா அவனை வியப்புடன் பார்த்தாள் "ஒரு நூறு டாலருக்கு அதிகமாகவே இருக்கலாம்" என்றாள்.

"அவ்வளவுதானா?"

"அவ்வளவுதான்! வீண் செலவு செய்யாதேன்னு நான் சொல்லிக் கிட்டே வர்றேனில்லையா!"

"சரி... சரி..." என்றான் குற்றவாளி போல் ஜார்ஜ்.

மெடில்டா ஏதோ முணுமுணுத்துக்கொண்டிருந்தாள். ஜார்ஜ் மவுனியாகிவிட்டான். அவர்களிருவரும் சேர்ந்து வாழ்ந்து கொண்டிருக் கிற இந்தப் பன்னிரெண்டு வருடங்களில் மெடில்டா ஜார்ஜை அந்த உருவத்தில் பார்த்ததில்லை.

"மெடில்டா! சில காலமா ஒரு யோசனை என்னைப் பலமா அரிச்சுக்கிட்டிருக்கு. வருங்காலத்திலாவது நாம கொஞ்சம் அதிகமாப் பணம் சேமிச்சா இந்த அடிமைத்தனத்திலிருந்து விடுதலை பெறலாம்."

மெடில்டா திகைத்தாள்.

"இதா! என்னை அப்படிப் பைத்தியக்காரி பார்ப்பதுபோல் பார்க்காம காகிதமும் பென்சிலும் கொண்டா" என்று ஜார்ஜ் சீறினான்.

மெடில்டா வியப்பிலிருந்து விடுபடாமலேயே காகிதமும், பென்சிலும் கொண்டு வந்தாள்.

"மாஸா, நம்ம விட்டுவிட எவ்வளவு கேட்பார்? உன்னுடன் ஆரம்பிக்கலாம். வயல் வேலை தெரிஞ்சவங்களுக்கு ஆயிரம் டாலர் விலை இருக்கு. பொம்பளைன்னு இருநூறு குறைச்சுக்கிட்டாலும் எண்ணூறு டாலராகுது. அத காகிதத்திலே போட்டுக்கோ!" என்று சொல்லி ஜார்ஜ் எழுந்து வந்து அந்த எண்ணைப் பார்த்தான்.

"எட்டுப் பிள்ளைகளுக்கு ஒவ்வொருத்தருக்கு முந்நூறு வீதம்..."

"எட்டபேரில்லே. ஏழு பேர்!" - மெடில்டா திருத்தினாள்.

"இப்போ உன்னோட வயித்துலே வளர்ற குழந்தையோடு சேர்த்து."

மெடில்டா வெட்கினாள். "எட்டு மூணு இருபத்திநாலு!" என்றாள் மெதுவாக.

"பிள்ளைகளுக்கு மட்டுமே அவ்வளவு பணமா?" என்று பொறுமையற்றுக் கேட்டான் ஜார்ஜ்.

"ஆமாம் எனக்கும் பிள்ளைகளுக்கும் சேர்த்து மூவாயிரத்து இருநூறு!"

"அம்மாடியோவ்!"

"அப்பவே ஆயிட்டுதா? உன் சங்கதி சொல்லு."

"ஒரு தடவை ஜுயட் துரை எனக்காக மாஸாவிடம் வந்தார். என்னை நாலாயிரம் டாலருக்கு வாங்கிக்கிறேன்னார்."

"அப்பாடியோவ்!"-மெடில்டா மூர்ச்சையடையாத குறைதான்!

"உன்னோட ஆம்படயான் எவ்வளவு மதிப்புள்ளவன்னு உனக்குத் தெரியாதடீ!" என்று தமாஷாகக் கூறி மறு விநாடியே கம்பீரமாகி விட்டு,"தச்சுவேலையும்,கருமான்வேலையும் தெரிஞ்சவங்க ரெண்டு மூணு ஆயிரம் விலை போய்க்கிட்டிருக்காங்க. என் எதிரே மூவாயிரம் போடு!" என்றான் ஜார்ஜ்.

"இதுவரை ஆறாயிரத்து இருநூறாச்சு. கிஜ்ஜி அத்தைக்கு?" என்று கேட்டாள் மெடில்டா.

"அம்மாவுக்கு அம்பது வயசாச்சு. அறுநூறு போடு!"

மெடில்டா அறுநூறு எண்ணைப் போட்டுக் கூட்டிப் பார்த்தாள். ஆறாயிரத்து எண்ணூறு ஆயிற்று. அவள் முகத்திலே ஒருவித அதிருப்தி காணப்பட்டது.

"மெடில்டா உம் மனசிலே இருப்பது எனக்கும் தெரியும். மலிஜி, சகோதரி சாரா, பாம்ப்பே மாமா - இவங்களைப் பத்தி ஒண்ணுமே சொல்லலேன்னு பார்க்கிறே!"

மெடில்டா ஜார்ஜை நன்றியுடன் நோக்கினாள்.

"கோழிப் பந்தயங்களில் நான் அதிகமாவே சம்பாதிக்க முடியுங்கற நம்பிக்கை இருக்கு. ஆனா ரொம்பக் காலம் பிடிக்கலாம். ஆனாலும் சாதிச்சுத் தீருவேன்" என்றான் உறுதியாக.

மெடில்டாவுக்குச் சிறு குழந்தைபோல் மேசையைச் சுற்றியும் வட்டமடிக்க வேண்டும் போலிருந்தது. ஜார்ஜை அப்படியே கட்டிப் பிடித்து அவளால் எழ முடியவில்லை. சில விநாடிகள் அவளால் பேசவும் முடியவில்லை.

"ஜார்ஜ், உனக்கிந்த எண்ணம் எப்படி வந்தது?" எனக் கேட்டாள்.

"பட்டணம் போகும்போதெல்லாம் சுதந்திரமா வாழும் நீக்ரோக்களோடு நல்லதும் கெட்டதும் பேசறேன். வடக்கிலே நம்ம கருப்பர்கள் நல்லபடியா வாழறாங்கன்னு அவங்க சொன்னாங்க. அங்கேயும் கோழிப் பந்தயங்க நிறைய நடக்குதாம். நியூயார்க் நகரத்திலே பில்லி ரோஜர், அங்கிள் பீட்டர், நிக்கர் ஜான்சன் - இன்னும் எத்தனையோ பெரியாளுங்க இருக்காங்களாம். என் மனசிலே இருப்பதைச் சொல்லட்டுமா? உன்னைப்போலவே நம்ம பிள்ளைங் களும் படிக்கணும், எழுதணும்னு ஆசையா இருக்கு" என்றான் ஜார்ஜ்.

"ஓ லார்ட்! அவங்க என்னைவிட நல்லா கல்வி கற்கணும்" என்றாள் மகிழ்ச்சியுடன் மெடில்டா. அவள் விழிகள் மகிழ்ச்சியுடன் மின்னின.

"நில்லு... நில்லு... அத்துடனே எல்லாமே ஆயிடலே. தட்டு முட்டுச் சாமானோடு உனக்குன்னு ஒரு சொந்த வீடு இருக்கணும். அக்கம் பக்கத்துப் பொம்பிளைங்கள அழைச்சி அவங்களுக்கு டீ தரணும். அவங்களோட நீ பூக்கள பத்தி, பின்னல்கள பத்தி பேசிக்கிட்டிருந்தா..."

மெடில்டா சந்தோஷ மிகுதியால் விழுந்து விழுந்து சிரித்தாள். இன்றுபோல் அவள் முன்னெப்போதுமே ஜார்ஜை இவ்வளவு விரும்பியதில்லை. அவள் உள்ளம் பவுர்ணமி கடல்போல் துள்ளிக் குதித்தது.

"ஜார்ஜ்! நாம் கல்யாணம் செய்துக்கலாம்னு முடிவு செய்த ராத்திரி நான் என்ன சொன்னேன்னு நினைவிருக்கா? அன்னக்கி நான் பைபிளைத் திறந்து என்ன படிச்சேன்? நீ போகுமிடத்திற்கே நானும் வருவேன். உன் உறவினர்களே என் உறவினர்கள் ஞாபகமிருக்கா?"

"இருக்கு."

"அந்த 'இது' இப்போதுபோல எப்போதுமே தெரியலே."

46

ஜார்ஜுக்கு இப்போது ஆறு மகன்களும், இரண்டு மகள்களும். மூத்த மகன் வர்ஜிலுக்கு இருபது வயது. கடைக்குட்டி மேரிக்கு எட்டு வயது. சின்ன ஜார்ஜுக்குக் கோழி ஜார்ஜினுடைய சுபாவம்தான் அவன் எப்போதும் கோழிப் பண்ணையிலேயே இருக்கிறான். நாலாமவன் டாம் கருமான் அம்சத்துடன் பிறந்தான். அவனுள் குண்ட்டாவின் முன்னோர் ரத்தம் ஓடுகிறது. வாரத்தில் ஆறுநாள் வயலில் வேலை செய்தாலும், ஞாயிறன்று உலையைப் பற்ற வைத்துப் பழுதாகிவிட்ட விவசாய சாமான்களைச் சீர்செய்கிறான். புதிய கருவிகளையும் தயார் செய்கிறான். டாமுக்கு எப்படியாவது கருமான் பயிற்சி அளிக்க வேண்டுமென்பது ஜார்ஜின் ஆசை. ஒருநாள் இதை மாஸாவுக்குச் சொன்னபோது "பார்க்கலாம்!" என்று பட்டும்படாமல் பதிலளித்தான் துரை. மேலுக்கு அப்படிச் சொன்னாலும், தன் பெயர் வைக்கப்பட்ட டாமைப் பற்றி ரகசியமாக மலிஜியிடம் விசாரித்தான். டாம் பற்றி நல்ல கருத்தைக் கூறினாள் அவள். அப்போதிருந்து அவன்மீது பிரத்தியேக மான அக்கறை உண்டாயிற்று துரைக்கும். மாஸா ஒரு நாள் ஜார்ஜை அழைத்து, "டாம் கருமான் வேலை கத்துக்க எல்லா ஏற்பாடும் செய்துட்டேன். ஆங்கியூ பண்ணையில் ஐசாக் என்கிற நீக்ரோ பயிற்சி அளிப்பான். நான் அந்த மாஸாவுக்கு உங்க பையனைப்பத்தி பெரிசா சிபாரிசு செய்திருக்கேன் பயிற்சிக் காலம் மூணு வருஷம். நாளைக் காலையே புறப்படனும். டாமை தயாரா இருக்கச் சொல்!" என்றான்.

ஜார்ஜுக்கு மகிழ்ச்சி தாங்கவில்லை. உடனே அடிமைகளின் சேரிக்கு ஓடிச்சென்று கிஜ்ஜிக்கும், மெடில்டாவுக்கும் இந்தச் செய்தியைத் தெரிவித்தான். "டாம்! அடேய் டாம்!" என்று கூவியழைத்து அவனுக்கும் சொன்னான். டாம் ஆச்சரியத்தால் வாய் பிளந்தான். கண்கள் மகிழ்ச்சியால் ஒளிர்ந்தன. தன் கனவு இவ்வளவு விரைவாக நிறைவேறுவதை அவனால் நம்ப முடியவில்லை.

ஆரவாரம் செய்துகொண்டே வெளியே ஓடினான். கிஜ்ஜியும் மேரியும் வீடுவீடாகச் சென்று இந்தச் செய்தியை அறிவித்து விட்டு வந்தனர்.

மறுநாள் காலை வர்ஜில் தம்பியை வண்டியில் உட்காரவைத்துக் கொண்டு கழுதைகளை அதட்டினான். அனைவரும் கண்ணீர் சிந்தினர். மூக்கை உறிஞ்சினர். "நமது பையன் நிரந்தரமாக நம்மை விட்டுப் போயிடறாப்போல ஏன் அழறீங்க!" என்று கிஜ்ஜி அதட்டினாள்.

கிருஸ்துவ பண்டிகையான "நன்றி சொல்லும் விழா" நாளை இருக்கும்போது வர்ஜில் வண்டியை ஓட்டிக்கொண்டு "ஆங்கியூ" பண்ணைக்கு வந்து சேர்ந்தான். அந்தப் பண்டிகைக்கு அடிமைகளின் சேரியில் மிகப்பெரிய விருந்து நடக்கும். மாஸா டாம்லே அவர்களின் பிரயாணத்திற்குச் "சிறப்புப் பயண அனுமதிச் சீட்டு" தயாரித்துத் தந்திருந்தார்.

அப்போதைக்கு டாம் வீட்டைவிட்டுச் சென்று ஒன்பது மாதங்களாகிவிட்டன. அவன் இல்லாமல் குடும்பம் இத்தனை நீண்ட காலம் இருந்ததில்லை. அதனால் அவன் வருகையை அனைவருமே மிக்க ஆவலுடன் எதிர்பார்த்துக் கொண்டிருந்தன்ர்.

தான் பிறந்து வளர்ந்த அடிமைகளின் சேரி தூரத்தில் தென் பட்டதுமே டாமின் விழிகள் கண்ணீரால் நிறைந்துவிட்டன. அவனை எதிர்பார்த்துப் பாட்டியும், அம்மாவும், சகோதர சகோதரிகளும் வரிசையாக நின்றிருந்தனர். வண்டி தொலைவில் வரும்போதே எல்லாரும் கைகளை ஆட்டி மகிழ்ச்சி ஆரவாரம் செய்தனர். வண்டி நிற்பதற்கு முன்னே தங்கைகள் இருவரும் அண்ணன் கைகளிலிருந்து பரிசுகள் அடங்கிய பையைப் பறித்துக்கொண்டனர். டாம் வண்டியி லிருந்து கீழே குதித்ததுமே அம்மாவும் பாட்டியும் அவனை முத்த மிட்டனர்.

குட்டி ஜார்ஜ் கோழிப் பண்ணையிலிருந்து தந்தையுடன் இன்னும் திரும்பி வரவில்லை. ஆஷ்ஃபர்ட் வேறு ஒரு பண்ணையில் வேலை செய்யும் ஓர் அழகான குட்டியைத் தேடிச் சென்றிருந்தான். பாம்ப்பே மாமா தன் குடிசையின் முன்னால் ஒரு பழைய நாற்காலியில் கிழிந்த கந்தல்களைப் போர்த்திக்கொண்டு உட்கார்ந்திருஜந்தார் டாம் அவருடைய குடிசையை நோக்கி ஓடினான். பாம்ப்பே இப்போது இரண்டு எட்டும் நடக்கமுடியாத நிலையில் இருந்தார். பார்வையும் குறைந்துவிட்டது. பேச்சும் தெளிவில்லாமல் இருந்தது.

"அதோ, பந்தயக் கோழி வந்துட்டிருக்கு!" என்று மெடில்டா உள்ளே பாய்ந்தாள்.

கோழி ஜார்ஜ் வேகமாக வந்தான். மகன் டாமை நலம் விசாரித்தான். "பாம்ப்பே மாமாவை சுமந்து வாங்கடா!" என்று கிஜ்ஜி கத்தினாள். ஜேம்ஸும், லெவிஸும் பாம்ப்பேயை நாற்காலியுடன் சுமந்து வந்தனர்.

வீட்டுக்கு வெளியே மரத்தின் கீழே ஒரு நீண்டமேசையும், அதைச் சுற்றிலும் நாற்காலிகளும் போட்டிருந்தனர். மேசை நிறைய உணவு வகைகளும் தட்டுகளும் பரப்பியிருந்தன. மேசையின் மேற்பாகத்தில் ஜார்ஜ் அமர்ந்தான். சாப்பிடத் தொடங்குவதற்கு முன்பு பிரார்த்தனை சொல்லும் கவுரவத்தைப் பதினாறு வயதுடைய டாமுக்கு அளித்திருந் தாள் மெடில்டா. எல்லாரும் சிரம் தாழ்த்தி அடக்கமாக உட்கார்ந் திருந்தனர். "ஓ,தேவனே! நாங்கள் புசிக்க யிருக்கும் இந்த உணவை ஆசீர்வதியும்! தந்தை பெயரால், குமாரன் பெயரால், பரிசுத்த ஆவியின் பெயரால் பிரார்த்திக்கிறேன். ஆமென்...." என்று டாம் பிரார்த்தனை வாசித்தான்.

அனைவரும் "ஆமென்.. ஆமென்..." என்று கத்தினர். விருந்து ஆரம்பமாயிற்று.

"மகனே! அங்கே சாப்பாடு பிடிக்குதா? சமைக்கிறது யார்?" எனக் கேட்டாள் மெடில்டா.

"ஐசாக் மனைவி எம்மான்னு இருக்காங்க. அவங்கதான் அம்மா என்றான் டாம்."

"அவங்க எப்படி இருப்பாங்க? சிவப்பா, கருப்பா?" என்று கேட்டாள் கிஜ்ஜி.

"கருப்புத்தான் பாட்டி! கொஞ்சம் பருமனா இருப்பாங்க."

"பருமனா இருப்பதற்கும், சமைக்கிறதுக்கும் என்னடா சம்பந்தம். அவங்க நல்லா சமைக்கிறாங்களா? அதைச் சொல்லடா?" என்றான் ஜார்ஜ்.

"நல்லா சமைக்கிறாங்க அப்பா!" என்றான் டாம்.

"அவங்க கிருஸ்துவங்கதானா? நல்லவங்கதானா?" எனக் கேட்டாள் சகோதரி சாரா.

டாம் தலையாட்டி, "எல்லாருக்கும் பைபிளைப் படித்துச் சொல்லுறாங்க" என்றான்.

மெடில்டா மகனை வற்புறுத்தி வற்புறுத்தி சாப்பிட வைத்தாள்.

"கருமான் பட்டறைக்கு வெள்ளைக்காரங்க வர்றாங்களா? அவங்க என்ன பேசிக்கிறாங்க?" என்று கேட்டாள் சாரா.

டாம் ஒரு விநாடி சிந்தித்துக் கூறினான். "அவங்க ஒரு விஷயம் பத்தி பேசிக்கிட்டே இருந்தாங்க. அதேதோ 'டெலிகிராப்'பாம்.

வாஷிங்ட னிலே இருக்கிற மோர்ஸ் என்கிற மாஸா பால்டிமோரிலே இருக்கிற இன்னோர் மாஸாவுடன் பேசினாராம்! பேச்சுத் தெளிவா கேட்டதாம்! அது எனக்கு ஒண்ணுமே புரியலே."

"அப்படிப்பட்ட எதையும் பத்தி 'பைபி'ளிலே படிச்சதா ஞாபக மில்லையே" என்றாள் பைபிளைக் கரைத்துக் குடித்த மெடில்டா.

"அதுக்கும் 'பைபி'ளுக்கும் எந்தவித சம்பந்தமும் இல்லேம்மா! அது ஓர் இடத்திலிருந்து இன்னோர் இடத்துக்குக் காத்து வழியா சொற்களை அனுப்புறதாம்?" என்று கூறினான் டாம்.

ஒருவருக்குப்பின் ஒருவராக எல்லாரும் அவனைக் கேள்விமேல் கேள்வி கேட்டுத் துளைத்தெடுத்தனர். டாம் வெள்ளையரும், கருப்பரும் பேசிக்கொண்டவற்றில் சில நல்ல விஷயங்களை எடுத்துக் கூறினான். கருப்பர்களின் அடிமை முறைக்கு எதிராகச் சில கருப்பர்களே வடஅமெரிக்காவில் ஊர் ஊராகச் சென்று பிரச்சாரம் செய்து வருவதையும் சொன்னான். அவர்கள் கேட்போர் உள்ளங்களை நெகிழும்படி சொற்பொழிவாற்றுவதைக் குறிப்பிட்டான்.

"அப்படிப்பட்டவர்களில் ஒருவர்பற்றிச் சொல்கிறேன். அவரோட பேர் ஃபிரடரிக் டக்ளஸ். அவர் மேரிலாண்ட் மாநிலத்திலே அடிமைச் சிறுவனா வளர்ந்தார். தானாகக் கல்வி கற்றார். கொஞ்சம் கொஞ்சமா பணம் சேர்த்து சுதந்திர மனிதனானார். அவர் எங்கே பேசினாலும் கூட்டங்கூட்டமா ஜனங்க வர்றாங்களாம்!ஒரு புஸ்தகம்கூட எழுதினாராம். ஒரு பத்திரிகையும் ஆரம்பிச்சி இருக்காராம்."

"நீக்ரோ பெண்களிலேகூடப் புகழ்பெற்றவங்க இருக்காங்க. 'ட்ரூத்' என்கிறவங்க ஒருகாலத்திலே அடிமைப்பெண்ணா வாழ்ந்தாங் களாம். அவங்க ஆறடிஉயரமாம். அந்தம்மாவுக்கு எழுதவும், படிக்கவும் தெரியாவிட்டாலும் அவங்க பேச்சைக்கேக்க வெள்ளையரும், கருப்பரும் ஆயிரக்கணக்கா திரண்டு வர்றாங்களாம்!"

இதைக் கேட்டதும் கிஜ்ஜிப் பாட்டிக்கு ஆவேசம் பொங்கியது. நாற்காலியிலிருந்து எழுந்து நின்று, கைகளை வீசிக்கொண்டே,"நானும் உடனே வடஅமெரிக்காவுக்குப் போகணும். போய் அமர்க்களமா பேசணும்" என்றாள். தன் எதிரே இருப்பவர்களைப் பெருங்கூட்ட மென்று எண்ணிக்கொண்டு ஆவேசமாய்ச் சொற்பொழிவாற்றத் தொடங்கி விட்டாள் கிஜ்ஜி; "ஓ, வெள்ளைக்காரர்களே! இந்த கிஜ்ஜி சொல்வதைக் கேளுங்கள்! இந்த அடிமை சேவகத்தால் எங்கள் நீக்ரோக் கள் வெறுத்துப் போயிருக்கிறார்கள். இனியும் சகித்துக்கொள்ள மாட்டார்கள்."

"அம்மா! பையன் சொல்ற அம்மையார் ஆறடி உயரமாம்! நீ அவ்வளவு உயரமில்லையே!" என்று தமாஷாகக் கூறினான் ஜார்ஜ்.

டாம் மற்றொரு நீக்ரோப் பெண் பற்றி விவரித்தான். அவள் பெயர் ஹாரியட் டப்மன். அடிமை வாழ்க்கையைப் பொறுக்க முடியாமல் வட பகுதிக்கு ஓடிவிட்டாள். தன் போன்ற எத்தனையோ துரதிருஷ்டசாலி களான கருப்பர்கள் ஓடிப்போக உதவினாள். அவளைக் கைது செய்ய வெள்ளையர் எவ்வளவோ முயற்சித்தனர். முடியவே இல்லை. அவளை உயிரோடோ, பிணமாகவோ பிடித்துத் தருபவர்களுக்கு நாற்பதாயிரம் டாலர் பரிசளிப்பதாக அரசாங்கம் அறிவித்தது. ஆனால் இதுவரை அவள் யார் கைக்கும் கிடைக்கவில்லை.

டாம் அவளுடைய கதையைச் சொல்லும்போது எல்லாரும் சாப்பாட்டையும் மறந்துவிட்டு உன்னிப்பாகக் கேட்டனர்.

“நாற்பதாயிரமா? ஒரு நீக்ரோவைப் பிடிக்க வெள்ளைக் காரங்க இவ்வளவு பணம் கொட்டறாங்கன்னா என்னால நம்பவே முடியலியே!” என்றாள் சகோதரி சாரா.

அடிமை முறை பற்றி ஸ்டீபன் டக்ளஸூம், ஆபிரகாம் லிங்கனுக்கு மிடையே விவாதம் நடைபெறுகிறதென்று டாம் தெரிவித்ததுமே அனைவரிலும் உற்சாகம் கரைபுரண்டது.

“அவங்க ரெண்டு பேர்லே யார் நீக்ரோக்கள் பக்கம்?” என்று கிஜ்ஜிப் பாட்டடி கேட்டாள்.

“ஆபிரகாம் லிங்கன்னு நினைக்கிறேன்” என்றான் டாம்.

“தேவனே!மாஸா லிங்கனுக்கு வலிமையைக் கொடு!” என்றாள் கிஜ்ஜி. விருந்து முடிவடைந்தது. எல்லாரும் நாற்காலிகளிலிருந்து எழுந்தனர். ஜார்ஜ் மகனை அழைத்துக்கொண்டு வயல்களை நோக்கிச் சென்றான்.

“டாம்!கஷ்டப்பட்டு சம்பாதிக்கிற பணத்தைச் சேர்த்து வைத்து இந்த அடிமைச் சிறையிலிருந்து விடுபடணும்னு எப்பவாவது எண்ணியிருக்கியா நீ?” என்று கேட்டான் ஜார்ஜ் மகனை.

டாம் திடுக்கிட்டான். அப்பாவை ஆச்சரியத்துடன் பார்த்தான்.

“குட்டி கிஜ்ஜி பிறந்தப்போ நானும், உன் அம்மாவும் ஒரு நாள் ராத்திரி உட்கார்ந்து கணக்கிட்டோம். நம்ம குடும்பத்திலே உள்ளவங்க ளெல்லாம் சுதந்திரம் அடையணும்னா எவ்வளவு பணம் வேணும் தெரியுமா? ஆறாயிரத்து எண்ணூறு டாலர்...”

“அம்மாடியோவ்!” என்று டாம் வாயைப் பிளந்தான்.

“அது பெரிய தொகைதான்! ஆனாலும் அன்னியிலேருந்து இன்னிக்கி வரைக்கும் கோழிப் பந்தயங்களிலே சம்பாதிச்சது ஆயிரம் டாலருக்கு மேலே சேர்த்து வெச்சிருக்கேன். இதேபோல அதிர்ஷ்டம்

தொடர்ந்து வந்தா நீ பயிற்சி முடிச்சு வரும்போது இன்னும் நானூறு ஐநூறு டாலர் சேர்ப்பேன்" என்றான் ஜார்ஜ்.

டாம் தந்தையை வியப்புடன் பார்த்தான்.

"அப்பா! நானும் நீயும் சம்பாதிச்சா அம்மா வருஷத்துக்கு ஐநூறு அறுநூறு டாலராவது சேர்த்து வைக்கும்" என்றான் டாம்.

கருப்பர்களின் விலை அப்போதுபோலவே ஏறிக் கொண்டு இருந்தால் பத்தாயிரம் டாலர் சேர்த்து வைக்க எத்தனை ஆண்டுகள் பிடிக்கும் என்று தந்தையும் மகனும் விரல்களால் கணக்கிட்டனர்.

"சுமார் பதினைஞ்சு வருஷமாகும் அப்பா" என்றான் டாம்.

"நாம் ரெண்டு பேரும் சேர்ந்தா சாதிக்கலாம்டா! நாமும் மனுஷங்கதான்னு சொல்லிக்கணும். நாம், நம்ம பிள்ளைங்க, பேரப்பிள்ளைங்களோடு வடக்கே போய் நிம்மதியா வாழலாம்... என்ன சொல்றே?"

டாம் உணர்ச்சி வசப்பட்டான். "சரி அப்பா" என்று மட்டுமே கூறினான்.

47

1855, நவம்பர் மாதம்!

மாஸா ஜுயட் இங்கிலாந்திலிருந்து வந்துள்ள ஒரு பெரிய பணக்காரருக்கு விருந்து கொடுக்கிறாராம். அவர் பட்டங்களும், விருதுகளும் உள்ளவராம். கோழிப்பந்தயங்களில் கை தேர்ந்த வல்லவராம்.

இந்தச் செய்தியை வட கரோலினா மாநிலம் பூராவும் மக்கள் பெரிதாகச் சொல்லிக்கொண்டார்கள். கோழி ஜார்ஜ் தனது வாழ்க்கையில் எந்தச் செய்தியையும் பொது மக்கள் இவ்வளவு பரபரப்பாகப் பேசிக்கொண்டதைப் பார்த்ததில்லை. அந்த கனவான் பெயர் சர் எரிக் ரஸ்ஸெல். ஜுயட் துரையின் அழைப்பை ஏற்று அவர் இங்கிலாந்திலிருந்து இவ்வளவு தூரம் வந்துள்ளார். வரும்போது நல்ல நல்ல பந்தயச் சேவல்களையும் கொண்டுவந்துள்ளார்.

மாஸா ஜுயட்டும், சர் ரஸ்ஸெலும் சேர்ந்து தலா இருபது சேவல் களைப் பந்தயத்தில் நிறுத்துவார்கள். எதிராளிகள் நாற்பது சேவல் களைத் தயார்படுத்திக்கொள்ள வேண்டும். பரிசு மொத்தம் முப்பதா யிரம் டாலர். அதில் பாதித் தொகை பதினைந்தாயிரத்தை அவ்விருவரே பணயமாக வைக்கிறார்கள் மற்றதை எதிரிகள் வைக்கவேண்டும். வட கரோலினாவில் ஒரு பெரிய செல்வந்தர் போட்டிகளை நடத்த முன் வந்துள்ளார். மொத்தம் எட்டுப் பேர் பந்தயங்களில் பங்கெடுப்பவர் களாகத் தேர்ந்தெடுக்கப்பட்டார்கள். மாஸா டாம்லே அந்த எட்டுப் பேரில் ஒருவர் என்பதைச் சொல்ல வேண்டியதில்லை.

1875 டாலருக்கு பாண்டுப் பத்திரம் வாங்கி அனுப்பி வைத்துவிட்டு, மாஸாலே பண்ணைக்கு வந்து ஜார்ஜைக் கூப்பிட்டார். செய்து கொண்டிருந்த வேலையை விட்டுவிட்டு அவன் ஓடி வந்தான்.

"ஜார்ஜ்! நாம் ஆறு வாரத்திற்குள்ளே அஞ்சு சேவல்களைத் தயார்படுத்தி வெச்சுக்கணும்."

"எஸ் ஸார்!" என்றான் ஜார்ஜ். உள்ளத்தில் பொங்கியெழும் உற்சாகத்தை வெளியில் காட்டிக்கொள்ளாமலிருக்க அவன் மிகவும் சிரமப்பட்டான்.

அந்த ஆறு வார காலமும் மாஸாலேயும், ஜார்ஜும் வெளியே தலைகாட்டவே இல்லை.

“துரை கோழிகளோடு குடித்தனம் செய்றார்னு துரைசானியம்மா எரிஞ்சிக்கிட்டிருக்கா” என்று மிஸ் மலிஜி அடிமைகளின் சேரி முழுதும் அறிவித்தாள்.

மூன்றாம் வார இறுதியில் மலிஜி மற்றொரு செய்தியைச் சுமந்து வந்தாள் “துரை வங்கியிலிருந்து ஐந்தாயிரம் டாலர் கொண்டு வந்தார். வாழ்க்கை பூராவும் கஷ்டப்பட்டுச் சேமித்து வைத்த பணத்தில் பாதியை கோழிப் பந்தயங்களில் நாசமாக்கிட வாங்கி வந்துள்ளார் என்று துரைசானி கணவரோடு சண்டை போட, அவர் கோபத்துடன் வீட்டை விட்டு வெளியே போய்விட்டார்.”

மெடில்டாவும், டாமும் மலிஜியின் பேச்சைக் கேட்டு மவுனமாக இருந்துவிட்டார்கள். டாமுக்கு இப்போது இருபது வயசு. அவன் ஆங்கியூ பண்ணையில் ஐசக்கிடம் கருமான் வேலை கற்று வந்தும் நாலாண்டுகள் ஆகிவிட்டன. இங்கே பண்ணையிலே கருமான் பட்டறை ஆரம்பித்தான். வேலையும் வேகமாகவே நடந்து வருகிறது.

“டாம்! உன்னோட அப்பாவும் நான் இத்தனை காலமும் சேர்த்து வெச்ச ரெண்டாயிரம் டாலரையும் எடுத்திட்டுப் போயிட்டார். நான் எவ்வளவு தடுத்தும் கேட்கலே. பைத்தியம் பிடிச்சவர்போல எகிறிக் குதிச்சார். பத்து வருஷம் கஷ்டப்பட்டுச் சேர்த்து வெச்ச பணம் ரெண்டு நிமிஷத்திலே பந்தயங்களிலே கிடைக்குமாம்!” என்று மெடில்டா தன் மகனிடம் தன் மனக்குமுறலை வெளிப்படுத்தினாள்.

“தோத்துட்டா மறுபடியும் முதலுக்கே வருவோம்னுகூட நீ சொல்லியிருப்பியே!” என்றான் டாம்.

“இன்னும் எவ்வளவோ சொன்னேன். எங்க சுதந்திரத்த பந்தயத் திலே வைக்கிற உரிமை உனக்கில்லேன்னுகூட உறுதியா சொன்னேன். ஆனால் அவர் என்னை அடிக்க வந்து, பணத்த எல்லாம் பறிச்சுக்கிட்டுப் போயிட்டார்.”

கோழிப் பண்ணையில் எல்லாச் சோதனைகளையும் சமாளித்துக் கொண்டு எட்டுச் சேவல்கள் முன்னணியில் நின்றன. அவற்றில் ‘எது சோடை’ என்று கேட்டால் ஜார்ஜாலே பதில் கூற முடியாது. பந்தயங்களுக்கு இனி ஒரு வாரமே இருந்தது. மாஸா பட்டணம் சென்று ஸ்வீடன் நாட்டில் தயாரிக்கப்பட்ட ஆறு எஃகுக் கத்திகளை வாங்கிவந்தார். அவை தகதக வென்று மின்னிக் கொண்டிருந்தன.

எட்டுச் சேவல்களும் சண்டைக்குத் தயாராக நின்றன. அவற்றில் எந்த ஐந்தைப் பந்தயங்களுக்காகத் தேர்ந்தெடுத்துக் கொள்வது என்பதை அவர்களால் முடிவு செய்ய முடியவில்லை. கடைசி நிமிடத்திலே அதை முடிவு செய்துகொள்ளலாமென்று எட்டுச் சேவல்களையும் புதிய வண்டியிலே ஏற்றிக் கொண்டார்கள்.

விடிந்தால் பந்தயம். நேற்று இரவே வண்டி கட்டிக் கொண்டு புறப்பட்டார்கள். கொஞ்சம் முன்னதாகச் போய்ச்சேர்ந்தால் சேவல் களுக்குப் போதிய ஓய்வு கிடைக்குமென்பது அவர்களது எண்ணம். எவ்வளவு விரைவாக அங்கே போய்ச் சேருவோமோ என்று மாஸாவும், ஜார்ஜூம் துடித்துக்கொண்டிருந்தார்கள்.

வண்டி புறப்பட்டது. அதன் முன்னே தொங்கவிடப் பட்டிருந்த லாந்தர்விளக்கு 'மினுக் ... மினுக்' என்று எரிந்துகொண்டே அசைந்து கொண்டிருந்தது. கண்ணெடுத்து எதிரே பார்த்தால் கும்மிருட்டு! ஆனால் ஜார்ஜ் உள்ளத்தில் மகிழ்ச்சியும், கலவரமும் மாறி மாறி நிழலாடிக் கொண்டிருந்தன. பணம் குறித்து மெடில்டாவுடன் போட்ட சண்டை அவன் நினைவுக்கு வந்தது "எங்க எல்லாரோட சுதந்திரத்தப் பந்தயத்திலே பணயமாக வைக்கிற உரிமை உனக்குக் கிடையாது" என்று கூறிய மெடில்டாவின் சொற்கள் அவன் காதுகளில் ரீங்கரித்தன. பந்தயங்களைப் பற்றி அப்பாவி அவளுக்கென்ன தெரியும்? சில்லறைப் பந்தயங்களில் இந்தப் பணத்தைச் சேர்க்க எவ்வளவு நீண்ட காலம் பிடித்தது? இன்று கடவுளாக நமக்கோர் அறிய வாய்ப்பை தந்திருக் கிறார். இதை நாம் பயன்படுத்திக்கொள்ள வேண்டும்!

"மாஸா! நானும் ரெண்டாயிரம் கொண்டாந்திருக்கேன். சிறு பந்தயங்களுக்கு இத நீங்க பயன் படுத்திக்கோங்க மாஸா!" என்றான் ஜார்ஜ்.

"இந்த ரெண்டாயிரத்தையும் ரெட்டிப்பாக்கணும்டா! இத்த னைக்கும் இந்தப் பணத்த என்ன செய்யணும்னு இருக்கே?" என்று கேட்டார் துரை.

அந்த விநாடியில் எல்லாமும் சொல்லிவிட வேண்டும்போல் இருந்தது ஜார்ஜூக்கு. தான் பணயம் வைக்கப்போகும் பந்தயத்தைவிட இது மிகப் பெரிய பந்தயம்!

"மாஸா! என்னைத் தவறா கருதவேணாம். உங்களிடத்திலே எனக்கு அன்பும், பக்தியும் தவிர வேறெதுவும் இல்லே. ஒரு நாள் பேச்சு வாக்கிலே நானும், மெடில்டாவும் ஒரு விசயம் பேசிக்கிட்டோம். தேவைப்படற பணத்தை சேமிக்சுகிட்டு நானும், என்னோட குடும்பமும் சுதந்திரமா வாழ்ந்தா எப்படி இருக்கும்னு யோசன செய்தோம்."

மாஸா திடுக்கிட்டுப் போனதைப் பார்த்து ஜார்ஜ், "மாஸா! எங்கள தப்பா எண்ணாதீங்க... தப்பா எண்ணாதீங்க" என்று மன்றாடினான்.

"ஜார்ஜ்! இப்போ நாம பங்கெடுக்கிற பந்தயம் பத்தி என்னோட மனசிலே இருக்கிறதைச் சொலிடறேண்டா! என்னோட வாழ்க்கை-

யிலே இதுவே கடைசிப் பந்தயமா இருக்கலாம். உனக்குத் தெரியுமோ தெரி யாதோ, இப்போ எனக்கு எழுபத்தெட்டு வயசாகுது. அம்பது வருஷங் களா இந்தக் கோழிகளுடனும், பந்தயங்களிலுமே கழிச்சுட்டேன். இப்போ எனக்கு ரொம்ப வெறுத்துப் போச்சு. பரிசுப் பணத்திலும், சிறு பந்தயங்களில் வரும் பணத்திலும் உன் குடும்பத்துக்கு ஒரு வீடு கட்டித் தந்துடறேன். அடிமைகள வெச்சு மேய்க்கவும் இனிமே என்னாலே முடியாது. அதனாலே சாரா, மலிஜி ரெண்டு பேரு மட்டும் இருந்தாப் போதும். அவங்களே வீட்டு வேலையிலேயும், தோட்ட வேலையும் பார்த்துக்குவாங்க. மீதிப் பணத்தை வங்கியிலே போட்டுக்கிட்டா எஞ்சிய வாழ்க்கை நிம்மதியாக் கழிஞ்சிடும்."

ஜார்ஜ் மூச்சு விடுவதும் மறந்து கேட்டுக்கொண்டிருந்தான்.

"அடேய்! நான் சொல்றதென்னான்னா, நீங்க எல்லாரும் எங் கிட்டே நம்பிக்கையா நடந்துட்டீங்க. எப்போதும் எனக்குத் தொந்தரவு தரலே. பந்தயத்திலே நாம வெற்றி பெற்றா உனக்கு நாலாயிரம் வரும் எனக்கு வர்ற நாலாயிரமே போதும். உங்க எல்லாரையும் விடுதலை செய்திடறேன். ஒரு பைசா அதிகம் வேணாம். உன் ஒருவனுக்கே நாலாயிரம் தர மாஸா ஜுயெட் முன்வந்தாரில்லையா?அந்த பேரத்த நான் ஒப்புக்கலே. ஊம்... சுதந்திரமா வெளியே வாழணும்னு இருந்தா அப்படியே போவீங்க..."

ஜார்ஜ் கண்களிலிருந்து ஆனந்தக் கண்ணீர் வடிந்தது. உணர்ச்சியை அடக்கிக்கொள்ள முடியாமல் மாஸாவை அப்படியே அணைத்துக் கொள்ள முன்னே பாய்ந்தான். ஆனால் துரை அவனுக்கு எட்டாமல் பின்வாங்கிக்கொண்டார். "மாஸா! நீங்க எவ்வளவு நல்ல செய்தி சொன்னீங்களோ உங்களுக்குத் தெரியாது. சுதந்திரமா வாழணும்னு நாங்க எப்படித் துடிக்கிறோம் தெரியுமா?" என்றான் ஆவேசமாக. அவன் குரல் கம்மியது.

"நான் உன்னோட மனைவியும், அம்மாவும், பிள்ளைகளும் நினைக்கிற அளவுக்குக் கெட்டவனல்லன்னு அவங்களே தெரிஞ்சுக்கு வாங்க என்றார்" மாஸா.

"அப்படி ஒண்ணுமில்லே மாஸா! தேங்க்யூ மாஸா!" என்ற ஜார்ஜ், வண்டியில் பூட்டிய கழுதைகளைப் பலமாக அதட்டினான்.

பொழுது விடியும்போது வண்டி கோழிப் பந்தயத் தோப்பை அடைந்தது. அப்போதைக்கே அங்கே எத்தனையோ வண்டிகளும், குதிரைகளும், கழுதைகளும் நிறைந்து ஆரவாரமாக இருந்தது. மாஸா டாம்லே வண்டியிலிருந்து இறங்கியதைக் கண்டதும் ஏழை வெள்ளைக் கார சூதாட்டக் கும்பல் "டாம்லே... டாம்லே..."

என மகிழ்ச்சியாகக் கூவியது. மாஸாவும் அவர்களை நோக்கி நட்புணர்ச்சியுடன் தலை ஆட்டினார். நீண்ட ஐம்பதாண்டுக் காலமாகக் கோழிப்பந்தயங்களில் மாஸா டாம்லே ஓர் இதிகாசமாகி விட்டார். அவர்கள் எல்லாருக்கும் அவர் ஒரு மதிப்பிற்குரிய மனிதர்!

சற்றுப் பொழுதானதும் தோப்பெல்லாம் மக்கள் கூட்டம் நிரம்பி வழிந்தது. பந்தயக்காரர்களெல்லாம் வந்து சேர்ந்துவிட்டனர். இந்த முறை ஜார்ஜுக்கு பல புதிய முகங்கள் தென்பட்டன. ஆறு வாரங்கள் தொடர்ந்து செய்யப்பட்ட விளம்பரத்தால் மக்கள் வெள்ளம் கரைபுரண்டு வந்துவிட்டது.

ஜார்ஜ் ஆப்பிள் பழங்களைத் துண்டுகளாக வெட்டிக் கொண்டி ருந்தான். திடீரென்று மக்களின் ஆரவாரம் வானைப் பிளந்தது. அவன் வண்டியின் மீதேறி தொலைவில் பார்வையைச் செலுத்தினான். உயர்ந்த ஜாதிக்குதிரைகள் பூட்டிய அழகான சாரட்டு வண்டியின் முன்சீட்டில் அம்மைத் தழும்புள்ள நீக்ரோ வண்டியோட்டி காணப்பட்டான். அவனுக்குப் பின்னால் மாஸா ஜுயட்டும், சர் எரிக் ரஸ்ஸெலும் கம்பீரமாக அமர்ந்து ஆரவாரம் செய்த மக்கள் கூட்டத்தைப் பார்த்துக் கைகளை அசைத்துக் கொண்டிருந்தனர். சர் ரஸ்ஸெல் அணிந்திருந்த ஆடைகள் ஜார்ஜுக்கு அசிங்கமாகத் தெரிந்தன. அவர் குள்ளமாகவும், பருத்தும் இருந்தார். கமறிப்போன சிவப்பு நிறத்தில் இருந்தார்.

ஜனக்கூட்டம் அலை பாய்ந்துகொண்டிருந்தது. அப்போதைக்கே குடித்து வந்த வெள்ளைக்காரர்கள் கலாட்டா செய்துகொடிண்டிருந்த னர். சீழ்க்கை அடித்துக் கொண்டிருந்தனர். வாய்க்கு வந்தபடி யெல்லாம் திட்டிக் கொண்டிருந்தனர். எல்லாரையும் அமைதியாக இருக்கும்படி ஒரு நிர்வாகி கேட்டுக் கொண்டிருந்தான்.

முதல் பந்தயத்துக்கான அறிவிப்பு தெளிவாகக் கேட்டது: வில்லியம்ஸ் டவுனைச் சேர்ந்த ஃபிரடரிக் ருடால்ஃப் அவர்களின் சிவப்புச் சேவலுக்கும், இங்கிலாந்தைச் சேர்ந்த சர் எரிக் ரஸ்ஸெல் அவர் களின் சாம்பல் நிறப் புள்ளிச் சேவலுக்குமிடையே வாக்குவாதம் நடந்து கொண்டிருந்தது. ‘விறுவிறு’வென்று பந்தயங்கள் நடைபெற்றுக் கொண்டிருந்தன. சேவல்களின் உதிர்ந்த றெக்கைகள் குட்டையாக விழுந்து கொண்டிருந்தன. கத்தி வெட்டுப்பட்ட சேவல்களின் கழுத்திலிருந்தும், நெஞ்சிலிருந்தும் வடிந்த ரத்தம் அங்குள்ள மணலைச் சிவப்பாக்கிக் கொண்டிருந்தது.

“நடக்கப் போகும் பந்தயத்திலே பங்கெடுக்கும் சேவல்கள் காஸ்வெல் கவுண்டியைச் சேர்ந்த டாம்லே அவர்களுடையவை....”\ ரெஃப்ரி உரக்கக் கத்தினான்.

ஜார்ஜின் ஆவல் எல்லை கடந்துவிட்டது. அவன் வண்டியிலிருந்து கீழே குதித்துத் தயாராக நின்றான்.

"டாம்லே... டாம்லே.." என்று ஏழைகள் பலமாகக் கூவினர். ஒரு பெரிய கும்பல் அனைவரையும் தள்ளிக்கொணடு வண்டியின் அருகே வந்து சேர்ந்தது. யாரும் கேட்காமலேயே சிலர் டாம்லேயின் எட்டுச் சேவல் கூடைகளையும் தலையில் சுமந்து பந்தயம் நடக்கும் இடத்தில் கொண்டு வந்து வைத்தனர். ஜார்ஜ் மருந்துப் பையைத் தோளில் போட்டுக் கொண்டு மாஸாவின் பின்னாலே வந்தான்.

பந்தய இடத்தைச் சுற்றிலும் மக்கள் நிரம்பி வழிந்தனர். அவர்கள் வாயில் டாம்லேயின் பெயர் மந்திரச்சொல்லாக உச்சரிக்கப்பட்டு வந்தது மாஸா டாம்லேயும், சர் எரிக் ரஸ்ஸெலும் மரியாதைப் பூர்வமாகப் பரஸ்பரம் தலை அசைத்துக் கொண்டனர். ரஸ்ஸெல் தன் சேவலைத் தராசில் வைத்தார். "ஐந்து பவுண்டுகள் பதினைந்து அவுன்ஸ்கள்" என்று நிர்வாகி கத்தினான். ரஸ்ஸெல் துரையின் சேவல் றெக்கைகள் நீல வண்ணத்திலே பளபளத்துக் கொண்டிருந்தன.

டாம்லேயின் கருப்புச் சேவல் சரியாக ஆறு பவுண்டுகள் எடை இருந்தது. சர் ரஸ்ஸெலின் சேவலைக் காட்டிலும் ஓர் அவுன்ஸ் அதிகம். வயிறுமுட்டக் குடித்து வந்திருந்த மாஸாலேயின் ஆதரவாளர்களின் கலாட்டாவும், கேலிக் கூச்சலும், சீழ்க்கைகளும், ஏச்சுகளும் துரைகள் இருவருக்குமே தலைவலியாக இருந்தன. இருவரும் முழங்கால்களின் மேல் குனிந்து சேவல்களின் கால்களில் கத்திகளைக் கட்டினர்.

மக்கள் கலாட்டா மேலும் அதிகமாயிற்று. சகிக்க இயலாத அசிங்கமான வார்த்தைகளைக் கொட்டிக் கொண்டிருந்தனர்.

"அந்த இங்கிலீஷ்காரன் கொண்டு வந்தது சேவல்களா, வாத்துகளா?"

"தண்ணிலே நீந்துற சேவல்கள்டா!"

"அதுகளுக்குத் தீனியா மீனைப் போடறாங்கடா!"

சர் ரஸ்ஸெலின் முகம் கோபத்தால் சிவந்தது. "அமைதி! அமைதி!" என்று ரெஃப்ரி கத்தினான். ஆனால் ஆரவாரம் அதிகமாகியதுதான் மிச்சம்!

"தவளைபோல் இருக்காடோய்!"

"என் கண்ணுக்கு வேட்டை நாய்போல் இருக்காண்டா!"

மாஸா ஜுயட் ரெஃப்ரியை நோக்கி விரைவாக நடந்தார். ரெஃப்ரியின் கைகள் கோபத்துடன் அசைந்தன.

“டாம்லே... டாம்லே...” என்று மக்கள் போட்ட கூச்சலில் ரெஃபரியின் குரல் அமுங்கிப் போயிற்று.

“அமைதியா இல்லாட்டா பந்தயங்களை நிறுத்திடுவோம்! பந்தயம் வேணாம்னு இருந்தா கூச்சல் போட்டுக்கங்க!” என்று நீதிபதிகள் சீறினர்.

சில விநாடிகள் அமைதி ஏற்பட்டது.

“மிஸ்டர் லே! நம்ம இருவரோட சேவல்களுமே அற்புத மானவையே! நாம் கூடுதல் பணயம் வைக்க உங்களுக்கு ஒண்ணும் ஆட்சேபணை இல்லையே?” என சர் ரஸ்ஸெல் கம்பீரமாகக் கேட்டார்.

“எனக்கொண்ணும் ஆட்சேபணை இல்லே எவ்வளவு?” என்று கேட்டார் மாஸா லே.

சர் ரஸ்ஸெல் ஒரு விநாடி சிந்தித்து, “பத்தாயிரம் போதுமா?” எனக் கேட்டார்.

மக்கள் திகைத்துவிட்டனர். அவர்கள் மூச்சுவிடவும் மறந்தனர்.

“மிஸ்டர் லே! உங்க சேவல் வெற்றி பெறும்கிற நம்பிக்கை இல்லாட்டி வேணாம்” என்றார் புன்சிரிப்புடன் சர் ரஸ்ஸெல். மக்கள் அமைதியாக நின்றனர். அங்கே மயான அமைதி நிலவியது.

நாற்காலிகளில் அமர்ந்திருந்தவர்கள் எழுந்தனர். ஜார்ஜுக்கு நெஞ்சில் துடிப்பே நின்றுவிட்டதுபோலிருந்தது.

“சார்! அதுக்கு ரெட்டிப்புப் பணம் போட நீங்க தயார்தானா? இருபதாயிரம்!” என்றார் மாஸா லே.

மக்கள் கடல் அலைகளென முழங்கினர்.

“சபாஷ்!” என்று சர் ரஸ்ஸெல் மாஸா லேயின் கையைக் குலுக்கினார்.

பந்தயம் துவங்கிற்று. கண்ணைப் பறிக்கும் வேகத்தில் இரு சேவல்களும் மோதிக்கொண்டன. உயரேபறந்த ஒன்று மற்றொன்றைக் கத்தியால் குத்த முயன்றன. எஃகுபோன்ற அலகுகளால் குத்தியும், மின்னுகிற கத்திகளால் வெட்டியும் பயங்கர வேகத்துடன் ஒன்றையொன்று தாக்கின. ஜார்ஜ் தன் வாழ்க்கையிலேயே அப்படிப்பட்ட பயங்கரமான கோழிச் சண்டையைக் கண்டதில்லை. மக்கள் எல்லாரும் மூச்சுவிடவும் மறந்து பார்த்தனர். ஒரு விநாடி நேரத்தில மாஸா டாம்லேயின் கருஞ்சேவலின் கத்தி சர் ரஸ்ஸெலின் நீலநிறச் சேவலின் விலாவில் இறங்கிவிட்டது. இரண்டும் தடுமாறித் தரையிலே விழுந்துவிட்டன.

முப்பது விநாடிகளில் இரண்டும் மீண்டும் மோதிக் கொண்டன. அவை மறுபடியும் உயரே பாய்ந்தன. தமது கத்திகளை ஆவேசமாக வீசின. தரையில் விழுந்து ஒன்றையொன்று அலகுகளால் குத்திக் கொண்டன. ஒன்றையொன்று கீழே சாய்த்திடப் போராடின. இன் னொருமுறை மேலே பறந்து சண்டையிட்டன. மாஸா டாம்லேயின் கருஞ்சேவல் விரோதியின் நெஞ்சிலே கத்தியை இறக்கிவிட்டது. நீலநிறச் சேவல், றெக்கைகளின் மூட்டை போல் குப்புற விழுந்துவிட்டது. அதன் மூக்கிலிருந்து ரத்த வெள்ளம் பாய்ந்தது.

"டாம்லே... டாம்லே..." என்று மக்கள் கூட்டம் ஆரவாரம் செய்தது ஆனந்தக் கூத்தாடியது.

'நானும், மனைவியும், தாயும், பிள்ளைகளும் சுதந்திரம் அடையப் போகிறோம் ' என்று ஜார்ஜ் மனசுக்குள்ளேயே மீண்டும் கூறிக் கொண்டான்.

"மிஸ்டர் லே!" என்று சொல்லிக்கொண்டே சர் ரஸ்ஸெல் மாஸாலேயை நோக்கி நடந்து சற்று தூரத்தில் நின்றார்.

"உங்க சேவல் அற்புதமா போராடிச்சு. ரெண்டுமே சமமானவை தான்! ரெண்டிலும் ஏதாவது வெற்றி பெறலாம். கச்சிதமான இப்படிப்பட்ட பந்தய வீரர்னு கேள்விப்பட்டேன். இந்தத் தொகையை அடுத்த பந்தயத்திலே வைப்போம். என்ன சொல்றீங்க?"

மாஸாலே அதிர்ச்சியடைந்தார். என்ன பதில் சொல்வதென்றே அவருக்குப் புரியவில்லை. மக்களின் விழிகளெல்லாம் டாம்லேயின் மீதே குத்திட்டு நின்றன. வெற்றி பெறுபவருக்கு எண்பதாயிரம் டாலர்!

"அப்படியே ஆகட்டும்!" என்றார் டாம்லே.

டாம்லே 'கழுகு' எனும் சேவலைக் கையிலெடுத்து நின்றார். சர் ரஸ்ஸெல் அடர்த்தியான சாம்பல் நிறச் சேவலைப் பிடித்து எதிரிலே நின்றார். எடை பார்க்கப்பட்டு கால்களுக்குக் கத்திகளும் கட்டப் பட்டுவிட்டன.

பந்தயம் ஆரம்பமாயிற்று. இரண்டு சேவல்களும் உயரே பறக்காமல் தரையிலேயே நின்று அலகுகளால் குத்திக்கொண்டன. றெக்கைகளால் தாக்கிக்கொண்டன. இங்கிலீஷ் சேவலின் கத்தி டாம்லேயின் சேவல் உடம்பில் இறங்கியது. 'கழு'கின் வாயிலிருந்து ரத்தம் கொட்டியது. ஜார்ஜ் ஓடிச்சென்று அதன் அலகை வாயால் பற்றிக் கொண்டு ரத்தத்தை உறிஞ்சினான். 'கழுகு' மீண்டும் எழவே இல்லை; அவனது கைகளில அமைதியாக உயிர்விட்டது.

சர் ரஸ்ஸெல் மாஸா லேயின் அருகிலே வந்து நின்றார். மாஸாலே மெல்ல முகத்தை உயர்த்திப் பார்த்தார்.

"என்ன சொல்றீங்க?"

"இன்னிக்கி உங்க அதிர்ஷ்டம் நல்லா இல்லேங்கிறேன்."

மாஸா சுரத்தில்லாமல் புன்னகை புரிந்தார்.

"பந்தயப் பணத்தைப் பொறுத்தவரை - அவ்வளவு பணத்த யாரும் இங்கே கொண்டு வரமாட்டாங்க. நாளை மத்தியானம் மிஸ்டர் ஜுயட் வீட்டுக்கு வாங்க. அங்கே கணக்குப் பார்த்துக்குவோம்!"

"அப்படியே சார்!" என்றார் மாஸாலே.

அவரும், ஜார்ஜும் வீடுகளுக்கு திரும்பிவர பிற்பகல் இரண்டு மணி ஆனது. இருவரும் வாய்திறந்து ஏதும் பேசிக் கொள்ளவில்லை.

மறுநாள் மதியானம் மாஸா ஜுயட்டின் வீட்டிற்குச் சென்றிந்த மாஸா டாம்லே பொழுது சாயும் நேரத்தில் திரும்பினார். அப்போது ஜார்ஜ் கோழிகளுக்குத் தீவனம் கலந்துகொண்டிருந்தான். கடந்த இரவு மெடில்டா அவன்மீது சீறினாள்; பாய்ந்தாள்; அழுதாள்; ஏசினாள்; கட்டிய கோட்டைகள் எல்லாம் இடிந்துபோயிவிட்டனவே என்று அரற்றினாள். ஜார்ஜ் அவளுக்குப் பதில் சொல்ல முடியாமல், வெட்கத் துடன் கோழிப் பண்ணைக்கு ஓடி வந்துவிட்டான்.

"ஜார்ஜ் உனக்கு வருத்தமளிக்கிற செய்தி ஒண்ணு சொல்லுணும். அதை எப்படிச் சொல்றதுன்னே புரியலே. அவ்வளவு பணம் என்கிட்டே இல்லேங்கிறது உனக்குத் தெரியும். என்கிட்டே இருப்பதெல்லாம் நாலைந்து ஆயிரம் ரொக்கம், வீடு, நிலம், நீக்ரோக்கள் சிலபேர்."

'எங்களை வித்துடப்போறார் ' - ஜார்ஜ் நடுநடுங்கினான்.

"எல்லாமும் ஒண்ணு சேர்த்தாலும் அந்தத் திருடனுக்குக் கொடுக்கப் பாதியும் தேறாது. ஆனால் இந்தக் கஷ்டத்திலிருந்து கடைத்தேற அவன் சொன்ன யோசனை என்னன்னா..." மாஸா பாதியிலேயே நிறுத்திவிட்டார். சற்று நேரம் நிறுத்தி, "உன்னப்பத்தி அவன் கேள்விப்பட்டதை அவனே சொன்னானில்லையா? நம்ம ரெண்டு சேவலையும் பார்த்த பிறகு நீ எவ்வளவு சிறந்த பயற்சி கொடுப்பவன் என்பது அவனுக்குத் தெரிந்து விட்டதாம்!" என்று கூறி மீண்டும் நின்றுவிட்டார் துரை.

ஒரு நீண்ட பெருமூச்சைவிட்டு மறுபடியும் கூறத் தொடங்கினார்: "அவரோட பந்தயக் கோழிகளுக்குப் பயிற்சி யளிக்கிறவன் சமீபத்திலே இறந்து விட்டானாம். உன்னைப்போன்ற கருப்பன் கிடைச்சா அவர் ரொம்பவும் சந்தோஷப்படுவாராம். என்னிடமிருக்கிற

ரொக்கத் தொகையைக் கொடுத்திட்டு, வீட்டை அடகு வெச்சுட்டு, உன்னை அவரோட இங்கிலாந்துக்கு அனுப்பினா வேறெதுவும் கேட்க மாட்டாராம். உன்னை இரண்டு வருஷம் மட்டும் தன்னிடம் வெச்சுக்கிறாராம்."

மாஸாலே ஜார்ஜ் முகத்தைப் பெருமுயற்சியுடன் பார்த்து, "இதுவெல்லாம் சொல்வதற்கு எவ்வளவு வேதனையா இருக்குதுன்னு சொல்லமுடியாது. எனக்கு வேறே வழி இல்லே. அவர் என்னைக் குறைந்த அளவிலேயே விட்டுடறார். அவர் சொல்றத ஒப்புக் கொள்ளாட்டா நான் சர்வ நாசமாயிடுவேன். இத்தனை காலம் கஷ்டப்பட்டு சம்பாதிச்சதெல்லாம் அழிஞ்சு போயிடும்" என்றார்.

ஜார்ஜுக்கு என்ன சொல்வதென்றே புரியவில்லை. அவன் என்ன சொல்ல முடியும்? அவன் மாஸாலேயின் அடிமைதானே!

"ஜார்ஜ்! நீ முழுசா மூழ்கிப் போயிட்டேன்னு எனக்குத் தெரியும். ஆனா ஒரு வாக்குறுதி தர்றேன். நீ இங்கே இல்லாதபோது உன்னோட குடும்பம் பூராவையும் கண்ணின் இமைபோல் பார்த்துக்கிறேன். நீ இங்கிலாந்திலிருந்து திரும்பி வந்தப்புறம்..."

மாஸா சட்டைப் பையிலிருந்து ஒரு காகிதத்தை எடுத்து ஜார்ஜ் முன்னால் வைத்து, "இதென்ன தெரியுமோ? ராத்திரி பூராவும் விழிச்சிருந்து எழுதினேன். இது உன்னோட சட்டப்பூர்வமான விடுதலைப் பத்திரம். இதை என்னோட இரும்புப் பெட்டியிலே பத்திரமா வெக்கிறேன். நீ திரும்பி வந்தன்னிக்கு உன்னிடம் தந்துடறேன்" என்றார் துரை.

ஜார்ஜ் ஒரு விநாடி அந்தக் காகிதத்தைப் பார்த்தான்.

"மாஸா! அந்தப் பணத்தைக்கொண்டு எல்லாரையும் விடுவிக்கலாம்னு நினைச்சேன். எல்லாமே போய்விட்டது. கடைசியில் என்னையும் தீவிநாட்டுக்கு அனுப்பிக்கிட்டிருக்கீங்க. நான் திரும்பி வந்த பிறகு என்னை விடுதலை செய்யலாம். இப்போ என்னோட தாயாரையும், பெண்டு பிள்ளைகளையும் விடுவிக்கலாம் இல்லையா?" என்றான் ஜார்ஜ். அவன் தன் நெஞ்சிலே கனன்றுகொண்டிருந்த கோபத்தீயைப் பலவந்தமாக அடக்கிக்கொண்டான்.

மாஸா ஜார்ஜை தீட்சண்யமாகப் பார்த்தார்.

"அடேய்!நான் என்ன செய்யணும்னு நீ சொல்ல வேண்டியதில்லையடா!நீ பந்தயத்தில் பணம் போக்கிக்கிட்டா அதுக்கு நான் பொறுப்பல்ல!ஆனாலும் உனக்கு வாக்குறுதி கொடுத்ததே ரொம்ப அதிகம். உங்க நீக்ரோ கம்மனாட்டிங்களோடு இதுதான் தொல்லை! வாயை அடக்கிப் பேசடா! என்று சீறினார் மாஸா.

அலெக்ஸ் ஹேலி | 265

இவ்வளவு ஏசியும் அவருக்குத் திருப்தி ஏற்படவில்லை. அவர் முகம் கோபத்தால் சிவந்துவிட்டது. "நீ உன் வாழ்க்கை பூராவும் இங்கேயே விழுந்து கிடக்கிறேன்னு பார்க்கிறனே தவிர, இல்லாட்டா உன்னை யாருக்கோ ஒருத்தருக்கு வித்துத் தொலைச்சுடுவேன்" என்று உறுமினார்.

ஜார்ஜ் மாஸாவை உற்று நோக்கி, "வாழ்க்கை பூராவும் உங்களுக்குச் சேவகம் செஞ்சிருக்கேனே! எனக்கும் உங்களுக்கும் எந்தவித சம்பந்தமும் இல்லையா? என் வாழ்க்கையை இன்னும் ஏன் பாழாக்குறீங்க?" என்று ஆவேசமாய்க் கேட்டான்.

"துணி மணிகளைச் சரி செய்துக்கோ! சனிக்கிழமை புறப்படத் தயாரா இரு!" என்று கடுமையாகக் கத்தினார் மாஸா.

48

கோழி ஜார்ஜ் சென்றுவிட்ட பிறகு மாஸா டாம்லேயின் வாழ்க்கை மிகவும் மோசமாகிவிட்டது. அவருடைய துணிவும், செயல் திறமையும் மங்கிவிட்டன. அவரது சொத்து பத்து கரையத் தொடங்கி விட்டன. சிறிய சிறிய பந்தயங்களுக்கு சென்றாலும், முகத்தைத் தொங்கப் போட்டுக்கொண்டு திரும்பிக்கொண்டிருந்தார். நூறுக்கும், ஐம்பதுக்கும் சேவல்களை விற்றுக்கொண்டிந்தார். மதுவுக்கு அடிமையாகிவிட்டார். அது இல்லாமல் இரவில் உறக்கம் வருவதில்லை.

அடிமைகளின் சேரியில் இருந்த பதினேழு பேரின் நெஞ்சங்கள் அச்சத்தால் நடுங்கிக் கொண்டிருந்தன. துரை எப்போது, யாரை விற்றுத் தொலைப்பாரோ தெரியாது. உடைந்த கண்ணாடித் துண்டகள் போல் யார் யார் எங்கெங்கே சிதறிப் போய்விடுவோமோ என்று அஞ்சிக் கொண்டிருந்தார்கள்.

1856 ஆம் வருடம் தொடங்கியது. ஒரு நாள் மாலை ஒரு வெள்ளைக்காரன் மாஸாவின் வீட்டெதிரே குதிரை மேலிருந்து இறங்கினான். துரை அவனை வரவேற்றார். இருவரும் வீட்டுக்குள் சென்றார்கள். சேரியில் இருந்தவர்களின் உள்ளத்தில் இடி விழுந்தது. அவர்களின் பார்வை மாடியின் சன்னல்களின்மீது விழுந்தது. துரைசானி கீழேயிருந்து மாடிக்குச் சென்றுவிட்டதன் அறிகுறியாக அங்கே விளக்கு எரியத் துவங்கியது கீழே அறையில் துரையும், அந்த வெள்ளைக்காரனும் அன்றிரவு நீண்டநேரம் பேசிக்கொண்டு இருந்தார்கள். காலையிலேயே எழுந்துவிட வேண்டுமென்ற நினைப்பு வந்ததுமே அடிமைகள் எல்லாரும் தூங்கப் போய்விட்டார்கள்.

விடிந்ததும் மாஸா மணியோசை எழுப்பினார்; மலிஜி ஓடிச் சென்றாள். மற்றவர்கள் அனைவரும் வயலுக்குப் புறப்பட்டுக் கொண்டிருந்தார்கள். மலிஜி பத்து நிமிடங்களில் திரும்பி வந்து, மாஸா சிற்றுண்டி சாப்பிட்டதும் எல்லாரும் அவரது மாடியின் எதிரே கூடவேண்டுமென்று கூறினாள்.

கிழட்டு பாம்ப்பேயை நாற்காலியில் வைத்து எடுத்து வந்தார்கள். மற்றவர்கள் எல்லாரும் திகிலுடன் நின்று கொண்டிருந்தார்கள்.

மாஸாவும், அவரது விருந்தாளியும் சிற்றுண்டி முடிந்து வெளியே வந்தார்கள். முப்பது விழிகளும் அவர்கள் மீதே குத்திட்டு நின்றன. மாஸா சமீப காலமாக நிறையக் குடிக்கிறார் என்பதை அவர் கண்களே தெரிவித்தன. அடிமைகளுக்குச் சற்றுத் தூரத்தில் நின்று பெருத்த குரலில் பேசினார். அவர் வாயிலிருந்து சொற்கள் தடுமாறி உதிர்ந்துகொண்டிருந்தன.

"இனிமே உங்கப் பொறுப்பை என்னால் சுமக்க முடியாது. என் பக்கத்திலே இருக்கிற பெரிய மனிதருக்கு உங்கள வித்துடறேன்" என்றார் மாஸா.

அவர் எதிரே நின்றிருந்த அடிமைகள் எல்லாரும் அழவாரம்பித்து விட்டார்கள்.

"வாய் மூடுங்க! ராத்திரியிலிருந்து உங்க அழுகையைப் பார்த்துக்கிட்டே இருக்கேன்" என்றான் புதிய ஆசாமி.

அவர்களின் அழுகை நிற்கும்வரை அவன் எல்லாரையும் கூர்ந்து பார்த்தான்.

"நான் சாதாரணமான நீக்ரோ வியாபாரி அல்ல. புகழ் பெற்ற ஒரு பெரிய கம்பெனியின் தரப்பிலே வந்திருக்கேன். எங்க கிளைங்க ரிச்மாண்ட், சார்லஸ்டன், மெம்ஃபிஸ், நியூ ஆர்லீன்ஸ் - எல்லா நகரங்களிலேயும்இருக்கு. யாருக்கு, எங்கே எத்தனைபேர் கருப்பருங்க வேணும்னாலும் அத்தனை பேரையும் கப்பல்கள்லே ஏற்றி அனுப்புவோம்."

"எங்க எல்லாரையும் சேர்த்துத்தானே விக்கிறிங்க மாஸா?" என்று கத்தினாள் மெடில்டா. எல்லார் மனத்தையும் உறுத்திக் கொண்டிருந்த கேள்வி அது!

"வாய் மூடிக்கிடங்கன்னு சொன்னேனா இல்லையா? கொஞ்ச நேரம் பொறுத்துக்கிட்டா அதுவும் தெரியும். உங்க துரை ரொம்ப நல்லவர். உங்க துரைசானியம்மா உங்க எல்லாரையும் நெனைச்சு ராத்திரி பூராவும் அழுதுகிட்டே இருந்தாங்க. உங்களைத் தனித்தனியே வித்தா மிஸ்டர் டாம்லேக்கு கொள்ளை லாபம் கிடைக்கும். ஆனா உங்க துரைசானியம்மா உங்கள எல்லாரையும் சேர்த்தே விக்கணும்னு முரண்டு பிடிச்சாங்க. உங்க துரையும் ஒத்துக்கிட்டார். நீங்க நரி முகத்திலே முழிச்சிருக்கீங்கடா!"

"தேங்க்யூ துரைசானியம்மா! தேங்க்யூ ஏசுநாதரே!" என்று அரற்றினாள் கிஜ்ஜிப் பாட்டி.

"தேவன் கருணைக்கடல்" என்றாள் மெடில்டா ஆனந்தமாக.

“நிறுத்துங்க! உங்களையெல்லாம் தனித்தனியாக வித்தா எவ்வளவு லாபம்னு சொல்லிப் பார்த்தேன். என் பேச்சு எடுபடலே. அதுவும் ஒரு விதத்துலே நல்லதாவே போச்சு. இந்த ஊருக்குக் கிட்டே அலமான்ஸ் கவுண்டியில் வடகரோலினா ரெயில்வே கம்பெனிக்குப் பக்கத்தில் எங்க வாடிக்கையாளர் ஒருத்தருக்குப் புகையிலைத் தோட்டங்க இருக்கு. அவருக்குக் கஷ்டப்பட்டு உழைக்கிற ஒரு நீக்ரோ குடும்பம் தேவை. அதனால் உங்கள சந்தைக்கு ஓட்டிப் போக வேண்டியதில்லே. ஏலம்போடவேண்டியதில்லே. உங்கள விலங்கிட்டு ஓட்டிப் போக வேண்டியதில்லேன்னும் உங்க மாஸா சொன்னார். நீங்கள்லாம் சனிக்கிழமை புறப்படத் தயாராயிருங்க!” என்று அந்த ஏஜண்ட் ஆணையிட்டான்.

“காய்கறித் தோட்டத்திலே இருக்கற என்னோட பெண்டு பிள்ளைகளோட சங்கதி என்ன? அவங்களை வாங்கிக்க மாட்டீங் களா?” என்று வேதனையுடன் கத்தினான் வர்ஜில்.

“எங்க பாட்டியின் விஷயம் என்ன சகோதரி சாரா, மிஸ் மலிஜி, பாம்ப்பே மாமா - இவங்கள என்ன செய்யப் போறீங்க?” என்று கேட்டான் டாம்.

“ஆம்பிளைங்க பக்கத்திலே படுத்த ஒவ்வொரு பொம்பளையையும் விலைக்கு வாங்க நான் வரலே. அவள் ஒன்றும் பிரிவாலே குன்றிப் போயிடமாட்டாள்” என்று ஏஜண்ட் வர்ஜிலைப் பார்த்து கேலியாகக் கூறினான்.

“இனி இடுகாட்டுக்குப் போகத் தயாராயிருக்கும் கிழட்டுக் கட்டைகளைப் பத்தியா? அவங்கள இங்கேயே வெச்சுக்க மிஸ்டர் லே ஒப்புகிட்டார்” என்றான் டாம் பக்கம் திரும்பி.

கிஜ்ஜி பாட்டி மாஸாலேயின் எதிரே பாய்ந்து வந்தாள். “உன்னோட சொந்த மகன் - என் வயித்திலே பிறந்தவன் - வெளி நாட்டுக்கு அனுப்பிட்டே கடைசியில் என்னை என் பேரப்பிள்ளைங்க கிட்டேகூட இருக்கவிட மாட்டே இல்லையா?” என்று சீறினாள்.

மாஸா டாம்லே முகம் திருப்பிக்கொண்டார்.

மிஸ் மலிஜியும், சகோதரி சாராவும், “மாஸா! அம்பதாண்டு காலம் ஒரே குடும்பமா இருந்தோம். எங்களப் பிரிச்சுடறியா?” என்று கேட்டு அழுதே விட்டார்கள்.

பாம்ப்பே மாமா நாற்காலியிலிருந்து எழவும் முடியாமல் அப்படியே அசையாமல் இருந்துவிட்டார். அவர் கன்னங்கள் கண்ணீரால் நனைந்து விட்டன. அவர் எங்கேயோ சூனியத்திலே பார்த்துக் கொண்டிருந்தார். பிரார்த்தனை பண்ணுவதுபோல் அவர் உதடுகள் அசைந்து கொண்டிருந்தன.

“வாய் மூடுங்க!” என்று ஏஜெண்ட் கர்ஜித்தான்.

டாமின் பார்வை மாஸாவின் பார்வையுடன் கலந்து “மாஸா! உங்கள துரதிருஷ்டம் பிடிச்சுக்கிட்டதுக்கு எங்களுக்கெல்லாம் ரொம்ப வருத்தமா இருக்கு. அதனால்தான் நீங்க எங்களை இப்படி வித்துக்கிட்டிருக்கீங்க. இந்த நாலு பேரும் ஒத்தக்காசு பெறமாட்டாங் கன்னு ஏஜண்ட் சொல்றார். இவங்கள நான் நல்ல விலைக்கு வாங்கிக் கறேன். இவ்வளவு காலம் சேர்ந்திருந்தோம். இனியும் அப்படியே இருக்க விடுங்க மாஸா!” என்று மன்றாடினான். அவன் குரல் தழு தழுத்தது. கண்களிலிருந்து கண்ணீர் கொட்டியது.

மாஸா முறுக்கிக்கொண்டு விட்டார். “சரிடா! ஒவ்வொருத்தருக்கும் முன்னூறு டாலர் வீதம் கொண்டு வாடா பணத்த கையில வெச்சுட்டு அவங்கள கூட்டிட்டுப்போ!” என்று அவர் கையை நீட்டினார்.

“எங்க போலுள்ள அநாதைங்க கிட்ட அவ்வளவு பணம் எப்படி இருக்கும்னு நெனச்சிங்க மாஸா!” என்று அழுதான் டாம்.

“ஏஜண்ட்! இவங்களே இங்கிருந்து அனுப்பிடு!” என்று கூறி வேகமாக உள்ளே போய்விட்டார் மாஸாலே.

அனைவரும் கண்களைத் துடைத்துக்கொண்டும் மூக்கை சிந்திக்கொண்டும் அடிமைகளின் சேரிக்கு வந்து சேந்தார்கள். கிஜ்-ஜியைச் சூழ்ந்துகொண்டு தேற்றினார்கள். கிஜ்ஜியும் மனத்தைத் தேற்றிக்கொண்டு, “ஏண்டா, நீங்களெல்லாம் இப்படி அழறீங்க? ஜார்ஜ் திரும்பி வர்ற வரைக்கும் நானும், சாராவும், மலிஜியும், பாம்ப்பேயும் இங்கேயே இருக்கோம். அவன் போயும் ரெண்டு வருஷம் ஆகப் போகுது. சீக்கிரமே வந்துடுவான். எங்கள விலைக்கு வாங்க அவனிடம் பணம் இல்லாவிட்டாலும், நீங்கள்லாம் இல்லே! அப்போ நீங்க சேமிக்கிற பணத்தோட எங்கள விலை கொடுத்து வாங்கிடுவீங்க.” என்று உறுதியுடன் கூறினாள்.

“நிச்சயமா வாங்குவோம்!” என்றான் பேரன் ஆஷ்ஃபர்ட்.

“பிள்ளைங்களே! மீண்டும் நான் உங்கள பார்க்கிறதுக்குள்ளே உங்களுக்கெள்ளாம் பிள்ளைக்குட்டி பிறப்பாங்க. அவுங்களுக்கு எங்க அம்மா பெல் பத்தி, அப்பா குண்ட்டா பத்தி நீங்க சொல்லணும். என்னப்பத்தி என் மகன் ஜார்ஜ் பத்தி உங்களப்பத்தி சொல்லணும். நாம எந்தெந்த துரைங்க கிட்டே வேலை செய்தோமோ, என்னென்ன கஷ்டங்கள் பட்டமோ எல்லாமும் சொல்லணும்.”

“தவறாம சொல்றோம் பாட்டி!” என்று எல்லாரும் ஏகக் குரலில் கூறினார்கள்.

நான்கு நாட்கள் கழிந்துவிட்டன. மறுநாள் புதிய ஊருக்குப் புறப்படவேண்டிய நாள்! அன்றிரவு எல்லாரும் கண் விழித்தே

இருந்தார்கள். அந்தப் பூமியை அவர்கள் இனி பார்க்கப்போவதில்லை. அனைவரும் ஒருவர் கைகளை ஒருவர் பிடித்தக்கொண்டு விடியும் வரை அப்படியே உட்கார்ந்துவிட்டார்கள்.

வண்டிகள் வந்துவிட்டன. அங்கேயே இருக்கப்போகும் கிழவர்களை மவுனமாக அணைத்துக்கொண்டு ஒவ்வொருவராக விடைபெற்றுக் கொண்டார்கள்.

“பாம்ப்பே மாமா தென் படலையே!” என்று யாரோ ஞாபகப்படுத்தினார்கள்.

“நீங்கள்லாம் போயிடறது தன் கண்ணாலே பார்க்க முடியாதுன்னு ராத்திரி என்னிடம் சொன்னார்” என்றாள் மலிஜி.

“நான் போய் முத்தம் கொடுத்திட்டு வர்றேன்” என்று ஓடினாள் குட்டி கிஜ்ஜி.

அடுத்த விநாடி “தாத்தா போயிட்டாரம்மா!” என்று கிஜ்ஜியின் அழுகை காதைச் செவிடாக்கியது.

எல்லாரும் கலவரத்துடன் பாம்ப்பேயின் குடிசையை நோக்கி ஓடினார்கள். பாம்ப்பே கிழவர் நாற்காலியில் உட்கார்ந்தபடியே இருந்தார். அவரது மூச்சு அடங்கிப் போயிருந்தது.

49

மாஸா முர்ரேயின் பண்ணைக்கு வந்தபிறகு எல்லாருக்கும் இருட்டிலிருந்து வெளிச்சத்துக்கு வந்ததுபோலிருந்தது. முர்ரே தம்பதி யரின் அன்பு அவர்கள் அனைவரையும் கவர்ந்துவிட்டது. மெடில்டா துரை பங்களாவில் சமையல்காரி, டாம் தவிர மற்றவர்கள் எல்லாரும் வயல் வேலைகளில் ஈடுபட்டார்கள். குதிரை மீதேறி சாட்டையால் அடிக்கும் வெள்ளைக்கார மேற்பார்வையாளன் இங்கே இல்லை.

மாஸா முர்ரேக்கு விவசாயம்பற்றி ஒன்றும் தெரியாது. அவருக்கு இதற்கு முன்பு பர்லிங்டனில் ஒரு ஸ்டோர் இருந்தது. அவரது சிற்றப்பா இறக்கும்போது இந்த விவசாயப் பண்ணையை இவர் பெயருக்கு எழுதி விட்டதால் முர்ரே தம்பதியர் நகரத்தை விட்டு இங்கே வரவேண்டியதேற்பட்டது.

வர்ஜிலுடன் அவனது சகோதரர்களும், சகோதரிகளும் கஷ்டப் பட்டு உழைத்தார்கள். அதனால் புகையிலை நன்றாக விளைந்தது. துருப்பிடித்துப் பயனற்றுப்போன உழவுக் கருவிகளை எல்லாம் டாம் புதிய கருவிகளாக்கி விட்டான். வீட்டுக்குப் பயன்படும் பல பொருட்களைத் தயார் செய்தான். அலங்காரப் பொருட்களையும் செய்து வந்தான். அவர்கள் அனைவரின் கூட்டு உழைப்பால் முர்ரே துரையின் பண்ணை செழிப்புடன் திகழ்ந்தது.

முர்ரே தம்பதியர் மகிழ்ந்துவிட்டார்கள். வர்ஜில் மனைவியையும், குழந்தையையும் விலைக்கு வாங்கி அவனிடம் ஒப்படைத்துவிட்டார் கள். இப்போது மெடில்டாவுக்கு டாம் கல்யாணம் பற்றிய கவலை அதிகமாகி விட்டது. அவன் முதலிலேயே மிகவும் சாது!

"டாம் கல்யாணம் எப்போ செய்துக்கறேடா?" என்று கேட்டாள் ஒருநாள் மெடில்டா.

"ஒரு பெண்ணைப் பார்த்தேம்மா! அவளோடு பேசியுமிருக்கேன்."

"யாரடா அந்தப் பொண்ணு?" - மெடில்டா ஆவலுடன் கேட்டாள்.

"உங்க யாருக்கும் அவளைத் தெரியாதம்மா. அவ பெயர் இரீன். ரீனான்னும் அவளக் கூப்பிடுவாங்க. நம்ம மாஸாவோட சிநேகிதர் எட்வின் ஹோல்ட் துரையின் வீட்டிலே வேலை செய்யறாம்மா!"

“பருத்தி மில் இருக்கே அந்த மாஸாதானா?”

“ஆமாம்மா!”

“டாம்!நீ கெட்டிக்காரன்தான்டா! உன்ன குழந்தையிலிருந்து கவனிக்கிறேன். என் பிள்ளைகள்லே நீதான்டா வாயில்லாதவன். உன்னைப் பத்தியே எனக்கு கவலையாயிருந்தது. இதுவெல்லாம் உன்னோட மகிமை இல்லேடா; அந்தப் பொண்ணுடையது” என்று கூறி மெடில்டா சந்தோஷப்பட்டாள்.

“அம்மா! இந்த விஷயத்த யாருக்கும் சொல்லாதே!”

“பைத்தியக்காரா! மாஸா உனக்காக அந்தப் பொண்ணை நிச்சயம் வாங்குவார். என் மருமகள பத்தி இன்னும் சொல்லடா!” என்று வற்புறுத்தினாள் மெடில்டா.

“இப்பவே எவ்வளவோ நேரமாயிட்டுது. நான் போகணும்மா!” என்று ஓடினான் அவன்.

“நான் இன்னும் ரொம்பக் காலம் பிழைச்சிருப்பேன். பேரன்களையும் கொள்ளுப் பேரன்களையும்கூடப் பார்ப்பேன்” என உணர்ச்சி வசப்பட்டுக் கூறினாள் மெடில்டா.

இரீன் தகப்பன் சிவப்பிந்தியன். தாய் நீக்ரோ, அதனால் அவள் செப்பு வண்ணத்தில் மிளிர்ந்தாள். அவள் தாய் நான்கு வருடம் முன்புவரை மாஸா ஹோல்ட்டின் வீட்டிலேயே வேலை செய்து கொண்டிருந்து இறந்துபோனாள். இரீன் இப்போது பதினெட்டு வயது நிறைந்து பத்தொம்பதாவது வயதில் அடி எடுத்து வைத்தாள். டாம் இருபத்தி நான்கு வயது வாலிபன். அவன் தன் குடும்பம்பற்றி எல்லா விஷயங்களும் அவளுக்கு விவரித்தான். இருவரின் உள்ளங்களும் ஒன்று கலந்தன.

இரீன் டாம் திருமணம் மாஸா ஹோல்ட் பங்களாவிலேயே நடைபெற்றது. விருந்து வைபவங்களுக்கான செலவை துரையே ஏற்றுக்கொண்டார். தன் சொந்த மகளின் கல்யாணம் போலவே அவர் இரீன் திருமணத்தைச் சிறப்பாக நடத்தி வைத்தார்.

இரீன் திருமணம் முடிந்தபிறகு கணவன் வீட்டுக்கு வந்துவிட்டாள். நெசவுத் தொழில் என்றால் அவளுக்கு மிகவும் விருப்பம். ஒரு தறி வேண்டுமென்று அவள் கேட்டதும் டாம் செய்து தந்தான். அந்த தறியில் இரீன் இரவு வெகுநேரம்வரை நெசவு செய்து அந்தத் துணியைக் கொண்டு கணவனுக்கும், அவனுடைய சகோதரர்களுக்கும் சட்டைகளைத் தைத்துக் கொடுத்தாள்.

வர்ஜிலின் மகனுக்கு இப்போது நாலு வயது. இரீன் முழுகாமலிருக்கிறாள்.

கிஜ்ஜி குட்டிக்குக் கல்யாணம் நிச்சயமாயிற்று.

ஐந்தாண்டு நீண்ட காலத்திற்குப் பிறகு, தான் பிறந்து வளர்ந்த மண் கண்ணில் பட்டதும் கோழி ஜார்ஜ் குதிரை மேலிருந்து இறங்கிச் சுற்றிலும் நிதானமாகப் பார்த்தான். மாஸாவின் இளம் மஞ்சள் வண்ணமாடி வண்ணம் மங்கி வெளிறிப் போயிருந்தது. பச்சைப் பசேலென்று செடிகொடிகளுடன் முன்பிருந்த துரையின் பங்களாவின் முன்புறம் முட்புதர்களால் மண்டிக்கிடக்கிறது. அடிமைகளின் சேரி மனித வாடையற்றுக்கிடந்தது. பூனை,கோழி, நாய்கூட தென்பட வில்லை. மண்குடிசைகள் பாழடைந்து விழுந்துவிடும் நிலையில் இருந்தன. கோழி ஜார்ஜின் நெஞ்சு அச்சத்தால் வேகமாக அடித்துக் கொண்டது.

ஜார்ஜ் குதிரையைக் கட்டிப் போட்டுவிட்டு மாடியின் பின்புறம் சென்றான். திருமதி மலிஜி கீரை வெட்டிக் கொண்டிருந்தாள். ஜார்ஜ் பெருங்குரலில் அவளை அழைத்தான். அவள் தலையெடுத்துப் பார்த்தாலும், அவனை அடையாளம் கண்டுகொண்டதாகத் தெரியவில்லை.

"மிஸ் மலிஜி!" என்று அருகே சென்று கூப்பிட்டான் ஜார்ஜ்.

மலிஜி கண்களால் கூர்ந்து பார்த்தாள். கைகளைத் தரையில் ஊன்றி மெல்ல எழுந்து, "ஜார்ஜ்!... நீ கிஜ்ஜி மகன் ஜார்ஜ்தானே?" என்று கேட்டாள்.

"ஆமாம் மலிஜி!"

"எங்கே போயிட்டேடா! எப்பவும் இங்கதானே சுத்திக்கிட்டே இருந்தே?"

ஐந்து வருடங்களாக அவன் அங்கே இல்லை என்ற நினைவே அவளுக்கில்லை. மலிஜியின் குரலிலும் பேச்சிலும் ஏதோ குறைபாடு...!

"நா கடலுக்கு அந்தப்புறம் இங்கிலாந்திலே இருந்தேன். அங்கே பந்தயக் கோழிகளுக்குப் பயிற்சி கொடுத்திட்டிருந்தேன். அது சரி! எங்க அம்மா, மெடில்டா, பிள்ளைங்க எல்லாம் எங்கே?" என்று கேட்டான் ஜார்ஜ்.

மலிஜியின் முகம் சூனியமாக இருந்தது. அதில் எவ்வித சலனமும் இல்லை.

"அடேய்! இங்கே இப்போ யாருமில்லேடா! நானும் மாஸாவும் மட்டுமே இருக்கோம்."

"அவங்கெல்லாம் எங்கே போனாங்க?"

அடிமைகளின் சேரியைத் தாண்டி தூரத்திலிருந்த தோப்பைச் சுட்டிக்காட்டி, "உங்க அம்மா கிஜ்ஜி... அங்கே தூங்குறா..." என்றாள் மலிஜி

ஜார்ஜுக்கு கதறி அழவேண்டும் போலிருந்தது. ஆனால் கையினால் வாயை மூடிக்கொண்டான்.

"சாராவும் அங்கே போயிட்டா ... கிழ துரைசானியம்மாகூட போய்ச் சேர்ந்துட்டா..."

ஜார்ஜ் ஒரு விநாடி பொறுத்து, "மெடில்டா ... பிள்ளைங்க..?" எனக் கேட்டான்.

"மெடில்டாவா?... ஆமாமா... ரொம்ப நல்ல பொண்ணு... அவளுக்கு நிறைய குழந்தைங்க... மாஸா அவங்க எல்லாரையும் எப்பவோ வித்துட்டாரே!"

ஜார்ஜ் கோபத்தால் ஆடிப்போனான். "வித்துட்டாரா? யாருக்கு? இப்போ எந்த ஊரிலே இருக்காங்க? மாஸா எங்கே?" என்று கேட்டான்.

மலிஜி கழுத்தைத் திருப்பி மாடிப் பக்கம் பார்த்து, "இன்னும் படுக்கையிலிருந்து எழுந்தாரோ இல்லையோ! ராத்திரி பூராவும் குடிச்சுட்டே இருந்தார்" என்றாள்.

ஜார்ஜ் ஒரே ஓட்டமாக அங்கிருந்து ஓடி,மாடிப்படிகளேறி, துரையின் படுக்கை அறை எதிரே நின்று, "மாஸா" எனக் கத்தினான்.

மாஸாவே கதவைத் சிறந்து வாசலில் நினறார். தலைமுடியெல்லாம் உதிர்ந்துவிட்டது. குழி விழுந்துவிட்ட கண்கள் வளைந்துவிட்ட இடுப்பு. ஆளே மாறிப் போய் உயிரற்ற பிணம் போலிருந்தார். அவரைப் பார்த்ததுமே ஜார்ஜின் கோபம் பறந்துவிட்டது.

"ஜார்ஜ்!" என்றழைத்தவாறே துரை தடுமாறிக்கொண்டே வந்து ஜார்ஜின் கண்களுக்குள் பார்த்தார்.

"ஜார்ஜ்! திரும்பி வந்துட்டியா? ரொம்ப சந்தோஷம். எப்பவோ வர வேண்டியவன். இத்தனைக் காலம் எங்கே இருந்தே?"

"ரஸ்ஸெல் துரை இப்பத்தான் விடுதலை செய்தார், மாஸா! ரிச்மண்டிலே கப்பலிறங்கி நேரா வந்துட்டேன்"

"ஜார்ஜ்! சமையலறையிலே உட்காருவோம் வா!" என்று சொல்லி மாஸாலே ஜார்ஜின் கையைப் பற்றி இழுத்துச் சென்றார். அங்கே இருவரும் மேசையின் இருபுறமும் இருந்த உடைந்த நாற்காலிகளில் அமர்ந்து கொண்டார்கள்.

"மலிஜி! என் கோப்பை எங்கே?"

"வர்றேன் மாஸா!" என்று கூவிக் கொண்டே உள்ளேயிருந்து வந்தாள் மலிஜி.

"மாஸா! என்னோட பெண்டாட்டடி பிள்ளைங்க எங்கே?"

“ஜார்ஜ்! முதல்லே தண்ணி ஊத்திக்குவோம். நாம் சேர்ந்திருந்த போது எப்பவும் ஒண்ணா குடிக்கலே இல்லையா? நீயும் ஒரு பெக் போட்டுக்கோ”

மலிஜி கோப்பைகளை மேசைமேல் வைத்துவிட்டுப் போனாள். கிழ டாம்லே கோப்பைகளை மதுவினால் நிரப்பினார்.

“பாவம், உன்னோட அம்மா போயிட்டா. வயசும் ஆயிடுச்சி படுத்த படுக்கையா இல்லாம போய்ச் சேந்துட்டா. சவ அடக்கம் சிறப்பா செய்தேன்...”

மாஸாலே ஒரே மடக்கிலே கோப்பையைக் காலி செய்துவிட்டார்.

“மாஸா! நீங்க என்னோட மெடில்டாவையும், பிள்ளைகளையும் வித்துட்டீங்கன்னு மலிஜி சொன்னாங்க...”

“ஆமாண்டா! வேறு வழி இல்லே, என்ன பலமா சனி பிடிச்சுட்டான். எல்லாத்தையும் வித்துட்டேன். நில புலன் - கோழிங்க - எல்லாம்...”

ஜார்ஜுக்கு அடக்க முடியாத கோபம். மாஸாவைத் துவைத்தெடுக்க வேண்டும் போலிருந்தது.

“ஜார்ஜ்! இப்போ நான் பரம ஏழை. நானும், மலிஜியும் கிடைச்சத சாப்பிட்டு வயிறு நிரப்பிக்கிட்டிருக்கோம். இதுவொண்ணும் எனக்குப் புதுசில்லே. நான் ஏழையாத்தான் பிறந்து வளர்ந்தேன்” என்றார் மாஸா பரிதாபமாக.

“மாஸா!நான் திரும்பி வந்ததும் என்னை விடுதலை செய்திடறேன்னு வாக்குறுதி தந்து என்னை வெளி நாட்டுக்கு அனுப்பிட்டீங்க. என்னோட குடும்பத்த கண்ணுங்கருத்துமா காப்பத்தறேன்னு சொன்னீங்க. நான் திரும்பி வர்றக்குள்ளே என் பெண்டு பிள்ளைங்கள வித்துட்டீங்க. அன்னிக்கு நீங்க எழுதின விடுதலைப் பத்திரம் வேணும். என்னோட மனைவி மக்கள் இப்போ எங்கே இருக்காங்கன்னு சொல்லணும்” என்றான் ஜார்ஜ் ஆவேசமாக.

“யாருக்கு வித்தேன்னு சொல்லிட்டேன்னு நினைச்சேன். அந்தப் புகையிலெ ஆசாமியின் பேர் முர்ரே. அவருடைய வயல்கள் அல்மான்ஸ் கவுண்டியில் ரெயில்வே கடைகளுக்குப் பக்கத்திலே இருக்கு.”

மாஸா பாதி பாட்டிலைக் காலி செய்துவிட்டார். சம்பந்தா சம்பந்தமில்லாமல் ஏதேதோ உளறிக்கொண்டிருந்தார். ஆனால் ஜார்ஜின் விடுதலைப் பத்திரம் பற்றி மட்டும் ஒன்றும் சொல்லவில்லை. ஜார்ஜ் துரையை நிறையக் குடிக்க வைத்தான். மயக்கத்தில் அவருடைய தலை கவிழ்ந்துவிட்டது “மாஸா... மாஸா...” என்று

கூப்பிட்டான் ஜார்ஜ். பதில் இல்லை. உடனே ஜார்ஜ் இரும்புப் பெட்டியின் சாவிக் கொத்தை அறை பூராவும் தேடி அலைந்தான். எங்கேயும் தென்படவில்லை. வெளியே ஓடிப்போய் கோடரி கொண்டு வந்து இரும்புப் பெட்டியின் கதவை உடைத்தெறிந்தான். உள்ளே சில்லறைக் காசுகளும், ரசீது காகிதங்களும் இறைந்து கிடந்தன. தன் விடுதலைப் பத்திரத்துக்காக தேடினான். கையில கிடைத்ததும் சட்டைப் பையிலே வைத்துக்கொண்டான்.

“என்ன செய்துக்கிட்டிருக்கேடா?”

ஜார்ஜ் திடுக்கிட்டான். பின்னால் திரும்பிப் பார்த்தான். மலிஜி அவனை உற்றுப் பார்த்துக்கொண்டு நின்றிருந்தாள்.

“மலிஜி! நான் உடனே போகணும்!”

“அப்படின்னா போ!” என்றாள் மலிஜி.

“மெடில்டாவையும் பிள்ளைகளையும் நீ கேட்டதாகச் சொல்றேன்.”

“சரி... சரி... ! ஜாக்கிரதையாப் போ!”

ஜார்ஜ் மலிஜியை அன்புடன் அணைத்து, வீட்டை விட்டு வேகமாக வெளியேறினான். தொலைவிலிருந்து கல்லறைகளை வேதனையுடன் பார்த்து, குதிரையை அவிழ்த்து, அதன்மேல் தாவிப் பாய்ந்து அமர்ந்து,பின்னால் திரும்பிப் பார்க்காமல் அங்கிருந்து மறைந்து விட்டான்.

50

பிரதான சாலைக்கு பக்கத்தில் அமைந்த வேலியின் அருகே வாசனை இலைகளைப் பறித்துக்கொண்டிருந்த இரீன், குதிரையின் குளம்புச் சத்தம் கேட்டுத் தலை நீட்டிப் பார்த்தாள். நுரை தள்ளிக் கொண்டிருந்தது குதிரை. அதன் மீது கம்பீரமாகச் சவாரி செய்து கொண்டிருந்தவரின் கழுத்திலே பச்சை உருமால்; தலையில் கருநிற 'ட்ர்பி' தொப்பி; தொப்பியில் செருகிய பறவையின் வண்ண இறக்கை - இவற்றையெல்லாம் கண்டு இரீன் எளிதாகவே அடையாளங்கண்டு கொண்டுவிட்டாள். உற்சாகமாகக் கைகளை வீசி, "கோழி ஜார்ஜ்! கோழி ஜார்ஜ்!" என்று கத்தினாள். ஜார்ஜ் வேலிப் பக்கத்தில் குதிரையை நிறுத்தி, "பொண்ணே! உன்னை எனக்குத் தெரியலையே" என்று புன்சிரிப்புடன் கூறினான்.

"உண்மைதாங்க! நான் உங்களையும், நீங்க என்னையும் இதுவரை பார்த்ததில்லை. ஆனா டாம், மெடில்டா அத்தை, எல்லாரும் உங்களப்பத்தி பேசிக்கிட்டிருந்தபோதெல்லாம் கேட்டு, உங்க உருவத்தைக் கற்பனை செய்திருக்கேன்!" என்றாள் இரீன்.

ஜார்ஜ் அவளை உற்றுநோக்கி, "என்னோட டாமா? என்னோட மெடில்டாவா?" என்றான்.

"ஆமாங்க உங்க மனைவி மெடில்டா, என் புருஷர் டாம், என் குழந்தையோட அப்பா டாம்."

ஜார்ஜுக்குப் புரிந்துவிட்டது. "உனக்கும் டாமுக்கும் குழந்தையா?"

இரீன் சிரித்தாள். தன் அடிவயிற்றைத் தடவியவாறே "ஒரு மாதத்துக்குப் பிறகு பிறக்கப்போற குழந்தை" என்றாள்.

"ஓ, லார்ட்! ஓ, தேவனே! உன் பெயரென்னம்மா?" என்று வியப்பில் மூழ்கிக் கேட்டான் ஜார்ஜ்.

"இரீனுங்க". என்றாள் அவள்.

ஜார்ஜ்க்கு அடிமைகள் சேரிக்கு வழி காட்டிவிட்டு, வயல்கள் பக்கம் ஓடினாள் இரீன். சற்றுத் தூரத்திலேயே நின்றுவிட்டுக்

கைகளை வீசி எல்லாரையும் அழைத்தாள். வர்ஜில், ஆஷ்ஃபர்ட், சின்ன ஜார்ஜ், ஜேம்ஸ், லெவிஸ், குட்டி கிஜ்ஜி, லில்லி ஸீ - அனைவருமே புகையிலை நாற்று நடுவதில் ஈடுபட்டிருந்தனர். குட்டி ஜார்ஜ் ஓடி வந்தான். அப்பா வந்துள்ள செய்தி கேட்டுச் சந்தோஷம் தாளாமல் அவன் வயலுக்குள் ஓடிச்சென்று எல்லாருக்கும் தகவல் தெரிவித்தான். அனைவரும் சில விநாடிகளுக் குள்ளேயே அடிமைகளின் சேரிக்கு ஓடி வந்தனர். கருமான் பட்டறையிலிருந்து டாமும் ஓடி வந்தான். துரையின் சமையல் கட்டிலிருந்து மெடில்டாவும் ஓடி வந்தாள். எல்லாரும் ஒருவரை யொருவர் மிதித்துக் கொண்டு ஜார்ஜை அணைத்து முத்தமாரி பொழிந்தனர். அவர்கள் காட்டிய அன்புக்கும், வாஞ்சைக்கும் அவன் கண்களில் கண்ணீர் பொங்கியது.

"இந்த சந்தோஷ சமயத்தில் ஒரு துக்ககரமான செய்தி சொல்லணும் உங்க பாட்டி கிஜ்ஜி இறந்து போயிட்டாங்க. சாராவும், துரைசானியம்மாவும் கூட, போயிட்டாங்க" என்றான் ஜார்ஜ்.

எல்லாரும் ஓ வென்று அழுதுவிட்டனர். கிஜ்ஜிப் பாட்டி கொள்ளுப் பேரன்களையும், கொள்ளுப் பேத்திகளையும் கொஞ்சா மலேயே போய் விட்டாள். மகன் திரும்பி வருவான் என்று வழிமேல் விழிவைத்து எதிர் பார்த்து, எதிர்பார்த்து, அந்த ஆசை நிறை வேறாமலேயே போய்விட்டாள். மகனும், மருமகளும், பேரப் பிள்ளைகளும் எல்லாரும் இருந்தும், யாருமே இல்லாத அநாதையாக வயோதிகத்துடனும், வேதனையுடனும் அடிமை வாழ்வை முடித்துக் கொண்டு விட்டாள்.

இரவுச் சாப்பாடு முடிந்ததும் எல்லாரும் ஓரிடத்தில் குழுமினர். ஜார்ஜ் மகிழ்ச்சியாக அவர்களுக்கு தன் விடுதலைப் பத்திரம் காட்டினான். இங்கிலாந்து செய்திகளை விளக்கமாகக் கூறினான்.

"அங்கே என்னை எவ்வளவு தடபுடலா வழியனுப்பினாங்க தெரியுமா? ரெயில்லே ரெண்டு பெட்டி நிறைய சவுதாம்ப்டன் வரை என்னோட ஜனம் வந்தாங்க. அது ஒரு பெரிய துறைமுகம். மாஸா ரஸ்ஸெல் எனக்கு நிறையப் பணமும் தந்தார். நான் கப்பலில் நியூயார்க் வந்து சேர்ந்தேன்."

"நியூயார்க்கா?" குட்டி கிஜ்ஜி ஆனந்தமாகக் கத்தினாள்.

"நியூயார்க்கிலே நான் வாடகைக்கு அறை எடுத்துக்கிட்டேன். அங்கே சுதந்திரமா வாழற நீக்ரோக்களோடு பேசினேன்..."

இரவு வெகு நேரம்வரை அவர்கள் பேசிக்கொண்டே இருந்தனர். அது ஏப்ரல் மாதமாகையால் நிறைய வேலைகள் இருக்கும் நாட்கள். விடியற்காலையிலேயே எழுந்திருக்க வேண்டு மென்பது ஞாபகம்

வந்ததும், எல்லாரும் படுக்கச் சென்றனர். பயணக் களைப்பால் பேசிக்கொண்டே உறக்கத்தில் ஆழ்ந்துவிட்டான் ஜார்ஜ்.

காலையில் எல்லாரும் வேலைக்குப் போய்விட்டனர். கோழி ஜார்ஜ் இப்போது சுதந்திர புருஷனாகையால் துரைமார்களின் பண்ணைகளில் வேலை செய்யப் போக வேண்டியதில்லை. ஆனால் சும்மா உட்கார்ந்திருந்தால் பொழுதே போகவில்லை. அதனால் அவன் வயல்கள் பக்கம் திரிந்து வருகிறான். சற்று நேரம் டாமின் கருமான் பட்டறையில் உட்காருகிறான். தலையில் கருநிற டர்பி தொப்பி, கழுத்தில் பச்சை உருமால், இத்தியாதி அலங்காரங்களுடன் இருக்கும் ஜார்ஜை நீக்ரோக்கள் அச்சத்துடன் பார்க்கின்றனர். பேசிக் கொண்டி ருக்கும் வெள்ளையர்களும் அவனைக் கண்டதும் டக்கென்று தமது பேச்சை நிறுத்திவிடுகின்றனர். அவர்கள் ஜார்ஜை சந்தேகக் கண்ணோடு பீதியுடன் பார்க்கின்றனர். மாஸா முர்ரேயும் பட்டறைக்கு வந்து கொண்டே, அங்கே ஜார்ஜைப் பார்த்ததும் திரும்பிப் போய்விடுகிறார். வர்ஜிலின் மகன் உரயா இப்போது தாத்தாவுக்கு துணையாகிவிட்டான்.

"நீ என் தாத்தாவா?"

"ஆமா, என் பேரென்னக் கண்ணு?"

"உரயா தாத்தா! நீ எங்கே வேலை செய்யறே தாத்தா?"

"இதை கேக்கச் சொல்லி உனக்கு யார் சொன்னாங்கடா?"

"யாரும் சொல்லலே தாத்தா. நானாகவே கேட்கறேன்."

ஜார்ஜ் பேரப்பிள்ளை சொன்னதை நம்பினான்.

"நான் எங்குமே வேலை செய்யமாட்டேன். நான் சுதந்திரமானவன்."

"அப்டீன்னா என்ன தாத்தா?"

ஒரு சுண்டுவிரல் அளவு இல்லாத சின்னப் பையன் தன்னை இப்படிப்பட்ட கேள்விகள் கேட்டுக்கொண்டிருந்தது முதலில் ஜார்ஜுக்குப் பிடிக்கவில்லை. ஆனால் அவனைப்பற்றி மெடில்டா கூறியது அவன் நினைவுக்கு வந்தது "சிறு வயதிலிருந்து அவன் என்னவோபோல் இருக்கிறான் ஜார்ஜ்! அவன் மூளையிலே ஏதோ நோய் இருக்கும்போல் இருக்கு" ஜார்ஜ் உரயாவின் கண்களுக்குள் பார்த்தான். அவன் விழிகளும் தாத்தாவின் விழிகளுடன் நேருக்கு நேர் மோதின.

"சொல்லு தாத்தா"

"அப்படீன்னா நான் யாருடைய வசத்திலும் இல்லை. யாரும் என்னை விலைக்கு வாங்கிச் சொந்தமாக்கிக்கொள்ள முடியாது."

அவனுக்குப் புரிந்தமாதிரி இல்லை. ஜார்ஜ் உடனே பேச்சை மாற்றிவிட்டான்.

"அடேய்! உன்னோட அப்பாவாவது அம்மாவாவது எப்பவாவது நீ எங்கேயிருந்து வந்தேன்னு சொன்னாங்களாடா?"

"எங்கேயிருந்து வந்தேன்?" என்று கேட்டான் உரயா.

ஜார்ஜ் பேரனைத் தன் மடியில் உட்கார வைத்துக்கொண்டு குண்ட்டா கிண்ட்டேயிலிருந்து தன் வரையிலுமுள்ள மூன்று தலைமுறைகளின் வரலாற்றைக் கூறினான்.

அடுத்த திங்கட்கிழமை ஜார்ஜ் டாமுடன் பட்டணத்துக்குச் சென்றான். டாம் தனக்குத் தேவையான சாமான்களை 'கிராஹம்' பட்டணத்தில் கொள்முதல் செய்கிறான். ஜார்ஜ் பொழுதுபோகாமல் டாமுடன் பட்டணம் வந்து பல கடைகளையும் ஏறி இறங்கினான். சடைசியாக 'ஜெ.டி.கேட்ஸ்பீட் ஸ்டோர 'ருக்குச் சென்றான். அதன் உரிமையாளர் திரு கேட்ஸ் அந்த 'கவுண்டியின்' ஷெரீஃபாக (நகர மன்றத் தலைவர்) இருந்தவர்.

அந்த ஸ்டோரில் சில வெள்ளையர்களும் இருந்தனர். டாம் அங்கே எவ்வளவு நேரம் நின்றாலும் கேட்ஸ் அவனைக் கண்ணெடுத்தும் பார்க்கவில்லை. ஜார்ஜுக்கு உள்ளுக்குள் ஆத்திரம் ஆத்திரமாக இருந்தது. டாம் மவுனமாக ஸ்டோரிலிருந்து வெளியேறும்போது கேட்ஸ், "ஏய் பையா! ஒரு தம்ளர் தண்ணி மொண்டுக்கொடுடா!" என்று அகங்காரக் குரலில் அதட்டினார்.

கேட்ஸ் டாமை அலட்சியமாகவும், அருவருப்பாகவும் பார்த்தார். பாவம், டாம் எவ்வித சலனமுமின்றித் தம்ளரில் தண்ணீர் கொண்டு வந்து அவரிடம் தந்தான். அதை ஒரு முடக்கில் குடித்துவிட்டு, "ஊம்... இன்னொரு தம்ளர்" என்றார். அவரது பார்வை ஜார்ஜ் மீது குத்திட்டு நின்றது. அனாவசிய மான ரகளையைத் தவிர்க்க ஜார்ஜ் தன் பையிலிருந்து தனது விடுதலைப் பத்திரத்தை எடுத்துக் காட்டினான்.

"எங்க கவுண்டியிலே என்ன செய்திட்டிருக்கே" என்று கேட்டார் கேட்ஸ்.

டாம் பதில் கூறினான்.

"மிஸ்டர் முர்ரேக்கு இந்த மாநிலச் சட்டங்க நல்லா தெரிஞ்சிருக் கணுமே!" என்றார் ஜார்ஜைப் பார்த்து.

அவர் கூறுவது புரியாமல் இருவரும் மவுனமாக இருந்தனர். கேட்ஸின் முகத்தில் ஏற்கனவே இருந்த கடுகடுப்பு மறைந்துவிட்டது.

"பையா! நீ போனதும் நான் நாளைக்கு வந்து பேசறதா மிஸ்டர் முர்ரேக்குச் சொல்லு!" என்றார் கேட்ஸ்.

மறுநாள் மாலை முன்னாள் ஷெரீஃப் கேட்ஸ் மாஸா முர்ரேயின் பங்களாவுக்கு வந்தார். அரைமணி நேரம் பேசி-விட்டுப் போய்விட்டார். அவர் சென்றதுமே ஜார்ஜை முர்ரே துரை வரச்சொல்லி ஆளை அனுப்பினார். ஜார்ஜ் பச்சை உருமால் கழுத்தில் கட்டிக்கொண்டு, தலையில் டர்பி தொப்பியைச் சரி செய்து கொண்டே மாஸாவின் பங்களாவை நோக்கி நடந்தான். துரை வராந்தாவிலேயே நின்றிருந்தார். ஜார்ஜ் படிக்கட்டுகளில் ஏறாமலேயே நின்றுவிட்டான்.

"ஜார்ஜ்! உன்னோட குடும்பம் எனக்கு எவ்வளவோ சேவை செய்திருக்கு. என்னையும் என் மனைவியையும் சந்தோஷப் படுத்தி யிருக்கு" என்றார் முர்ரே.

"ஆமாம் சார்! அவங்களும் உங்களப்பத்தி பெருமையா சொல்லிக்கிறாங்க!"

"ஜார்ஜ்! விஷயத்துக்கு வருவோம். நேத்து மிஸ்டர் கேட்ஸ் இங்கே வந்து போனது உனக்குத் தெரியும். வட கரோலினா சட்டப்படி சுதந்திர மான நீக்ரோக்கள் இந்த மாநிலத்திலே அறுபது நாளுக்கு மேலே தங்கி யிருக்கக் கூடாது. மீறி இருந்தா மீண்டும் அடிமைகளா மாத்தப்படு வாங்க."

ஜார்ஜ் மாஸா முர்ரேவை ஒன்றும் புரியாமல் பார்த்தான். அவனால் ஒன்றுமே பேச முடியவில்லை.

"ஜார்ஜ்! உனக்கிது நியாயமாப் படாதுன்னு எனக்குத் தெரியும்."

"மாஸா முர்ரே! உங்களுக்கிது நியாயமாப் படுதா?"

"இல்லே. ஆனா சட்டம்னா சட்டம்தான்! நீ இங்கேயே இருந்துட விரும்பினா உன்னை நானே விலைக்கு வாங்கிக்கிறேன். உன்னை கவுரவமா நடத்தறேன்னு வாக்குக் கொடுக்கிறேன்" என்றார் முர்ரே.

அன்றிரவு ஜார்ஜூம், மெடில்டாவும் ஒரே போர்வையில் ஒருவர் கைகளைஒருவர் அழுத்திக்கொண்டே, சற்று நேரம் கூரையை உற்றுப் பார்த்துக்கொணடே இருந்து விட்டார்கள். "மெடில்டா! இங்கேயே இருந்துவிடுவதைத் தவிர வேறு வழி தெரியலே" என்று துயரத்துடன் கூறினான்.

"வேணாம் ஜார்ஜ்! எங்கள்லே நீ ஒருத்தன்தான் அடிமைச் சிறையிலிருந்து வெளி வந்தவன். நீ சுதந்திரமாவே இருக்கணும். நீ மறுபடியும் அடிமையாக முடியாது" என்று ஆவேசமாகக் கத்தினாள் மெடில்டா.

ஜார்ஜால் தன் அழுகையைத் தடுத்து நிறுத்த முடியவில்லை. மெடில்டாவும் அழுதுவிட்டாள்.

இரண்டு நாட்களுக்குப் பின்னர் ஜார்ஜ் ஒரு நாளிரவு, டாம் இரீனுடன் சேர்ந்து சாப்பிட்டான். கொஞ்ச நாட்களில் பிறக்கப் போகும் குழந்தையைப்பற்றிப் பேச்சு வந்தது. ஜார்ஜ் முகம் கம்பீரமாக இருந்தது.

"அந்தக் குழந்தைக்கு நம்ம தலைமுறைக் கதையை தவறாம சொல்லணும்" என்று ஜார்ஜ் கட்டளையிடுவதைப்போல் சொன்னான்.

"அப்பா! என்னோட பிள்ளைங்க யாரும் நம்ம கதை தெரியாம வளரமாட்டாங்க" என்றான் டாம், வலுக்கட்டாயமாகச் சிரிப்பை வரவழைத்துக் கொண்டு.

சற்று நேரம் மூவரும் மவுனமாக உட்கார்ந்திருந்தார்கள்.

"உங்க அம்மாவும், நானும் என்னோட தவணை நாள கணக்கிட்டு வர்றோம். சட்டப்படி நான் இன்னும் நாப்பது நாள் இருக்கலாம். அதுக்குப் பிறகு போகலாம்னு வாய்தா போடறதிலே அர்த்தமில்லை."

ஜார்ஜ் திடீரென எழுந்து டாமையும், இரீனையும் நெஞ்சாரத் தழுவிக்கொண்டான்.

"நான் நிச்சயமா திரும்பி வருவேன். ஒருத்தரை ஒருத்தர் ஜாக்கிரதையாப் பார்த்துக்குங்க."

கதவைத் திறந்துகொண்டு ஜார்ஜ் இருட்டில் கலந்து வேகமாக மறைந்து போனான்.

அலெக்ஸ் ஹேலி | 283

51

1860, நவம்பர்!

கருமான் பட்டறையை மூடிவிட்டு நிதானமாகக் குடிசைக்கு வந்து சேர்ந்தான் டாம். இரீன் தன் ஆறு மாதக் குழந்தை மேரியாவை மடியில் இருத்திக்கொண்டு பாலூட்டிக் கொண்டிருந்தாள். குழந்தையைப் படுக்க வைத்துவிட்டு, சாப்பாடு பரிமாறினாள். இருவரும் நிசப்தமாகச் சாப்பிட்டார்கள். உடனே அவர்கள் மெடில்டாவின் குடிசைக்குப் புறப்பட்டார்கள். இரவு சாப்பாடு முடிந்ததும் அந்தக் குடும்பத்தைச் சேர்ந்த அனைவருமே அங்கே ஒன்றாகச் சேர்ந்து ஊர் விஷயங்களைப் பேசிக் கொள்வார்கள். டாம் தன் பட்டறையில் வெள்ளையர் பேசிக்கொள்வதைச் சொன்னான்.

"லிங்கன் துரையை வெள்ளைக்காரர்களெல்லாம் வாய்க்கு வந்தபடி திட்டிக்கிட்டிருக்காங்க. அடிமை முறை இருக்கக் கூடாதுன்னு சொல்கிறவர் அமெரிக்க ஜனாதிபதி ஆனார்னு வெள்ளையர்கெல்லாம் வயித்தெரிச்சலா" இருக்கு என்றான் டாம்.

"தென் அமெரிக்காவுக்கும், வட அமெரிக்காவுக்கும் இடை-யிலே போரே மூளும்ன்னு முர்ரேதுரை, துரைசானியம்மா விடம் சொன்னதை நான் கேட்டேன்" என்றாள் மெடில்டா.

"வெள்ளைக்காரங்க ரொம்பப் பேர் அடிமை முறையை எதிர்க்கிறாங்களாம்! அடிமைகளே இல்லாத நல்ல நாள் தவறாம வரும்" என்று டாம் நம்பிக்கை தெரிவித்தான்.

ஆனால் ஆஷ்ஃபர்ட் உதட்டைப் பிதுக்கினான். "நாம் உயிரோடி ருக்கும்போது பார்க்க முடியாது" என்றான். வர்ஜில், இரீன் மடியில் படுத்திருந்த குழந்தையைச் சுட்டிக்காட்டி "அனேகமா மேரியா பார்க்கலாம்" என்றான்.

"எனக்கு மட்டும் நம்பிக்கை இல்லே. அடிமைகள வித்துட்டா ஆயிரக்கணக்கா பணம் கிடைக்குது. ஒரு காசுகூடச் செலவில்லாம அவங்க கிட்டே ராவும் பகலும் வேலை வாங்கிக்கலாம். இப்படிப்பட்ட வாய்ப்பெ வெள்ளைக்காரங்க விட்டுடுவாங்களா?" என்று கேட்டாள் இரீன்.

“ஆனா அடிமை முறையை எதிர்க்கிறவங்களே அதிகமா இருக்காங்க” என்றான் வர்ஜில்.

ஆப்ரகாம் லிங்கன் அமெரிக்க ஜனாதிபதியாகத் தேர்ந்தெடுக்கப் பட்ட பிறகு லட்சக்கணக்கான நீக்ரோக்களின் குடிசைகளில் இதைப் பற்றிய சர்ச்சை மீண்டும் மீண்டும் நடந்தது. வெள்ளையர் பங்களாக் களில் வட அமெரிக்கர் மேல் ஆத்திரம் பொங்கி வழிந்தது. அடிமை முறையை எதிர்க்கும் வட அமெரிக்கருக்கு ‘யாங்கி’ என்று பெயர் வைத்தார்கள்.

கிருஸ்துமஸ் சென்றுவிட்டது. புத்தாண்டும் வந்து போய் விட்டது. ஒவ்வோர் ஆண்டும் நடப்பதுபோல் அவ்வாண்டு எந்தவித விழாக்களும் நடைபெறவில்லை. ஜனவரி முதல் நாள் துக்க நாள்போல் வந்து போய் விட்டது. மிஸிஸிபி, ஃபுளோரிடா, அலபாமா, ஜார்ஜியா, லூஸியானா மாநிலங்கள் அமெரிக்க ஐக்கிய நாட்டு அமைப்பிலிருந்து வெளியேறி விட்டன. பிப்ரவரியில் டெக்ஸாஸும் துண்டித்துக்கொண்டு விட்டது. தென் மாநிலங்களின் அமைப்பு தோன்றியது. ஜெபர்ஸன் டேவிஸ் என்பவர் அதன் ஜனாதிபதியாகத் தேர்ந்தெடுக்கப்பட்டார்.

மார்ச் மாதத்தில் ஆபிரகாம்லிங்கன் பதவி ஏற்றார். அன்றே மாண்ட்கோமரி நகரில் தென்மாநிலங்கள் அமைப்பின் கொடி பறக்கவிடப் பட்டது. வட, தென் கரோலினா மாநிலங்கள்கூட மத்திய அமைப்பிலிருந்து வெளியேறிவிட்டன.

தென் மாநிலங்களில் ஆயிரக்கணக்கில் வெள்ளையர்கள் ராணுவத்தில் சேர்ந்தார்கள். வட அமெரிக்காவுக்கும், தென் அமெரிக்கா வுக்கும் இடையே யுத்தம் ஆரம்பமாகிவிட்டது. டாமுக்கு இரண்டாவது மகள் பிறந்தாள். ‘எலின்’ என்று அவளுக்குப் பெயர் சூட்டப்பட்டது.

போர் மும்முரமாக நடந்துகொண்டிருந்தது. 1861 ஆம் வருட இறுதியில் அலபாமா கவுண்டியில் மட்டுமே பன்னிரெண்டு கம்பெனி கள் கொண்ட ராணுவம் போர்க்களத்துக்கு அனுப்பி வைக்கப்பட்டது. டாமும் நிர்ப்பந்தமாகப் போரில் சேவை செய்ய அனுப்பப்பட்டான். குதிரைப் படையைச் சேர்ந்த குதிரைகளுக்கு லாடங்கள் அடித்துவிட்டு வந்தான். அங்கே வேலை செய்தபோது ஒருநாள் அவன் திருடினான் என்ற பொய்க் குற்றம் சாட்டி, கசையால் அடித்தார்கள். அதனால் அவன் துணிந்து போர்க் களத்தைவிட்டு ஓடிவந்துவிட்டான். 1862 ஆம் வருடம் வசந்தகாலத்தில் டாமுக்கு மூன்றாவது மகள் பிறந்தாள். அதே காலத்தில் மாஸா முர்ரேயின் பண்ணைக்கு ஜார்ஜ் ஜான்ஸன் என்னும் ஏழை வெள்ளைக்கார

வாலிபன் ஒருவன் ஓவர்சீராக வந்து சேர்ந்தான். அவன் வெள்ளையன் ஆனாலும் கருப்பர்களின் உள்ளங்களைக் கொள்ளை கொண்டு விட்டான். அவனுடைய இளம் மனைவி அப் போது கர்ப்பமாக இருந்தாள். இரண்டு வாரங்களுக்குப் பிறகு அவளுக்கு வலி கண்டது. மெடில்டாவும், இரீனும் இரவு முழுவதும் அவளுடனேயே கண் விழித்திருந்தார்கள். வெள்ளைத் தாய்க்கு சிசு பிறந்தது. அது வீல் என்று கத்தவுமில்லை கண்களைத் திறக்கவுமில்லை.

1863ஆம் ஆண்டு பிறந்தது. அடிமைகளுக்கெல்லாம் சுதந்திரம் அளிப்பதாக ஆபிரகாம்லிங்கன் அறிவித்தார். அடிமைகளின் சேரிகளில் எல்லாம் சொல்ல முடியாத மகிழ்ச்சி! சிறு குழந்தைகள் முதல் வயதான கிழவர்கள் வரை உத்வேகமுடனும், உல்லாசமுடனும் ஆனந்த நாட்டியமாடினார்கள். ஆனால் யுத்தம் இன்னும் நடந்து கொண்டே இருந்தது. 1865 ஆம் வருடம் ஏப்ரலில் தென் அமெரிக்கப் படைகள் முற்றாகத் தோற்றுவிட்டன. படைத் தளபதி ஜெனரல் வீ சரணாகதி அடைவதாக அறிவித்தார்.

அடிமைகளின் சேரியில் மகிழ்ச்சி வெள்ளம் கரை புரண்டது. நீக்ரோக்கள் அனைவரும் குடிசைகளிலிருந்து வெளியே வந்து நூற்றுக் கணக்கில் சாலைகளில் குழுமினார்கள். "இத்தனைக் காலத்துக்குப் பிறகு சுதந்திரம் கிடைச்சது. கடவுளே, உமக்கு நன்றி!" என்று மெடில்டா சந்தோஷமாக அரற்றினாள்.

இதன் பிறகு சில நாட்களிலேயே இடிபோன்ற செய்தி கிடைத்தது. கருப்பர்களின் இதயங்கள் வெடித்துச் சிதறின. ஆபிரகாம் லிங்கன் கொலை செய்யப்பட்டார். "படுபாவிகள்!" என்று கத்தினாள் மெடில்டா. மகன்களும், மருமகள்களும், பேரக்குழந்தைகளும் அவளைச் சூழ்ந்துகொண்டு பரிதாபகரமாக அழுதார்கள்.

மே மாதத்தில் ஒரு நாள் மாஸா முர்ரே தன் அடிமைகள் எல்லாரையும் வீட்டின் எதிரில் கூட்டினார். அவர் முகம் வெளிறிக் கிடந்தது. முர்ரே துரைசானி கண்ணீரும் கம்பலையுமாக இருந்தாள். மாஸா தன் கையிலிருந்த காகிதத்தைப் பிரித்து படித்துக் காட்டினார்.

"எங்களைப்போலவே நீங்கள் எல்லாம்கூட சுதந்திரப் பிரஜைகள். இங்கே இருக்க விரும்புறவங்க தாராளமா இருக்கலாம். நீங்க செய்யற வேலைக்குக் கூலி தந்துடறேன்" என்று அறிவித்தார் முர்ரே.

நீக்ரோக்கள் மகிழ்ச்சியால் எகிறிக் குதித்தார்கள்; நடனமாடினார்கள், பாட்டுப்பாடினார்கள்; பிரார்த்தனை படித்தார்கள்; எட்டு வயது உரயா "சுதந்திரம்! சுதந்திரம்!" என்று கத்திக்கொண்டே பழக்கடைக்கு ஓடினான். அங்கே பன்றிகள் தொட்டிக்கு எதிரே

நின்று "ஏய்பன்றிகளா! இனி குர்...குர்..னு உறுமாதீங்க! உங்களுக்கும் சுதந்திரம் வந்தாச்சு!" என்று பலமாக கைகளைத் தட்டினான்.

அன்றிரவு வழக்கம்போல் மெடில்டாவின் குடிசையில் எல்லாரும் குழுமினார்கள். எத்தனையோ காலமாக எதிர்பார்த்திருந்த சுதந்திரம் அவர்களுக்குக் கிடைத்திருக்கிறது. "சுதந்திரம் நமக்குச் சாப்பாடு போடாது. நாம் உணவும், உடையும் சம்பாதித்துக்கொள்ள வாய்ப்பு அளிக்கும்" என்று கூறினான் டாம்.

என்ன வாய்ப்பு? என்ன செய்ய வேண்டும்? அவர்களுக்குச் சொந்த நிலமில்லை கையில் பணமில்லை சுதந்திரமாக வாழ்வதற்கான செல் வாதாரங்கள் இல்லை; உழைக்க உடம்பு மட்டுமே இருக்கிறது.

'எல்லாரும் தலைக்குக் கொஞ்சம் நிலம் குத்தகைக்கு எடுத்துக் கொண்டு விவசாயம் செய்து கொள்ளுங்கள்' என்று முர்ரே மெடில்டா மூலம் சொல்லியனுப்பினார். அது குறித்து மெடில்டாவின் குடிசையில் கூடிப் பேசினார்கள். பெரும்பாலானோர் எங்கேயாவது சென்றுவிட வேண்டுமென்று துடித்தார்கள்.

"எங்கே இருந்தாலும் இந்தக் குடும்பம் சேர்ந்தே இருக்கணும். உங்களிலே சில பேர் எங்கேயாவது போய்விடலாம்... போய்விடலாம்னு துடிக்கிறீங்க. உங்க அப்பா திரும்பி வந்து நாம இங்கே இல்லாட்டா எங்கேன்னு தேடுவார்?" என்று மெடில்டா அவர்களை அதட்டினாள்.

அனைவரும் மவுனமாக இருந்தார்கள். டாம் எழுந்து, "இப்போ நம்ம கையிலே பணம் ஏதும் இல்லாததால் இந்தப் பண்ணையை விட்டுப் போக முடியாத நிலையிலே இருக்கோம். கொஞ்சம் பணம் சேர்த்துக்கிட்டப் பிறகு இங்கேயிருந்து புறப்படறவங்கள்லே நான்தான் முதலாமவனா இருப்பேன்" என்றான். அவன் கூறியது அனைவருக்கும் பிடித்தது. எழுந்து தத்தமது குடிசைகளுக்கு சென்றுவிட்டார்கள்.

அடுத்த வாரத்திற்குள் அவர்கள் பாகப்பிரிவினை செய்து கொண் டார்கள். டாம் தன்னுடைய சகோதரர்களுக்கு வயல் வேலையில் உதவலாமென்று புறப்பட்டான். வேலிக்குப் பக்கத்தில் நடந்து கொண்டே சாலையில் பார்வை செலுத்தினான். அங்கே முன்னாள் ஷெரீஃபும், மேஜருமான கேட்ஸ் கிழிந்த சீருடையில் ஒரு நொண்டிக் குதிரையின்மீது தனியாக வந்துகொண்டிருந்தார். அன்றொரு நாள் தான் அப்பாவுடன் கிராஹம் டவுனில் ஃபீட்ஸ் ஸ்டோருக்குள் சென்றபோது கேட்ஸ் தன்னை அவமானப்படுத்தியது டாமின் நினைவுக்கு வந்தது.

இப்போதும் கேட்ஸ், "ஏய் நீக்ரோ! குடிக்கத் தண்ணி கொண்டு வாடா" என்றார்.

டாம், கேட்ஸின் முகத்தைக் கோபமாகப் பார்த்தான். தண்ணீர்த் தம்ளரை அவனுக்குத் தந்துகொண்டே, "மிஸ்டர் கேட்ஸ்! காலம் மாறிப்போச்சு. தாகமா இருக்கேன்னுதான் தண்ணி தர்றேன். ஞாபகம் வெச்சுக்கோ! என்றான் டாம்.

கேட்ஸ் தண்ணீர் குடித்து, "இன்னொரு தம்ளர் கொண்டு வாடா நீக்ரோ!" என்றார்.

டாம் தம்ளரை பக்கெட்டில் வீசியெறிந்துவிட்டுத் திரும்பிப் பார்க்காமல் சென்றுவிட்டான்.

சற்று நேரத்தில் மற்றொரு குதிரைவீரன் அங்கே வந்து சேர்ந்தான். அழுக்கடைந்து மடிப்புகளுக்குள்ளாகிவிட்ட 'டர்பி' தொப்பியும், வெளிறிப்போன பச்சை நிற உருமாலும்! அவனைப் பார்த்ததும், வயல்களில் வேலை செய்துகொண்டிருந்தவர்கள் எல்லாரும் அடிமைகள் சேரிக்கு விரைந்தோடினார்கள். "அம்மா, அப்பா வந்துவிட்டார்... வந்து விட்டார்..." என்று எல்லாரும் மெடில்டாவின் குடிசை எதிரே கத்தினார்கள். அப்பா ஜார்ஜை குதிரை மேலிருந்து தோளில் இருத்திக் கொண்டு உள்ளே கொண்டு போனார்கள். மெடில்டா உணர்ச்சி வசப்பட்டு அழுதேவிட்டாள்.

"பசங்களா! நாமெல்லாரும் இங்கேயிருந்து போய்விடப் போறோம்" என்று ஜார்ஜ் பிள்ளைகளிடம் சொன்னான்.

அனைவரும் வியப்புடன் ஜார்ஜைப் பார்த்தார்கள்.

"டென்னஸியில் நாமெல்லாருக்கும் சேர்த்து நிலம் பார்த்து வந்திருக்கேன். அங்கே இருக்கிற வெள்ளைக்காரங்க நம்மள எதிர் பார்த்திட்டிருக்காங்க. புதுசா உருவாகிற அந்த ஊருக்கு நம்ம பங்கை அளிப்போம்" என்றான் ஜார்ஜ்.

எல்லாரும் நிசப்தமாக ஆவலுடன் ஜார்ஜ் சொல்வதைக் கேட்டார்கள்.

"அந்த நிலம் மிகவும் நல்ல நிலம். பன்னி வாலை நட்டா பன்னி முளைக்கும். தர்பூஸ் காய்கள் கொள்ளை கொள்ளையாய் விளையும், தானாக் கனிந்து சிதறும்."

கோழி ஜார்ஜ் சொல்லிக்கொண்டிருந்தபோதே எல்லாரும் மூலைக்கொருவராக ஓடினார்கள். அந்தச் செய்தியை மற்ற கருப்பர் களுக்குத் தெரிவிக்காவிட்டால் அவர்கள் தலை சுக்கு நூறாகிவிடும். தென்பட்டவர்களுக் கெல்லாம் அந்தச் செய்தியைப் பெருமையுடன் சொன்னார்கள்.

பருத்தியும், புகையிலையும் கொண்டு செல்லும் வண்டிகளில் டாம் சில மாற்றங்கள் செய்து புதுப்பித்தான். அக்கம் பக்கத்து வெள்ளை துரைமார்களின் பண்ணைகளில் அதுவரை கொத்தடிமைகளாக வேலை செய்துகொண்டிருந்த நீக்ரோக்கள் தாமும் வந்து விடுகிறோமென்று முரண்டு பிடித்தார்கள். வெள்ளை மேற்பார்வையாளன் ஜார்ஜ் ஜான்ஸனும் தானும் வருவதாகச் சொல்லி விட்டான். மொத்தம் இருபத்தி ஒன்பது வண்டிகள் வரிசையாக முர்ரே பண்ணையிலிருந்து புறப்பட்டன.

வண்டிகளுக்கு முன்னதாக கோழி ஜார்ஜ் தன் குதிரையைச் செலுத்தினான். முதல் வண்டியில் டாமும், இரீனும் இருந்தார்கள். இரண்டாவது வண்டியில் அவர்களின் குழந்தைகள் உட்கார்ந்தார்கள். டாமின் கடைசி மகள் சிந்த்தியா இரண்டு வயதுக் குழந்தை. கடைசி வண்டியில் ஜார்ஜ் ஜான்ஸனும், அவன் மனைவி மார்த்தாவும் இருந்தார்கள்.

மகிழ்ச்சி ஆரவாரத்திற்கிடையே அவர்களின் பயணம் தொடங்கியது.

52

"இதுதான் நீ சொன்ன வளமான நிலமா?" என்று கேட்டான் டாம்.

"நாம் கனவு கண்ட நிலம் இதுதானா?" என்று கேட்டாள் மெடில்டா.

"பன்னிகள் முளைப்பதும், தர்பூஸ் காய்கள் கொள்ளையாய் விளையறதும் இங்கேதானா?" என்று கேட்டனர் வேறு சிலர்.

ஜார்ஜ் குதிரை மேலேயிருந்து குதித்தான். வண்டிகள் நின்றுவிட்டன.

"இதுதான் நம்ம புதிய ஊர். இங்கே சுமார் நூறு பேர் வெள்ளைக் காரங்க இருக்காங்க. நம்மோடு சேர்ந்து ஜனத்தொகை ரெட்டிப்பாகும். வளரப்போற புதிய நகரத்துக்கு நாம் முதல் வரிசை ஆவோம்" என்றான் ஜார்ஜ்.

உண்மையாகவே அந்த நிலம் வளமான நிலம். ஒவ்வொரு குடும்பத் துக்கும் முப்பது ஏக்கரா பங்குக்கு வந்தது. அடுத்த நாள் காலையி லிருந்தே எல்லோரும் உடல் வளைத்துப் பாடுபடத் தொடங்கிவிட்ட னர்; மரங்களை வெட்டினர்; புதர்களைப் பறித்தனர்; ஏர் உழுதனர் பருத்தியும், மக்காச் சோளமும் பயிரிட்டனர்; காய்கறித் தோட்டங் களையும், பூந்தோட்டங்களையும் நட்டனர்; வெட்டிய மரங்களைப் பலவகையாக அறுத்தனர்; வீடுகளைக் கட்டினர்; டாம் கருமான் பட்டறை வைத்தான். மனித சஞ்சாரமற்று இருந்த அந்தப் பகுதி இப்போது மக்கள் கூட்டத்தால் கலகலப்பாகி விட்டது.

1874இல் மெடில்டா தலைமையில் மாதாக்கோவிலும் தயாராகி விட்டது.

முதன்முதல் ஞாயிற்றுக்கிழமை மாதாக் கோவிலில் கூட்டம் நிரம்பி வழிந்தது. சுற்றுப்புறமுள்ள இருபது மைல் தொலைவிலிருந்த கருப்பர்கள் எல்லாரும் தொழுகைக்கு வந்திருந்தனர். ரெவரண்ட் சைலஸ் ஹென்னிங் கம்பீரமாக கிருஸ்துவ மதபோதனை செய்தார். மெடில்டாவின் கண்களில் கண்ணீர் பொங்கி எல்லாமே தெளிவற்றுத் தெரிந்தது.

"ஜார்ஜ்! இந்த நாளை நான் என்னிக்குமே மறக்க மாட்டேன். நீ அன்னிக்கு டர்பி தொப்பி அணிந்து என்னைக் கல்யாணம்

செய்துக்கோன்னு கேட்ட நாளிலிருந்து இன்னிவரை நம்ம குடும்பம் கிளை பரப்பி வளர்ந்திருக்கு. அந்தக் கர்த்தர் நம்ம எல்லாரையும் ஒரே இடத்திலே சேர்த்து வெச்சிருக்கார். இவ்வளவு சந்தோஷத்திலும் எனக்கு ஒரே ஒரு வருத்தம். கிஜ்ஜி அத்தையும்கூட இன்னிக்கி நம்மோடு இருந்தா எவ்வளவு நல்லா இருந்திருக்கும்'' என்றாள் மெடில்டா.

"அம்மா மேலே இருந்து எல்லாமே பார்த்துகிட்டுதான் இருக்காங்க'' என்றான் நீர் நிறைந்த விழிகளுடன் ஜார்ஜ்.

முர்ரே பண்ணையிலிருந்து வரும்போது டாமின் கடைசி மகள் 'சிந்தியா' இரண்டு வயதுக் குழந்தை இப்போது உயர்நிலைப் பள்ளிப் படிப்பை முடித்துவிட்டாள்.

மெடில்டா காலமாகிவிட்டாள். ஜார்ஜ் அழவில்லை.அவன் விழிகளிலிருந்து ஒரு சொட்டுக் கண்ணீரும் வரவில்லை. ஆனால் நெஞ்சு வெடித்துவிட்டதுபோல மரத்துப் போய்விட்டான். கண்களில் ஜீவன் இல்லை. அவள் உயிரோடிருந்தவரை அவன் சிரித்ததை யாருமே பார்த்ததில்லை. மெடில்டா இறந்த உடனே அவன் இதயத்தின் மென்மையும் மறைந்துவிட்டது. நடைப் பிணமாக வாழ்ந்திருந்து 1890 ஆம் ஆண்டு குளிர்காலத்தில், குளிர் காய்ந்துகொண்டே தீயில் தவறி விழுந்து உடல் கருகி இறந்துவிட்டான்.

ஜார்ஜின் இறுதி யாத்திரையில் அந்தப் பகுதியிலிருந்த நீக்ரோக்கள் அனைவரும் பங்கெடுத்தனர். அவனது பிள்ளைகளும் மருமகள்களும், பேரப்பிள்ளைகளும் கண்ணீர் பொங்கும் விழிகளுடன் அவனுக்கு இறுதி அஞ்சலி செலுத்தினர்.

சிந்தியாவுக்கு வில்பாமருடன் 1893 இல் திருமணம் நடந்தது. 1895 இல் அவர்களுக்குப் பெர்த்தா ஜார்ஜ் பிறந்தாள். பெயர் சூட்டு விழாவன்று சிந்தியா தன் உறவினர்களை எல்லாம் அழைத்து, எல்லார் முன்னிலையிலும் குழந்தையை மடியில் கிடத்திக்கொண்டு, குண்ட்டா கிண்ட்டேயிலிருந்து டாம் வரையிலான குடும்பக் கதையைச் சொன்னாள். தன் மனைவிக்கு அவளது முன்னோர்களின் நினைவில் உள்ள பற்றுதலை வில்பாமர் வெகுவாகப் பாராட்டினான்.

பெர்த்தா ஜார்ஜ் சிறு வயதிலேயே இசையில் தனக்குள்ள ஆர்வத்தையும், திறமையையும் காட்டினாள். அவள் தந்தை வில்பாமர் மெம்ஃபிஸிலிருந்து சங்கீத வித்வான் ஒருவரை வரவழைத்து அவளுக்குச் சங்கீதம் கற்றுத் தந்தார். பெர்த்தா 1909 ஆம் ஆண்டில் எட்டாவது வகுப்பை முடித்தாள். இரண்டாண்டுகள் கல்லூரியில் படித்து அருகிலிருந்த ஒரு பள்ளியில் ஆசிரியையானாள். 1920இல் அவளுக்கும், அலெக்ஸாண்டர் ஹேலிக்கும் கல்யாணமாயிற்று.

அந்தக் கல்யாணத்திற்குக் கருப்பர்களும் வெள்ளையர்களும் வந்திருந்தனர்.

அலெக்ஸாண்டர் ஹேலி முதல் உலகப் போரில் பங்கெடுத்தார். 1918 இல் போரில் காயமடைந்து, நோய்வாய்ப்பட்டு, அடுத்த வருடம் உடல் நலம் பெற்றார். அதன் பின்னர்தான் 1920 இல் பெர்த்தா ஜார்ஜைத் திருமணம் செய்துகொண்டார். திருமணமான பிறகு இருவரும் டென்னஸியிலிருந்து நியூயார்க் மாநிலத்திற்குச் சென்று விட்டனர். ஹேலி, கார்னல் பல்கலைக் கழகத்தில் வேளாண்மை இயலில் மாஸ்டர் பட்டம் பெற்றார்.

'இத்தாகா' வந்த புதிதில் பெர்த்தா தன் பெற்றோருக்கு அடிக்கடி கடிதம் எழுதி வந்தாள். ஆனால் ஒன்பது மாதங்களான பிறகு கடிதம் வருவது குறைந்துவிட்டது. சிந்த்தியாவும், வில்பாமரும் பயந்து விட்டனர். சிந்த்தியா நேரிலேயே சென்று பார்த்து வரத் தயாரானாள். நாளைக் காலையே பயணம் முன்னிரவில் அவர்களின் வீட்டுக்கதவு தட்டப்படும் சத்தம் கேட்டது. சிந்த்தியா வேகமாக வந்து கதவைத் திறந்தாள். வில்பாமர் அவள் பின்னால் நின்றிருந்தார்.

எதிரில் மகள் பெர்த்தாவும் மருமகன் அலெக்ஸாண்டர் ஹேலியும்.

"மன்னியுங்கள் அம்மா! உங்களுக்குக் கடிதம்கூட எழுத முடியலே. நீங்க ஆச்சரியப்படும்படியான பரிசு கொண்டு வந்திருக்கோம்" என்று கூறிக் கொண்டே ஒரு துணிச் சுருளை மெல்லத் தாயின் கைகளில் வைத்தாள். சிந்த்தியாவுக்கு நெஞ்சு படபடத்தது. வில்பாமர் அவள் தோளின்மேலிருந்து துணிச்சுருளை ஆவலுடன் பார்த்துக்கொண்டிருந்தார். சிந்த்தியா மேல் துணியை விலக்கினாள். வட்ட வடிவமான சிவந்த முகம்.

அது நான்தான்! அப்போது நான் ஆறுவார பச்சைக் குழந்தை.

53

எனக்கு ஐந்து வயது வரும்வரை என்னை எனது பாட்டியும் தாத்தாவும் வளர்த்தார்கள். எனக்கு ஐந்து வயதாகும்போது தாத்தா இறந்துவிட்டார். நான் விடாமல் அழுதுகொண்டே இருந்தேனாம்! பல விதத்திலும் தொல்லை கொடுத்தேனாம்! கடைசியில் தூக்க மாத்திரை தந்து அன்றிரவு என்னைத் தூங்க வைத்தார்களாம்!

அப்பாவும் அம்மாவும் நியூயார்க்கிலிருந்து திரும்பி வந்து விட்டார்கள். அம்மா உள்ளூர்ப் பள்ளியில் ஆசிரியையானாள். அப்பா லம்பர் கம்பெனி ஆரம்பித்தார். தாத்தாவின் மரணமும், பாட்டியின் துயரமும் என்னை பாட்டிக்கு நெருங்கியவனாகச் செய்தன. பாட்டி எங்கே சென்றாலும் என்னைத் தவறாமல் அழைத்துப் போவாள். பாட்டியின் மூலமாகவே எனக்கு எங்கள் உறவினர்களோடு எல்லாம் அறிமுகம் கிடைத்தது. டையர்ஸ்பர்க், டென்னிஸி, இங்ஸ்டர், மிச்சிகான், செயின்ட் லூலூ, கான்ஸாஸ் ஸிட்டி... விசித்திரமான பெயர்கள்! அங்கிருந்து வரும் உறவினர்களின் பெயர்களும் விசித்திர மாகவே இருந்தன. ஆண்ட் பிளஸ், ஆண்ட் டில்,ஆண்ட்வினி கஸின் சார்ஜியா... மாலை வேளையில் எல்லாரும் நாற்காலிகளில் அமர்ந்து எங்கள் வம்ச வரலாற்றைப் பெருமையுடன் சொல்லிக் கொள்வார்கள். அந்தக் காலத்தில் அது எனக்கு மிகக் கொஞ்சமாகவே புரிந்தது. ஆனால் அன்றைய எனது ஆர்வம் பின்னாளில் எங்கள் வம்சத்தின் சரித்திரத்தைப் பூரணமாகத் தெரிந்துகொள்ள ஊக்கமளித்தது.

என் தாயார் பெர்த்தா 1931ஆம் வருடம் தனது முப்பத்தி ஆறாம் வயதில் காலமாகிவிட்டாள். இரண்டாண்டுகள் கழித்து என் தந்தை மறுமணம் புரிந்துகொண்டார்.

இரண்டவது உலகப் போர் துவங்கும்போது எனக்குப் பதினேழு வயது. கல்லூரியில் இரண்டாம் வருடப் படிப்பை முடித்தேன். அப்போதே அமெரிக்கக் கடற்கரைப் பாதுகாப்புப் படையிலே சேர்ந்தேன். பசிஃபிக் கடலில் பயணம் செய்யும் ஒரு சரக்குக் கப்பலில் வேலை செய்து கொண்டே, என்னை இந்த நூலை எழுதத் தூண்டிய ஒரு நீண்ட நெடும் பயணத்தில் திடீரென அடி எடுத்து வைத்தேன்

அந்த கப்பலில் ஒரு சிறிய நூல் நிலையம் இருந்தது. அதிலிருந்த புத்தகங்களையெல்லாம் ஆவலுடன் படித்தேன். சிறு வயதிலிருந்தே எனக்குத் துணிகரமான வீர தீரக் கதைகள் படிப்பதென்றால் மிகவும் விருப்பம். அந்த நூல் நிலையத்திலிருந்த புத்தகங்களையெல்லாம் மும்முறை படித்து முடித்த பிறகு, இப்படிப்பட்ட கதைகளை நாமே ஏன் எழுதக்கூடாதென்கிற எண்ணம் பிறந்தது. இவ்வாறுதான் என் எழுத்து வேலை துவங்கியது. 1959இல் நான் வேலையிலிருந்து ஓய்வு பெற்ற பிறகு என் முழு நேரத்தையும் எழுதுவதிலேயே கழித்தேன்.

அதே காலத்தில் ஒரு பத்திரிகைக்காரர்கள் என்னை லண்டன் நகருக்கு அனுப்பிவைத்தார்கள். ஒரு நாள் பிரிட்டிஷ் மியூசியத்தைச் சுற்றிப் பார்த்துக்கொண்டிருந்தபோது, நான் எப்போதோ தெளிவற்றுக் கேள்விப் பட்டிருந்த சிலையைத் தற்செயலாகப் பார்த்தேன். அதைப் பற்றிய ஒரு புத்தகம் மியூசியம் நூல் நிலையத்திலேயே கிடைக்க அதைப் படித்துப் பார்த்தேன்.

அந்தச் சிலை எகிப்தில் 'நைல்' நதிக்கரையிலே கிடைத்ததாம்! அதன் மேல் மூன்று ரக எழுத்துகள் தனித் தனியாகச் செதுக்கப்பட்டுள்ளன. அவற்றில் ஒரு ரக எழுத்துகளை யாராலும் படித்துப் புரிந்துகொள்ளவே முடியவில்லை. அதைப் படிக்க இந்த உலகத்தில் யாருமே பிறந்திருக்கவில்லை என்று அறிஞர்கள் எல்லாரும் முடிவு செய்துவிட்டிருந்தார்கள். ஆனால் 'ஜேஸ்சாம்போலியன்' என்னும் ஒரு பிரஞ்சு அறிஞர் அதைக் படித்துவிட்டார். அந்த மூன்று வித எழுத்துகளிலும் ஒரே வாசகம் உள்ளது. மானிட இனத்தின் ஆதிகால வரலாறு அந்த எழுத்துகளில் கூறப்பட்டுள்ளது.

அந்த அற்புதம் என்னை வியப்பிலாழ்த்திவிட்டது. இங்கிலாந்திலிருந்து அமெரிக்காவுக்கு விமானத்தில் திரும்புகையில் எனக்கொரு யோசனை திடீரென்று தோன்றியது. கல்லில் செதுக்கிய மூன்று ரக எழுத்துகளை ஆதாரமாகக் கொண்டு அந்தப் பிரெஞ்சு அறிஞர், மறைந்த மானிட இன வரலாற்றை வெளிக்கொணர முடிந்தது. பாட்டியும், ஆண்ட் லிஜ் போன்றவர்களும் வாயால் சொல்லிக் கொண்ட சரித்திரத்தில், என் ஆப்பிரிக்க முன்னோடி கூறிய விசித்திரமான சொற்களில் எனக்குத் தெரியாத பொருள் அடங்கியிருக்கிறது. அந்த விசித்திரமான சொற்களைக் குறித்து சிந்திக்க முனைந்தேன்.

அவர் தன் பெயரை 'கிண்ட்டே' என்றார் வாத்தியத்தை 'கோ' என்றார். வர்ஜீனியா நதியை 'காம்பே போலாங்' என்றழைத்தார். அவையெல்லாம் முனை மழுங்கி செவிப்பறைளைத் தாக்கும் ஒலிகள். ஆனால் எல்லாவற்றிலும் 'க' என்னும் எழுத்து ஆதிக்கம் வகிக்கிறது. கால வெள்ளத்தில் அடித்துச் செல்லப்பட்டுப் பல ஒலிகள் இன்று உருமாறிப் போயிருக்கலாம். ஆனால் எங்கள் வம்சத்தின் மூல

புருஷர் பேசிய ஏதோ ஒரு குறிப்பட்ட ஆப்பிரிக்க மொழியின் சாயல் நிச்சயமாக அந்த ஒலிகளில் இருக்கிறது. அந்த ஆப்பிரிக்க மொழி எது? அதைக் கண்டுகொள்ள இவ்வுலகத்தில் எனக்கு ஏதாவது வழி உள்ளதா? நான் இதுபற்றிச் சிந்தித்துக் கொண்டிருந்தபோது எங்கள் விமானம் நியூயார்க்கில் இறங்கி வட்டமடித்துக் கொண்டிருந்தது.

54

வாஷிங்டன் டி.ஸி.யிலுள்ள தொல்பொருள் ஆராய்ச்சி நிலையத் தில் அலமான்ஸ் மாவட்ட மக்கள் கணிப்புச் சம்பந்தப்பட்ட மைக்ரோ பிலிம் சுருள்களைப் புரொஜக்டரில் போட்டுப் பொத்தானை அழுத்தினேன். ஆயிரக்கணக்கான பெயர்கள் கண்கள் முன்னால் ஓடிக் கொண்டிருந்தன. ஆனால் எனக்குத் தேவையான பெயர்கள் மட்டும் வரவே மாட்டேன் என்கின்றன. என்றாலும் நிராசை அடையாமல் பொறுமையுடன் பார்த்துக்கொண்டிருந்தேன்.

'டாம் முர்ரே - கருப்பினம், கருமான்.

இரீன் முர்ரே - கருப்பினம், குடும்பப் பெண்.'

என் இதயம் வேகமாக அடித்துக்கொண்டது. எனது அம்மா, அக்காக்களின் பெயர்களெல்லாம் வரிசையாக வந்தன. என் பாட்டி அக்கம் பக்கத்துக்காரர்களையும், உறவினர்களையும் வைத்துக் கொண்டு பல நூறுமுறை சொல்லிய பெயர்கள் அவை! எனக்கு ஏற்பட்ட உணர்ச்சியை வார்த்தைகளில் விவரிக்க இயலாது.

இது என் உற்சாகத்திற்கு ஊக்கமளித்தது. தென்பட்ட நூல் நிலையங்களில் எல்லாம் அலசினேன். தொல்பொருள் ஆய்வகங்களில் எல்லாம் தேடினேன். ஒரு சின்னஞ்சிறு துப்புக் கிடைத்தாலும் அதை ஆதாரமாகக் கொண்டு மாபெரும் ரகசியத்தைத் தெரிந்துகொள்ள வேண்டுமென்கிற ஆவல் எனக்கு. ஐக்கிய நாடுகள் சபையின் வராந் தாக்களில் திரியும் பல்வேறு ஆப்பிரிக்க நாடுகளின் பிரதிநிதிகளைத் தடுத்து நிறுத்தி எனக்குத் தெரிந்த அந்த ஒலிகளைஎழுப்பினேன். அவர்கள் என்னை விசித்திரப் பிராணியைப் போல் பார்த்து, மவுன மாகத் திரும்பிப் போய் விட்டார்கள். அவர்களைச் சொல்லி என்ன புண்ணியம்? அந்த விசித்திரமான ஆப்பிரிக்க ஒலிகளை என்னுடைய டென்னெஸி உச்சரிப்புடன் அவர்கள் முன் எழுப்பினால் அவர்கள் மட்டும் என்ன செய்வார்கள் பாவம்.

ஆப்பிரிக்க மொழி இயல் வல்லுநரான டாக்டர் வான்ஸினாவுடன் தொலைபேசியில் தொடர்புகொண்டு, விஸ்கான்ஸின் சென்று அவரை நேரில் சந்தித்தேன். எனக்குத் தெரிந்த அந்த விசித்திரமான ஆப்பிரிக்க சொற்களை அவர் எதிரே சொன்னேன்.நான் என் சிறு வயதிலிருந்து

கேள்விப்பட்ட கதையை அவரிடம் கூறினேன். அன்றிரவு வெகு நேரமாகிவிட்டதால் அங்கேயே படுத்துத் தூங்கினேன். மறுநாள் காலை அவரை நான் பார்த்தபோது அவரது முகம் கம்பீரமாக இருந்தது. கடந்த இரவு நான் உறங்கிவிட்ட பிறகு தனிமையில் நீண்ட நேரம் சிந்தித்துக் கொண்டிருந்தாராம்! இன்னொரு பேராசிரியருடன் தொலைபேசியில் பேசிக் கொண்டிருந்தாராம்! இறுதியில் நான் எழுப்பிய ஒலிகள் 'மாண்டிங்கா' என்னும் மொழியைச் சேர்ந்தவை என்று அவர் முடிவாகக் கூறினார். அந்தப் பெயரை நான் இதுவரை கேட்டதும் இல்லை.

'போலோங்' என்றால் மாண்டிங்கா பாஷையில் பாயும் நீர் அல்லது நதி என்று பொருளாம்! 'காம்பே' என்பது காம்பியா நதியாம்! அந்த நதியின் பெயரை இதுவரை கேட்டதாகக்கூட நினைவு இல்லை.

உட்டிகா கல்லூரியின் கருத்தரங்கில் பங்கெடுக்க எனக்கு அழைப்புக் கிடைத்தபோது அங்கே நான் சென்றேன். அங்கே ஓர் அற்புதம் நிகழ்ந்தது. என்னை வரவேற்ற பேராசியரிடம் பேச்சுவாக்கில் 'காம்பியா' வைக் குறிப்பிட்டேன்.

"காம்பியாவா? அந்த நாட்டிலிருந்து வந்த மாணவன் ஒருவன் ஹாமில்டனில் இருப்பதாக யாரோ சொன்னார்கள்" என்று அவர் கூறினார்.

உடனே நான் ஹாமில்டன் ஓடினேன். பேராசிரியர் சார்லஸ்டாட், அந்த மாணவனின் பெயர் ஏபோமாங்கா! என்று தெரிவித்தார். நேராகப்போய் அவனைச் சந்தித்தேன். அவன் கன்னங்கரேலென்று இருந்தான். கொஞ்சமாகப் பேசினான். நான் சொன்ன சொற்கள் காம்பியாவில் பேசப்படும் 'மாண்டிங்கா' மொழியைச் சேர்ந்தவை என்று அவன் உறுதிப்படுத்தினான். அந்தச் சொற்கள் என் வாயிலிருந்து வெளி வருவதைக் கேட்டு அவன் வியந்து போனான்.

"என் தாய்மொழி மாண்டிங்கா அல்ல. ஆனா அது எனக்குத் தெரியும்" என்றான் அவன்.

அந்த மாணவன் 'ஓலோஃப்' என்னும் ஆப்பிரிக்க இனத்தவன். நான் என் தேடலைப் பற்றிக் கூறினேன். அடுத்த வாரம் நாங்கள் இருவரும் காம்பியாவுக்குப் புறப்பட்டோம்.

காம்பியாவின் தலைநகர் பாஞ்ஜில் நகரை விமானத்தில் அடைந்தோம். ஏபோமாங்காவின் தகப்பனார் 'ஆல் ஹஜிமாங்கா' காம்பியா வரலாறு நன்கு தெரிந்த சில நண்பர்களை அழைத்துக் கொண்டு என் ஓட்டல் அறைக்கு வந்தார். இதுவரையில் நான் எத்தனையோ பேர் எதிரிலே எழுப்பிய ஒலிகளை அவர்கள் எதிரேயும்

எழுப்பினேன். 1760 ஆம் வருடத்திய எனது ஆப்பிரிக்க முன்னோடி 'கிண்ட்டே' தன்னுடைய பெயர் விஷயத்தில் மிகவும் கண்டிப்புடன் இருந்தாரென்று நான் சொன்னபோது அவர்களின் ஆர்வம் அதிக மாயிற்று.

"எங்கள் நாட்டில் மிகப் பழைமையான கிராமங்களுக்குப் பல நூற்றாண்டுகளுக்கு முன்பே அங்கே வந்து குடியேறிய குடும்பங்களின் பெயர்களாய் இருக்கும்" என்று அவர்கள் தெரிவித்தார்கள். உடனே வரைபடம் வரவழைக்கப்பட்டது. "இது குண்ட்டா கிண்ட்டே கிராமம்! இது கிண்ட்டே குண்ட்டா ஜடோயா கிராமம்" என்று அவர்கள் அதில் விரல்களால் சுட்டிக் காட்டினார்கள்.

இதைவிட அவர்கள் சொன்ன இன்னொரு தகவல் என்னை வெகுவாகக் கவர்ந்தது. அந்த ஒதுக்குப்புறமான தொலைதூரப் பழைய கிராமங்களில் நூற்றுக்கணக்கான வருட வரலாற்றைத் தெளிவாகச் சொல்லக்கூடிய சரித்திரப் பாடகர்கள் இப்போதும் இருப்பதாக அவர்கள் கூறியது எனக்கு ஆச்சரியமளித்தது. அது என் கற்பனையிலும் தோன்றாத விஷயம். அவர்களுக்குத் தெரியாத பழைய சங்கதியே இருக்காதாம்! ஆப்பிரிக்க இருண்ட கண்டத்தின் நூற்றாண்டு வரலாற்றை அவர்கள் சரளமாகச் சொல்லி விடுவார்களாம்!

கிண்ட்டே வம்சத்தின் வரலாறு தெரிந்தப் பாடகனைத் தேடிப் பிடித்த பிறகு தெரிவிக்கிறோமெனச் சொல்லி அவர்கள் விடை பெற்றுச் சென்றார்கள்.

நான் அமெரிக்கா திரும்பி வந்தேன். ஆப்பிரிக்கா சம்பந்தப் பட்ட நூல்களைப் படித்து ஆராய்ந்தேன். அதற்குள் காம்பியாவிலிந்து கடிதம் வந்தது. கிண்ட்டே வம்சத்தின் சரித்திரம் நன்கறிந்த ஒரு வயோதிகர் கிடைத்துள்ளாரென்றும், என்னை உடனே புறப்பட்டு வரச்சொல்லியும் ஆல்ஹாஜ்மாங்கா எழுதியிருந்தார்.

நான் உடனே விமானத்தில் காம்பியா போய்ச் சேர்ந்தேன். ஏற்கெனவே எனக்கு அறிமுகமான காம்பியா நண்பர்களைச் சந்தித் தேன். எனது முன்னோர்கள் பிறந்து வளர்ந்த கிராமத்தையும், கிண்ட்டே வம்சத்தின் வரலாற்றைச் சொல்லக்கூடிய சரித்திரப் பாடகனையும் தேடிக் கண்டுபிடித்தது இவர்கள்தான்!

"அவர் பெயர் கெப்பா கஜ்ஜி ஃபொபனா" என்றார்கள் அவர்கள்.

"அவர் எங்கே?" என்று கேட்டேன் நான். அவர்கள் என்னை ஒரு மாதிரியாகப் பார்த்தார்கள். அவர் கிராமத்தில் இருக்கிறார் என்றார்கள்.

அங்கே செல்வதற்கான ஏற்பாடுகள் செய்ய மூன்று நாட்கள் பிடித்தன. அதற்காக எவ்வளவோ சிரமப்பட வேண்டியிருந்தது.

கொஞ்ச தூரம் ஆற்றில் படகுப் பிரயாணம், அதன்பின் லாரியில் பயணம், கடைசியில் கால்நடையாகக்கூடப் போக வேண்டும். பிரயாணத்தில் நம்மோடு பதினாறு பேரை அழைத்துச் செல்ல வேண்டும். அவர்களில் மூவர் மொழிபெயர்ப்பாளர்கள். நால்வர் சங்கீத வாத்தியக் கலைஞர்கள். பின்னணியில் இசை இல்லாவிட்டால் சரித்திரப் பாடகர்கள் வாயே திறக்க மாட்டார்களாம்!

எங்கள் ஏழு தலைமுறைகளின் கிண்ட்டே வம்சத்தின் மூல புருஷர் குண்ட்டா பிறந்து வளர்ந்த ஜப்பூர் மண்ணில் கால் வைத்த விநாடியில் ஓர் 'அபூர்வமான அனுபவம்' என்னை உலுக்கி எடுத்துவிட்டது. வாழ்வில் எல்லாவற்றைக் காட்டிலும் ஓர் உயர்ந்த அனுபவம் அது!

ஜப்பூரில் நாங்கள் நுழைந்ததுமே மக்கள் எங்களைச் சூழ்ந்து கொண்டுவிட்டார்கள். அது மிகச் சிறிய கிராமம். மொத்த மக்கள் தொகை எழுபதுதான் இருக்கும். இருநூறு வருடங்களுக்கு முன்பு அந்தக் கிராமம் எப்படி இருந்ததோ, அப்படியே இப்போதும் இருப்பதாகத் தோன்றியது. என்னுடன் வந்த மொழிபெயர்ப் பாளர்கள் மூவரும் அந்தச் சரித்திரப் பாடகனைச் சூழ்ந்து கொண்டார்கள். ஜப்பூர் மக்கள் என்னைச் சுற்றிலும் நின்று உற்றுப் பார்க்கத் தொடங்கி விட்டார்கள். அவை பார்வைகள் அல்ல; என்னைத் துளைத்தெடுக்கும் ஈட்டிகள்! என் உள்ளத்தில் ஏதோ புரியாத ஒரு குழப்பம் ஆரம்ப மாயிற்று. நான் திடுக்கிட்டுவிட்டேன். சற்று நேரத்தில் எல்லாம் தெளிவாகிவிட்து. நான் இதற்கு முன்பும் ஜனக்கூட்டதின் மத்தியில் சிக்கிக்கொண்டவன்தான்! ஆனால் இவ்வளவு பேர் அட்டைக் கருப்பர்களின் இடையே எப்போதும் அகப்பட்டுக் கொண்டதில்லை.

அச்சமும், சந்தேகமும் கொண்டு என் பார்வை, என்னுடைய சிவப்புக் கைகளின்மேல் விழுந்தது. உடலில் சுத்தமான ரத்தம் பாயும் தூய்மையான மனிதர்களின் மத்தியிலே, கலப்பின ரத்தத்துடன் பிறந்த கலப்பட மனிதன் நான்! களங்கமற்ற மனிதர்களிடையே களங்கமுள்ள மனிதன் நான்! வெட்கமும், அவமானமும் பிடுங்கித் தின்கிற பயங்கர அனுபவம் அது!

மொழிப்பெயர்ப்பாளர்களை விட்டுவிட்டு சரித்திரப் பாடகர் கதை சொல்லத் தயாரானதும், மக்கள் கூட்டம் என்னிடமிருந்து விலகி அவரைச் சூழ்ந்து கொண்டார்கள். அவர் கூட்டத்திலிருந்து முன்னேறி என் கண்களுக்குள் தீட்சண்யமாகப் பார்த்தார். அவர் பார்வையில் வெளிப்பட்ட கருத்தை மொழி பெயர்ப்பாளர்கள் எனக்குத் தெரிந்த மொழியில் கூறினார்கள்: "இந்த மண்ணிலிருந்து எங்களில் பல பேர் அமெரிக்கா என்னுமிடத்திலும் வேறு பல இடங்களிலும் சென்று, பல துன்ப துயரங்களையும் அனுபவித்துக் கொண்டிருக்கிறார்கள் என்று எங்கள் முன்னோர்கள் எங்களுக்குச் சொன்னார்கள்."

அந்த கிழவர் எனக்கெதிரே உட்கார்ந்தார். அவர்பின்னால் மக்கள் குழுமினார்கள். அவர் கதை சொல்லத் தொடங்கினார். அவர் தன் இடுப்பை முன்னுக்கு வளைத்தார். அவர் உடல் மரத்துப் போயிற்று. கழுத்து நரம்புகள் புடைத்துக்கொண்டன. அவர் வாயிலிருந்து சொற்கள் காட்சிப் பொருட்களைப் போல் வேக வேகமாக உதிர்ந்தன. நூற்றுக்கணக்கான ஆண்டுகளாகப் பல கிளைகளைப் பரப்பி வளர்ந்த கிண்ட்டே வம்சத்தின் வரலாற்றை அவர் 'பைபிளின்' கதை சொல்லும் நடையில் வர்ணிக்கத் துவங்கினர்.

என்னுடன் வந்த மொழிபெயர்ப்பாளர்கள் சுருக்கமாகக் கூறியதன் சாரம்: "புராதனமான மாலி" நாட்டில் கிண்டடே வம்சம் தோன்றியது. அதில் ஆண்கள் சம்பிரதாயபூர்வமாக 'நெருப்பை வென்ற கருமான் கள்' காலப்போக்கில் கிண்ட்டே வம்சத்தின் ஒரு கிளை 'மாரிடானியா' நாட்டை அடைந்தது. அதைச் சேர்ந்த கைரவா குண்ட்டா கிண்ட்டே காம்பியா நாட்டிற்குக் குடிபெயர்ந்து வந்தார். அவர் கிராமங்களையும், ஆறுகளையும் கடந்து கடைசியில் ஜப்பூர் அடைந்தார். இங்கேயே அவர் சைரங் என்னும் மாண்டிங்காப் பெண்ணை மணந்துகொண்டார். அவர்களுக்கு இரண்டு மகன்கள்; ஜானே, சலாம். அவருக்கு ஆயேஷா இரண்டாம் மனைவி. அவளுடைய பிள்ளை உமரோ. உமரோவின் மனைவி பிண்ட்டா கெப்பா. 1750-60 ஆம் ஆண்டுகளுக்கிடையே அவர்களுக்கு நான்கு பிள்ளைகள் பிறந்தார்கள்: குண்ட்டா, லாமின், சுவாடு, மாடி.

"மன்னர் படை வந்த காலத்தில் அவர்களின் மூத்தவனான குண்ட்டா விறகு வெட்டிவர காட்டுக்குப் போனான்..."

கிழவரின் கதை தங்கு தடையின்றிச் சென்றுகொண்டிருந்தது.

நான் மரத்துப்போய் உட்கார்ந்திருந்தேன். என் உடலில் ரத்த ஓட்டம் நின்றுவிட்டது போலிருந்தது.

எங்கேயோ டென்னெஸி மாநிலத்தில், ஹென்னிங் நகரில் என் தாத்தா - பாட்டியின் வீட்டில் உட்கார்ந்து பல தடவை பாட்டி சொன்ன கதை... என் சின்ன வயதில் நான் எத்தனையோ முறை கேட்ட கதை, வாழ்க்கை பூராவும் ஆப்பிரிக்காவின் இந்த சிறிய கிராமத்திலேயே கழித்துவிட்ட இந்த வயோதிகருக்குத் தெரிந்திருக்க வாய்ப்பில்லை. என் நோட்டுப் புத்தகத்தில் எழுதிக் கொண்ட என் பாட்டி சொன்ன கதையை ஒரு மொழி பெயர்பபாளனுக்கும் காட்டினேன். அவன் அதை விரைவாகப் படித்து ஆச்சரியப்பட்டு, கிழவருக்கு அதைக் காட்டி விவரித்தான். அவர் கலவரமடைந்தார். எழுந்து நின்றார். என்னுடைய நோட்டுப் புத்தகத்தை மக்கள்

கூட்டத்திற்குக் காட்டி, மாண்டிங்கா மொழியில் ஏதோ கூறினார். அதைக் கேட்ட மக்கள் கூட்டத்தில் கலகலப்பு அதிகமாயிற்று.

யாரும் ஏதும் சொல்லாமலேயே அவர்கள் எல்லாரும் என்னைச் சுற்றிலும் சுவர்போல் நின்றார்கள். மெல்ல, மிருதுவாக ஏதோ உச்சரித்துக் கொண்டே கைகளைக் கோர்த்துக்கொண்டு என்னை வட்டமிட்டார்கள். முழங்கால்களுக்கு மேலே எகிறிக் குதித்தார்கள். அதனால் சிவப்பு மண் தூசி மேலே எழும்பியது. ஆண்களைத் தள்ளிக்கொண்டு கன்னங்கரேலென்ற ஒரு பெண் என்னை நோக்கிப் பாய்ந்து வந்தாள். அவள் தன் கைகளிலிருந்த குழந்தையை என் கைகளில் போட்டாள். 'வாங்கிக்கோ!' என்று சைகை செய்தாள். அந்தக் குழந்தையை என் நெஞ்சோடு அணைத்துக் கொண்டேன். ஒருவர் பின் ஒருவராக மொத்தம் பன்னிரெண்டு பெண்கள் தங்கள் குழந்தைகளை என் கைகளில் போட்டு, திரும்ப எடுத்துக்கொண்டார்கள். மனித இனத்தின் மிகப் பழைய சம்பிரதாயங்களில் இது ஒன்றாகும்.

இந்தச் சடங்கில் ஒரு மாபெரும் பொருள் பொதிந்திருக்கிறது. 'நாம் என்கிற இந்த மாமிசப் பிண்டத்தில் நாங்கள் என்றால் நீ! நீ என்றால் நாங்கள்!'

நாங்கள் திரும்புகையில் மக்கள் சாலையின் இருபுறமும் நின்று கைகளை வீசிக்கொண்டு ஏதோ கத்தினார்கள். நானும் கைகளை வீசினேன். எனக்கு முன்பாகவே பறைகளின் வாயிலாக என்னைப் பற்றிய செய்தி பரவி விட்டது, அவர்கள் எல்லாரும் முழங்குவதை உற்றுக் கேட்டேன். "மிஸ்டர் கிண்ட்டே! மிஸ்டர் கிண்ட்டே!"

இங்கே ஒரு விஷயம் சொல்ல அனுமதியுங்கள்! நான் ஒரு மனிதன்; நான் ஓர் ஆண்! ஒரு பரிதாபம் என் பாதத்தில் எங்கேயோ தாக்கிவிட்டது. அது மேலே தாவிப் பரவியது. "மிஸ்டர் கிண்ட்டே!"... வரலாற்றில் சக மனிதர்களுக்கு இழைக்கப்பட்ட கொடுமைகளால் நான் 'ஓ' வென்று கதறியது போலிருந்தது. மனித இன சரித்திரத்தில் அது ஓர் அழிக்க முடியாத களங்கம்!

அமெரிக்கா திரும்பி வந்த பிறகு புத்தகம் எழுத முடிவு செய்தேன். பன்னிரண்டு வருடங்கள் உழைத்தேன். ஐந்து லட்சம் மைல்கள் பயணம் செய்தேன். குண்ட்டா கிண்ட்டேயின் குழந்தைப் பருவம், வாலிபம், சிறைவாசம், கடல் பிரயாணம் எல்லாவற்றையும் தத்ரூப மாகச் சித்தரிக்க அமெரிக்காவிலிருந்து ஆப்பிரிக்காவுக்கு மீண்டும் சென்று, ஒரு கருப்புத் துறைமுகப் பட்டினத்திலிருந்து அமெரிக்காவுக்கு ஒரு சரக்குக் கப்பலில் பயணம் செய்தேன். இரவுச் சாப்பாடு முடிந்த பிறகு உடைகளைக் களைந்துவிட்டு, வெறும் டிராயர் பனியனுடன் கப்பலின் கீழறைக்குச்சென்று, அங்குள்ள கரடுமுரடான

மரப்பலகை யின்மீது மேலே பார்த்தவாறு படுத்துக்கொண்டேன். அவ்வாறு பத்து இரவுகளைக் கழித்தேன். குண்ட்டா கிண்ட்டே அன்று கப்பலின் இருட்டறையில் மரப்பலகையில் படுத்துப் பார்த்ததையும், கேட்டதை யும், முகர்ந்ததையும், உணர்ந்ததையும், சிந்தித்ததையும் கற்பனை செய்து பார்க்க முயன்றேன். அன்றைக்கும், இன்றைக்கும் என்ன சம்பந்தம் இருக்கிறது? ஒன்றுமில்லை. என் நடவடிக்கை நகைப்புக் கிடமானதாக வும் இருக்கலாம். எப்படியோ ஒருவாறாக மனிதர்களை வர்த்தகச் சரக்குகளாக்கி ஏற்றுமதி செய்த கடற்பயணத்தைக் கடைசியில் முடித்தேன்.

காம்பியாவிலிருந்து அடிமைகளை ஏற்றி வந்த கப்பலை ‘நாப்ளிஸ்’ என்னுமிடத்தில் நிறுத்தியதாக என் பாட்டி அடிக்கடி கூறுவாள். அது இன்றைய ‘ஆனா போலீஸ்’ என்பது எனக்குத் தெரியும். காம்பியா நதியைக் கடந்து, அட்லாண்டிக் மாக்கடல் வழியாக ஆனா போலீஸீஸ அடைந்த அந்த கப்பல் எது? அதைத் தெரிந்துகொள்ள லண்டன் நகரில் ‘லாயட்ஸ் கப்பல் போக்குவரத்துக் கம்பெனி’யை அடைந்தேன். பல நாள் கண்ணுங்கருத்துமாகப் பழைய ஆவணங்களை எல்லாம் ஆராய்ந்தேன். ஓராயிரத்திற்கும் அதிகமான காகிதங்களைப் பார்த்தேன். ஒரு பயனும் கிடைக்க வில்லை. 11023வது ஆவணம் என் கவனத்தைத் திடீரென்று கவர்ந்தது. 1766-67 ஆம் வருடங்களில் காம்பியாவிலிருந்து புறப்பட்ட கப்பல்களின் பட்டியல் அதிலே இருந்தது. கப்பல் எண்: 18

1767 ஜூலை 5 கப்பல் பெயர் லார்ட் லெகோனியர்.

புறப்பட்ட இடம்: காம்பியா நதி

சேருமிடம்: ஆனாபோலீஸ்

இந்த விவரத்தை என் நோட்டுப் புத்தகத்தில் குறித்துக் கொண்டு உடனே விமானத்தில் நியூயார்க் சென்றேன். அங்கிருந்து வாஷிங்டன் வாகன் பிரவுன் எழுதிய ‘ஆனா போலீஸ் துறைமுகத்தில் கப்பல்களின் போக்குவரத்துகள்’ என்ற நூல் என் மனக்கண்ணில் தோன்றியது. அதன் மேலட்டை இளம் கோதுமை வண்ணம் கொண்டது. வாஷிங்டனில் காங்கிரஸ் நூல் நிலையத்தில் ஒரு சமயம் அதை நான் பார்த்திருக்கிறேன். ஆனால் எங்கள் முன்னோடியான குண்ட்டா கிண்ட்டே பயணம் செய்த கப்பலின் விவரம் அதிலிருக்கும் என்பதை அன்று நான் ஊகித்துப் பார்க்கவும் முடியாது.

வாஷிங்டனில் இறங்கியதுமே டாக்ஸியில் நூல் நிலையத்திற்கு ஓடினேன். சில நிமிடங்களில் அந்தப் புத்தகத்தை வரவழைத்துக் கொண்டு பக்கங்களைப் புரட்டினேன். ‘லார்ட் லெகேனேயர்’

கப்பல் 1767 ஆம் வருடம் செப்டம்பர் 29 ஆம் தேதி ஆனாபோலீஸ் துறைமுகம் வந்து சேர்ந்தது.

ஒரு டாக்ஸியை அமர்த்திக் கொண்டு ஆனா போலீஸுக்குப் புறப்பட்டேன். 'மேரிலாண்ட் ஜெட்' பத்திரிகையின் மைக்ரோ பிலிம் சுருளை புரெஜெக்டரில் போட்டுப் பார்த்தேன். அக்டோபர் முதல் இதழில் 'லார்ட் லேகோபியர்' பற்றிய விவரங்கள் கண்கள் எதிரில் அசைந்தாடின.

அன்று 1767 ஆம் ஆண்டு, செப்டம்பர் 29 ஆம் தேதி! சரியாக இருநூறு வருடங்களுக்கு முன்பு எங்கள் தாத்தாவுக்குத் தாத்தா, முப்பாட்டனுக்கு முப்பாட்டன் குண்ட்டா கிண்ட்டேயைச் சுமந்து வந்த கப்பல் ஆனா போலீஸ் துறைமுகத்தை அடைந்தது. என் விழிகளில் நீர் நின்றது.

"3265 யானைத் தந்தங்கள், 3700 பவுண்டு மெழுகு, 800 பவுண்டு பருத்தி, 32 அவுன்ஸ் தங்கம், 98 பேர் நீக்ரோக்கள்; வரும் வழியில் 42 பேர் இறந்தனர்."

அந்த 92 பேரில் குண்ட்டா கிண்ட்டே ஒருவர். அவரை சந்தையில் விலைக்கு வாங்கிய ஜான் வாலரின் பத்திரத்தில் ஓர் இடத்தில் ஒரு நீக்ரோ ஆண் அடிமை டோபியின் பெயர் காணப்பட்டது.

"மை காட்..."

சிக்கலான பிரச்சினை தீர்ந்துவிட்டது. ஒரு பரம ரகசியத்தைத் தேடி அறிந்துகொண்டு விட்டேன். என்னுடைய பன்னிரண்டு வருடத் தொடர்ந்த உழைப்புக்குப் பலன் கிடைத்துவிட்டது. இழந்துவிட்ட இணைப்பைப் பற்றிக்கொணடு விட்டேன்.

இவ்வளவு ஆராய்ச்சியும், இத்தனையாண்டு இடைவிடாத உழைப்பும், இவ்வளவு விஷய சேகரிப்பும் இந்த நூலாக உருவெடுத்துள்ளன.

உங்கள் கைகளில் இருக்கும் இந்த நூலில் ஏழு தலைமுறைகளின் கதையை வர்ணித்துள்ளேன். இதில் உண்மை எவ்வளவு, கற்பனை எவ்வளவு என்று யாராவது கேட்கலாம். வம்சத்தைப்பற்றிய ஒவ்வோர் அம்சமும் ஆப்பிரிக்கக் குடும்பங்களும், அமெரிக்கக் குடும்பங்களும் பரம்பரையாகச் சொல்லிக் கொண்டிருக்கும் வரலாற்றுடன் தொடர்பு கொண்டதுதான்! நான் அவற்றுடன் சரித்திர ஆதாரங்களை இணைத்து விட்டேன். மூன்று கண்டங்களிலும், சுற்றித்திரிந்து ஐம்பதுக்கும் அதிகமான நூல் நிலையங்களிலும், தொல் பொருள் ஆராய்ச்சிச் சாலைகளிலும், பழஞ்சுவடி ஆவணங்களிலும் நான் திரட்டிய ஆப்பிரிக்க வாழ்க்கை முறை, பண்பாட்டு வரலாறு "இந்த ஏழு தலைமுறைகளுக்கு ரத்தமும் சதையும்" அளித்து உயிரூட்டின.

எங்கள் பாட்டி, சஸின் ஜார்ஜியா மட்டுமல்லாமல் குண்ட்டா, பெல், கிஜ்ஜி, கோழி ஜார்ஜ், மெடில்டா, டாம்-இரீன், வில்பர்மர் தாத்தா, எங்கள் தாயார் பெர்த்தா, அண்மையில் காலமான எங்கள் தந்தை... மேலிருந்து பார்த்துக் கொண்டிருப்பார்கள்; முன்னுக்கு நடத்துவார்கள்.

வெற்றி கொண்டவர்களே சரித்திரம் எழுதும் சம்பிரதாயத்தை உடைத்தெறிவதற்காக, இந்த என் மக்களின் கதை உதவிடும் என்று நம்புகிறேன்.

முற்றும்